ఒక వైపు సముద్రం

నవల

కన్నడ మూలం

వివేక్ శానభాగ

అనువాదం

రంగనాథ రామచంద్రరావు

ఛాయ

Oka Vaipu Samudram
(Translated Kannada Novel)

Author: Mr.Vivek Shanbhag
deshakaala@gmail.com

Translated by
Mr.Ranganatha Ramachandra Rao
Mob: +91 90597 79289

First Edition: June 2021
Second Edition: January 2024

Copies : 500

Published By:
Chaaya Resources Centre
103, Haritha Apartments,
A-3, Madhuranagar,
HYDERABAD-500038
Ph: (040)-23742711
Mobile: +91-70931 65151
email: editorchaaya@gmail.com

Publication No: CRC-22
ISBN No. 978-81-947363-5-6

Photos taken from unsplash.com
Credits: Setgio Capuzzimati, Jess Aston

Printed at:
Trinity Academy for Corporate Training Pvt., Ltd.,
Bangalore.

For Copies:
All leading Book Shops
https:/amzn.to/3xPaeId
bit.ly/chaayabooks

వివేక్ శానభాగ

వివేక్ శానభాగ ప్రసిద్ధ సమకాలీన కన్నడ రచయితల్లో ఒకరు. వీరి ఐదు కథా సంపుటాలు, మూడు నవలలు, రెండు నాటకాలు ప్రచురితమయ్యాయి. ఇవి కాకుండా 'శ్రీకృష్ణ ఆలనహళ్ళి వాచికె', Sirigannada -An Anthology of Contemporary Kannada Writings అనే పుస్తకాలకు ఈయన సంపాదకత్వం వహించారు. యు.ఆర్. అనంతమూర్తిగారి 'హిందుత్వ మత్తు స్వరాజ్' అనే రచన ఆంగ్లానువాదానికి సహానువాదకులుగా ఉన్నారు.

వీరి రచనలు ఇంగ్లీషుతోపాటు అనేక భారతీయ భాషలకు అనువాదమయ్యాయి. 'ఘాచర్ ఘోచర్' నవల ప్రపంచంలోని పద్దెనిమిది భాషలలోకి అనువాదమై అత్యంత అధికంగా చర్చించబడ్డది. వీరి రచనలకు అనేక పురస్కారాలు వచ్చాయి.

'దేశకాల' అనే విశిష్ట సాహిత్య త్రైమాసిక పత్రికకు ఏడేళ్ళు సంపాదకులుగా వ్యవహరించిన వివేక్, 'ప్రజావాణి', 'భావనా' పత్రికలకు కాలమ్స్ రాసేవారు. 'ప్రజావాణి-దేశకాల పురవణి'కి దాని ఆరంభ సంవత్సరాలలో సంపాదకులుగా ఉన్నారు.

కర్ణాటక కడలితీరంలోని ఉత్తర కన్నడ జిల్లాలో పుట్టి పెరిగిన వివేక్, ఇంజనీరింగ్ పట్టభద్రులు. ఉద్యోగ నిమిత్తం కోల్కత్తా, అమెరికా, ఇంగ్లాండులలో చాలా సంవత్సరాలు ఉన్నారు. ప్రస్తుతం బెంగళూరులో నివసిస్తున్నారు. వీరు 2016లో అమెరికాలోని అయోవా విశ్వవిద్యాలయం నిర్వహించిన ఇంటర్నేషనల్ రైటింగ్ కార్యక్రమానికి ఆనరరీ ఫెలోగా ఉన్నారు. వివేక్, ప్రస్తుతం ఢిల్లీ అశోక యూనివర్శిటి ఇంగ్లీషు విభాగంలో విజిటింగ్ ప్రొఫెసర్‌గా ఉన్నారు.

విన్నపం

ఈ కథ జరిగేది ఉత్తర కన్నడ జిల్లాలో. కడలితీరంలోని ఈ జిల్లాలో అనేక నదులు ప్రవహించి సముద్రాన్ని చేరుతాయి. సముద్రాన్ని చేరే చోటు దూరం నుంచి శాంతంగా, మనోహరంగా కనిపించినా, ఆ సంగమం మధ్యకు వెళ్ళి చూసినపుడే నది సాగరాన్ని చేరేటప్పటి కోలాహలం కనిపిస్తుంది. అదే విధంగా మార్పులతో పోరాడుతున్న ఇక్కడి జీవితాలూ!

ఈ నవలను తెలుగులోకి అనువదించిన శ్రీ రంగనాథ రామచంద్రరావు గారికి, అనువాదాన్ని చదివి సలహా, సూచనలిచ్చిన శ్రీ వి.మల్లికార్జున్‌గారికి, ప్రచురిస్తున్న ఛాయ సంస్థకు నా కృతజ్ఞతలు.

వివేక్ శానభాగ

ఏప్రిల్ 2021

కృతజ్ఞతలు

ఈ నవలను తెలుగులోకి అనువదించటానికి అనుమతి ఇచ్చి నన్ను ప్రోత్సహించిన శ్రీ వివేక్ శానభాగగారికి–

అనువాద ప్రతిని క్షుణ్ణంగా చదివి సలహా, సూచనలు ఇస్తూ, ఎడిట్ చేసిన మిత్రులు శ్రీ వి.మల్లికార్జున్‌గారికి–

ఈ అనువాద ప్రతిని మూలరచనతో సరిచూసిన శ్రీ సి. రమేశ్‌బాబుగారికి–

సాహితీ మిత్రులు శ్రీ పి. భరత్‌గారికి–

శ్రీ నరేష్ కుమార్ సూఫీగారికి–

ఈ అనువాద నవలను మనం ప్రచురిస్తున్నామంటూ నాకు అండగా నిలిచిన ఛాయా సంస్థకు, శ్రీ కృష్ణమోహన్ బాబుగారికి–

నా అనువాదాలను మొదటి నుంచీ ఆదరిస్తూ వచ్చిన పాఠకులకు– హృదయపూర్వకంగా కృతజ్ఞతలు!

రంగనాథ రామచంద్రరావు

అనువాదకుడు

ఒకటవ భాగం

అధ్యాయం 1

'వర్షం వచ్చినా ఎదురుచూడాల్సిందే...' అంది యమున.

ఉదయం ఎనిమిది గంటల సమయంలో, ఇంటి వెనుక భాగంలోని పెరటి చివరనున్న జీడిమామిడి చెట్టు కింద పండరి, ఆమె కోడలు యమున కాచుకుని కూర్చున్నారు. వాళ్ళు ఉన్న చోటి నుంచి– పక్కింటి దేవరాయ ఇంటి పెరటి వాకిలి, అక్కడి నుంచి బయలుదేరి అతడి పెరటి చివరనున్న మరుగుదొడ్డిని చేరే కాలిబాట స్పష్టంగా కనిపిస్తోంది. వర్షం ఆగినప్పటికీ మబ్బులు దట్టంగా ఉన్నాయి. సూర్యుడి జాడ లేదు. చెట్టునుంచి బొట్లు బొట్లుగా రాలుతున్న బిందువులు, కింద తడి ఆకుల మీద పడి టపటపమని చప్పుడు చేస్తున్నాయి. నడుము పడిపోయిన ముదుసలిలా, కాండం దగ్గరే వంగి, అడ్డదిడ్డంగా పెరిగిన జీడిమామిడి చెట్టు కాండం మీద ఇద్దరూ కూర్చుని, కూర్చుని విసుగొచ్చి, ఒరిగి నుంచుని, మళ్ళీ ఏమిచేయాలో తోచక కింద పడివున్న ఆకులను కాళ్ళతో కదిలిస్తూ, కంటపడ్డ పుల్లలను ఏరుతూ, ఒక పక్కన వేస్తూ, కలుపుమొక్కలు వెతికి పీకేస్తూ ఎదురుచూశారు. మళ్ళీ వర్షం మొదలైనప్పటికీ, మొదలుపెట్టిన పనిని వదలకూడదనే పట్టుదలను ఒకరికొకరు చెప్పుకున్నారు.

"ఈరోజు దీనికంతా ఒక ముగింపు పలుకుతాను..." అని పండరి కోడలికి మాత్రమే వినిపించేలా అన్నప్పటికీ ఆమె పదునైన స్వరం మరింత పదునుగా వినిపించింది.

ఈ వితంతువులు ఇద్దరూ పొరుగింటి దేవరాయ కోసం పెరట్లో ఎదురుచూస్తూ కూర్చుని చాలాసేపు అయింది. రోజూ ఇదే సమయానికి మరుగుదొడ్డికి వెళుతున్న అతను ఇంకా రాలేదు. 'వచ్చి పోలేదు కదా?' అని తన అనుమానాన్ని యమున వెలిబుచ్చగానే పండరి 'లేనే లేదు...నాకు ఆయన వచ్చే సమయం బాగా తెలుసు... రాకుండా ఎక్కడికి పోతారు?...తిన్నది ఎక్కడికి పోతుంది?...' అని ముఖం వంకరగా చేసి నవ్వింది. కాస్త ముందు పడివున్న లావాటి, పచ్చి పుల్లను రెండు అడుగులు ముందుకుపోయి ఎత్తుకుని, విరచడానికి ప్రయత్నించింది. మధ్యన వంగిన ఆ పుల్లను బలమంతా ఉపయోగించి ఒత్తి, విరిచి, పక్కనే పోగు చేసిన కుప్ప మీదికి విసిరింది. తెల్లటి ఆమె ముఖం మీద ఈ వర్షాకాలంలోనూ కారుతున్న చెమటబిందువులను కొంగుతో తుడుచుకుంది.

సాధారణమైన ఆడవాళ్ళకన్నా సుమారు అరడుగు ఎత్తు ఉన్న పండరి కాస్త లావుగా ఉన్నప్పటికీ ఆమె ఎత్తు దాన్ని దాచివేసింది. అక్కడక్కడ తెల్లబడిన దట్టమైన ఉంగరాల జుత్తును అతి కష్టంతో కొప్పులో చేర్చుకున్నట్టు ఉంది. దవడను ఒకదాని మీద ఒకటి పెట్టి అదిమే అలవాటువల్ల ఆమె అలా చేసినప్పుల్లా దవడ ఎముకలు కదలడం కనిపిస్తోంది. ఆమె దవడ బిగించగానే కపోలపు నరమొకటి ఉబ్బి నిలబడుతుంది. కాస్త అటూ ఇటూ తిరిగినా చాలు ఆమె ఒంటి నుంచి చెమటలు ధారాపాతంగా కారుతున్నాయి. ఖాళీ నుదుటి మీద ఎప్పుడూ చెమట వరుస. ఆమె రవిక వెనుక భాగం, భుజాలు, చంకలు అన్నీ నిరంతరం తేమగా ఉండి తడి రవికను తొడుక్కున్నదానిలా కనిపిస్తుంది. ఎన్నో సంవత్సరాల క్రితం ఈ విధంగా చెమటలు పట్టడం గురించి కొన్ని మందులు వాడినా దాని మూలకారణం సరిగ్గా తెలియక హాళదీపురకు చెందిన వైద్యులు సాధ్యమైనంతవరకు ఎక్కువ నీళ్ళు తాగమని చెప్పారు. అప్పటినుంచి పండరి ఎప్పుడూ ఒక మరచెంబులో నీళ్ళు పెట్టుకునే ఉండేది.

పండరి మాట ఎత్తితే ప్రజల కళ్ళముందుకు ఒక చేత్తో ఆమె ఆ బరువైన చెంబును సునాయసంగా ఎత్తి, నోటిని వెడల్పు చేసి గటగటా నీళ్ళను లోపలికి పోసుకునే దృశ్యం కనిపిస్తుంది. 'ఆఁ' అని తెరిచీ తెరిచీ మరింత వెడల్పు అయిందేమోనని అనిపించే ఆమెనోరు. లావాటి భుజాలు, తెల్లటి పొట్ట, చెమటతో తడిసి ముద్దముద్దయిన రవిక. ఆమె నీళ్ళు తాగుతున్నట్టే, గటగటా సద్దుకు తోడుగా ముందూ వెనుకలకు కదిలే ఆమె స్వరపేటిక. ఒక్కటంటే ఒక్క చుక్క బయటికి పడకుండా తాగినప్పటికీ, తాగి ముగించిన తరువాత కొంగుతో నోరు

తుడుచుకునేది. 'చెంబు పండరి' అని ఆమెకు మారుపేరు పడటానికి కారణమైన ఈ ఇత్తడి చెంబు సదా మిలమిలా మెరుస్తుండేది. నిరంతరం ఉపయోగించడం వల్ల మరచెంబు మూత అతిమృదువుగా ఉండేది. మూతను చెంబు మూతికి పెట్టి ఒకసారి తిప్పితే చాలు, గరగరమని తిరిగి తిరిగి అడుగువరకూ పోయి గబుక్కున కూర్చునేది. పిల్లలకంతా దాన్ని ముట్టి తిప్పాలనే కోరిక కలిగినా పండరి దగ్గరికి వెళ్ళి అడిగే ధైర్యం ఎవరికీ లేదు. ఆమె ఒక్క క్షణమూ దాన్ని వదిలి ఉండేది కాదు. ఎంతటి గంభీరమైన కబుర్ల మధ్య కూడా ఆమె ఎడమ చెయ్యి అప్పుడప్పుడు ఆమెకు తెలియకుండానే చెంబును తాకి తాకి దాని ఉనికిని పరిశీలిస్తుండేది.

"ఈయన కోసం ఎదురుచూసే కర్మ పట్టిందికదా మనకు... అదేమిటో అంటారు కదా, అలా ఎదురుచూడాల్సి వచ్చిందికదా..." పుల్లలను ఏరుకుంటూ పండరి గొణిగింది.

అదేమిటో అంటే శవజాగరణ చేసినట్టని మనస్సుకు చప్పున స్ఫురించినా ఇద్దరూ దాన్ని నోరు విప్పి చెప్పలేదు.

"మనం ఊరకే ఉంటామని అనుకున్నాడుకదా ముసలివాడు"

యమున ఇలా అన్నప్పుడు తాము ఊరకే ఉండేవాళ్ళం కాదని తెలిసే ఈ సాహసానికి పూనుకున్నాడంటే దీని వెనుక వేరే ఏదో ఉండవచ్చుననే అనుమానం పండరి మనస్సులో ఒక్క క్షణం మెరిసి మాయమైంది. ఆమె కోడలి వైపు చూసింది. కొద్దిగా విప్పారిన ముక్కు పుటాలు, అవునో కాదో అన్నట్టు ఉబ్బినట్టున్న ముందరి పలువరుస, తలనిండా జుత్తు, యమున నారిని సారించిన విల్లులా చెట్టు మొదలుకు ఆనుకుని నుంచునివుంది.

తల ఎత్తి ఆకాశం వైపు చూసి, "మీకు చాయ్ చేసిచ్చి నేను చేపల సంతకు వెళ్ళివస్తాను" అంది యమున.

ఎలాంటి సమయ నిబంధనలు లేని వారి జీవితాలకు వాళ్ళంతట వాళ్ళే పరస్పరం ఇలా నిబంధనలు విధించుకునేవారు. 'నీ స్నానం తరువాత నేను చేస్తాను', 'నువ్వు మసాలా నూరిన తరువాత నేను తపేలా పెడతాను'–ఇలా మరొకరి ఏ పనికో, నిర్దిష్ట సమయానికో తమను లంకె పెట్టుకోవడానికి ప్రయత్నించేవాళ్ళు. ఇంటి ఎదుటి రోడ్డులో సాగిపోయే బడిపిల్లలను చూసి, 'బడిపిల్లలు గంజి భోజనానికి వచ్చేశారు కదా...యమునా, నీ స్నానం ఇంకా కాలేదు కదా?' అని తొందర పెడుతూనో, వారి వీధి చివరి ఇంటి శిన్న భోజనానికి రావటంతో, 'శిన్న భోజనానికి వచ్చేశాడు కదా...ఇంకా తపేలా పెట్టనేలేదుకదా...' అంటూనో తమ దైనందిన

కార్యక్రమాలను బయటి ప్రపంచంతో జతపరచడానికి ప్రయత్నించేవాళ్ళు. బడి పిల్లలు గంజి భోజనానికి వెళ్ళినా, శిన్న తనపాటికి తాను తన ఇంటికి భోజనానికి వచ్చినా వీరికి ఒరిగేది ఏమీ లేదు. అయితే అదంతా ఏ విధంగానూ తమకు సంబంధించింది కాదని వాళ్ళు ఎన్నడూ భావించలేదు. తాము ఎలాంటి బంధనాలు లేని అస్థిరమైన ఒంటరి జీవాలని తెలిసినప్పటికీ, ఊరి చలనాలతోపాటు ఏదో విధంగా లంకె పెట్టుకోవడానికి ప్రయత్నించేవాళ్ళు. శిన్నడి భార్య ఒకే వారంలో పుట్టింటికి ఎందుకు తిరిగి పోయిందనే కుతూహలం, ఆమె అత్త వాతపు కాళ్ళకు పందరీ అమదళ్ళి నుంచి తెప్పించి ఇచ్చిన నూనె అయిపోయిందేమోననే భయం. బడికి వచ్చిన ఇన్‌స్పెక్టర్ శంభు మాస్టరు మీద ఏదో ఫిర్యాదు రాశారనటం గురించి కలవరం– ఇలా విచారించడానికి వారికి అనేక విషయాలున్నాయి. "అవును వామనా...మీ అన్న, తన భార్యకు కాసులపేరు చేయించాడట, నిజమేనా?" అని ఎదుర్కోవటానికి ఇష్టపడని ప్రశ్న అడిగేవారు. వాళ్ళ ప్రశ్నకు జవాబివ్వకుండా వెళ్ళే ధైర్యం చూపించేవారు, ఈ ఇద్దరు వితంతువుల నోటికి తమంతట తామే వచ్చి పడేవాళ్ళు ఈ ఊళ్ళో ఎవరూ లేరు.

'ఈ వర్షంలో చేపలు దొరికినట్టే...నత్తగుల్లలు దొరికితే తీసుకునిరా' అని పందరి చెబుతుండగానే దేవరాయ రావటం కంటపడింది. అయన మరుగుదొడ్డి వైపు నడుస్తుండగా ఇద్దరూ మరొక దిక్కుకు తిరిగి, ఏదో ఏరుకుంటున్నట్టు నటించారు. అతను వెనుతిరిగి వచ్చినపుడే అతన్ని ఎదురించడానికి తగిన సమయమని తెలిసిన ఇద్దరూ మానసికంగానూ సిద్ధమవ్వసాగారు. హడావుడిగా లోపలికి వెళ్ళిన దేవరాయ– కేకరిస్తూ, దగ్గుతూ, పాడుతూ, ఇతర శబ్దాలను అణచటానికి ప్రయత్నించాడు. 'తానన... తనా... ఆఆఆఆ...' అని అతను పాడిన పాట, దాన్ని అధిగమించిన శబ్దాలు ఈ ఇద్దరు ఆడవాళ్ళను చేరినప్పటికీ, అది చెవిన పడేలేదన్నట్టు, తమ పాటికి తామున్నట్టు నటిస్తూ, పుల్లలను ఏరటానికి పూనుకున్నారు.

* * *

పందరి వితంతువు అయినప్పుడు ఆమెకు ఇరవై ఏళ్ళు. యమున భర్త చనిపోయినపుడు ఆమెకూ ఇరవై ఏళ్ళు. నొప్పి ఉన్న చోటే పదే పదే దెబ్బ తగులుతున్నట్టు, కాలచక్రం తిరిగి తిరిగి వీరి ఇంటికి విషాదాన్ని మోసుకొచ్చేలా యమున భర్త శంకర పెళ్ళయిన ఒక సంవత్సరంలోనే చనిపోయాడు. పాఠశాలలో ఉపాధ్యాయుడిగా ఉన్న అతను ఒక రోజు గంజి భోజనానికి ఇంటికి వచ్చినవాడు

అరుగుమీద కూర్చుని 'అమ్మా' అని పిలిచాడు. అతను రావడం తెలిసి గబగబా పీట వేసి, ఆకులో గంజి వడ్డించి, పైన రాతి ఉప్పు వేసి, పక్కన నీళ్ళచెంబు పెట్టి బయటికి వచ్చింది యమున. బయట అతను పడక్కుర్చీలో కూర్చున్న చోటే తల ముందుకు వాల్చి కూలబడివుండటం కనిపించింది. అతని గొడుగు ఇంకా చేతిలోనే ఉంది. "ఏమండి... ఏమండి..." అని కంగారుగా పిలుస్తూ, అత్తను కేకేస్తూ యమున అతడిని సమీపించింది. రెండు అరచేతుల మధ్య అతని తల పట్టుకుని లేపటానికి ప్రయత్నించిన క్షణంలోనే అతను ఇక లేడని ఆమెకు తెలిసిపోయింది. అతను ఎందుకు పిలిచాడు? అతనికి తెలిసిపోయిందా? పొంచివున్న మృత్యువు రావటం అతను చూశాడా? అయ్యో దేవుడా, అతను పిలిచిన వెంటనే వెళ్ళకుండా పీట వేస్తూ కూర్చున్నానుకదా అని ఆమె నానావిధాలుగా పరితపించింది.

వెంటనే ఊరి జనం కిక్కిరిసి చేరారు. ఈ విషయాన్ని నమ్మటానికి సాధ్యంకానట్టు 'శంకరను ఇప్పుడే ఆ రోడ్డు మలుపులో చూశానుకదా', 'సాయంత్రం సముద్రం వైపు వెళదామని చెప్పాడుకదా' మొదలైనవి మాట్లాడుతూ తమ కలవరాన్ని దాచిపెట్టడానికి ప్రయత్నించారు. లోపల అత్తా, కోడళ్ళను ఓదార్చడానికి పోయినవాళ్ళు, వాళ్ళు మాట్లాడకుండా కూర్చునివుండటం చూసి, దేనికీ ప్రతిస్పందించకుండా ఉండటం చూసి, ఏమి చెప్పాలో తోచక మౌనంగా తిరిగి వచ్చారు. ఏడవకుండా ఉన్నవారిని ఎలా ఓదార్చాలో వాళ్ళకూ అర్థం కాలేదు. ఏ మాటలకూ వారి దుఃఖం అందేలా లేదు. ఇంటినిండా చేరిన జనం పొరబాటున వంటింటి వైపు వెళ్ళినపుడు, పీట ముందు ఆకుమీద వడ్డించిన గంజి చూసి కలవరపడ్డారు. గంజి మీద వడ్డించిన ఉప్పు కరిగి గోధుమరంగు రసమై ఆకుకు ఒక పక్కన మడుగు కట్టింది. అన్నీ తలకిందులైన ఈ క్షణానికి ముందు ఇక్కడొక సహజమైన దైనందిన కార్యక్రమం జరుగుతుండేదని నొక్కినొక్కి చెప్పేలా ఉన్న ఆ దృశ్యాన్ని గమనించినా, తమలో నమోదు చేసుకోవడానికి బెదిరినవారిలా దాన్ని నిర్లక్ష్యం చేశారు.

శంకర దేహాన్ని తీసుకుని వెళ్ళేటప్పుడు మాత్రం పండరి, యమునలిద్దరూ "అయ్యో తీసుకుని వెళ్ళకండి" అని కలకలం రేపి చుట్టూవున్నవారినీ తోసేస్తూ, ఆపడానికి ప్రయత్నించారు. నలుగురైదుగురు కలిసి వీళ్ళిద్దరి భుజాలు పట్టుకుని ఆపవలసి వచ్చింది.

ఆ రాత్రి వెలిగించి పెట్టిన దీపం పక్కన, ఒక కొసను పాలగిన్నెలోకి జారవిడిచి, పైన మేకుకు వేలాడదీసిన దారపు నీడ కదలాడటం చూస్తూ

కూర్చున్నప్పుడు వారికి రాబోయే రోజుల చిత్రం కనిపించసాగింది. అత్త తమ అకాల వైధవ్యం గురించి గతంలో చెబుతున్న మాటలు యమునకు గుర్తొచ్చి ధైర్యం కోల్పోయింది. పన్నెండవ రోజు కర్మలన్నీ దాయాది రఘువీర వచ్చి పూర్తిచేశాడు. ఇరవై ఏళ్ళ యమున నుదురు బోసిపోయింది. చేతిలోని గాజులను తీయించకుండా పట్టుబట్టి ఉంచింది పండరి. "మాట్లాడేవారికేమిటి? వారి నోట్లో పేడపడా!" అంది పండరి. ఆమె దవడ బిగించి అన్నటువంటి ఈ మాటల అర్థపు లోతు, దాని వెనుక ఉన్న ధైర్యం, గడుసుదనం యమునకు మునుముందు, ఈ పెద్ద ఇంట్లో పండరితోపాటు ఉంటూ, ఒకరికొకరు ఆసరా అవుతూ గడిపిన రోజులలో అనేక విధాలుగా తెలిసింది.

చనిపోవటానికి మునుపు శంకర 'అమ్మా' అని పిలవటం వల్ల పండరి, కోడలిపట్ల మునుపట్లా ఉన్న అసహనం చూపించటం మానేసింది. ఈ ఇల్లు కట్టేటప్పుడు సరిగ్గా శాంతి చేయించకపోవటమే ఈ కుటుంబ విషాదానికి కారణమని చాలామంది లోలోపలే నమ్మినప్పటికీ పెద్దనోరుగల ఈ ఆడవాళ్ళిద్దరికీ ఏదైనా చెప్పడానికి ఎవరికీ ధైర్యం లేకుండా పోయింది. అన్నిటినీ పోగొట్టుకున్న వారికి దేనిగురించీ సంకోచం లేదేమోనని ప్రజలకు కొన్నిసార్లు అనిపించేది. మాటలకో, మర్యాదకో మొత్తానికి ఈ జంట ఎదుట మూగబోయినట్టు అయ్యేవారు.

ముర్డేశ్వర దగ్గర కౌలుకు ఇచ్చిన పొలం తప్ప వారికి ఉన్నది ఇంటి వెనుక పెరడు మాత్రమే. అక్కడ బచ్చలి, కొబ్బరి, మామిడి, పనస–ఇలా తమకు రోజూ భోజనానికి కావలసినవి మాత్రమే కాకుండా, ఏవి అమ్మటానికి సాధ్యమో వాటన్నిటిని పెంచారు. 'ఎలాంటి రోజులు వచ్చాయో చూడు...మన ఇళ్ళల్లో ఈ విధంగా పండినవి అమ్మటమే తెలియదు...ఇంకా వీళ్ళ నుంచి ఏమేమి నేర్చుకోవాలో?' మొదలైన మాటలను వాళ్ళు వినిపించుకోక పిచ్చిపట్టినవారిలా తోటను సంరక్షిస్తూ ఉండిపోయారు. పున్నమి, అమావాస్యలు అనకుండా, రాత్రీపగలూ అనకుండా, సమయంకాని సమయంలోనూ వాళ్ళు తోటలో ఉంటారన్న ప్రతీతి వల్ల హోలీ పున్నమి సమయంలోనూ వారి పెరటి నుంచి ఒక పుల్లను కూడా దొంగిలించడానికి సాధ్యమయ్యేదికాదు. ఇలాంటి విషాదాలు వైరాగ్యాన్ని పుట్టించడానికి బదులుగా వాళ్ళల్లోని జీవితేచ్ఛను రెచ్చగొట్టాయేమోనని అనిపించేలా లౌకికంగా కనిపించేవారు. ఊరిజనం తమతో తిరిగేటప్పుడు కాస్త కనికరం చూపిస్తారనే భావన కలిగినా చాలు మండిపడేవారు. ఈ జాలిని అధిగమించటానికి ఎన్నోసార్లు వాళ్ళే పోట్లాటకి కాలు దువ్వేవాళ్ళు.

వీరి తోటను చూస్తే అత్తాకోడళ్ళ ప్రాణపక్షి అక్కడుందని తెలిసిపోయేది. అక్కడున్న ప్రతి చెట్టుచేమల పరిచయం వారికుంది. ప్రతి బోదెలో పోసిన నీళ్ళెంత? దేనికి ఎంత ఎరువు పడింది, ఏ చెట్టు కాయలు పండ్లు కావటానికి ఎన్ని రోజులు కావాలి, పనస చెట్టుకు ఎన్ని పండ్లుకాశాయి మొదలైన సూక్ష్మాతి సూక్ష్మమైన విషయాలు వారికి ఊపిరి పీల్చుకునేటంత సులభంగా ఉన్నాయి. అక్కడ పడిన ఇతరుల ప్రతి అడుగుల గురుతు వారికి వెంటనే తెలిసిపోయేది. ఇద్దరి నిరంతర సంరక్షణ వల్ల తోట స్వచ్ఛంగా మడిచిపెట్టిన బట్టలా ఉండేది.

* * *

ఈ రోజు ఇద్దరూ ఎదురుచూస్తూ కూర్చోవటానికి కారణం వెతకబోతే అది రెండు పెరళ్ళ మధ్యని సరిహద్దు రాయికీ, అక్కడి నుంచి కొన్ని సంవత్సరాలు వెనక్కి పోతే చెట్టు నుంచి దానంతట అది ఊడిపడ్డ ఒక మామిడి కాయకూ, దానికన్నా వెనక్కు పోతే దేవరాయ ఇంట్లో ఉండి చదువుకోవటానికి వచ్చిన పురందర వరకూ పోతుంది.

శరావతినది హొన్నావరలో సముద్రాన్ని చేరుతుంది. లాంచీలు, చేపల పడవలు, పెద్ద తెప్పలు, ఇంకా పెద్దపడవలు, నది దాటేవాళ్ళు, దాటి వచ్చినవాళ్ళు, చేపలు అమ్మేవాళ్ళు, కాయగూరల బుట్టలవాళ్ళు, అనవసరమైన తొందరలో అటు నుంచి ఇటు తిరిగేవాళ్ళు, ఇలా ఏదో హడావుడిలో ఉన్న రేవు నుంచి ఎగువ ముఖం అవుతూ ఊళ్ళోకి వచ్చే రోడ్డుకు కుడివైపు ఉన్నది కోటగుట్ట. అదే రోడ్డు ముందుకు సాగి రెండుగా చీలటం మొహరం పండుగకు నిప్పులు పరిచే స్థలం ఎదుట. గుడ్‌లక్ హోటల్ ఉన్నది అక్కడే. దాని ఎడమ పక్కన సాగే ఇరుకైన సన్నటి వీధిమొదట్లో ఒక రాయి మీద 'రేవు వీధి నెం-2' అని రాసివుంది. దీని వెంబడి వస్తే ఎడమవైపు మొట్టమొదట కనిపించే పెంకుటిల్లే దేవరాయది. దాని పక్కనే ఉన్నది పండరి ఇల్లు. రెండూ అంత పెద్ద ఇళ్ళేమి కాకపోయినప్పటికీ కప్పుకు పెంకులు కప్పటం వల్ల కాస్త దర్పంగా నిలబడ్డట్టు కనిపిస్తున్నాయి. దడి ఉన్న భాగాన్ని వదిలితే రెండిల్ల ఎదుటి ప్రహరి గోడను దట్టమైన పచ్చిక మూసేసింది. దేవరాయ ఇంటి దడి నుంచి అరుగువరకు ఉన్న కాలిబాటలో మధ్యమధ్యన నాపరాళ్ళ ముక్కలు ఉంటాయి. వర్షకాలంలో బురదవల్ల కాళ్ళు మురికి కాకుండా నడవాలంటే నాపరాళ్ళ ముక్కల మీద కాలు పెట్టి దూకాల్సి వచ్చేది.

రెండిళ్ళ వెనుక భాగంలో పెద్దపెద్ద పెరళ్ళున్నాయి. దేవరాయ ఇంటి పెరడు

ఎత్తయిన చెట్లతోపాటు ఇష్టమొచ్చినట్టు పెరిగిన మందారం, కనకాంబరాల మొక్కలు, గడ్డి, పెరికి వేయని కలుపు వల్ల అదుపు తప్పిపోయినట్టు కనిపిస్తుంది. పండరి ఇంటి పెరట్లోనూ ఎత్తయిన చెట్లు, నానా రకాల పూలమొక్కలు, కూరగాయల చెట్లు మొదలైనవి దేవరాయ భాగంలో ఉన్నటువంటి వాటికన్నా ఎక్కువగానే ఉన్నా వాళ్ళది స్వచ్ఛంగా పండించిన, అదుపులో పెట్టి సంరక్షించిన తోటలా విధేయమైన, తెలివైన బిడ్డలా కనిపిస్తుంది.

సంవత్సరాల క్రితం పురందరను వెంటబెట్టుకుని వాసుదేవ, దేవరాయ ఇంటికి వచ్చేసరికి సాయంత్రమైంది.

"నది దాటడానికి వేచి వేచి ఇంతసేపు అయింది. అప్పటికే చేపల పడవలన్నీ ఎక్కి అందరూ వెళ్ళిపోయినట్టు కనిపిస్తోంది. ఇక్కడ జనాన్ని దాటించడానికి నలుగురు మనుషులు లేరు."

అరుగు ఎక్కుతుండగా వాసుదేవ పొద్దుపోయి వచ్చినందుకు కారణాన్ని వివరించసాగాడు. తెల్లటి పంచె, తెల్లటి టోపి, తెల్లటి పైజామాలో అతని నల్లటి రంగు కొట్టొచ్చినట్టు కనిపిస్తోంది. నవ్వితే చక్కగా సర్దిపెట్టినట్టు కనిపించే పలువరుస. పెద్దముక్కు. సున్నగా గడ్డం గీయించుకున్న మీసం లేని ముఖం.

చేతిలోని సంచిని వసారాలో ఒక పక్కన ఉన్న పడక్కుర్చీకి ఆనించి పెట్టాడు.

వాసుదేవతో వచ్చిన పిల్లవాడు సంకోచిస్తూ అతని వెనుకే నడిచి బెంచీ దగ్గరికి వెళ్ళి కూర్చోవటాన్ని గమనిస్తున్న కావేరి, "వీడు ఎవరు?" అంది.

"గుర్తుపట్టలేదా? నా చెల్లెలు సావిత్రి కొడుకు పురందర"

"అరే! అవును కదా, నేను చాలా ఏళ్ళ క్రితం చూశాను. కాదు కాదు, మూడేళ్ళ క్రితం మా గోవిందు నాయక కూతురి పెళ్ళిలో చూశాను. అయినా పెరిగే పిల్లలను గుర్తుపట్టడం కాస్త కష్టమే అనుకో...అచ్చం తండ్రిలాగే కనిపిస్తున్నాడు..." ఎన్నడూ తండ్రిని చూసిన జ్ఞాపకమే లేని పురందరుని తండ్రిని జ్ఞాపకం చేసుకుంటూ గుర్తుపట్టింది.

మొరటుగా అనిపించే ఉంగరాల జుట్టు, కాస్త లావుగా ఉన్న కింది పెదవి, తెల్లటి ముఖం మీద కొట్టొచ్చినట్టు కనిపించే దట్టమైన కనుబొమలు- పొడుగు లాగు, షర్టు వేసుకుని సంకోచంతో బెంచీ చివరన కూర్చున్న కుర్రవాడిని చూస్తూ కావేరి, "అలాగే, తండ్రిలాగే..." అని మరొకసారి చెప్పి "నీకు పానకం ఇవ్వనా?" అని అడిగింది. పురందర అంగీకారంగా తలూపాడు.

"టప్పర్ హాల్ వైపు వెళ్ళిన ఈయన ఇంకా రాలేదు. ఇంకేమి వచ్చే సమయమైంది. కూర్చో....చాయ్ చేస్తాను..." కావేరి వాసుదేవుడితో ఆదరపూర్వకంగా మాట్లాడి లోపలికి వెళ్ళింది.

వాసుదేవ తన టోపి తీసి గోడకు ఉన్న చిలుకకొయ్యకు తగిలించాడు. ఎడమ అరచేత్తో ఒకసారి తలను నిమురుకున్నాడు. నట్టింటికి వెళ్ళే తలుపు పక్కనున్న పడక్కుర్చీలో కూర్చుని 'ఉస్'మని నిట్టూర్పు విడిచాడు.

పురందర కూర్చున్న వసారాకు చెక్క కటాంజనం ఉంది. దానికి ఆకుపచ్చ రంగు వేశారు. లోపలికి వస్తుండగా ఎదురయ్యేది నట్టింటికి దారితీసే తలుపు గుమ్మం. ఆ తలుపుకు ఇరుపక్కలా ద్వారపాలకుల్లా రెండు పడక్కుర్చీలు. ఇటువైపు నల్లమద్ది చెక్కతో చేసిన బెంచీ, దాని ఒక పక్కన నాలుగు బెత్తపు చేతి విసనకర్రలు. వసారాలో కూర్చుని కటాంజనానికి ఆవల చూస్తే కుడివైపున ఉన్న బావి చప్టా, దాని పక్కన కొట్టం, దానికి ఆనుకుని ఉన్న స్నానాలగది. పెరటి గోడకావల రోడ్డు. రోడ్డుమీద తిరిగే జనం–అన్నీ కూర్చున్న చోటి నుంచే కనిపించేవి. వసారా గోడకు పాతదైన పెద్ద గడియారం. దాని పక్కనే ఫ్రేము వేయించిన అనేక ఫోటోలు.

గోడమీద తన మామ వాసుదేవ, అతని భార్య కస్తూరి జంటగా తీయించుకున్న ఫోటో ఉండటం పురందర గమనించాడు. ఒక కుర్చీమీద కస్తూరి కూర్చునివుంది. పక్కన వాసుదేవ నుంచుని ఉన్నాడు. కుర్చీ పక్కన ఒక స్టాండు మీద ఒక పూలగుత్తి ఉంది. వెనుకొక నల్లటి పరదా ఉంది. ఈ ఫోటో పక్కన అదే బ్యాంక్ గ్రౌండ్‌లో, అదే కుర్చీ, పూలగుత్తులు, అదే భంగిమలో మరో మూడు జంటలు ఉన్నాయి. పురందర ఫోటోలను చూస్తుండటాన్ని గమనించిన వాసుదేవ లేచి దగ్గరికి వెళ్ళి అక్కడ నిలబడి వాటిని ఒక్కటొక్కటిగా పురందరకు వివరించాడు.

"సరిగ్గా చూడు, ఈ ఇంటికి కావలసిన వారందరూ ఈ ఫోటోలలో ఉన్నారు. నలుగురు చెల్లెళ్ళ ఫోటోలు ఉన్నాయి. నాలుగు జంటలు. అన్నీ ఒకే రోజున తీయించినవి. ఒకే చోట. హుబ్బళ్ళిలో తీసిన ఫోటోలు. దేవరాయ మాత్రం వాటికి ఫ్రేము వేయించి పెట్టుకున్నాడు? మేమంతా అనుకున్నామేగాని చేయలేదు. ఈ మొదటి ఫోటోలో ఉన్నది కావేరి, ఆమె భర్త దేవరాయ. కావేరి అందరికి అక్క. ఆమె రెండవ చెల్లెలు మీ కస్తూరి అత్త. అంటే నా భార్య. దాని పక్కనున్నది మూడవ చెల్లెలు మధురి, ఆమె భర్త అనంతది. వాళ్ళిద్దరూ ఇప్పుడు లేరు. వాళ్ళకొక కూతురుంది. ఆమెను ఈ నాలుగవ చెల్లెలు గోదావరి, ఆమె భర్త సర్వోత్తమ పెంచుకున్నారు. అక్కాచెల్లెళ్ల ఫోటోల తరువాత అక్కడ చివరలో సూటువేసుకున్న

మరొక ఫోటో ఉందికదా, అది వీళ్ళందరి తమ్ముడు మంజునాథది. అతని భార్య గిరిజ. ఇప్పుడతను హుబ్బళ్ళిలో ఉంటున్నాడు. బ్యాంకులో ఉద్యోగం".

ఫోటోలనే చూస్తూ పురందర మనస్సులోనే పేర్లను మననం చేసుకోసాగాడు. బాల్యంలో పాఠం అప్పజెప్పేటప్పుడు ఋతువులను చెప్పేలా దేవరాయ–కావేరి వసంత ఋతువు, వాసుదేవ–కస్తూరి గ్రీష్మ ఋతువు, అనంత–మధురి శరదృతువు, సర్వోత్తమ–గోదావరి శిశిర ఋతువు అనుకున్నాడు. అన్నీ 'రి' అక్షరంతో అంతమయ్యే పేర్లు. కావేరి–కస్తూరి– మధురి–గోదావరి. ఎంత ప్రయత్నించినా మంజునాథ–గిరిజకు ఎక్కడా ప్రాస కుదరలేదు.

గోడకు వేలాడదీసిన పెద్ద గడియారపు పెండ్యూలం టిక్ టిక్ అంటూ ఊగుతోంది. అది ఢణ్ ఢణ్ అని గంట కొట్టడం మొదలుపెట్టడానికీ, కంచెకవతల దేవరాయ రావడం కనిపించడానికీ, కావేరి లోపలినుంచి చాయ్, పానకం తీసుకుని రావడానికి సరిపోయింది.

అటు తరువాత దేవరాయ, వాసుదేవలు వసారాలో మాట్లాడుతూ కూర్చున్నారు. వాసుదేవ చాయ్ తాగాడు. పురందర గురించి చెప్పాడు. పేరు వినగానే దేవరాయ, 'ఓహో, పురందరదాసులు' అన్నాడు. పాఠశాలలో ఇలా వెక్కిరించుకొని విసిగిపోయిన పురందరునికి ఇక్కడ కూడా ఆ మాటలు విని అసహనం కలిగింది. "ఇంకా పానకం కావాలా?" అనే కావేరి ఆప్యాయపు మాటలు కూడా రుచించలేదు.

అటు తరువాత నట్టింటికి వెళ్ళి వాసుదేవ, దేవరాయలు మాట్లాడుకున్నారు. కావేరికూడా అక్కడే ఉంది. నట్టింటి నుంచి వస్తున్న మాటలు ముక్కలుముక్కలుగా వినిపించాయి."పిల్లవాడి కోసం మాట్లాడుతున్నాను. వాడు చదువుకుని అభివృద్ధిలోకి వస్తే చాలు. భర్త పోయిన తరువాత సావిత్రి చాలా కష్టాలు అనుభవించింది. ఇప్పుడు ఒక సంవత్సరం మట్టుకు ఇక్కడ ఉంటే చాలు. మెట్రిక్ పాసైన తరువాత వచ్చే ఏడు మరో చోటికి వెళ్ళటం తప్పదు..."

"కావాలంటే ఇప్పుడే వచ్చి ఉండనీ. మాకేమీ బరువు కాదు"

"కొద్దిరోజుల తరువాత తీసుకునివస్తాను. ఈసారి ఎం.ఆర్.ఎస్.మాస్టారుగారి స్పెషల్ క్లాసులు సెలవులు ముగియటానికి పదిరోజుల ముందునుంచే మొదలవుతాయట..."

* * *

ఈ ఇంటికి వచ్చిన తరువాత, తెల్లవారటానికి మునుపే లేచి, చదవటానికి కూర్చుంటున్న పురందరకు పొద్దుపొడిచే సమయంలోని అన్ని రకాల శబ్దాలతో పరిచయం కలిగింది. ఆ నీరవంలో ఎప్పుడైనా ఒకసారి దబ్‌మని పడుతున్న మామిడికాయలైతే అతని దృష్టిని ప్రత్యేకంగా ఆకర్షించేవి. ఒక కాయ ఆకుల మధ్యనుంచి సాగి వాటిని తాకుతూ వస్తున్న సూక్ష్మమైన శబ్దం అతడిని చేరి, అది దబ్బుమని పడేవరకూ అతను ఎదురుచూస్తూ ఉండటం, ఒక దీర్ఘమైన క్రియలా కనిపించినా, ఇదంతా ఆ కాయ కొమ్మ నుంచి రాలి నేలను తాకే క్షణమాత్రపు అవధిలో జరిగిపోయేది. వాడికి మామిడి పండ్లంటే చాలా ఇష్టం. అందులోనూ ఇప్పుడు రాలే పండ్లలో, కాస్త బాగా మగ్గిన, అరుదైన మామిడి పండ్లరకాలు తెలిసివుండటం వల్ల తెల్లవారగానే లేచి వాటిని ఏరుకోసాగాడు. తాను ఏరుకొచ్చిన కాయలను నట్టింట్లో తన మంచం కింద గడ్డిపరిచి పెట్టసాగాడు.

ఇంకా సెలవుల మనస్థితిలోనే ఉన్నవాడికి, ఉదయం పూట చదువు మధ్యలో, విశ్రాంతి పొందటానికి మామిడికాయలు ఏరుకునే పని కలిసివచ్చింది. అంతకన్నా ముందు దేవరాయకానీ, కావేరికానీ పెరట్లోకి వెళ్ళినపుడు కంటపడితేనే రాలిపడిన కాయలను ఏరుకుని తెచ్చేవారే తప్ప తమంతట తాము వెళ్ళి వెతికేవాళ్ళు కాదు. అందువల్ల రాలిపడే అనేక కాయలను పక్కింటి యమునే ఎత్తిపెట్టుకునేది.

పురందర ఉదయపు పెరటి వేట ముగించి, ఏరుకొచ్చిన కాయలను చేత్తో పట్టుకుని వచ్చేటప్పుడు దేవరాయ ఎదురుపడితే "రాలిన కాయ ఏరుకుంటావు కదా, నీకు వేరే పని లేదు... రాలిపడిన కాయ కుళ్ళిపోతుంది... పనిలేని వడ్రంగి" అనేవాడు. "చూద్దాం... లెక్క పెడతాను... నూటికి అయిదు రూపాయలు..." అని పురందర జవాబిచ్చేవాడు.

పందరి ఇంటికి ఒక అమ్మాయి వచ్చివుండటం, ఆమె కూడా తనలాగే తెల్లవారుజామున మామిడి కాయలు ఏరుకోవటం పురందరకు ఒక రోజు ఆమెను పెరట్లో చూసినపుడే అర్థమైంది. వాడు మసక చీకట్లోనే లేచి తోటలోకి వచ్చినపుడు ఆ అమ్మాయి రెండు చేతులలో కాయలను పట్టుకుని పందరి ఇంట్లోకి వెళ్ళటం కనిపించింది. పెరటి తలుపు గుండా ఇంట్లోకి వెళ్ళడానికి మెట్లు ఎక్కుతున్న ఆమె లేత నీలిరంగు గళ్ళ లంగా, తెల్లటి జాకెట్టు వేసుకుంది. రెండు జడలూ వీపు మీద వేలాడుతున్నాయి. ఇలా ఒక్క క్షణం కంటపడి పక్కింటి లోపలికి కనుమరుగైంది. తన మొరటు జడలకు రంగుల రిబ్బన్ కట్టుకున్నదా లేదా తన ఊహనా అనే అనుమానం పురందరకు ఈ దృశ్యాన్ని గుర్తుచేసుకున్నప్పుడల్లా కలుగుతుండేది.

ఆ రోజే ఆమె వివరాలు తెలిశాయి. ఆమె పేరు మోహిని. పండరికి దూరపు బంధువు అవుతుంది. సెలవుల చివరి కొద్ది రోజులను గడపటానికి ఇక్కడికి వచ్చింది. పురందర వయస్సు పిల్లనే. అంతే కాదు. వాడిలాగే వచ్చే సంవత్సరం మెట్రిక్ పరీక్షకు తయారవుతోంది.

మరుసటి రోజు ఎప్పటికన్నా ముందుగానే పురందరకు మెలకువ వచ్చి, పూర్తిగా వెలుతురు రావటానికి మునుపే కాయలు ఏరుకుని వెనుతిరిగాడు. పక్కింటి పెరట్లో ఆమె కనిపిస్తుందేమోనని లోపలికి రావడానికి కాస్త ఆలస్యం చేశాడు. ఆమె జాడ లేదు. తెల్లవారుజాము చల్లటిగాలి, దూరంలోని వీధి నుంచి వినిపించిన కోడి కూత, అప్పుడప్పుడే మొదలైన కాకుల అరుపులు, చేతుల్లోని రెండు కాయల వల్ల అరచేతికి అంటిన జీడి తేమ, సరిగ్గా ఇప్పుడుగానీ మోహిని కంట పడివుంటే అతడికి ఉదయం మరింత సంతోషాన్ని కలిగించేది. ఆ రోజు ఆలస్యంగా వచ్చిన మోహినికి తనకన్నా ముందుగానే పురందర వచ్చి వెళ్ళటం అర్థమైంది.

ఆమె స్వభావంలో ఉన్న పోటీతత్వాన్ని ప్రోత్సహించడానికి ఈ మాత్రం చాలు. ఆమె మరుసటి రోజు తెల్లవారుజామున వాడి కన్నా ముందే లేచి కాయలు ఏరుకోవటం ముగించింది. ఈ సూక్ష్మం తెలిసిన తరువాత పురందర కూడా పోటీలో వెనుకపడలేదు. దేవరాయ వెండి రంగు జర్మన్ అలారం గడియారాన్ని ఇప్పించుకుని ఇంకా చీకటి ఉండగానే లేవసాగాడు. తొందరగా లేచే ఈ కలవరం వల్ల కొన్నిసార్లు అపరాత్రి వేళల్లో మెలకువ రాసాగింది. గడియారంలోని మెరిసే ముళ్ళవల్ల సమయం తెలిసేది. మళ్ళీ పడుకుంటే లేవటం అలారం మోగిన తరువాతే.

ఎన్నోసార్లు పురందర, మోహినీలు పరస్పరం చూసుకున్నప్పటికీ మాట్లాడుకోలేదు. వాళ్ళవాళ్ళ పెరటి భాగాల్లో వెతికి రాలిపడిన కాయలను ఏరుకుని వెళ్ళేవాళ్ళు. అంతే. కాయలు ఏరటం మొదలుపెట్టిన తరువాత రాలిన కాయ మీద ఎవరి అధికారమని తెలుసుకునే అవసరం వల్ల ఇరుపెరళ్ళ మధ్యనున్న సరిహద్దులకు ప్రాముఖ్యత వచ్చింది. ముందువైపు రెండిళ్ళ మధ్యన ప్రహరి ఉన్నప్పటికీ వెనుక భాగంలో కంచె కూడా లేదు. ముందువైపు వున్న ప్రహరికి నేరుగా వెనుకటి పెరడూ భాగాలైందని భావించారు. ఎవరికి వాళ్ళు పెరళ్ళను పెట్టుకున్న తీరులోనే వారి పాలిట తోట ఏదన్నది తెలిసేదే తప్ప రెండు పెరళ్ళనూ వేరు చేయడానికి మధ్యన ఇంకేమీ లేదు. ఇప్పుడు రాలిన పండును ఏరుకోవాలనే ఉత్సాహం వల్ల మధ్యనున్న సరిహద్దును ఇద్దరూ తమ అనుకూలానికి తగినట్టు భావించారు.

మొదట్లో కేవలం వేకువకు మాత్రమే పరిమితమైన పోటీ రాను రానూ పగటిపూటకు వ్యాపించింది. పెరట్లో ఏర్పడే చిన్నచిన్న శబ్దాలకూ చెవులు అప్పగించసాగారు. ఏ సమయంలోనైనా కానీ ఒక కాయ రాలిపడిన శబ్దం వస్తే చాలు, విడిచిన బాణంలా మోహిని వచ్చేది. ఆ సమయానికి ఇంట్లో ఉంటే పురందర ప్రత్యక్షమయ్యేవాడు. ఇద్దరూ పోటీలుపడుతూ వెదికేవారు. ఎన్నోసార్లు సాయంత్రపు చీకట్లో కూడా మోహిని కాయలు ఏరుకోవటానికి వచ్చేది. ఎక్కడ ఏ అలికిడి అయినా ఆమె చెవులు చురుకయ్యేవి. పగలూరాత్రీ ఇద్దరికీ అదే ధ్యాస అయిపోయింది. రాత్రి నిశ్శబ్దంలో చిన్నచిన్న చలనాలు కూడా పెద్ద శబ్దానికి కారణమయ్యేవి. ధడాలున పడే కొబ్బరి మట్టలు, పక్షులు పొడవటంతో బలహీనమైన ఏదో కాయ, ఎండిన పుల్లలు, కొమ్మ మీద కూర్చున్న చోటే కదిలే పక్షి రెక్కల పటపటలు–ఇలా తోటలోని సాధారణమైన శబ్దం నుంచి మామిడి కాయలు రాలిన చప్పుడును వేరుచేసి గుర్తుపట్టే అలవాటు ఇద్దరి చెవులకు నెమ్మదిగా అలవడసాగింది. కాయపడిన చప్పుడు కాగానే అది ఏ చెట్టుది, ఎక్కడ పడిందో తెలిసే వరకూ సమయం లేదు. ఇద్దరూ ఏమీ మాట్లాడకుండా రాలిపడిన పండు కోసం మొదట మధ్యనున్న సరిహద్దులో, తరువాత తమతమ పెరట్లో వెతికేవారు. మరొకరికి కాయ దొరికిందేమోనని ఓరకంట గమనించేవారు.

ఇలా ఒకరిమీదొకరు పోటీపడి ఆడే ఈ ఆటను రోజు రోజుకు కొనసాగించడం కేవలం మామిడికాయల కోసమే కాదన్నది పురందరకూ అర్థం కాలేదు. చదువు ఏకాగ్రతకు భంగం కలగటమూ తెలియలేదు. సొంత భావనలు స్పష్టం కానటువంటి మధురమైన కాలమొకదాన్ని పురందర దాటిపోసాగాడు.

* * *

ఇలా ఉన్న రోజులలో ఒక మధ్యాహ్నం కావేరి ఆకుకూరతో చేసిన మజ్జిగ పులుసును పురందర ద్వారా పందరి ఇంటికి పంపింది. పులుసును ఒక చిన్నమూతి గిన్నెలో పట్టుకుని పురందర ఎప్పటిలా పెరడు దాటి వెనుక తలుపుల గుండా లోపలికి పోయాడు. పందరి ఇంటి వెనుకవున్న చిన్న అరుగుకు నీడ పడేలా కొబ్బరిమట్టల పందిరి ఉంది. రెండు మెట్లు ఎక్కితే అరుగు. అక్కడే పక్కన రోలును పాతారు. మరలా రెండు మెట్లు ఎక్కి వెళితే వంటిల్లు.

పురందర ఇంటి వెనుక అరుగు మీద కనిపించగానే వంటింట్లో ఉన్న పందరి వాడిని గమనించింది.

"రావోయ్, రా లోపలికి"

వాడు క్షణకాలం అక్కడే నిలబడి వుండటంతో లోపలికి రావటానికి సంకోచిస్తున్నాడని భావించి మళ్ళీ పిలిచింది. "లోపలికి రావడానికి సిగ్గుపడకురా... ఇక్కడ నీకు ఇవ్వడానికి అమ్మాయిని పెట్టుకున్నానేమి...రా... లోపలికిరా..." మరో సమయంలో అయితే పురందరకు సహజంగా కనిపించే ఈ మాట ఇప్పుడు లోపల మోహిని ఉండటంవల్ల ప్రత్యేక అర్థాలను ఇచ్చింది.

ఇంకా ఆలస్యమైతే పండరి నోటి నుంచి ఇంకే మాటలు వస్తాయేమోనని బెదిరి హడావుడిగా లోపలికి వెళ్ళాడు. పీట మీద, బాసింపట్టు వేసుకుని మోహిని కూర్చునివుంది. ఆమె ఎదుట వున్న కంచెంలో మొలకెత్తిన పచ్చటి గింజలు. పక్కనే యమున. ఇద్దరూ తలవొంచుకుని పొట్టు వొలుస్తున్నారు. వంగి నుంచున్న పండరి పొయ్యి మీద పెట్టిన ఒక పాత్రలో గరిటె పెట్టి తిప్పుతోంది. పొయ్యి నుంచి పల్చని పొగ లేస్తోంది. గరిటెను పాత్రలో వదిలి, "ఏమిటో అది?" అని అడుగుతూ వాడి చేతినుంచి పులుసుగిన్నెను తీసుకుంది. వాడు జవాబు చెప్పేటంతలో అందులో ఉన్నది చూసింది.

"ఓహో...పులుసు...కావేరక్కలా పులుసు చేసేవారే లేరు..."

"సరే, నేను వస్తాను"

"భోజనం అయ్యిందా?"

"లేదు"

"అందుకే అంత తొందర" అని పండరి నవ్వింది.

గింజల పొట్టు వొలుస్తున్న మోహిని తలెత్తి చూసింది. ఆమె ముఖం మీద కూడా నవ్వుంది. దాన్ని గమనించిన దానిలా పండరి–

"మోహిని, వీడూ నీలాగే ఈ సంవత్సరం మెట్రిక్ పరీక్షకు హాజరవుతున్నాడు.. రోజూ ఉదయమే లేచి చదవటానికి కూర్చుంటాడని కావేరి చెబుతూ ఉంది. నువ్వూ బాగా చదువుకుని మంచి మార్కులు తెచ్చుకోవాలి" అంది.

వేసవి తీవ్రమైన ఎండ నుంచి లోపలికి వచ్చిన అతని కళ్ళు ఇంకా వంటింటి మసక వెలుతురుకు పూర్తిగా సర్దుకోలేదు. పెరట్లో దూరం నుంచి చూసినదానికన్నా ఇప్పుడు, ఇంత దగ్గరలో మోహిని మరోలా కనిపించింది. ముందుకు వంగి కూర్చుని ఉండటం వల్ల రెండు జడలూ భుజాల నుంచి ముందుకు వేలాడబడివున్నాయి. జడ చివరలోని బిగిఅల్లికలోంచి విడుదలపొందిన ఉంగరాల జుత్తు లావైన కుచ్చులా వికసించింది. ఆమె తనలాగే ఈసారి మెట్రిక్ పరీక్ష రాయబోతుందన్న విషయమే వాడిలో పులకలను కలిగించింది. ఒక్క క్షణం వాడు

తదేకంగా చూడటం వల్ల మోహిని సిగ్గుపడింది. ఆమె పెద్దపెద్ద కళ్ళు తననే చూస్తున్నాయనే ఆలోచనతో పురందర సంతోషం, కలవరం కలగలిసిన భావనలో చిక్కుకున్నాడు.

"ఏ ఊళ్ళో పాఠశాలకు వెళుతోంది?" శబ్దాలు నోటిలోనే చిక్కుకున్నట్టు, పురందర తడబడుతూ ప్రశ్నను పూర్తి చేశాడు.

"కుమటా"

"ఓ...గిబ్ హైస్కూల్లో..." వాడి నుంచి ప్రశంసాపూర్వకమైన మాటలు వెలువడ్డాయి.

"ఔనా? అన్నట్టు మోహిని...పాఠశాలలో నీది ఎన్నవ ర్యాంకు" అని యమున అడిగింది.

ఇప్పటివరకూ వాళ్ళ మాటలతో సిగ్గుపడిన మోహిని తల ఎత్తి స్పష్టమైన స్వరంతో అన్నది–

"ఫస్ట్"

ఈ సమాధానాన్ని ఊహించని ముగ్గురికీ ఆశ్చర్యం వేసింది. పురందరకు, ఎందుకో అర్థం కాని కారణానికి సంతోషమూ, ఒక విధమైన గర్వమూ కలిగాయి. మళ్ళీ ఆమెనే తదేకంగా చూశాడు. ఆమె కళ్ళు ఈసారి నేలను చూడలేదు. ఇద్దరూ ఇలా పరస్పరం ఒకరినొకరు చూసుకుంటూ పట్టుదలగా ఓటమిని ఒప్పుకోనట్టు నుంచున్నారు. తరువాత హఠాత్తుగా ఆమె దృష్టి మరల్చింది. కంటి చంచలమైన చలనంలో ఓటమికన్నా ఎక్కువగా ఆడదాని సిగ్గు కనిపించినట్టయి పురందర ధైర్యం కోల్పోయాడు.

"వస్తాను"

మొదటిసారి చెప్పినపుడు గొంతులోనే పూడుకుపోయిన ధ్వని తనకే వినిపించకపోవటం వల్ల రెండవసారి చెప్పి బయలుదేరాడు. అడుగులకు ఉల్లాసం వచ్చింది.

ఇల్లు చేరేటంతలో ఆమె పట్ల అభిమానం పొంగి వచ్చింది. అదే ధ్యాసలో ఉండగా భోజనం చేయటమూ తెలియలేదు. "ఏమిటి, అయ్యగారి మనస్సు ఈ రోజు ఎక్కడుంది?" అని దేవరాయ తమాషా చేసేటంతగా వాడి పరధ్యానం స్పష్టంగా కనిపించేలా ఉంది.

అదే మధ్యాహ్నం, పగటికలల్లో ఉన్నవాడిలా పురందర చాప మీద

పడుకునివున్నాడు. వాడి మనోఫలకంపై సాగిపోతున్న ఊహాచిత్రాల నడుమ కూడా పెరట్లో కాయ రాలిన చప్పుడు వినిపించింది. అది మామిడికాయ పడిన చప్పుడు అన్నది కచ్చితమై, మోహిని కూడా ఆ చప్పుడు విని కచ్చితంగా వస్తుందని స్ఫురించి, లేచి పెరటివైపు పరుగెత్తాడు. అక్కడ ఆమె నేలపై చూపులు వాల్చి తిరుగుతోంది. అప్పుడు రెండు పెరళ్ళ మధ్యనున్న స్థలంలోని ఒక కాయ ఒక్కసారిగా ఇద్దరి కళ్ళకూ కనిపించింది. ఆమెకన్నా ఒక ఘడియ ముందే చేరిన పురందర ఆ కాయను తీసుకున్నాడు.

"అది ఇటువైపు పడిందికదా?" అని మోహిని పట్టువదలకుండా అడిగింది.

కొద్దిసేపటికి ముందు ఆమె పట్ల పొంగిన నిష్కపటమైన మమత వల్ల పుట్టిన ఆత్మవిశ్వాసం వల్ల పురందరకు ఇప్పుడు చనువుగా ప్రవర్తించాలని అనిపించింది. రెండు అడుగులు ముందుకుపోయి, ఆమెకు దగ్గరగా జరిగి "లేదు... ఇటు చూడు, ఈ పెరడు ఇక్కడివరకే ఉంది" అన్నాడు. ఆ మాటల్లో కొంత చనువు, ఆమెను రెచ్చగొట్టాలనే భావం ఉంది. ఆమె మాత్రం అలా భావించలేదని ముందరి మాటల వల్ల స్పష్టమైంది.

నేలనే చూస్తున్న మోహిని, అతని ముఖం మీది చిరునవ్వును చూడనే లేదు. కదనానికి సిద్ధమైనట్టు మాట్లాడింది.

"ఈ సరిహద్దే సరిగ్గా లేదు. ఇక్కడ ఒక్క కంచె కూడా లేదు. ఈ స్థలంలో ఎక్కడ పడినా ఎవరిదన్నది సరిగ్గా తెలియదు"

తన మాటల్లోని తేలికగా ఉన్న ఆహ్వానాన్ని స్వీకరించటానికి బదులుగా దాన్ని యుద్ధభేరిలా వినిపించుకుందని అర్థమై కలవరపడ్డాడు. ఆమెకు అంత దగ్గరగా నిలబడివుండటం వల్ల వాడికి ఊపిరి బిగపట్టినట్టుగా ఉంది.

"ఇది నువ్వే తీసుకో" అని చెప్పాలనుకుని, పురందర చేయి ముందుకుచాపి కాయను ఇవ్వాలనుకుని మనస్సును సిద్ధం చేసుకోవడానికి మునుపే "దీని గురించి పండరిమామిని అడుగుతాను" అని చప్పున వెనుతిరిగి ఇంటివైపు వెళ్ళిపోయింది.

ఆమెను పిలవాలనుకుని, పిలిచి ఆమెకు కాయ ఇవ్వాలనుకుని అనుకున్నా అతడి నోటి నుంచి 'మోహిని' అనే శబ్దం, ఆమెను పిలిచేటంత బిగ్గరగా, ఆమెకు వినిపించి ఆమె తిరిగి చూసేటంత బిగ్గరగా వెలువడనే లేదు. అతను మనస్సులోనే గుసగుసలాడటం అతనికే వినిపించలేదు. ఆమె ఒక్కసారి కూడా తిరిగి చూడకుండా గబగబా ఇంటి వెనుక మెట్లు ఎక్కి లోపలికి పోవటం నుంచున్న చోటి నుంచే కనిపించింది. ఎందుకు తన నోరు పెగల్లేదు? తాను పిలిచివుంటే, ఆమెకు పందు

ఇచ్చివుంటే ఆ తరువాత జరిగినవి జరిగేవే కాదుకదా అని వందసార్లు అనిపించింది. ఎలాంటి సూక్ష్మాల మీద పెద్దపెద్ద ఘటనలన్నీ నుంచున్నాయి– తన నోటి నుంచి వెలువడకుండా ఉన్న 'మోహిని' అనే ఒక శబ్దం మీద!

గెలిచినా హతాశుడైన రాజులా చేతిలో కాయ పట్టుకుని పురందర ఇంటికి వచ్చి, తాను పడుకునే మంచం కింద పరిచిన గడ్డిపరుపు మూలలో దాన్ని జాగ్రత్తగా పెట్టాడు. ఆమెకు చెందిన ఒక వస్తువు తన దగ్గర ఉండి, దాన్ని జాగ్రత్తగా కాపాడి ఆమెకు తిరిగి ఇచ్చేయాలనే భావనొకటి పురందరలో మెరిసి మాయమైంది. ఆమెకు తాను ఏ విధంగానూ బాధ కలిగించకూడదనే నిర్ణయం వల్ల మరింత బాధ్యత పెరిగినట్టయింది. మంచం మీద రెండు క్షణాలు మౌనంగా కూర్చున్నాడు.

లేచి, మామిడి కాయను తీసుకుని కిటికీ దగ్గరికి వెళ్ళి వెలుతురులో చూశాడు. దాని తొడిమ తెగిన చోట ద్రవం కారి, గోధుమ రంగులోకి తిరగసాగింది. జీడి తేమకు అంటుకున్న మట్టికణాలు వెలుతురులో చిట్టి మణుల్లా మెరుస్తున్నాయి. మంచం కింది నుంచి గోనెసంచి ముక్కను లాగి, దాని చివరతో చేతిలోని కాయను తుడిచాడు. తుడిచినట్టల్లా జీడి మిగిలిన భాగానికి తగులుతూ జిగురు జిగురుగా మారింది. మొండిగా పదే పదే రుద్దిరుద్ది కాయను శుభ్రం చేశాడు. అరచేతిలో పట్టుకుని నిమిరాడు. వాసన చూశాడు. జీడి ఘాటువాసన ఎన్నడూ లేనంతగా హాయిగా అనిపించింది. ఇంకా పచ్చిగా ఉన్న కాయ పండటానికి కనీసం అయిదారు రోజులైనా కావాలని అనిపించింది. దీన్ని ఆమెకు చేర్చటం ఎలాగా అని వాడి ఆలోచన నానా దిక్కుల్లో ప్రయాణించసాగింది.

ఆమె మళ్ళీ పెరట్లోకి వచ్చినపుడు ఆమెకు ఇస్తే ఎలా ఉంటుంది? ఎందుకు ఇస్తున్నావని అడిగితే ఏం చెప్పాలి? లేదా ఆమె ఇంటికి వెళ్ళి ఇస్తే? అప్పుడు అక్కడ పండరిమామినో, యముననో ఉంటే? మీ కాయ మా భాగంలో పడిందని చెబితే ఎలా ఉంటుంది? ఎన్నడూ కాయ ఇవ్వడానికి రానివాడు ఈ రోజు ఎందుకు వచ్చాడని అంటే? ఆమెకు నేరుగా ఇవ్వటమే మంచిది. ఇచ్చేటప్పుడు "ఇది మధ్యనున్న స్థలంలో పడిందని నేనే పొరబాటున అనుకున్నాను. నిజానికి చూస్తే ఇది నీకు చెందవలసిన కాయ" అని చెప్పాలని అనుకున్నాడు.

అయితే మనస్సులో అనుకున్నప్పుడు సరళంగా తర్కబద్ధంగా కనిపిస్తున్న విషయాలు, మాటలు నిజానికి చెప్పాలనుకున్న నిర్ణయం తీసుకున్న వెంటనే అత్యంత కఠినంగా, అసహజంగా కనిపిస్తున్నాయి. అనుకున్న రీతిలో ఈ మాటలన్నీ తాను చెప్పటం అసాధ్యమని అతనికీ తెలుసు. మనస్సులోనే ఈ సందర్భాలనంతా

మళ్ళీ మళ్ళీ కల్పించుకున్నా ఆమె రూపం సరిగ్గా ఎలా ఉందన్నది కళ్ళముందుకు రావటం లేదు. 'మోహిని' అని ఆమెను పిలవటం లేదా పేరు పెట్టి పిలిచే అవసరమే లేకుండా నేరుగా ఆమె ముందుకు పోయి మాటలు మొదలుపెట్టడమా అన్నది చాలా కాలం వరకూ పరిష్కరింపబడని ప్రశ్నగా మారింది. 'మోహిని, మోహిని' అని పదే పదే మనస్సులోనే చెప్పుకున్నప్పుడు అది మనోహరంగా వినిపించసాగింది.

కిటికీ దగ్గరికి పోయి వెనుకనున్న పెరటివైపు చూశాడు. వేసవి ఎండ. గాలి లేక తటస్థంగా ఉన్న తోట. చెట్ల చాటు నుంచి కొమ్మల్లోంచి పడుతున్న సూర్య కిరణాల వల్ల ఏర్పడిన నీడ చిత్రం. పక్కింటి పెరట్లోనూ ఎవరూ లేరు. అంతా స్తబ్ధంగా ఉంది. ఏమీ మాట్లాడకుండా, ఏమీ చెప్పకుండా ఈ పండును ఆమె కంట పడేలా పెడితే ఎలా ఉంటుందా అని ఆలోచించాడు. అయితే ఇది రాలిన పండుకాదు. నేనే పెట్టానని ఆమెకు తెలిసేదెలా? పురందరకు ఒక ఉపాయం తోచింది. మామిడికాయ మీద తన గోరుతో ఇంగ్లీషులో 'ఎం' అనే అక్షరాన్ని చెక్కాడు. కాయ లేత శరీరం మీద గోరు ఊన్చిన చోట కాస్త తడి అయింది. కొద్దిసేపటికి అది నల్లబడి స్పష్టంగా కనిపిస్తుందని తనకు తెలుసు.

దేవరాయ, కావేరీలు లోపల గదిలో ఉన్న విషయాన్ని నిర్ధారించుకుని, చేతిలో ఆ కాయను పట్టుకుని మెల్లగా పెరట్లోకి వెళ్ళాడు. ఏదేదో వెదుకుతున్నవాడిలా వంగి, మొదట దాన్ని ఎత్తుకున్న స్థలంలోనే కాయను పెట్టి, చేత్తో తోసి పందరి పెరటి వైపుకు దొర్లించాడు. అది దొర్లి 'ఎం' అక్షరం పైకి కనిపించేలా నిలుచోవటం శుభ సూచకంగా అనిపించింది. దాన్ని ఒకసారి సంతృప్తిగా చూసి, అనుమానం కలగనట్టు సహజమైన నడకతో అడుగులు వేస్తూ, వచ్చేటప్పుడు ఒక కచ్చికాయను తెంచి, కొరికి, పులుపు భరించలేక ముఖం చిట్లించుకుని ఇల్లు చేరాడు.

ఇంటికి వెనుతిరిగి ఆ విషయం గురించి ఆలోచిస్తున్నట్టల్లా ఆమె మృదువుగా ప్రవర్తించిన ఒక్క ఘటన కూడా గుర్తుకు రాలేదు. ఒక్కసారి కూడా అతని పట్ల ఆసక్తి ఉన్నటువంటి ఏ చిహ్నమూ ఆమె చూపించలేదు. ఆమె దృష్టి అంతా మామిడికాయను ఏరుకోవటంలోనే? కాయ కనిపించగానే గబుక్కున తీసుకుని వెళ్ళటం పట్ల ధ్యాసే తప్ప, పురందరను అకస్మాత్తుగా చూసినా అది తాను గెలిచానని చూపించటానికి తప్ప అందులో ఒక్కింత కూడా మృదుత్వం ఉండేది కాదు. ఇలా ఆలోచనలు సాగుతున్నట్టల్లా పురందరకు మామిడికాయను అక్కడ పెట్టి తప్పుపని చేశాననే భయం కలగసాగింది. వారం క్రితం జరిగిన ఒక సంఘటన వివరాలతో గుర్తొచ్చింది.

ఆ రోజు ఇంకా తెల్లవారటానికి మునుపే ఆమె చీకట్లో వెతుకుతుండటం చూసి అభిమానం కలిగి అన్నీ ఆమే ఏరుకోనీలే అని చాటుగా నిలబడి చూడసాగాడు. ఆమె తరువాత పెరట్లోకి వెళ్ళడమంటే అతనికి సంతోషం. స్వయంగా చూడకుండా ఉన్నప్పటికీ, ఆమె వచ్చిపోవటం అది ఎలాగో మనస్సుకు తెలిసిపోయేది. ఉదయపు ఆ గాలిలో ఆమె వచ్చి వెళ్ళిపోయిన జాడ ఉండేది. పెరటి చివరన నిలబడి చూపులు సారిస్తే చాలు. ఎక్కడెక్కడ ఆమె అడుగుల వల్ల గడ్డి మీది మంచుబిందువులు చెదిరాయో తెలిసిపోయేది. ఈ సూక్ష్మం తనకు మాత్రమే తెలుస్తుందనే అవగాహన వల్ల, ఆమెతో తనకు ఏదో సంబంధం ఏర్పడినట్టు అనిపించేది. చాటుగా నుంచుని చూస్తున్నప్పుడు, ఆమె కాలికి ఒక ముల్లు గుచ్చుకోవటం, ఆమె ఒంటి కాలు మీద నిలబడి, తూలిపడకుండా మరొక కాలును ఎత్తి, అరికాలును పట్టుకుని ముల్లును లాగి, పక్కకు విసిరి పారవేయడం కనిపించింది. ఆమె చేతిలో రెండు కాయలున్నాయి. లోపలికి వెళ్ళటానికి మునుపు మరొకసారి పెరటి నేలవైపు దృష్టి సారించింది. ఆమె తన కోసం ఎదురుచూస్తుండవచ్చుని, లేదా ఇటువైపు ఒకసారైనా చూడవచ్చుని పురందర ఊహించటం తప్పయింది. ఎదురుచూడటంలో ఉన్న నిరీక్షణ, సంకోచం, అనిశ్చితమైన కదలికలు, నడకను నెమ్మదిపరిచి ఆలస్యం చేసేవి ఏవీ ఆమెలో కనిపించలేదు.

కాయలను చేతిలో పట్టుకుని, ఇటువైపు ఒక్కసారి కూడా చూడకుండా, గబగబా అడుగులు వేస్తూ నేరుగా ఇంట్లోకి వెళ్ళిపోయింది.

* * *

ఈ వెనుక ఉన్న పెరటి సరిహద్దే రెండిళ్ళ మధ్యన మనస్తాపానికి కారణం కావటం ఆలస్యం కాలేదు. ఈ వ్యాజ్యానికి మూలమైన ఘటనకు తాము కారణమనే విషయం మోహిని, పురందరలకిద్దరికీ తెలుసు. మధ్యన పడిన మామిడికాయ ఎవరికి చెందాలన్న కారణంగా తలెత్తిన సరిహద్దు ప్రశ్నను మోహిని ముందుగా యమునకూ, తరువాత పండరికీ చేరవేసింది. ఇద్దరూ రమాకాంత మాస్టారు సలహా అడిగారు. అతను పాఠశాలలో యమున భర్త శంకరకు సహోద్యోగి. పండరికి అతని పట్ల విశ్వాసమూ ఉంది. అతడిని చూస్తే ఆమెకు శంకర గుర్తొచ్చేవాడు. శంకరలాగే అతనూ జుత్తుకు నూనె రాసుకుని వెనక్కు లాగి బఫ్ వచ్చేలా దువ్వుకునేవాడు.

రమాకాంత సరిహద్దును నిర్ణయించటానికి సరిహద్దురాయి కోసం వెతికాడు.

అది దేవరాయ పెరట్లో రెండు మూరలు లోపల ఉంది. ఆ కారణంగా ఏర్పడిన గొడవను నివారించి, సరియైన సరిహద్దును నిర్ణయించటానికి గ్రామ పంచాయితీ కార్యాలయం నుంచి సర్వేవాళ్ళను పిలిపించాల్సి వచ్చింది. వాళ్ళు వచ్చి సరిహద్దులు కొలిచి, చివరికి అంతా ముగిసి రెండు పెరళ్ళ నడుమ కంచె వచ్చింది. ఈ కంచె ఇప్పటివరకూ వాళ్ళు భావించిన సరిహద్దుకన్నా రెండు మూరలు లోపలికి వచ్చి దేవరాయ పెరట్లో కొంత భాగాన్ని తగ్గించింది. ఆ అధిక భాగం పండరీ స్వాధీనానికి వచ్చినా, ఇదంతా దేవరాయ తన పెరడును మింగడానికి చేసిన కుట్రలా ఆమె వర్ణించసాగడం చెవిన పడటం వల్ల రెండు కుటుంబాల నడుమ మునుపు ఉన్న సంబంధం మిగల్లేదు. పైచూపుకు ఏమీ కానట్టు ప్రదర్శించినా, లోలోపల అసహనం పెరగసాగింది. కంచె మధ్యన దడి పెట్టినప్పటికీ అటు నుంచి ఇటు, ఇటు నుంచి అటు తిరగడం తగ్గింది.

వీటన్నిటికి కారణమైన మోహిని సెలవులు ముగియగానే వెళ్ళిపోయింది.

ఇదంతా జరుగుతున్నప్పుడు, సర్వేవాళ్ళు కొలవటానికి వచ్చే ముందరి సాయంత్రం చెవిన పడిన సంభాషణ వల్ల పురందర ఎంతగా కుంగిపోయాడంటే మరొకసారి అతను మామిడికాయలు ఏరడానికి వెళ్ళలేదు. వంటింట్లో దేవరాయ, కావేరిలు మాట్లాడుతూ వుండటం బయట చదువుతూ కూర్చున్న అతడికి వినిపిస్తోంది.

"ఆ మాస్టారు ఏమన్నారు? ఇంతసేపు మీతో మాట్లాడుతున్నాడుకదా?" అని కావేరి అడిగింది.

"అదే పాత కథ. పెరట్లో ఉన్న సరిహద్దురాయి ఎక్కడ ఉండాలి అని. రేపు సర్వేవాళ్ళు కొలవడానికి వస్తారట"

"ఆ రోజు మునిసంధ్యవేళలో అతను వచ్చి అత్తాకోడళ్ళతో పెరట్లో తిరుగుతున్నప్పుడే నాకు ఏదో అనుమానం వచ్చింది. ఎందుకు వచ్చారో కాస్త చూడమని పురందరకు చెప్పాను. వీడు పైజామ వేసుకుని, తల దువ్వుకుని, అలంకారం ముగించుకుని వెళ్ళే సమయానికి వాళ్ళంతా వెళ్ళిపోయారు..."

"ఇన్ని సంవత్సరాలుగా కళ్ళతో చూస్తున్నా, ఆ రాయే సరిహద్దు రాయి కావచ్చని మనం అనుకోలేదు. అది అడ్డంగా పడిపోయివుంది చూడు..."

"గతంలో ఎప్పుడో, ఎవరో తెలియకుండా దాన్నెత్తి ఇటువైపు వేసివుండొచ్చు"

"నేనూ రమాకాంతకు అదే చెప్పాను. ఇప్పుడు ఒకసారి మనస్సులో అనుమానపు విత్తనం దూరిన తరువాత దాన్ని సరిచేయడం సాధ్యం కాదు.

సర్వేవాళ్ళు వచ్చి కొలవనీ అన్నాను"

"వాళ్ళు ఆ రాయి సరియైన చోటే ఉందని అంటే...?"

"అలాగైతే ఆ స్థలం వారికి చెందుతుంది. ఇన్ని రోజులు మనం పొరబాటు పడ్డాం. అంతే. చూడు కావేరి, ఈ రోజు అలాంటిదే మరొక రాయి మన మరుగుదొడ్డి దగ్గర చూశాను. అది రెండు మూరలు మన పెరటిలోపల ఉంది. దాన్ని చూసిన తరువాత ఇంత కాలం ఈ సరిహద్దు సరిగ్గా లేదని అనిపించింది. సరేలే ...ఇప్పుడు సర్వేవాళ్ళు రానీ...తరువాత జరిగేదేమిటో చూద్దాం... "

"ఇన్నాళ్ళు లేని అనుమానం ఇప్పుడు వీళ్ళకు ఎందుకు వచ్చింది? ఆ మాస్టారే వాళ్ళ తలలో ఏమైనా ఎక్కించాడేమో?"

"అతని తప్పేమి లేదు. ఎందుకు ఇది పండరి తలలోకి వచ్చిందని నేనే అతడిని అడిగాను. దీనికి కారణం ఎవరో తెలుసా? మామిడిపళ్ళు ఏరుకోవటానికి వచ్చేదికదా ఆ అమ్మాయి. పురందరతో పోటీపడి రెండు పెరళ్ళ మధ్యన పడిన కాయ ఎవరికి చెందాలని పండరి దగ్గర అడిగిందట. అక్కడి నుంచి ఈ రామాయణం మొదలైంది. ఈ వెధవకు చెప్పాను, 'వద్దురా, రాలిన కాయలు ఏరుకోవద్దు. అవి కుళ్ళిపోతాయని చెప్పాను. చిన్న చప్పుడైనా చాలు. జన్మలో కాయ చూడలేదన్నట్టు గబగబా పరుగెత్తేవాడు. ఇప్పుడు చూడు, ఒక కాయ మీది ఆశతో పరిస్థితిని ఎక్కడికి తెచ్చిపెట్టాడు...దరిద్రుడు..."

"అయితే ఇప్పుడు ఏం చేయాలి?"

"భయపడకు. నాకేమో ఆ పెరడులో రెండు మూరలు పోయినా చింతలేదు. వాళ్ళది వాళ్ళకే చెందనీ. దాని కోసం మనం ఆశపడకూడదు. వితంతువుల ఆస్తి కోసం ఆశపడే పరిస్థితి మనకు రాలేదు..."

ఆ మాట చివరన దేవరాయ, కాస్త ఆగి చెప్పిన 'దరిద్రుడు' అనే శబ్దం పురందర మనస్సులో నిలిచిపోయింది.

* * *

ఈ సరిహద్దురాయి ఈ రోజు కూడా పండరి, యమునలు దేవరాయ కోసం కాచుకుని కూర్చోవటానికి కారణమైంది.

ఆ ఉదయం లేచి యమున ఎప్పటిలా పెరట్లోకి వచ్చి చూసినపుడు సరిహద్దురాయి లేదు. ప్రతిష్ఠింపబడిన దేవుడన్నట్టు పెరట్లో కాలు పెట్టినప్పుడల్లా దాన్ని చూడటమే అత్తాకోడళ్ళిద్దరికీ ఈ సంవత్సరాలలో అలవాటైపోయింది. అదొక

విజయ సంకేతమన్నట్టు, తమ ఆస్తిని కాపాడే భూతరాయుడి విగ్రహంలా అనిపించేది. సంవత్సరాలకొద్దీ రహస్యంగా ఉండి, ఒక్కసారిగా ప్రత్యక్షమైన దేవుడిలా ఉన్న రాయి ఈ రోజు ఉదయం కంటపడకుండా పోవడం యమునకు అపశకునంలా తోచింది. దిగులుతో లోపలికి పరుగెత్తి అత్తకు చెప్పింది. తరువాత పూర్తిగా విషయం విచారించడానికి మునుపే, ఎలాంటి సాక్ష్యాధారాలు లేకుండా అత్తా కోడళ్ళిద్దరూ అది దేవరాయుడి పనేనని నిర్ణయానికి వచ్చేశారు. అతను మరుగుదొడ్డికి వెళ్ళి, తిరిగొచ్చే సమయంలో అతడిని రెచ్చగొట్టాలని, సందర్భం వస్తే అతడిని ఎదుర్కోవాలని నిర్ణయించుకుని అతని కోసం కాచుకుని కూర్చున్నారు.

ఈ రోజు ఎందుకో కాలం కదలటం లేదని ఇద్దరికీ అనిపించింది. లేదా తాము కూర్చుని వుండటం చూసి అతను కావాలనే ఆలస్యం చేస్తున్నాడనే అనుమానమూ వాళ్ళ మనస్సుల్లో కదిలిపోయింది. అంతలో తలుపు తెరుచుకుని దేవరాయ బయటికి వచ్చాడు. వయస్సు దాటినా వీపు వంగలేదు. ఆరడుగుల ఎత్తున్న అతను గుమ్మం దాటి బయటికి వచ్చేటప్పుడు తలవంచి రావాల్సి వచ్చేది. పూర్తిగా నెరిసిన జుట్టు. తెల్లటి చిన్న గడ్డం, భుజాల మీది చర్మం ముడుతలు పడింది. దేవరాయ రావటం కంటపడగానే పందరి, యమునలు ఇద్దరి పెరళ్ళ మధ్యనున్న కంచె దగ్గరికి వచ్చి పెద్దగొంతుతో తమ మాటలు అతని చెవినపడేలా పరస్పరం మాట్లాడుకోసాగారు.

"సిగ్గు ఉంటే కదా?...పేడ తింటే నోరు వాసన వస్తుందని వీళ్ళకు తెలియదా?" పందరి గొంతు బిగ్గరగా పలికింది. కోపంతో ఆమె ముఖం నుంచి మరింతగా చెమటలు కారుతున్నట్టు కనిపిస్తోంది.

దేవరాయకు ఈ మాటలు వినిపించినా, అది తనకు ఆహ్వానమని తెలిసినా బురదలో రాయి వేస్తే అది చిట్లడం తన మీదనే అనుకుని ఆ జంట ఎదుట నోరు తెరవకూడదని నిర్ణయించుకుని మౌనంగా నడిచాడు.

"చెప్పిన కొద్దీ ఎక్కువే చేస్తారు...కుక్కతోక సాగదీసినంత సేపే..." అంది యమున.

"మా స్థలాన్ని మింగడానికి చూశారు. అది గొంతులో చిక్కుకున్న తరువాత కూడా సిగ్గులేదు. మళ్ళీ వీరి వేధింపులు మొదలయ్యాయికదా. 'ఛీ' అన్నా 'రా' అన్నట్టు వీళ్ళకు వినిపిస్తోంది కదా..."

ఆ మాటలకు దేవరాయ ఆగాడు. అతను ముందుకు నడుస్తున్నట్టల్లా అతనితోపాటు తమ పెరటి భాగంలో అత్తాకోడళ్ళు అడుగులు వేస్తున్నారు. పందరి యమునను ఉద్దేశించి మళ్ళీ మాటలు కొనసాగించింది:

"ముంబయిలో ఇదే పని చేస్తుండేవారేమో...వీళ్ళకు మంచి జరగదు. ఎంతవున్నా మనిషికి ఎంత ఆశ చూడు...ఊరు పొమ్మంటుంది, కాడు రమ్మంటుందనే వయసులో మరొకరి పియ్యి పుక్కట్టుగా దొరికినా లోపలికి వేసుకోవాలనే బుద్ధి పోలేదుచూడు..."

ఇక దేవరాయ భరించలేకపోయాడు. నిలబడ్డాడు. ఆమె వైపు తిరిగి, "ఏమే తాటకి?" అన్నాడు.

అత్తాకోడళ్ళిద్దరూ ఇలాంటి అవకాశం కోసమే ఎదురుచూస్తున్నవారిలా ఒక్కసారిగా గయ్యిమంటూ ముందుకొచ్చారు. ఏ మాట ఎవరన్నారో కూడా అర్థంకానట్టు ఒకే విధంగా అరవసాగిన వారి గొంతులు దేవరాయ మౌనంగా ఉన్నకొద్దీ పెరుగుతూ పోయాయి. అతనికి మాత్రం ఇందుకు కారణం ఏమిటో తెలియటానికి చాలాసేపు పట్టింది.

"ఇతరుల నోటి దగ్గరి ముద్దను లాక్కునే బుద్ధి ఎందుకు? దేవుడు ఇచ్చింది తిని పడివుండకూడదా?"

"చిప్ప పట్టుకున్నవారిలా ప్రవర్తిస్తే ఒక రోజు అలాంటి పరిస్థితి కూడా వస్తుంది..."

"ఇతరులకు చెప్పేది తత్త్వజ్ఞానం... తను తినేది మాత్రం గేదె పేడ..."

"తీసేశారు కదా? రాయి తీసివేసినంత మాత్రాన అంతా అబద్ధమై పోతుందని చేశారా? ఎక్కడికి పోయింది సరిహద్దురాయి?"

నర్మగర్భంగా మాట్లాడుతున్న వారి మాటల వల్ల దేవరాయ సహనాన్ని కోల్పోయాడు. వాళ్ళు సరిహద్దురాయి ఉన్న స్థలాన్ని చూపిస్తూ కేకలు పెడుతున్నప్పుడు అతనికి దీనికంతటికి మూలకారణం ఏమిటో స్ఫురించింది. అక్కడ ఇప్పుడు కేవలం ఒక చిన్న గుంత మాత్రం ఉంది. చుట్టూ పచ్చగడ్డి మధ్యన గుంత అడుగున ఉన్న తడిమన్ను కనిపిస్తోంది. ఎవరో దాన్ని తీసివేశారన్నది స్పష్టంగా కనిపిస్తోంది. దేవరాయకూ ఆశ్చర్యం కలిగింది. అతను దాన్ని చూస్తూ నిలబడటం చూసి ఆడవాళ్ళిద్దరూ మళ్ళీ తమ మాటల దాడి కొనసాగించారు.

దేవరాయకు దీన్ని కొనసాగించటానికి మనస్కరించలేదు. తాను రాయి తీయలేదని వారికి నచ్చజెప్పటానికి చూశాడు. అయితే వాళ్ళు దేన్నీ వినిపించుకునే పరిస్థితిలో లేరు. చివరికి "రాయి పోతే పోయింది...మరొకటి తెచ్చి వేస్తా" అని అన్నాడు.

"రాత్రి ఎప్పుడో తీసేసి, ఇప్పుడు మరొకటి తెచ్చి వేస్తానంటూ నాటకం ఆడుతున్నారుకదా...అహహా...తెచ్చివేస్తానంటే దాని అర్థం తీసినవారు మీరే అని ఒప్పుకున్నట్టయ్యిందికదా. దానికేమైనా రెక్కలు వచ్చి ఎగిరిపోయిందా?"

అరుస్తున్న గయ్యాళి ఆడవాళ్ళను పట్టించుకోకుండా దేవరాయ ముందుకు నడవటంతో వారికి మరింత రోషం వచ్చింది

"ఎక్కడుంది సరిహద్దురాయి? ఎక్కడుంది?..." అని అరుస్తూ అనుసరించసాగారు.

"ఊరికే నా బుర్ర తినకండి...ఎక్కడైనా తగలబడండి" అని అతను ఇంటివైపు తిరుగుతున్నప్పుడే కంచె మధ్యనున్న సందులోంచి అత్తాకోడళ్ళిద్దరూ ఇటువైపు పెరట్లోకి కాలుపెట్టారు.

తిడుతూ, మధ్యమధ్యన సరిహద్దురాయి గుర్తొచ్చి "ఎక్కడుంది? ఎక్కడుంది?" అని అరుస్తూ అతనికి అడ్డొచ్చి అతను ముందుకు పోకుండా అడ్డంగా నిలబడిపోయారు.

వారి ప్రతి మాటకూ దేవరాయ కోపం పెరుగుతూ పెరుగుతూ పోయి చేతిలో ఉన్న చెంబును నేలకేసి కొట్టాడు. మాట్లాడటానికి ప్రయత్నించినపుడు పెదవులు గజగజా వణికాయి.

"ఇక్కడుంది సరిహద్దురాయి" అని తన పంచె పూర్తిగా పైకెత్తి చూపించాడు.

తారాస్థాయిలో సాగుతున్న కేకలు అరక్షణంలో చప్పున ఆగిపోయాయి.

నివ్వెరపోయి నిల్చున్న వాళ్ళిద్దరినీ పట్టించుకోకుండా చెంబు తీసుకుని దేవరాయ ఇంటివైపు నడిచాడు.

స్నానాలగదివైపు వెళుతుండగా ఎదురుగ్గా వచ్చి మౌనంగా నుంచున్న కావేరిని గమనించి, "ఛూ... మానమర్యాదలు లేని పాడునోరు ముండలు..." అని తనకు తానే చెప్పుకున్నట్టు అన్నాడు. అది ఎవరి గురించి చెప్పిన మాటలో ఆమెకు అర్థమైంది.

"ఏమంటా?" అడిగింది కావేరి.

"రెండు పెరళ్ళల మధ్యనున్న సరిహద్దురాయిని ఎవరో తీసేశారు. దాంతో ఆ జంట మారెమ్మల గంతులు మొదలయ్యాయి..."

"ఇదంతా ఆ మాస్టారు కుతంత్రం అయివుండాలి...మంట పెట్టడం ఒక్కటే వాడి పని..."

"ఈ మూర్ఖులైన ఆడవాళ్ళ చేతిలో...ఛూ..." దేవరాయ స్నానం చేయడానికి

స్నానాలగదిలోకి నడిచాడు.

"నిన్న సాయంత్రం చామ దుంపలను నాటడానికి గుంత తీయరా అని ఆయుకు చెప్పాను. వాడేమైనా తెలియకుండా రాయిని పెరికి పారేశాడేమో" అని కావేరి అన్నది దేవరాయ చెవిలో పడకముందే అతను స్నానాల గదిలోపలికి వెళ్ళిపోయాడు.

స్నానాలగది తలుపు ఓరగా తెరవగానే లోపల చీకటి గూడుకట్టుకుని ఉంది. పొయ్యిలోని మంట చిన్నగా మండుతున్నా కాగులోని నీళ్ళు బాగానే వేడెక్కాయి. స్నానాల గది చిన్నగోడమీద కప్పు ఏటవాలుగా దిగింది. గోడ, కప్పుల మధ్య సందు నుంచి లోపలికి వచ్చే వెలుతురు, కమ్మిన మబ్బు వల్ల క్షీణంగా ఉంది. చీకటికి నెమ్మదిగా కళ్ళు సర్దుకుని స్నానాలగదిలోనిదంతా స్పష్టంగా కనిపించసాగింది. కాగు ఇత్తడిమూత ఆ మసకవెలుతురులో మెరుస్తోంది. మూత తీస్తుండగా దాని నోటి నుంచి ఆవిరి బయటికి చిమ్మింది. వెడల్పుమూతిగల ఒక పెద్ద బోగాణిలో నీళ్ళు తోడుకోసాగాడు.

'గజాననా...గణపతీ...మూషిక వాహనా...' అని తన ఇష్టదైవమైన గణపతిని తలుచుకుంటూ అంకోల నుంచి మకాం ఎత్తేసి, ఇకపై ఇక్కడే నివసించడానికి రాబోతున్న సర్వోత్తమ, గోదావరిల గురించి ఆలోచిస్తూ ఒంటి మీద నీళ్ళు పోసుకోసాగాడు.

* * *

నట్టింటి అటక మీది సామానులను సరిగ్గా సర్ది, గోదావరి, సర్వోత్తమలు తీసుకొచ్చే వస్తువులను పెట్టడానికి అక్కడ చోటు కల్పించాలని కావేరి నాలుగు రోజుల నుంచి పోరు పెడుతున్నప్పటికీ దానికి ముహూర్తం కలిసి వచ్చింది మాత్రం వాళ్ళు రాబోతున్న రోజునే. ఆ కారణంగా దేవరాయ గబగబా స్నానం ముగించి, మరింత హడావుడిగా పూజ ముగించి, అటక ఎక్కడానికి సిద్ధమయ్యాడు. ఎప్పుడూ స్నానాలగది గోడకు ఆనించి పెడుతున్న నిచ్చెన అక్కడ కనిపించలేదు.

"ఇది మన ఆయు పనే... తీసిన చేత్తో మళ్ళీ దాన్ని తిరిగి పెట్టడు" అని ఆయును తిడుతూ నిచ్చెన వెతకసాగాడు.

పెరటి తలుపుకావల, గోడకు ఆనించిపెట్టిన నిచ్చెనను కనుక్కుని, ముందరి వాకిలి నుంచి తెస్తే ఆలస్యమవుతుందని వంటింట్లోంచే నడిచి వచ్చాడు. అక్కడ నిచ్చెనను అడ్డంగా తిప్పి తలుపు గుండా దూర్చేటప్పుడు అటక మీద వరుసగా

పెట్టిన రంగుల దోసకాయలలో ఒకటి నిచ్చెన చివరకు తగిలి, అది కిందికి దొర్లి, కొబ్బరికాయ తురిమి పెట్టిన కంచెం అంచు మీద పడి, తట్ట భళ్ళున ఎగిరి, తురుమంతా చెల్లాచెదురైపోయింది.

"ఉన్న పని తక్కువైనట్లు ... ఇదొక్కటి" ముగ్గులా పరుచుకునివున్న తెల్లటి కొబ్బరి తురుమును కంచెంలోకి ఎత్తుకుంటూ కావేరి గొణగసాగింది. "ఎప్పటి నుంచో చెబుతున్నాను...చెవిన వేసుకోలేదు...ఇప్పుడు వాళ్ళొచ్చే సమయానికి ఈయన అటక ఎక్కి కూర్చున్నారు...ఇన్నాళ్ళు చేయకుండా ఇప్పుడెందుకు? మధ్యాహ్నం తరువాత చేయొచ్చుకదా... నాకు తెలుసు...అటక ఎక్కగానే అక్కడి నుంచి పిలుస్తారు... నేను అక్కడికి వెళ్ళి తలెత్తి జవాబులిస్తూ నిలబడితే ఇక్కడ వంట ఏం కావాలి?...వాళ్ళు మొదటి బస్సుకే వస్తారు..."

దేవరాయ ఏమీ మాట్లాడకుండా నిచ్చెనను నట్టింటికి తెచ్చి గోడకు ఆనించాడు.

ఈ ఇల్లు మొదటి నుంచి ఇలా ఉండలేదు. వర్షపు జల్లు కొడుతుందని కప్పును అరుగు మీది వరకు వచ్చేలా పెంచారు. సామాన్లు పెట్టడానికి నట్టింట్లో అటక చేయించారు. వర్షకాలంలో పాత్రలు కడగటానికి మూలలో తూము కావాలని వంటింటిని కాస్త వెనక్కు పెంచారు. ఇలా అది కాలక్రమంలో మారుతూ వచ్చింది. అయితే అన్నింటి కన్నా ముందుగా చేయించింది నట్టింటి అటకనే. అది దేవరాయ ముంబయి నుంచి సంసార సహితంగా వచ్చిన తరువాత కట్టించింది. సామాన్లు నింపుకుని తెచ్చిన పెట్టెలను పెట్టడానికి ఇంట్లో తగిన స్థలం లేకపోవటంతో అటకను చేయించాలనే ఆలోచన దేవరాయకే వచ్చింది. నట్టింటి కప్పు ఎత్తులో ఉండటం వల్ల అటక చక్కగా కుదిరింది.

నట్టింటికి కిటికీలు లేకపోయినా అటక కట్టించటానికి ముందు పై గవాక్షం నుంచి వెలుతురు కావలసినంతగా వచ్చేది. అటక చేయించిన తరువాత వెలుతురంతా అక్కడే కట్టిపడవేసినట్టయి, కిందంతా మసకచీకటైంది. అటుతరువాత కప్పులోని నాలుగు పెంకులను తీయించి గాజుపలక వేయించినా ఎక్కువ ప్రయోజనం లేకపోయింది. జీడినూనె పూసి నల్లబారిన, కర్రదూలాలతో చేయించిన అటక నట్టింటి ముప్పాతిక భాగాన్ని మూసేసింది. వంటింటి పొయ్యిలో ఎండని పుల్లలు పెట్టిన రోజైతే నట్టింట్లో పొగ నిండి, వెలుతురు మరింత క్షీణించి గుహలోకి దూరినట్టు అనిపించేది.

అయితే అటక మీదికి ఎక్కి వస్తే, అదీ మధ్యాహ్న సమయంలో, గవాక్షం

నుంచి కావలసినంత వెలుతురు వచ్చేది. దేవరాయ అటక ఎక్కడం సంవత్సరానికి రెండుసార్లు మాత్రమే–చవితికి ముందు, చవితి తరువాత. చవితి ముందు గణపతి చెక్క పీఠం, పెద్ద వంటపాత్రలు తీయడానికి, ఇక చవితి తరువాత వాటిని మరలా పెట్టడానికి అటక ఎక్కడం తప్ప మళ్ళీ అక్కడ కాలు పెట్టే ప్రసక్తే వచ్చేది కాదు. పురందర ఇక్కడున్నప్పుడు వాడే ఆ పని చేసేవాడు. అక్కడ ఎక్కి కూర్చోవడమంటే వాడికి చాలా ఉత్సాహం. అక్కడున్న నానా రకాల సామాన్లను చూస్తూ మైమరిచి కూర్చున్నవాడిని దింపడానికి పదిసార్లు పిలవాల్సి వచ్చేది. అటక ఎక్కాలి అనే మాట నోటి నుంచి పూర్తిగా వచ్చేలోపే నిచ్చెన తెచ్చి అటక ఎక్కేవాడు.

వంటింటివైపు తలతిప్పి 'నేను ఎక్కుతాను' అని కావేరికి వినిపించేలా చెప్పి, ఆమె జవాబు కోసం ఎదురుచూడకుండా దేవరాయ అటక ఎక్కాడు. తుండు పంచె కట్టుకుని, ఒంటి మీద ఏమీ లేకుండా ఎక్కిన తరువాత, పొగవల్ల నల్లబారి వేలాడుతున్న సాలెగూళ్ళను చూసి స్నానం చేయడానికి మునుపే ఈ పని చేయాల్సిందని అనుకున్నాడు. అటక ఎక్కుతుండగా గవాక్షం నుంచి దూరి వచ్చిన ఎండలో పొగ, ధూళికణాలు నెమ్మదిగా చలించటం కనిపించింది. అతను కాలుపెట్టి కదులుతున్నట్టల్లా ధూళికణాలు బుస్సుమని లేచి సూర్యకిరణాలలో కోలాహలాన్ని రేపుతున్నాయి. ప్రతి సంవత్సరం బయటికి తీసే చవితికి కావలసిన సామాన్లన్నీ అటక ముందు భాగంలోనే పెట్టడం జరిగేది. మరొక నెలలోపల తీయవలసిన వీటన్నిటిని పక్కకు జరిపిపెట్టి, రాబోయే అతిథుల మూటలు, పెట్టెలను వెనుక పెట్టడానికి చోటు కల్పించడమే మంచిదని అనిపించింది. దాంతో వస్తువులను ఒక్కటొక్కటిగా తీసి పక్కన పెట్టసాగాడు. చవితి మంటపం, చెక్క పీఠం, బంగారు రంగు పూసిన ప్రభావళి, మంటపం వెనుక కట్టే తెర, ప్రభావళి కట్టడానికి కావలసిన చెక్క చౌకట్టు, పేర్చిపెట్టిన పీటలు, పెద్ద పెద్ద వంటపాత్రలు, గరిటెలు, అన్నీ అక్కడున్నాయి. వాటన్నిటినీ అక్కడక్కడే పక్కకు జరిపి, ముందుకుపోతే అక్కడ నాలుగు పెద్ద పెట్టెలున్నాయి. వాటి పక్కనే నీళ్ళు కాచే చిన్న రాగి బాయిలర్ ఉంది.

సిలిండర్‌లాంటి ఆ రాగి బాయిలర్ పొట్ట మధ్య నుంచి ఉద్భవించి వచ్చినట్టు కనిపిస్తున్న పొడవైన కొళాయి నిప్పును మండించడానికి ఉన్న స్థలం. కింద బూడిద పట్టుకోవడానికి ఒక వెడల్పు డబ్బా. ఆ బాయిలర్‌ను దేవరాయకు ఇప్పించినవాడు దినకర. ముంబయిలో మొదట ఇద్దరూ ఒకే ఇంట్లో ఉండేవారు. అక్కడికి పోయిన కొత్తలో దేవరాయ చన్నీళ్ళ స్నానం చేసేవాడు, అక్కడి వాతావరణానికి వేడినీటి అవసరం ఉండలేదు. అయితే వివాహమైన తరువాత

'సంసారం అన్న తరువాత వేడి నీటి ఏర్పాట్లు ఉండాలి' అని చెప్పి ఈ చిన్న బాయిలర్‌ను దినకర్ ఇప్పించాడు. జ్ఞాపకాల సొరంగంలో వెనక్కు వెనక్కుపోయి చూస్తే అంతా ఎప్పుడో జరిగిపోయినట్లు, వేరే ఎవరికో జరిగిపోయిన అనుభవంలా కనిపిస్తోంది. మొదటి భార్య, రెండవ భార్య-రెండుసార్లు వివాహాలు, ఆ అత్తామామలు, ఆ ఇంటివాళ్ళు, ఒక కాలంలో తన బంధువులైన వాళ్ళంతా ఎక్కడెక్కడ ఉన్నారో, బతికివున్నారో లేదో, ఎలా అన్నీ ఒక లంకె తప్పగానే మిగతావన్నీ ఊడి పడిపోయాయి. కాన్పు కోసం పోయిన ఇద్దరు భార్యలు తిరిగి రానేలేదు. వారి శవసంస్కారాలకు అతను ఉండలేదు. రెండుసార్లూ కబురు చేరి ముంబయి నుంచి అతను వచ్చిచేరేసరికి నాలుగు రోజులు గడిచిపోయాయి.

మూడవ పెళ్ళి సమయానికి అతని జీవితపు కోరికలూ మారిపోయాయి. కావేరి కూడా కాస్త వయస్సులో పెద్దది కావడంవల్ల తొందరగానే సర్దుకుపోయింది. పుట్టింటికన్నా వేరేదేదైనా మంచిదనే భావంతో వచ్చిన ఆమెకు కోరికలు కూడా చాలా తక్కువగానే ఉన్నాయి. తనకు పిల్లలు కలగకపోవటం పట్ల ఆమె ఎక్కువగా బాధపడినట్టు కనిపించలేదు. మొదటి ఇద్దరి భార్యల మరణానికి కారణం తెలుసుకున్న ఆమెకు దానిపట్ల అకారణమైన భయం ఉంది. పొడువైన ముక్కు, తల నిండా జుత్తు, శాంతమైన కళ్ళు, ఎత్తులో ఒక పిడికెడు ఎక్కువే అన్నట్లున్న ఆకారం- మొత్తం మీద ఆమెది దేవరాయకు తగిన ఆకారమే.

ఈ పెళ్ళి కుదరటం వల్ల నెమ్మదిగా బంధుత్వాలు వేళ్ళూనసాగాయి.

"అక్కడ వేడినీళ్ళు తోడుకునే గరిటె ఉందికదా. దాన్నొక్కటి తీయండి. అది ఆకుపచ్చటి రంగు పెట్టెలో ఉంది..." కావేరి కింది నుంచి చెప్పటం వినిపించి దేవరాయ పెట్టెవైపు జరిగాడు.

"అయితే వాళ్ళొచ్చే సమయం అయింది కదా? ...మీకు అలసట కలిగితే మీరు కిందికి రండి. తరువాత ఆయుకు చెప్పి సర్దిస్తాను"

"ఎందుకు ఇంత తొందర? వస్తున్నవాళ్ళు కొత్తవాళ్ళు కాదుకదా" అని గొణుగుతూ ఆకుపచ్చరంగు పెట్టెవైపు జరిగి దాని మూత తీశాడు. పెట్టె నిండా ఇత్తడి, రాగి పాత్రలు ఉన్నాయి.

వాటిని చూస్తుండగా అప్రయత్నంగా ఇది దినకరుడి తల్లి ఇచ్చింది, ఈ నూనె గిన్నె చిన్నప్పటి నుంచీ ఇంట్లో ఉన్నది, ఈ తపేలా గోదావరి ఇచ్చింది, ఇలా వరుసగా వాటికి సంబంధించిన వాళ్ళు గుర్తుకు రాసాగారు. జర్మన్ సిల్వర్ కంచాన్ని చూసి ముంబయి వదలడానికి ముందు ఎడతెగకుండా అనుభవించిన

అనారోగ్యపు పదిరోజులు గుర్తొచ్చాయి. ఆ రోజులలో అతను ఇదే కంచెంలో గంజి తాగేవాడు. జ్వరంతో పదిరోజులు మంచం పట్టిన ఆ సమయంలోనే, అతను నమ్మినట్టుగానే, హొన్నావర రావటానికి అతనికి ఇష్టదైవమైన వినాయకుడి ప్రేరణ కలిగింది.

"వచ్చారు...వచ్చారు...మీరు ఇంకా అక్కడే ఉన్నారుకదా..." అని కావేరి అనటం విని దేవరాయ అటక దిగడానికి పూనుకున్నాడు. కింద సునంద గొంతు వినిపించింది.

⌘

అధ్యాయం 2

ఈ రాత్రి సమయంలో గోదావరికి మెలకువ రావడం మూడవసారి. మొదటి రెండుసార్లు మెలకువ వచ్చినపుడు రాత్రి ఇంకా చాలా మిగిలి ఉండటం అర్థమైంది. ఇప్పుడు గాలిలో చేరుకున్న చల్లదనం వల్ల తెల్లవారటం దూరంలో లేదన్నది తెలిసినా ఎన్ని గంటలు అయివుంటుందో అంచనా లేకపోయింది. రాత్రంతా సరిగ్గా నిద్రపట్టక ఆమె కళ్ళు భారమై లాగుతున్నట్టయ్యాయి. మళ్ళీ నిద్ర పట్టే లక్షణం కనిపించలేదు. ఇలాగే తెల్లవారేవరకు నిద్రపట్టకపోతే, ఇలాంటి నిద్ర పట్టని రాత్రుల తరువాత తప్పకుండా వచ్చి వేధించే తలనొప్పి రేపు కూడా వస్తుందని అనుకుంది.

పక్కకు తిరిగి పడుకున్న ఆమెకు దేవుడి గూడులో వెలుగుతున్న నూనెదీపపు వెలుతురు ఆమె పడుకున్న గదివరకూ ప్రసరించడం కనిపిస్తోంది. స్థిరంగా చిన్నగా మండుతున్న జ్వాల అప్పుడప్పుడు కాస్త ఊగిసలాడటం వెలుతురు కదలిక వల్ల అర్థమవుతోంది. ఎలుక లాక్కుపోయి ఎక్కడైనా మంటలు అంటుకోవచ్చని బెదిరి ప్రతిరాత్రీ వొత్తిని ఆర్పి మరుసటి రోజు ఉదయం లేవగానే వెలిగించి పెట్టడం అలవాటైంది. అయితే నిన్నటి రాత్రి మాత్రం, దాన్ని అలాగే వదిలేసింది. ఈ ఇంట్లో గడిపే చివరి రాత్రి కావటం వల్ల, మరుసటి రోజు నుంచి మరొక చోట జీవితం ప్రారంభం కావటం వల్ల, దీపం ఆర్పటం శుభశకునంలా కనిపించలేదు. ఆర్పటానికి చాపిన చేతిని గోదావరి వెనక్కు తీసుకుంది. ఆమె భర్త సర్వోత్తమ

పాఠశాల ఉపాధ్యాయుడిగా సర్వీసులో అప్పుడప్పుడు ఇళ్ళను మార్చినప్పటికీ ఈ సారి అలా కాదు. ఇకపై హొన్నావరలోనే ఉండాలని నిర్ణయించటం వల్ల అక్కడికి బయలుదేరిన రోజు మునుపట్లా లేదు.

గదిలోని మందమైన వెలుతురులో మూటకట్టి పెట్టిన సామాన్లు, ఒకదానిమీదొకాటి పేర్చిపెట్టిన రెండు ట్రంకులు కనిపించి మరుసటి రోజు చేపట్టవలసిన ప్రయాణాన్ని పదే పదే మనస్సుకు గుర్తు చేశాయి. తెల్లవారగానే వీటిని గోపాలు బండిలో వేసి పంపి, మొదటి బస్సు పట్టుకుని హొన్నావరకు బయలుదేరితే అక్కడితో ఈ ఇంటితో ఋణం తీరిపోతుంది. ఎందుకన్నది స్పష్టంగా అర్థంకాకుండా ఆమె మనస్సు ఆందోళనతో నిండిపోయింది.

గోదావరి మరొక వైపుకు ఒత్తిగిలింది. కిటికీ నుంచి వెన్నెల లోపల పడుతోంది. ఆమె పక్కన పడుకునివున్న సునంద గాఢనిద్రలో ఉంది. ఆమె కప్పుకున్న దుప్పటి కాళ్ళ కింద ఎక్కడో మడత పడివుండటం మసక వెలుతురులో కనిపిస్తోంది. చీర మోకాళ్ళ మీదికి జరిగివుంది. గోదావరి లేచి కూర్చుని సునంద చీరను ఆమె కాళ్ళను కప్పేలా పాదాల మీదికి లాగింది. కాళ్ళ కింద చిక్కుకున్న దుప్పటిని ఆమెకు మెలకువ రాకుండా నెమ్మదిగా విడిపించడానికి ప్రయత్నిస్తే దానికి ప్రతిస్పందనగా ఆమె మోకాళ్ళు ముడుచుకుంది. కాళ్ళ మీద దుప్పటి కప్పగానే పక్కకు తిరిగి పడుకుంది. తొందర్లోనే ఈమెకు పెళ్ళయిపోతే చాలు, గుణవంతుడైన భర్త దొరికితే చాలు–అని గోదావరి మనస్సులోనే వేడుకుంది. బయటి గదిలో పడుకునివున్న సర్వోత్తమ హోహో అని శబ్దం వెలువడించి బుస్సు బుస్సుమని ఊపిరి వదలటం వినిపించింది. అతనికి నిద్రలో మాట్లాడే అలవాటు ఉంది. ప్రస్తుతం ఇప్పుడు ఉపన్యాసాలు ఇవ్వకుండా మౌనంగా ఉన్నాడుకదా అని గోదావరి సంతృప్తిపడుతూ, తలగడను మడిచిపెట్టి, చల్లగా వున్న దాని మరొక భాగానికి చెంపను ఆనించి, కాళ్ళు ముడుచుకుని, ఆమె చిన్న దేహాన్ని మరింత కుంచించుకుని పడుకుంది.

నిద్ర దరిచేరక పోవటంతో తలలో వందలాది ఆలోచనలు తోసుకొస్తున్నాయి. సర్వోత్తమ 'ఆఁ... ఆఁ... వచ్చాడు పెద్దమనిషి... హే' అని నిద్రలోనే ఎవరిమీదో కేకలు వేస్తున్నాడు. అతను నిద్రలో మాత్రమే ఇలా మాట్లాడటం సాధ్యమనిపించి, తన జీవితం సగం పాడుకావటానికి ఇతడిని పెళ్ళి చేసుకోవడమే కారణమని అనుకుంది. అక్కడంటే అక్కడికి, ఇక్కడంటే ఇక్కడికి అతడి వెంబడి వెళ్ళింది. సొంత అభిప్రాయాలే లేనట్టున్న అతని మంచితనం వల్ల నిత్య జీవనానికి ఏమీ

ప్రయోజనం లేకపోయింది. అందరూ అతడిని భోళాశంకరుడని ఉపేక్షాభావంతో చూశారు. అతని విద్యార్థులు కూడా అతని వెనుక హేళన చేసేవారు. సునంద అదే పాఠశాలకు వెళుతున్నప్పుడు ఎన్నోసార్లు ఏడ్చుకుంటూ ఇంటికి వచ్చింది. విషయం తెలిసినప్పటికీ గోదావరి కారణాన్ని కెలకి అడగటానికి ప్రయత్నించేది కాదు. గడుసుదనం లేని అతడి నుంచి సునంద పెళ్ళికి ఎలాంటి సహాయమూ లభించదు. అతని వల్ల సాధ్యమూ కాదు. ఇప్పుడు హొన్నావరకు బయలుదేరడానికి సిద్ధమైనప్పుడు కూడా అతను ఊc అని బయలుదేరి వచ్చాడే తప్ప వేరే ఏమీ చెప్పలేదు.

పాఠశాల ఉపాధ్యాయుడిగా నివృత్తి పొందిన తరువాత సునంద, గోదావరిలతో కలిసి సర్వోత్తమ హొన్నావరకు వచ్చి దేవరాయ, కావేరిల ఇంట్లో ఉండబోతున్నది నోరు తెరిచి చెప్పకపోయినా ఎన్నో సంవత్సరాల నుంచి అనుకుంటున్న విషయంగానే ఉంది. ఎందుకు, ఎప్పుడు ఇది జరిగిందో స్పష్టంగా చెప్పడానికి సాధ్యం లేనట్టు ఎవరూ దాని గురించి మాట్లాడలేదు. అయినా వివరాల గురించి మాట్లాడవలసిన ప్రసక్తి రాగానే ఉదాత్తంగా కనిపించే సంగతులన్నీ వేధింపుల్లా కనిపించసాగాయనే అనుమానం గోదావరి మనస్సులో పదే పదే రాసాగింది. ఎన్నో రకాలుగా, ఏ కోణంలో చూసినా ఆమెకు దేవరాయ, కావేరీల దయాదాక్షిణ్యాలు లేకుండా హొన్నావరలోని వారి ఇంట్లో ఉండటానికి సమర్థించుకునే మార్గం కనిపించలేదు. సునంద బాధ్యత తనది మాత్రమే కాదని అవగాహన కలిగించడానికి ప్రయత్నిస్తే పాత విషయాన్ని కెలకినట్టు అనిపించేది. మధురి చనిపోయినపుడు, 'నువ్వు బిడ్డను పెంచినా అది మా అందరి బిడ్డనే అనుకో, అది అందరి బాధ్యత' అని కావేరీ, కస్తూరీలిద్దరూ చెప్పారు. కానీ సునందను పెంచడానికి ఎవరూ ఏమీ చేయలేదు. ఆమె కూడా అడగలేదు. దేవుడి దయవల్ల అడిగే ప్రసక్తి రాలేదని సంతోషపడింది. ఇప్పుడు పెళ్ళి సమయానికైనా వీళ్ళందరూ తలా ఒకచేయి వేయాలని కోరుకోవటంలో గోదావరికి తప్పేమీ కనిపించలేదు.

హొన్నావరకు కుటుంబం తరలించటం గురించి దేవరాయ ఇంట్లో చర్చలు జరుగుతున్నప్పుడు గోదావరి అంది–"ఈయన పెన్షన్ సొమ్ముతో జీవనానికి ఏమీ ఇబ్బంది లేదు. అంతేకాదు సునంద పెళ్ళికోసం ఆమె తల్లి బంగారమే కావలసినంత ఉంది. అనంత కూడా కూతురి కోసం వదిలిపోయిన సొమ్ములో ఒక్క దమ్మిడి కూడా మేము ముట్టలేదు. దాంతో పెళ్ళి బాగానే చేయొచ్చు. మన తరువాత అంతా సునందకే కదా? మొత్తానికి ఆమె పెళ్ళిభారం మనపై పడదు. నా బంగారం

కానీ, వేరే ఏదైనా కానీ, ఈ రోజు కాకపోయినా రేపటికైనా చెందేది ఆమెకే కదా?"

ఈ మాటలకు ఎవరూ ఎదురు చెప్పలేదు లేదా ఎవరూ స్పష్టంగా జవాబు ఇవ్వలేదు. ఆమె మాటల్లో అనేక అర్థాలుండటం అందరి దృష్టికి వచ్చినట్టుంది. తాము ఇక్కడికి వచ్చి ఉండటానికి డబ్బు అవసరమనే కారణం కాదని కరాకండిగా చెప్పడానికి ప్రయత్నించినట్టుంది. మా తరువాత అనే మాటలను ఆమె ఉపయోగించినపుడు ఆమె ఎవరెవరిని అందులో కలుపుకుందో స్పష్టంగా లేదు. సునంద పెళ్ళి బాధ్యతా భారపు అవగాహన అందరికీ ఒక్కసారిగా కలిగినట్టయ్యింది.

ఎవరూ మాట్లాడకపోవటం వల్ల గోదావరే కొనసాగించింది."ఇప్పుడు సునంద వివాహం ఎప్పుడు చేయాలన్నది ప్రశ్న! ఈ రోజు కాకపోయినా రేపైనా జరగవలసిందే. దేవుడి దయవల్ల అది ఏ ఇబ్బంది లేకుండా వీలైనంత సరళంగా జరిగితే మేము విముక్తి పొందినట్టే. ఇక ముందు మా శక్తి తగ్గుతుందే తప్ప పెరగదు. సునంద, ఆమె భర్త తప్ప చివరి కాలంలో మాకు ఎవరు ఆసరా అవుతారు?...."

చివరకు దేవరాయ మాట్లాడాడు–

"చివరి రోజుల మాటలు, ముసలివాళ్ళయిన తరువాత చూసుకోవాల్సిన విషయాలు వదిలెయ్. వేరే ఎవరో మమ్మల్ని చూసుకోవాలనే ఎలాంటి ఇచ్ఛ కూడా మాకు లేదు. వినాయకుడి దయవుంటే ఒక రోజున హఠాత్తుగా సునాయసంగా చనిపోతాం. మా తరువాత ఏమిటన్నదాని గురించి ఆలోచించే ఏ అవసరమూ మాకు లేదు. మా తరువాత అనటం ఆస్తి, బంగారం, డబ్బుల విషయం. అయితే ఆ విషయాలు ఇప్పుడే వద్దు. మీరు సామాన్లు సర్దుకుని ఇక్కడికి రండి. తరువాతి విషయాలు తరువాత చూద్దాం"

అతను ఇలా విషయాన్ని పూర్తిగా మరో దిక్కుకు మరల్చడం వల్ల గోదావరి ఆపైన మాట్లాడలేదు. సర్వోత్తమ మాత్రం ఊఁ ఊఁ ఊఁ అని ఊకొడుతూ సర్వజ్ఞుని వచనంలోని ఏదో పంక్తిని చెప్పాడు.

సునంద నిద్రలో మళ్ళీ కదిలింది. గోదావరి మళ్ళీ ఆమె కాళ్ళ మీదికి దుప్పటిని లాగింది. చేయి చాపి తల నిమిరి, అలాగే అభయ హస్తంలా సునంద తలకు తన అరచేతిని ఆనించి తెల్లవారటం కోసం ఎదురుచూస్తూ నిద్రలోకి జారింది.

* * *

ఆకారం చిన్నదైనప్పటికీ గోదావరి చాలా గట్టిది. 'జీలకర్ర మిరియాలు' అనే

మాటకు తగినట్టుగా ఉండేది. మాళప్ప మాస్టరు తమ్ముడి వడుగు సమయానికి వంట మనిషికి జ్వరం వచ్చినపుడు ఆమె ఒక్కతే ముందు నిలబడి, మూడువందల మందికి వంటచేసి పెట్టింది. తోటపని కానీ, చేపలు తరగటం కానీ, నాలుగు మణుగుల అప్పడాలు రుద్దటం కానీ, లేదా చవితి వంట బాధ్యత కానీ ఆమె వల్ల సాధ్యం కాదనే మాటే లేదు. ఏదీ తనకు చేతకాదని ఆమె అనుకోలేదు. చేబట్టిన పనిలో అపజయమన్నదే లేదు. ఆమె చెల్లెలు మధురి చనిపోయినపుడు, ఆమె బిడ్డ సునందను పెంచుతానని ఎత్తుకున్నప్పుడు, ఆ రోజు అక్కడున్న వారెవరికీ ఆమె తప్ప మరెవ్వరి వల్ల ఈ పని సాధ్యం కాదనే అభిప్రాయం కలిగింది. అది జరిగిన ఒకే నెలలో, సునంద తండ్రి అనంత ప్రాణాలు తీసుకున్నప్పుడూ గోదావరి ధైర్యం కోల్పోలేదు. బదులుగా అప్పటి నుంచి సునంద పూర్తిగా ఆమె కూతురైపోయింది. హారతి తీసుకుంటే వేడి, తీర్థం తీసుకుంటే చలి అన్నట్టు అతి సున్నితమైన ఆరోగ్యం కలిగిన పిల్లను పెంచటం అంత సులభంగా ఉండలేదు. సునంద గోదావరిని అమ్మ అనీ, సర్వోత్తమను నాన్నా అనీ పిలిచేది. సొంత పిల్లలు లేని వారికి ఆమె కూతురైంది. సర్వోత్తమకు బదిలీ అయి ఊరు నుంచి ఊరికి వెళుతున్నపుడు ఆమె కూడా పాఠశాలలను మారుస్తూ చివరికి మెట్రిక్ వరకూ వచ్చింది. రెండుసార్లు ఫైయిలై, ముందుకు సాగకుండా అక్కడే ఆగిపోయింది.

తాను సునందకు ఎంతగా దగ్గరైపోయిందో – ఎనిమిదేళ్ళ సునందకు జ్వరం వచ్చి మంచం పట్టినపుడే స్వయంగా గోదావరికి తెలిసింది. అప్పుడు వాళ్ళు హాళదీపురలో నివాసం ఉన్నారు. విరోచనాలతో మొదలై రాత్రికంతా విపరీతమైన జ్వరానికి తిరిగింది. అసలే బలహీనమైన పిల్ల. రెండు రోజులకే కాళ్ళుచేతుల్లో బలం పోగొట్టుకుని నిశ్శక్తురాలైపోయింది. మూడవ రోజున పిల్లను చూసినవారు చేజారిపోయిందనే అనుకున్నారు. ఒళ్ళో పిల్లని పడుకోబెట్టుకుని కూర్చున్నప్పుడంతా గోదావరికి బిడ్డ మెల్లిమెల్లిగా కుంగిపోతుండటం అనుభవానికి రాసాగింది. పెరుగుతూ, దిగుతున్న జ్వరం. ఏది తాగించినా కడుపులో ఉండటం లేదు.

అయినా గోదావరి ధైర్యం కోల్పోలేదు. దేవుడికి ముడుపుల మీద ముడుపులు కట్టింది. చంచాతో చుక్క చుక్క నీళ్ళను నోట్లో పోస్తూ నోరు ఎండిపోకుండా చూసుకుంది. నుదిటికి చల్లనీళ్ళపట్టీ వేస్తూ సునంద పక్కనే కూర్చుని జ్వరం పెరగకుండా చూసుకుంది. మొదట్లో ఇంటి వైద్యం చేసినా, తరువాత హొన్నావర నుంచి కార్కళ డాక్టరును పిల్చుకుని రమ్మని సర్వోత్తమను తరిమింది. ఏడు రోజుల వరకూ జ్వరం వదల్లేదు. సునందను గుర్తుపట్టనంతగా పీల్చిపిప్పిచేసింది. అన్ని

రోజులపాటు ఆమె బతికివుండటమే నమ్మలేని మహిమలా కనిపించింది. అయితే ఎనిమిదవ రోజున జ్వరం తగ్గింది. గంజినీళ్ళ కొన్ని బొట్లు ఆమె పొట్టలో చేరాయి. ఇక ప్రమాదం తప్పిందని గోదావరికి అర్థమైంది.

ఆ ఒక్క వారంలోనే గోదావరి కూడా అంతే మెత్తబడింది. అప్పుడప్పుడు కొద్దిసేపు రెప్పలు మూతలు పడటం తప్ప, ఆమె నిద్రపోనే లేదు. తోసుకుని వచ్చే నిద్రను దూరంగా తరమటానికి ప్రయత్నిస్తున్న ఆ రాత్రులలో ఆమెను విచిత్రమైన కలలు వేధించేవి. సునందను పడుకోబెట్టిన చోట రాత్రంతా మందకాంతిలో దీపం వెలుగుతుండేది. నీరసంగా పడుకున్న బిడ్డను చూస్తూ తెల్లవారటం కోసం ఎదురుచూస్తుండేది. బిడ్డ ప్రతీ కదలిక ఆమెకు తెలిసిపోయేది. శ్వాసకు అనుగుణంగా పైకి కిందికి కదులుతున్న ఆమె ఛాతీ, ఊపిరి వేడి, పడుకున్న తీరు, ఎప్పుడు బిడ్డ పక్కకు తిరిగింది, ఎన్ని చుక్కల నీళ్ళు తాగింది–ఇలా పిల్ల సూక్ష్మాతి సూక్ష్మమైన వ్యత్యాసాలు గోదావరి మనస్సులో నమోదవుతూవుండేవి. మధ్యలో లేచి వెళ్ళాల్సి వచ్చినపుడు సర్వోత్తమను పిల్ల దగ్గర కూర్చోబెట్టి వెళ్ళేది. ఆ మధ్యనున్న కొద్ది నిముషాల వ్యవధిలో సునంద కాళ్ళు కదిలించినా, ఆమె దుప్పటి కాస్త పక్కకు చెదిరినా గోదావరికి అర్థమైపోయేది.

దీర్ఘమనిపించే రాత్రులలో ఆమె అదుపు తప్పి క్షణమాత్రం కునుకుపట్టి, మళ్ళీ మెలకువ వచ్చినపుడు బిడ్డను పదే పదే తాకి చూసేది. ఆమెతో ఇదంతా ఎలా పంచుకోవాలో, ఎలా ఆమెకు భుజమిచ్చి ఆసరా ఇవ్వాలో తెలియక, ఏదైనా చెప్పాలనే ఒత్తిడిలో సర్వోత్తమ ఓదార్పుగా మాట్లాడేటప్పుడు మూర్ఖుడిలా కనిపించేవాడు. తాను వదలకుండా మెలకువగా కూర్చుని చేస్తున్న శుశ్రూష బిడ్డను రక్షించి బతికించి వెనక్కు తెస్తుందన్న నమ్మకంతో గోదావరి బిడ్డ పక్క నుంచి కదలకుండా కాపలా కూర్చుంది. బయట కుర్చీమీద కూర్చున్నట్టే నిద్రలోకి జారి, మెడవాల్చి, గురకలు పెడుతున్న సర్వోత్తమ పట్ల ఆమెకు ఏమీ అనిపించలేదు. ఈ జగత్తులో తనకు నిజమైన సంబంధం ఉండటం ఈ బిడ్డతో మాత్రమేనని అనిపించింది. జ్వరం వచ్చిన పిల్లను చూసుకుంటున్నప్పుడు బిడ్డ ప్రతి ఒక్క కదలికను, హెచ్చుతగ్గులను, మార్పులను గమనించేటప్పుడు గతంలో ఎన్నడూ లేని విధంగా పిల్లతో తాదాత్మత పొందింది. ఇద్దరుగా ఉన్నవారు ఒకరిలో ఒకరై, ఒక్కరే అయిపోయినట్టు, ఆమె ప్రాణాల్ని తాను మొత్తంగా తనలో తీసుకుని కాపాడుతూ కూర్చున్నట్టు అనిపించటం కేవలం ఊహకాదు. ప్రేమ అంటే ఏమిటన్నది ఇలా ఆమె అనుభవానికి వచ్చిన తరువాత, సర్వోత్తమ కోసం అన్నిటినీ

త్యాగం చేసేటటువంటి ఎలాంటి భావన తనలో ఎన్నడూ పుట్టలేదనే సత్యం గోచరించసాగింది.

ఎనిమిది రోజుల తరువాత తన ప్రాణాలనే సునందకు ధారపోసినదానిలా గోదావరి చిక్కి సగమైంది. అరప్రాణాలతో మిగిలింది. మొదటే పిట్టంత ఉన్న ఆమె దేహం పూర్తిగా కృశించినట్టు కనిపించింది. నిద్రలేని కళ్ళు ఉబ్బిపోయాయి. తలనొప్పితో, ప్రకోపించిన పైత్యంతో, ముఖమంతా వాడిపోయింది. అయితే బిడ్డ బతికే చిహ్నాలు కనిపించటం మొదలవ్వగానే గోదావరి కుదుటపడింది. ఆమె బిడ్డను యముడి చేతినుంచి రక్షించి వెనక్కు తెచ్చిందనే మాట సర్వోత్తమకు ఊతపదంలా కనిపించక అక్షరాల నిజమనిపించేది. అప్పటివరకూ కనిపించిన దానికన్నా అతనికి ఆమె భిన్నంగా కనిపించింది. తమ సంసారాన్ని కాపాడు కోవడానికి, బిడ్డను పోషించటానికి తాను ఏ స్థాయికైనా వెళ్ళగలదన్నది చేసి చూపించింది.

'అమ్మో, ఆ గోదావరి, అవసరమొస్తే ఆ విధితోనే పోట్లాడుతుంది. ఆమె విషయంలో మాత్రం అదృష్టమని అనటానికి కుదరదు. ఆమె అదృష్టాన్ని తన చేతిలోనే పెట్టుకుంది' అనే మాటలు ఇలాంటి మొండితనాలను చూసినవారివల్లనే ప్రచారంలోకి వచ్చింది.

* * *

అనంత కుందాపురలో మోటర్ డ్రైవర్‌గా ఉండేవాడు. భార్య మధురి మీది అతని ప్రత్యేకమైన ప్రేమను జనం తమాషాగా మాట్లాడుకునేవారు. ప్రతి ట్రిప్పు నుంచి వచ్చేటప్పుడు ఆమె కోసం కూరగాయలో, పండ్లో తెచ్చేవాడు. మామిడిపళ్ళ కాలంలో ఆమెకు ఇష్టమని బుట్టలకొద్దీ 'పాయరి' పండ్లు తెచ్చి పెట్టేవాడు. కొన్నిసార్లు ఆమెకు భర్త చూపించే అభిమానం వల్ల సంకోచం కలిగేది.

సునంద పుట్టిన తరువాత వర్షకాలంలో ఒకసారి మధురి చుట్టూ చప్టాలేని పెరటి బావి నుంచి నీళ్ళు చేదేటప్పుడు కాలు పెట్టిన చెక్కపలక విరిగి, కింది మట్టి కుంగి, కడవ, పట్టుకున్న పగ్గంతోపాటు బావిలో పడి మునిగింది. ఇంటి వెనుక పెరటి చివరలో ఉన్న బావి కావడం వల్ల ఆమె బావిలో పడిన విషయం వెంటనే ఎవరి దృష్టికీ రాలేదు. ఇంట్లో ఉన్న బిడ్డ ఏడ్చి ఏడ్చి అలసి పడుకుంది. మధ్యాహ్నం భోజనం తరువాత ఎప్పటిలా నాలుగు మాటలు మాట్లాడి వెళ్ళాలని వచ్చిన పక్కింటి ఆడమనిషి పడుకున్న బిడ్డను చూసింది. ఎక్కడా మధురి కనిపించలేదు. అదే సమయంలో బిడ్డకు మెలుకువ వచ్చి గుక్కపట్టి ఏడవసాగింది.

ఆకలి వేసినందువల్ల ఎలాంటి ఓదార్పుకు లొంగలేదు. ఎంతసేపైనా మధురి కనిపించకపోవటంతో ఆమె కలవరపడి ఇరుగుపొరుగువారిని పిలిచింది. జనం వచ్చి వెదకసాగారు. బావిలో తేలుతున్న పగ్గం చూసి, కనకాంబరాల దండను చూసి బావిలో పడివుండొచ్చనే అనుమానం కలిగింది. పనిమనిషి బీర బావిలోదూకి గాలించి ఆమె శరీరాన్ని బయటికి తెచ్చాడు.

వర్షకాలంలో బావి పైగట్టు వరకూ నీళ్ళతో పూర్తిగా నిండిన బావి దగ్గరికి వెళ్ళి అనంత పిచ్చివాడిలా రోదించాడు. అక్కడే పక్కన ఆమె ఉపయోగించిన బిందె, దాని మెడకు బిగించిన పగ్గం తడితడిగా పడివున్నాయి. బావి చుట్టూ బురద. లోతుగా ఏర్పడిన అడుగు జాడలలో నీళ్ళు నిలిచివున్నాయి. విరిగిన చెక్కపలక ముక్క ఒకటి బావిలో తేలుతూ ఉంది. నిశ్చలంగా నిలిచిన నీటిలో ప్రతిఫలిస్తున్న ఆకాశం మధ్య మధురి కొప్పులోని పూలదండ నుంచి విడివడిన పూలు నీటిమీద తేలుతున్నాయి.

తల్లిలేని అనాథ అయిన సునంద, గోదావరి, సర్వోత్తమల పోషణలోకి వచ్చింది. గుక్కపట్టి ఏడుస్తున్న బిడ్డను ఓదార్చటానికి గోదావరికి పట్టుదల, ప్రయత్నం కావలసి వచ్చాయి.

ఇది జరిగిన నెలలోపలే భార్య ఎడబాటును భరించలేక అనంత ముర్దేశ్వరానికి వెళ్ళి సముద్రంలోకి దూకి ప్రాణాలు తీసుకున్నాడు. అతను దూకిన స్థలంలో బండల మీద అతని చెప్పులు, మడిచిపెట్టిన అతని బట్టలు ఉన్నాయి. చేతి నుంచి తీసిన ఉంగరాన్ని, కొద్ది చిల్లర నాణేలను బట్టల మీదనే కనిపించేలా పెట్టాడు. చివరి ఘడియ వరకూ అతనికి తోడుగా ఉన్న ఒక బీడీకట్ట, అగ్గిపెట్టె కూడా వాటి పక్కనే ఉన్నాయి.

* * *

సమవయస్కులకన్నా సన్నగా ఉన్న సునంద తెల్లగా ఉందనటం తప్ప అంత అందగత్తె కాదు. మృదువైన దట్టమైన జుత్తు, ఆ వయస్సులో ఎవరినైనా ఆకర్షణీయంగా కనిపింపజేసే యవ్వనపు స్పర్శ ఆమెను మరీ సాధారణమైందని అనుకోవటం నుంచి కాపాడాయి. ఆమె లావాటి జడ నడుమును దాటి కిందికి వేలాడుతుండేది. కాటుక పెట్టుకున్నప్పుడు నల్లటి కళ్ళు, పొడవైన కనురెప్పలు కొట్టొచ్చినట్టు కనిపించేవి. పొడవైన దవడ ఎముకలు కలిగిన ఆమె కోలముఖం, బుగ్గలు నిండాలి అని గోదావరి కాస్త నెయ్యి ఎక్కువగానే వేసి వడ్డించేది. కుంకుడు కాయలు నానబెట్టి, ఉసిరికాయ నూనె పూసి తలస్నానం చేయించేది. ఆభరణాలు

వేసి పెళ్ళి, వడుగు కార్యక్రమాలకు పిల్చుకునిపోయేది. "అన్నీ దాని తల్లివే. తనకు కాక ఇంకెవరికి?' అని ఎవరూ అడగకపోయినా చెప్పేది.

సునంద వివాహం సులభంగా కాకపోవడానికి ఉన్న ఒకే ఒక అడ్డంకి ఆమె జాతకంలోని దోషం.

"నక్షత్ర దోషం. పెళ్ళి చేసుకునేవాడికి తండ్రి ఉండకూడదు. ఉంటే అతని ప్రాణానికి గండం. ఇదొక్కటి తప్ప జాతకం మంచిదే..." అని మొట్టమొదటిసారి వామనభట్టుగారు చెప్పినపుడు దాన్ని ఎవ్వరికీ చెప్పకుండా గోదావరి మరొకరికి జాతకం చూపించింది. ఆయన కూడా అదే విషయం చెప్పిన తరువాత కంగారుపడింది.

"ఇప్పుడేమి తొందర లేదు. పెళ్ళిసమయంలో చూసుకుంటే సరిపోతుంది. అయితే మీకు విషయం తెలిసివుండాలని చెప్పాను".

"ఇప్పుడేం చెయ్యడం? ఏదైనా శాంతి చేయొచ్చా?"

"దేవుడిమీద భారం వేయండి. ఇదొక్కటి తప్ప వేరే ఏ లోపమూ లేదు"

ఈ ఒక్క విషయంలో చేతులు కట్టివేసినట్టు లేకపోయివుంటే, ఈ సమయానికి సునంద వివాహాన్ని చేసి ఉండేది గోదావరి. ఎక్కడ కుర్రవాడిని చూడవలసి వచ్చినా ముందుగా అతడికి తండ్రి ఉన్నాడా అని చూడవలసి రావడం వల్ల ఆమె అన్వేషణా పరిధి తక్కువైపోయింది. ఒకటి రెండు చోట్ల చక్కటి కుర్రవాడు కంట పడినప్పుడు, తన నిస్సహాయత గుర్తుకు తెచ్చుకుని, ఇంకా బతికివున్న కుర్రవాడి తండ్రి పట్ల కోపం వచ్చినట్టు అనిపించేది.

కోడకణి జన్నారాయ తమ్ముడి కొడుకు సునందకు తగిన వరుడని, తండ్రి లేని పిల్లవాడని చెబుతూ పక్కింటి అప్పణ్ణ మధ్యవర్తిత్వం వహించాడు. పైగా అతనూ మెట్రిక్ చేశాడనీ, ఊళ్ళో తోట చూసుకుంటున్నాడనీ, గొప్ప వంశమని ఏమేమో చెప్పడం వల్ల గోదావరికి ఆశ పుట్టింది. బహుశా ఈ సంబంధం కుదరవచ్చనే నమ్మకం నెమ్మదిగా కలగసాగింది. జాతకాలు కలిశాయి. కుర్రవాడి ఇంటివాళ్ళు ఈ విషయంలో సంతోషంగా ఉన్నారని తెలిసి అప్పణ్ణ ద్వారా విషయం కదిపింది. అమ్మాయిని చూడటానికి కుర్రవాడి ఇంటివాళ్ళందరిని పిలుస్తానని అప్పణ్ణ చెప్పినప్పటికీ, తాను స్వయంగా ఒకసారి వాళ్ళింటికి వెళ్ళి పలకరించి రావాలని గోదావరి పట్టుబట్టింది. అయితే దాని అవసరం లేదని అప్పణ్ణ పదే పదే చెప్పాడు.

“నా మాటను తీసివేసేవారు కాదు. నువ్వు ఊఁ అను, ఊరేగింపు తెచ్చి ఇంటి ముందు నిలబెడతాను” అన్నాడు అప్పణ్ణ.

కోడకణి మరీ దూరం ఏమీ లేదు అప్పణ్ణా... మనమే వెళ్ళి పలకరించి, అమ్మాయిని చూడటానికి రమ్మని ఆహ్వానించడం పద్ధతి” అని గోదావరి బయలుదేరింది. ఆమె వెంట సర్వోత్తమ, అప్పణ్ణ బయలుదేరారు. అయితే ముగ్గురు అవుతారని అప్పణ్ణ భార్య కూడా వచ్చింది. బస్సు దిగి, ఎర్రమట్టి నిండిన దారిలో ఒకటిన్నర మైలు నడిచి, ఒకదాని తరువాత ఒకటిగా తోటలను, కంచెలను దాటుతూ దాటుతూ వారి ఇల్లు చేరేసరికి అలసిపోయారు.

కొబ్బరి, పోక, మామిడి, పనస, జీడిమామిడి చెట్లు, పందిరిని అల్లుకున్న తీగలు, ఒక వైపు పండ్లు, కాయలను తెంచే ధోటికర్ర, మరొకవైపు చుట్టూ చప్టా కట్టిన, జంట కప్పీలు వేసిన విశాలమైన బావి, దాన్ని దాటిపోతే పెద్ద ఇల్లు. ఎదుట పెద్ద అరుగు. ముగ్గురు మగవాళ్ళు రాబోయే అతిథుల కోసం ఎదురుచూస్తూ కూర్చున్నారు. వీళ్ళంతా ఇంటి దగ్గరికి వస్తుండగా జన్నారాయ అరుగు చివరి వరకు వచ్చి ఆహ్వానించాడు.

“రండి... రండి...అప్పణ్ణా రా రా...”

ఆహ్వానాన్ని స్వీకరిస్తూ పెద్దరికం వహిస్తున్న ఉత్సాహంతో అప్పణ్ణ చెప్పులు వదిలి అరుగు ఎక్కి పైకి పోయాడు. బండలు తుడవడం వల్ల నల్లగా మెరుస్తున్న నేలమీద అతని అడుగుల గుర్తులు స్పష్టంగా ఏర్పడ్డాయి. దాన్ని గమనించగానే హఠాత్తుగా జన్నారాయ స్వరంలో మార్పు వచ్చి, తుంటరితనం చేస్తున్న పిల్లల్ని కసిరినట్టు మాట్లాడాడు.

“ఛ...ఛ...అప్పణ్ణా...ఎంతపని చేశావుకదా, పో...పోయి కాళ్ళు కడుక్కుని రాపో...అక్కడే ఎదురుగ్గా రాగి నీటిఅండా ఉంది ... చెట్టు కింద,..”

అప్పణ్ణ వెనుకే రెండే రెండు అడుగులు పెట్టిన సర్వోత్తమ, అరుగు మొదటి మెట్టు మీద కాలు పెడుతున్న గోదావరి, అప్పణ్ణ భార్య – ఆయన మాటలతో తెల్లబోయి ఎదురుగా చెట్టుకింద నీళ్ళు నింపి పెట్టిన రాగి అండా వైపు నడిచారు. అతను అప్పణ్ణను ఉద్దేశించి అన్నప్పటికీ అది అందరికీ అన్వయిస్తుందన్నది స్పష్టమే.

ఒక్కొక్కరుగా రాగి అండా పక్కనున్న బండమీద కాళ్ళు రుద్దుకుని, కడుక్కుని, పక్కన నిలబడి కాళ్ళు ఆరబెట్టుకున్నారు, అందరిదీ ముగిసిన తరువాత అరుగు వైపు బయలుదేరారు. ఇదంతా జరుగుతున్నప్పుడు జన్నారాయ, మిగిలిన ఇద్దరు మగవాళ్ళు కూడా అరుగు మీద నిలబడి చూస్తున్నారు.

ఈ సారి అరుగు ఎక్కటానికి ముందు పాదాలు తుడుచుకోవటానికి వేసిన గోనె పట్టాకు కాళ్ళు తుడుచుకున్న తరువాత అప్పణ్ణ లోపలికి అడుగుపెట్టాడు. జన్నారాయ "రా...రా..." అంటూ, అందరూ ఒక్కొక్కరుగా మెట్లెక్కుతుండగా "ఆడవాళ్ళంతా లోపలికి వెళ్ళండి" అని గోదావరి, అప్పణ్ణ భార్యను లోపలికి పంపాడు.

నట్టింటిలో ఆడవాళ్ళను చాపవేసి కూర్చోబెట్టారు. రెండు పెద్ద కిటికీలు అరుగు వైపు ఉండటం వల్ల నట్టింట్లోకి కావలసినంత వెలుతురు పడుతోంది.

"ఇతను నా తమ్ముని కొడుకు. పేరు విఠోబా. ఇతనే పెళ్ళికొడుకు. ఇతను శ్రీపతి. ఈ ఇంటి వెనుకున్న ఇల్లు, తోట ఇతడివే..." జన్నారాయ తన బొంగురు గొంతును మరింతగా పెంచి అరుగు మీదున్నవారిని పరిచయం చేస్తుండటంవల్ల ఆ విషయం గోదావరి చెవిలోనూ పడింది. అరుగు వైపు చూస్తే కనిపించిన ఇద్దరు మగవాళ్ళల్లో పైజామ, పొడుగు జుబ్బా వేసుకున్నవాడు వయస్సులో చిన్నవాడిలా కనిపిస్తున్నాడు. అతనే విఠోబా అయివుండొచ్చని అంచనా వేసింది.

మర్యాద కోసం ఎదురుగ్గా కూర్చున్న ఆడవాళ్ళతో మాట్లాడుతున్నప్పటికీ గోదావరి ధ్యాసంతా బయటే ఉంది. అక్కడ వారి మాటలు మొక్కలకు వేసే ఎరువుల వైపు మరలిన తరువాత, ఇటువైపు దృష్టి సారించింది. చాలామంది పిల్లలు బయటికి లోపలికి తిరుగుతున్నారు. వీడు అతడి కొడుకు, వాడు ఇతని కొడుకు అని ఒక్క క్షణం కూడా నుంచున్న చోట నుంచోకుండా తిరిగే పిల్లలను జన్నారాయ భార్య పరిచయం చేసింది. అక్కడ జన్నారాయ కొడుకు పిల్లలు, తమ్ముని కొడుకు పిల్లలు, కాన్పుకు వచ్చిన వెనుక ఇంటి వాళ్ళ మనువళ్ళూ ఉన్నారు.

గోదావరి సంచిలోంచి ఒక బిస్కెట్టు ప్యాకెట్టు తీసి 'పిల్లలకు' అని చెప్పి ముందు పెట్టింది. రయ్యిమంటూ సుడిగాలిలా వచ్చిన ఒక పిల్లవాడు దాన్ని చప్పున ఎత్తుకుని పరుగెడుతున్నంతలో జన్నారాయ భార్య అంతే నైపుణ్యంతో వాడి చేయి పట్టుకుని ఆపింది. చేతిమీది పట్టు వదలకుండా బిస్కెట్టు ప్యాకెట్టును మునుపటి స్థలంలోనే పెట్టించింది.

"తీసుకోనివ్వండి, పిల్లలు కదా!... వారి కోసమే తెచ్చింది. అన్నట్టు వీడు ఎవరి కొడుకు?"

"నా మనుమడు. మా గోపాలు కొడుకు. అయ్యో, మీకు తెలియదు. వీడు చాలా తుంటరి. పన్నెండేళ్ళు వచ్చాయి. ఇంకా ఇలాగే ఉన్నాడు. అంతా సరిపోవచ్చని వడుగు కూడా చేయించాం... వీడి తండ్రి కోపిష్టి. కోపం వస్తే

కళ్ళల్లో రక్తం ఇంకిపోయేలా కొడతాడు. వీడికి ఇచ్చిన శిక్షలు లెక్కలేవు. ఏమి చేసినా లొంగడు..."

పిల్లవాడు ఆమె చేతిని విదిల్చుకుని అరుగు దగ్గరికి వెళ్ళాడు. వెళ్ళే ముందు ఆమె కొప్పులో ఉన్న పూలదండను లాగివేయడానికి ప్రయత్నించి ఆమె చేత తిట్టించుకున్నాడు.

జన్నారాయ భార్య నెమ్మదిగా మాటలను లాగిలాగి సాగదీసి మాట్లాడుతోంది. చాలా ఏళ్ళ క్రితం దేవరాయను ఏదో పెళ్ళిలో చూసిందని చెబుతూ ఎవరు ఎవరికి ఏ విధంగా బంధువులో అనే అవగాహనను గోదావరి జ్ఞానంతో పోల్చి చూడటానికి ప్రయత్నిస్తోంది.

బయట ఎవరో దడదడమని పరుగెత్తిన చప్పుడు వినిపించింది. మరుక్షణం "థూ... ముండాకొడకా..." అని పెద్ద గొంతుకతో తిట్టడం వినిపించింది. అక్కడ కూర్చున్న ఇంటి వాళ్ళందరికీ అది ఎవరు ఎవరిని గురించి అన్న మాటో తెలిసివుండటం వల్ల ఎవరూ కలవరపడలేదు. ముంగిలిలో జన్నారాయ తుంటరి మనుమడిని వెంటబడి తరుముతున్న విఠోబా కనిపించాడు. అతని పైజామా వెనుక తోకలా వేలాడుతున్న దారం చివరన ఏదో కట్టివుంది. కుర్రవాడు ఏదో పనికిమాలిన పని చేసి అతడికి కోపం తెప్పించటం స్పష్టంగా తెలుస్తోంది. విఠోబా చేతికి దొరకకుండా పిల్లవాడు ముంగిలిలోని చెట్ల చాటున పరుగెత్తి కనుమరుగయ్యాడు.

"వీపుకు పోక ఆకులు కట్టుకుని ఉండు... ఈ రోజు మీ నాన్న రానీ, బడితె పూజ చేయిస్తాను...నువ్వు నా చేతికి దొరుకు...ముడ్డిలో పచ్చిమిరపకాయ నలిపి దూరుస్తా" కోపంతో వణుకుతూ విఠోబా తులసీకట్ట ముందు నిలబడి కేకలు పెట్టసాగాడు.

ఇంటి మనుమడిని వాడి కన్నతల్లి చెవిన పడేలా 'ముండా కొడకా' అని తిట్టడం గోదావరికి కడుపులో తిప్పినట్టయ్యింది. ఏం మాట్లాడాలో తోచక జన్నారాయ భార్య ముఖం చూశాడు. లోపల కుర్రవాడి తల్లి గొణుక్కోవటం వినిపిస్తోంది.

"పిల్లవాడి అల్లరి మితిమీరుతోంది. ఈ విఠోబాకు ఓర్పు తక్కువ..." జన్నారాయ భార్య తనలో తాను అనుకున్నట్టు అంది. ఈ అరుపులు, తిట్లు, విఠోభా కుర్రవాడిని బెదిరిస్తూ పెడతానన్న క్రూరమైన శిక్ష, అన్నిటికీ ఈ ఇంటివారు సర్దుకుపోయినట్టు కనిపిస్తోంది.

లోపలి నుంచి నల్లటి కప్పులు నట్టింటికి వచ్చాయి. "చాయ్ తయారైందని చెప్పు" అని మరొక కుర్రవాడిని అరుగు వైపు తరిమారు. మగవాళ్ళంతా లోపలికి వస్తుండగా జన్నారాయ భార్య "మీరు లోపలికి రండి" అని గోదావరినీ, అప్పణ్ణ భార్యనూ వంటింట్లోకి పిలిచింది. దాన్ని గమనించిన అప్పణ్ణకు గోదావరి సంకటం అర్థమైంది. "ఉండనీ...ఉండనీ...ఇక్కడే కూర్చోనీ...మేము పరాయివాళ్ళం కాము. మా గోదక్క ఉంటేనే బాగుంటుంది..." అన్నాడు. సర్వోత్తమతో జరిపిన మాటల్లో ఆ విషయాన్ని అప్పటికే అర్థం చేసుకున్నవాడిలా జన్నారాయ ముఖం మీద కపటమైన ఓ నవ్వు కదిలిపోయింది.

జన్నారాయ భార్య తప్ప మిగతావాళ్ళంతా లోపల చేరుకున్నారు. మొదట మగవాళ్ళకు, తరువాత ఆడవాళ్ళకు చాయ్ ఇచ్చారు. మగవాళ్ళంతా ఒకవైపు కూర్చున్నారు. విఠోభా ముప్పయి ఏళ్ళకన్నా ఎక్కువ వయస్సున్నవాడిలా కనిపించాడు. నెత్తి మీద జుత్తు పల్చబడింది. ఎదురుగా ఉన్న పనస తొనల కంచంలో శ్రీపతి చేయి వేయగానే "తినరా శ్రీపతి, మీ ఇంటి పనసనే" అంది జన్నారాయ భార్య.

"వీళ్ళింటి పనస మొత్తం ఊళ్ళోనే బెస్ట్" అని ప్రశంసిస్తూ విఠోభా ఒక పిడికెడు ఎత్తుకున్నాడు. కచకచమని చప్పుడు చేస్తూ నమిలి నమిలి తిన్నాడు. మధ్యమధ్యన వేడి వేడి చాయ్ గుటకలు వేసి వాహ్ అంటున్నాడు.

"అమ్మాయి మెట్రిక్ వరకు చదివింది. కుట్లు, అల్లికలూ అంతా నేర్చుకుంది..." హఠాత్తుగా అప్పణ్ణ అసలు విషయానికి వచ్చాడు. సందర్భోచితమని ఆ మాట చెప్పినప్పటికీ అక్కడున్న ఎవరూ ప్రతిస్పందించలేదు. ముందుగా సర్వోత్తమ మాట్లాడవచ్చని గోదావరి అతడి ముఖం చూస్తే అతను చాయ్ తాగటంలో మునిగివున్నాడు. తానే ఏమైనా చెబుదామని ఆమె నోరు తెరిచేటంతలో జన్నారాయనే–

"అల్లికలు అవీ ఎందుకు? అదంతా లాభం లేని కసరత్తు. పల్లెల్లో ఇంటి పనులంటే తెలుసుకదా. ముడ్డి గోక్కోవటానికి కూడా తీరిక ఉండదు. హ్హొహ్హో... పట్నంలో ఉన్నట్టు కాదు" అని అన్నాడు.

ఎవరూ మాట్లాడలేదు.

"అంకోల పెద్దపట్టణం అన్నట్టు మాట్లాడుతున్నావు కదా!" అప్పణ్ణ పరిస్థితిని తేలిక పరచడానికి చూశాడు.

"అవునయ్యా, చెప్పలేం, కొందరి తలల్లో దూరటానికి ఆ మాత్రం చాలు.

అటు తరువాత ఇక్కడ నడుము వంగకుండా ఉంటే పనులు ఎవరు చేయాలో చెప్పు... ఎవరు ఏమైనా అననీ, మా ఇంట్లో ఆడవాళ్ళను ఎక్కడ పెట్టాలో అక్కడ పెట్టాం. దేవుడి దయవల్ల ఇప్పటివరకూ మా అబ్బాయి కూడా అలాగే ఉన్నాడు. పట్నం వాళ్ళలా పెళ్ళాం చేతిలో కీలుబొమ్మకాదు..."

ఇంతకు మునుపు లోపలి నుంచి వచ్చిన గొణుగుళ్ళు పెద్దకోడలివే అయివుండొచ్చని గోదావరి ఊహించింది. ఇదంతా ఆమెకు తగలాలనే చెప్పిన మాటలని అర్థమైంది. అప్పణ్ణ తన పట్టు వదల్లేదు. "మాకు తెలుసు జన్నారాయ...హ్హా ...హ్హా... మీ వంశం గురించి మాకు తెలియదా? అది సరే, మాటవరుసకు అంటున్నాను. కావాలంటే సునంద మొత్తం పెళ్ళింటి వారందరికీ వంట చేసి వడ్డించగలదు. కావాలంటే దీనికి నేను గ్యారెంటీ ఇవ్వగలను..."

సర్వోత్తమ, "అఁ...మెట్రిక్ వరకూ చదివింది" అన్నాడు.

"ఇక్కడేమైనా పాఠాలు చెప్పాల్సిన అవసరం ఉందా? ఎంత చదువుకున్నా ఇక్కడ ఒకటే ..."

జన్నారాయ మాటలు కటువుగా ఉన్నాయి. అప్పణ్ణ మళ్ళీ మాటలు కలపటానికి చూశాడు. సర్వోత్తమ తరువాత ఏం మాట్లాడాలో తోచక మౌనంగా కూర్చున్నాడు. జన్నారాయ మాటలు కొనసాగించాడు.

"చదువుకున్నవారి విషయం చెబుతున్నాను... మా విఠోభా ఒకసారి అవర్సెకు వెళ్ళాడు. అక్కడ మా బంధువర్గంలో ఎవరిదో పెళ్ళి జరుగుతోంది. మధ్యాహ్నం అత్యవసరంగా చెంబు పట్టుకుని వెళ్ళాలని నీళ్ళు అడగబోతే బంధువులను చూసుకోవడానికి నిలబడ్డ చదువుకున్న అమ్మాయిలు షర్బత్ ఇవ్వడానికి వచ్చారు. వీడు నీళ్ళు నీళ్ళు అంటున్నాడు. వాళ్ళు షర్బత్ ఇవ్వాలా? చాయ్ ఇవ్వాలా? అని అతిథి మర్యాదలు చేస్తున్నారు. వీడికి తాను ఎందుకోసం నీళ్ళు అడుగుతున్నాడో చెప్పడానికి సిగ్గు. చివరికి చెంబులో కావాలి అన్నాడట. వాళ్ళు చెంబు నిండా షర్బత్ తెచ్చియిచ్చారు...దాన్నే తీసుకుని పరుగెత్తాడు ...హ్హా..హ్హా.. చెంబులో ఇవ్వండని అన్నప్పుడైనా ఆ అమ్మాయిలకు అర్థం కావాలికదా..."

అందరూ నవ్వసాగారు. ఇక అప్పణ్ణ అయితే వాళ్ళను సంతోషపరచడానికి మరింత ఎక్కువే నవ్వాడు. పాఠాలు చెప్పడం గురించి మాటలు తన భర్తను అవహేళన చేయడానికి అన్నాడేమోనని అర్థం చేసుకోవడానికి ప్రయత్నిస్తున్న గోదావరి నవ్వలేదు. వచ్చినవారి మీద ఇదంతా తగినంత పరిణామం కలిగించలేదేమోనని అనిపించి విఠోభా "పైజామా అంతా బంక బంక..." అని

పదే పదే నవ్వాడు.

గోదావరి కూర్చున్న చోటే అసహనంగా కదిలింది. దాన్ని పసికట్టిన వాడిలా అప్పణ్ణ అమ్మాయిని చూడటానికి వచ్చే విషయం ఎత్తాడు. మరో పదిహేను రోజుల తరువాత అందరూ అమ్మాయిని చూడటానికి అంకోలకు వస్తామన్నారు. గోదావరి నిరాసక్తితో ఆఁ...ఊఁ... అంది. తిరిగి వెళ్ళటానికి బస్సు తప్పిపోతుందనే కారణం చూపి అప్పణ్ణ బయలుదేరడానికి తొందరపెట్టాడు.

"అతను మీకు బాగా నచ్చాడుకదా? అదికాదు అప్పణ్ణ, ఇలాంటి జనం అని ముందుగానే చెప్పకూడదా? ఎలాంటి సంబంధాన్ని తెచ్చావుకదా?..." గోదావరి బాధాతప్త స్వరంతో అంది.

"వాళ్ళ నోళ్ళు గబ్బు అంతే. ఇల్లు, తోట ఆస్తి ఎంతగా ఉన్నాయో తెలుసుకదా...మాట ఒకటే గబ్బు అనటం తప్పు..." అప్పణ్ణ సంజాయిషీ ఇవ్వసాగాడు.

"వాళ్ళ తోటను తగలెయ్య. మనస్సు గబ్బు కాబట్టే మాటలూ గబ్బు. ఇన్నాళ్ళు వాడికి ఎందుకు పెళ్ళి కాలేదని మనమైనా ఆలోచించాలి కదా..."

"వీరి వంశం గురించి నేనేమీ వకాలత్తు వహించటం లేదు. అది మొత్తం ఊరికే తెలిసిన విషయం. అయితే సునంద జాతకం ఎలా ఉందో మీకు తెలుసుకదా? అలాంటి దోషాన్ని పెట్టుకుని ఎక్కడికి వెతకడానికి పోతావు? ఊరికే ఇచ్చి పెళ్ళి చెయ్యి. ఇంతకన్నా మంచి సంబంధం మీకు దొరకదు. ఒక వయస్సు దాటిన తరువాత దొరకడం కేవలం రెండవ సంబంధం మాత్రమే...మీ మంచికే చెబుతున్నాను!"

వాత పెట్టినట్టు ఈ మాట గోదావరిని చుర్రుమని తాకింది. ఒక నిముషం ఆగి, దృఢంగా అంది, "అలాగే ఉండనీలే ఆమె. ఇలాంటి ఇంటికి పంపటం కన్నా అదే మంచిది. ఆమె నుదుటి మీద అదే రాసివుంటే అలాగే కానీ. అక్కడే చెప్పడమెందుకని ఊరుకున్నాను. అమ్మాయిని చూడటానికి వాళ్ళను రావద్దని తెలియజేయండి..."

ఎవరి తరఫున ఉన్నాడో అర్థంకాని వాడిలా సర్వోత్తమ "అవును... అవును..." అన్నాడు.

⌘

అధ్యాయం 3

ఖానావళిలో రాత్రి భోజనం ముగించి గుడ్‌షెడ్ వైపు నుంచి సాగిపోయే లోపలి దారి పట్టుకుని కేశవపురలోని తన గదికి వెళ్ళేటప్పుడు, ఉదయం అదే దారిలో తిరిగి వచ్చేటప్పుడు మాత్రం పురందరకు సొంత అభిప్రాయాలను వినటానికి, తన గురించి ఆలోచించటానికి సమయం దొరికేది. ఏదో ఒకసారి బాధించే ఒంటరితనం కూడా ఈ దారిన వెళుతున్నప్పుడే, అది కూడా రాత్రిపూట ఎదురయ్యేది. పగలంతా ఒక్క నిముషమూ తీరిక లేని పనులు ముగించి, రంగప్ప ఖానావళిలో రాత్రి భోజనం ముగించి, వీధి దీపాల మందకాంతిలో నడుస్తూ శింధేగారి పెద్దింటి పక్కనున్న చీకటిదారిలోకి తిరిగి, చేతులను వెనక్కు ముందుకు, కదిలించినట్టే చేతిలోని బ్యాటరీని లయబద్ధంగా వెలిగిస్తూ, ఆర్పుతూ వెలిగిస్తూ ఆర్పుతూ నడుస్తున్నప్పుడు అతని తలలో వందలాది విషయాలు తోసుకొచ్చేవి. కొన్నిసార్లు ఈ నిర్జన మార్గంలో అతని కాళ్ళ జోళ్ళ చప్పుడు తప్ప ఇంకేమీ వినిపించేదికాదు. ఆ చప్పుడుకు పిచ్చిపట్టినవాడిలా, దాని లయలో చిక్కుకున్న వాడిలా, ఒకే విధమైన వొత్తిడిలో, ఒకే వేగంతో, ఒకే అంతరంలో అడుగులు వేస్తూ గదిని చేరేవాడు.

అతని గది అంటే జగదాళె అనేవారి ఇంటి ఔట్‌హౌస్, ఇంటి వెనుక భాగంలో ఉండే వారి స్నానాలగది, మరుగుదొడ్డిని ఉపయోగించవలసి రావటంవల్ల ఉదయం వీలైనంత తొందరగా లేచి తన పనులు పూర్తి చేసుకోవటానికి పురందర ప్రయత్నించేవాడు. అయితే ఉదయపు నిశ్శబ్దంలో చిన్న కదలికలు కూడా

ఇబ్బందికరమైన శబ్దాలుగా వినిపించేవి. మిగిలిన శబ్దాలు అటుండనీ, మరుగుదొడ్డిలో కూర్చున్నప్పుడు నీటి చప్పుడు కూడా అతనిలో అర్థంకాని సంకోచాన్ని నింపేది. నాదే గది, నేనే బాడుగ ఇస్తున్నానని తనకు తానే ఎన్నిసార్లు చెప్పుకున్నా ఈ సంకోచాన్ని అధిగమించటానికి సాధ్యమయ్యేదికాదు. ఇలా ఉదయ కాలపు పనులను అతి తక్కువ చప్పుళ్ళతో ముగించి జగదాళె కుటుంబ సభ్యులెవరికి ఇబ్బంది కలగనట్టు పురందర ఉద్యోగానికి వెళ్ళడానికి సిద్ధమయ్యేవాడు. ఏడుగంటలకన్నా ముందే ఇదంతా ముగించి వెళుతుండటం వల్ల కొద్దిసేపు ఏదైనా చదువుకోవటానికి సమయం ఉండేది. గత రోజుటి వార్తపత్రిక లేదా లైబ్రెరీ నుంచి మార్చుకుని తెచ్చిన పుస్తకాలను తిరగవేసి ఎనిమిది గంటలకు బయలుదేరేవాడు. మొదట ఖానావళికి తరువాత పాటీలగారి కొట్టుకు నడుచుకుంటూ వెళ్ళేవాడు.

రాత్రి ఉన్నట్టు ఉదయం పూట రోడ్డు ఖాళీగా ఉండేది కాదు. పగటిపూట అదే దూరాన్ని తొందరగా దాటినట్టు అనిపించేది. మొదట అతను నేరుగా ఖానావళికి వెళ్ళేవాడు. అక్కడ టిఫిన్ చేసి, మధ్యాహ్నం భోజనానికి క్యారియర్ కట్టించుకుని, పాటీల్‌గారి కొట్టు వైపు నడిచేవాడు. ప్రతి రోజు అదే రుచి ఉన్న వంటకాలు తిని నోరు చెడిపోయినా, నెలకు ఇచ్చే మొత్తంలోనే రెండు పూటలు భోజనం ఒక పూట టిఫిన్ చేరివుండటం వల్ల, ఒక్కసారి వెళ్ళకపోయినా డబ్బులు వృధా అవుతాయనే అపరాధ భావన బాధించేది. పండుగ రోజున తీపివంటకం చేయడం తప్ప, మిగతా ఏ వంటకం చేసినా దాని రుచి ఒకేవిధంగా ఉండేది. అక్కడ ఇతనిలాగే చాలామంది కుర్రవాళ్ళు, అక్కడక్కడ ఉద్యోగం చేసేవాళ్ళు వచ్చేవారు. ఒక్కోసారి ఆదివారం పూట మరో చోట భోజనం చేసి కాస్త సంతృప్తి చెందేవాడు. ఎన్నోసార్లు అదే రుచి కలిగిన భోజనం తినటాన్ని వాయిదా వేయటానికి మధ్యాహ్నం భోజనాన్ని ఆలస్యంగా చేసేవాడు.

ధారవాడలో చదువుకుంటున్నప్పుడు మిత్రులతోపాటు వెళుతున్న హుబ్బళ్ళికీ, ఇప్పుడు జీవిస్తున్న హుబ్బళ్ళికీ చాలా తేడా ఉందని అనిపించేది. ఆ రోజుల్లో ఎప్పుడో ఒకసారి హుబ్బళ్ళికి వస్తే సినిమా చూసి, తరువాత దాజీబానపేటలోని ఒక కొట్టుకు వెళ్ళి 'మిక్సర్' తినటం వారి అలవాట్లలో ఒకటి. ఒకే క్లాసులో ఉన్న పురందర, యశవంత, రామ కులకర్ణి ఎప్పుడూ కలిసే ఉండేవారు. యశవంత హొన్నావరకు చెందినవాడు. అంతేకాకుండా హైస్కూలు రోజుల నుండీ పురందర క్లాసుమేట్. రామ కులకర్ణి బెళగావి జిల్లా అథణికి చెందినవాడు. ఈ ముగ్గురులో

ఏ ఒక్కరు కనిపించకపోయినా, "ఎక్కడండి మీ దోస్త్" అని సహవిద్యార్థులు అడిగేటంతగా వారి స్నేహం గురించి అందరికి తెలుసు. స్వాతంత్ర్య సమరయోధుల ఇంటి నుంచి వచ్చిన రాము మాటలను గంభీరంగా పరిగణించేవాడు యశవంత ఒక్కడే. రాజకీయపు గాలి సోకిన అతడి తీవ్రమైన విచారధార, సదా ఉద్విగ్నతను నింపుకున్న అతని ఉపన్యాసంలాంటి మాటల వల్ల మిగతా కుర్రవాళ్ళ మధ్యన అతను కాస్త తమాషాకు గురైనా, యశవంత అతనితో వాదానికి దిగి అతని మాటలకొక విలువను ఇచ్చేవాడు. వాళ్ళిద్దరూ వాదిస్తూ వాదిస్తూ, ఆ వాదన ముందుకు పోకుండా ఆగినప్పుడు పురందర మధ్యవర్తిత్వం కోరుకునేవారు. అతను వాగ్వాదపు చక్రానికి బాహ్యమైన ఒక దారిని సూచించి వాళ్ళను అభిమానభంగం నుంచి కాపాడేవాడు. కొన్నిసార్లు "పదండి, హుబ్బళ్ళికి పోయివచ్చిన తరువాత కొనసాగిద్దాం. అప్పటిదాకా యుద్ధవిరామం" అని ముగ్గురూ హుబ్బళ్ళికి వెళ్ళటానికి కారకుడయ్యేవాడు.

రాత్రి భోజనం తర్వాత హాస్టల్ ఎదురుగా ఉన్న అరుగుమీద కూర్చోని మాట్లాడుకుంటున్నప్పుడు డిగ్రీ ముగిసిన తరువాతి రోజుల గురించి ప్రస్తావన వచ్చేది. ముగ్గురు మూడు రకాలైన సమాధానాలు ఇచ్చేవారు. ఊరికి తిరిగి వెళ్ళిన వెంటనే ప్రజా ఉద్యమంలో పాల్గొనటం, అదేవిధంగా క్రియాశీల రాజకీయాల్లో దూకటం రాము కోరిక. తన తండ్రి ఐశ్వర్య భారంతో పూర్తి చేయలేని కార్యాలను తాను చేపడతానని చెప్పేటప్పుడు ఆదర్శం, సాహసం, ఒకింత భోళాతనం అతని ముఖంలో కనిపించేవి. రాము రాజకీయ వర్గానికి చెందినవాడు, అందువల్ల అతనికి ఏమైనా చేయడానికి సాధ్యమని పురందర ఆ మాటలు నమ్మేవాడు.

యశవంత కలలు మాత్రం మరోలా ఉండేవి. పూనాకు వెళ్ళి నాటక కంపెనీలో చేరటం గురించి ఊహించుకోవటం, ఆ విషయం గురించి మాట్లాడటం అతనికి చాలా ఉత్తేజితంగా కనిపించేది. దానికి తగిన విధంగా ధారవాడకు వచ్చిన తరువాత అతనికి నాటకాలు చూసే అవకాశాలు మునుపటికన్నా ఎక్కువగా దొరికాయి. ఎక్కువ వివరాలు తెలిశాయి. అందువల్ల అతని నిర్ణయం రోజురోజుకు బలపడుతూ వచ్చింది. తన తల్లికి ఇచ్చిన మాట ప్రకారం బి.ఎ. ముగించే వరకూ ఏమీ చేయనని అనేవాడు.

"దానికోసం నువ్వు పూనాకు ఎందుకు వెళ్ళాలి? ఇక్కడే ఏదైనా కంపెనీలో చేరవచ్చుకదా?"

"నా తండ్రి నన్ను వెతకడానికి ఒక వారం చాలు. ఇంటి నుంచి వెళ్ళానని

తెలియగానే అన్ని వైపులా జల్లెడ పడతారు. అందుకే పూనాకు వెళితే జాడ దొరకకుండా ఉండొచ్చు"

"అంటే ఇంట్లో వారికి చెప్పకుండా పోతావా?" పురందర అడిగాడు.

"ఎవరికీ చెప్పకురా, నీకు చెప్పడమే పొరబాటైంది" యశవంత అతని నోరు మూయడానికి ప్రయత్నించాడు.

అతనికి దైనందిన జీవన నిర్వహణ గురించి ఆలోచించవలసిన అవసరం లేకపోవటం వల్ల ఏదైనా చేయడానికి సాధ్యమని పురందర అనుకున్నాడు.

యశవంత, రాము జవాబులు వారు చివరి సంవత్సరం చేరే సమయానికి కొద్దో గొప్పో మారుతూ అధిక ఉత్తేజకరంగా కనిపిస్తూపోయినప్పటికీ పురందర జవాబు మాత్రం ఎప్పటికీ ఒకే విధంగా ఉండేది. అది ఉద్యోగం చేయడం. బి.ఎ. ముగియగానే ఉద్యోగం వెతకడం.

తండ్రి లేకుండా పెరిగిన పురందరకు ఇతరుల కృపాకటాక్షం నుంచి, తద్వారా పొందవలసిన ధారాళమైన ఉపదేశాల నుంచి వీలైనంత తొందరగా విముక్తి కావాలి. ప్రతిఒక్కరూ అతనికి ఉపదేశం ఇవ్వటమే తమ బాధ్యత అని భావించుకున్నట్టు ఉండేవారు. మొత్తం సమాజమే అతడిని చూసుకునే బాధ్యత మోసుకున్నట్టు, అతను తమ దయాదాక్షిణ్యాలపై ఉన్నట్టు వాళ్ళంతా ప్రవర్తించేవాళ్ళు. అతను ఎదురుచెప్పకూడదు. అతను విధేయుడిగా ఉండాలి. చెప్పినట్టు వినాలి. చెప్పిన పని చేయాలి. పెళ్ళి ఇంటికి వెళ్ళినప్పుడు, పంక్తిలో భోజనానికి కూర్చున్నప్పుడు పక్కన కూర్చున్న అనామకుడి నుంచి, కష్టపడి చదివి జీవితంలో పైకి రావటం గురించి ఉపదేశాలు వినాలి.

* * *

వాసుదేవ ఉదయమే వచ్చాడు. అతను వంటింట్లో చాయ్ తాగుతూ, సావిత్రితో మాట్లాడుతున్నప్పుడు పురందర ఇంటి ముందున్న అరుగుమీద కూర్చుని ఉన్నాడు. అతని బి.ఎ. రిజల్ట్స్ వచ్చి నాలుగు రోజులు అయ్యాయి. ఇప్పుడు వెనుతిరిగి చూసినపుడు, ధారవాడలో గడిపిన సంవత్సరాలు కళ్ళు మూసుకుని తెరిచేలోపు గడిచిపోయినట్టు కనిపిస్తున్నప్పటికీ డబ్బులు సులభంగా దొరకలేదు. ఏదో స్కాలర్షిప్, అతని తల్లి సావిత్రి ఇలాంటి కష్టకాలం కోసమే దాచిన కొంత బంగారం, వాసుదేవ చేసిన సహాయం, ఇలా నానా రకాలుగా కలిసి వచ్చిన సహకారంతో రోజులు గడిచాయి. అయితే బి.ఎ. ముగియగానే అన్నీ చప్పున తెగిపోయినట్టు అనిపించింది. చివరి పరీక్ష ముగించి తిరిగి వచ్చిన తరువాత, అందులోనూ

పాసయి వచ్చిన వార్త తెలియగానే, ఇకముందు నిన్ను నువ్వే చూసుకో అనే సందేశం చుట్టుపక్కల నుంచి వస్తున్నట్టు అనిపించసాగింది. ఉద్యోగం... ఉద్యోగం అంటూ అతని తల్లి కూడా వెంటపడింది. ఇంట్లో కూడా అవే చర్చలు జరిగాయి.

పెరుగుతున్న ఉదయపు ఎండలో దూరంలోని పొలం గట్టు మీద ఇద్దరు నడుస్తూ రావటం పురందరకు కనిపించింది. ఎవరి ఇంటికి వచ్చివుండవచ్చు అని ఊహిస్తుండగా వాళ్ళు ఇటు వైపు తిరిగారు. దగ్గరవుతున్నట్టే వారిలో ఒకరు యశవంత తండ్రి దేవయ్యగారని పురందరకు అర్థమైంది. ఇంటి దడి దాటిన తరువాత వాళ్ళు తమ ఇంటికి వస్తున్నట్లు అర్థమై, లోపలికి పరిగెత్తి సావిత్రికి, వాసుదేవకు విషయం తెలిపాడు. ముగ్గురు బయటికి వచ్చేంతలో వాళ్ళ అరుగు దగ్గరికి వచ్చేశారు.

"నమస్కారం దేవయ్యగారు... రండి రండి ...లోపలికి రండి" అని వాసుదేవ స్వాగతం పలికాడు.

"ఇదేమిటి వాసుదేవగారు ఉదయమే చెల్లెలు ఇంటికి వచ్చారా? లేదా నిన్న ఇక్కడే ఉండిపోయారా?" అని ప్రశ్నిస్తూ మెట్లెక్కి దేవయ్య అరుగు మీదికి వచ్చారు. ఎదురైన సావిత్రితో, "అందరూ బాగున్నారా ఆఁ?" అని అడిగి తల ఊపారు. ఎంత సహజంగా ఉండటానికి ప్రయత్నించినా స్వరంలో ఉన్న ఆయాసాన్ని దాచుకోవడం ఆయనకు సాధ్యం కావడం లేదు. ధోవతి అంచును కాస్త ఎత్తి పట్టుకుని కుర్చీలో కూర్చున్నారు. తోడుగా వచ్చిన మరొకరు పక్కనున్న కుర్చీలో కూర్చున్నారు.

"ఇప్పుడు ఉదయం ఏడు గంటలకే ఒక బస్సు ఉందికదా, అందులో వచ్చాను ...విసనకర్ర తీసుకోండి ...ఇంత ఉదయమే ఎంత ఉక్క ...ఈసారి తొందరగా వర్షం వస్తుందో ఏమో?...సావిత్రి నీళ్ళు తీసుకొనిరా...ఈయన ఎవరో గుర్తుపట్టలేకపోతున్నాను...." వాసుదేవ దేవయ్యగారితోపాటు వచ్చిన వ్యక్తివైపు చూశాడు.

"ఈయన ఉమాకాంత. పోలీసు! హొన్నావర పోలీస్ స్టేషన్‌లో ఉన్నారు. మఫ్టీలో రమ్మని చెప్పాను. లేకపోతే నన్నే పట్టుకొని పోతున్నారని జనం అనుకోవచ్చు. పురందరతో మాట్లాడటానికి వచ్చారు. నీవు కూడా ఇక్కడ ఉండడం మంచిదైంది"

దేవయ్యగారి మాటలతో పురందరకు కాస్త కంగారు కలిగింది. ఇదంతా యశవంతకు సంబంధించిందనీ అర్థమైంది. సావిత్రి, వాసుదేవల ముఖాల మీద కూడా ఆందోళన కమ్ముకుంది. నీళ్ళు తెచ్చిన సావిత్రి, చేత్తో చెంబును పట్టుకుని

గుమ్మంలోనే నుంచుంది. ఒక్క క్షణం మౌనం తరువాత దేవయ్యగారే తడబడుతూ అన్నారు–

“రెండు రోజుల నుంచి మా యశవంత జాడలేదు... ఎందుకో, ఏమిటో తెలియదు. రిజల్ట్స్ వచ్చి మేము ఇంకా పాలకోవాలు పంచటం పూర్తికాలేదు. వీడు ఇలా చేసేశాడు. మొన్న ఉదయం లేచి చూస్తే ఇంట్లో లేడు. వీళ్ళిద్దరూ స్నేహితులు కదా? వీడికి ఏమైనా చెప్పాడేమో అని అడగటానికి వచ్చాను...”

పోలీస్ ఉమాకాంత ఇప్పుడు నోరు తెరిచి, “నది దాటి ఇటు వైపు కచ్చితంగా రాలేదు. అక్కడ పడవ వాళ్ళకంతా అతను తెలుసు. వాళ్ళెవరూ చూడలేదంటే అతను అటువైపు, ఉత్తరానికి వెళ్ళివుండాలి. మడ్‌గాంవ్ వైపు లేదా హుబ్బళ్ళి వైపు...” అన్నాడు.

“అయ్యో దేవుడా...” అని సావిత్రి దీర్ఘం తీస్తుండగానే వాసుదేవ కూడా “ఎందికిలా జరిగింది...ఎందుకు ఈ కుర్రవాడు ఇలా చేశాడు...” అని పురందర వైపు చూశాడు.

పురందరకూ ఆశ్చర్యం వేసింది. ముగ్గురు మిత్రులూ రాత్రి హాస్టల్ ముందు కూర్చుని భవిష్యత్తులో ఏం చేస్తామనే విషయం గురించి జరుపుతున్న చర్చల్లో యశవంత ఉత్తేజపూరితంగా చెబుతున్నది అక్షరాలా చేసి చూపించాడు. పోలీసుతోపాటు అందరూ తననే చూస్తుండటం అర్థమై అకారణంగా భయం వేసింది.

“నేను రెండు రోజుల క్రితం కలిశాను. ఆ రోజు సాయంత్రం వరకూ అతనితోనే ఉన్నాను. నాకు ఏమీ చెప్పలేదు...”

ఇలా చెప్పేటప్పుడు తనకూ తెలపకుండా పోవటం గురించి పురందరకు లోలోపల బాధ కలిగింది.

“మేము మొదటి రోజు ఎవరికీ చెప్పలేదు...అటు తరువాత ఎవరి కంటపడినా వాళ్ళయినా విషయం తెలియజేయాలని నిన్ననే మా బంధువులకు ఉత్తరాలు రాశాం. ఇదంతా ఎంత ఎక్కువ ప్రచారమైతే అంత తొందరగా జాడ దొరికే అవకాశం ఎక్కువని పోలీసువాళ్ళూ అంటున్నారు. ఈయనను పిల్చుకుని వచ్చింది పురందరతో మాట్లాడటానికి. వాళ్ళలా ప్రశ్నలు అడగటం మనకు రాదు. ఇతనితో మాట్లాడితే ఏదైనా సమాచారం దొరుకుతుందేమోనని మాకు ఆశ ...ఇక దేవుడి మీద భారం వేయటమే...”

దేవయ్యగారు ఆయాసం వచ్చినవారిలా కూర్చున్నారు. ఎవరూ

మాట్లాడకపోవటం గమనించి పురందరను ఉద్దేశించి ఆయనే మాటలు కొనసాగించారు.

"మనం ధారవాడకు వెళ్ళి అక్కడ ప్రయత్నం చేస్తే ఏదైనా జాడ దొరకవచ్చని పోలీసులు చెబుతున్నారు. అందుకే నువ్వూ తోడుగా వస్తే ఎంతో సహాయం చేసినవాడవుతావు. రెండు రోజుల నుంచి వాడి తల్లి ఏడుస్తూనే ఉంది. మేము ఈ రోజే బయలుదేరుతాం. ఒకటి రెండు రోజులు నువ్వు అక్కడ ఉంటే చాలు..."

పురందరకు ఏమని జవాబు ఇవ్వాలో అర్థం కాలేదు. వాసుదేవనే అతని తరఫున నిర్ణయం తీసుకున్నవాడిలా, " నువ్వు వీళ్ళతోపాటు ధారవాడకు వెళ్ళి అక్కడ ఒకటి రెండు రోజులు ఉండి, తరువాత హుబ్బళ్ళికి వెళ్ళు. అక్కడ మన మంజయ్యను కలువు. అతనికి ఒక ఉత్తరం ఇస్తాను. అతను నీకు ఎక్కడో ఒకచోట ఉద్యోగం కోసం ప్రయత్నం చేస్తాడు. అక్కడే నాలుగు రోజులు ఉండు, తరువాత ముందు జరగాల్సింది చూద్దాం..." అన్నాడు.

వచ్చినవాళ్ళ ముందు ఇలా తన ఉద్యోగం గురించి ప్రస్తావించడం పురందరకు నచ్చలేదు. దేవయ్యగారు కంగారుగా అతని ముఖాన్నే చూశారు. పురందరకు వారితోపాటు వెళ్ళడానికి ఎలాంటి అభ్యంతరం లేదు. మాట్లాడకుండా అంగీకార సూచకంగా తల ఊపాడు.

భోజనాల తరువాత పురందర మొదట పోలీస్ స్టేషన్‌కు వెళ్ళి సమాచారం ఇచ్చి, తరువాత సాయంత్రం బస్సుకు వారితోపాటు ధారవాడకు బయలుదేరాలని నిర్ణయం జరిగింది.

చాయ్ చేస్తాననే సాకుతో సావిత్రి లోపలికి వెళ్ళింది. "నాకు చక్కెర వద్దమ్మా..." అని దేవయ్యగారు అన్నారు.

పురందరే చాయ్ తెచ్చి అందరికీ ఇచ్చాడు. పనస దొప్పలు తీసుకురావడానికి లోపలికి పోయినప్పుడు సావిత్రి భోజనంలో పాయసం చేస్తానని అతనికి చెప్పింది.

"మొదట ఉద్యోగం దొరకనీ అమ్మా. కేవలం హుబ్బళ్ళికి వెళ్ళడం వల్ల ఏమీ జరగదు..."

యశవంత వెళ్ళిపోవడం వల్ల ఒక్కసారిగా అతనికి తాము చేపట్టిన నిర్ణయాలు ముందుకొచ్చి నిల్చున్నట్టయ్యాయి. తమ జీవితచక్రం తిరగడం ప్రారంభమైందనే భావన కలిగింది.

చాయ్ తాగి అందరూ బయలుదేరుతున్నప్పుడు పోలీస్ నాలుగడుగులు

ముందుకు పోయాడు. కొంచెం వెనుక ఉండిపోయిన దేవయ్యగారు చెప్పులు తొడుక్కుని నిట్టూర్పు వదిలి వాసుదేవతో అన్నారు, "ఎక్కడ ఉన్నాడో తెలిస్తే చాలు, ఎలాగైనా ఇంటికి పిలుచుకుని వస్తాను...అయినా ఇక్కడ ఏమి తక్కువైందని ఇలా చేశాడో..."

* * *

"మనసుకు మొట్టమొదట తోచిన సమాధానం చెప్పండి. అది ముఖ్యం. బాగా ఆలోచించి చెప్పే ఎటువంటి ప్రశ్నలను నేను అడగను. మీకు తెలిసిన విషయాల ప్రాముఖ్యతను మీరే నిర్ణయించుకుని చెప్పకుండా ఉండకండి. ఊరికే ప్రశ్నలకు జవాబులిస్తూపోండి"

"అలాగే"

"మీ పేరు"

"పురందర"

"కులం"

'కొంకణ... జి.ఎస్. బి."

"మీకు యశవంత ఎన్ని సంవత్సరాల నుంచి తెలుసు?"

"హైస్కూల్ నుంచి. ధారవాడలోనూ ఇద్దరం ఒకే క్లాస్‌లో ఉండేవాళ్ళం"

"హాస్టల్లో ఒకే గదిలో ఉన్నారా?"

"అవును"

"మీరు అతన్ని చివరిసారిగా ఎప్పుడు కలిశారు?"

"మొన్న. రెండు రోజుల క్రితం."

"ఏ సమయంలో?"

"మధ్యాహ్నం రెండు గంటలకు"

"ఎంతసేపు ఇద్దరూ కలిసి ఉన్నారు"

"మూడు గంటలు. నేను తిరిగి బయలుదేరింది ఐదు గంటలకు."

"ఎక్కడ కలిశారు?"

"అతని ఇంటికి వెళ్ళాను"

"అక్కడ నుంచి ఎక్కడెక్కడికి వెళ్ళారు?"

"మొదట పుత్తప్ప కొట్టుకు వెళ్ళాం. తరువాత మార్కెట్‌కు వెళ్ళాం. అక్కడినుంచి రేవుకు వచ్చాం. నేను ఎక్కిన పడవ బయలుదేరేవరకూ అతను నాతోనే ఉన్నాడు"

"ఏం మాట్లాడుకున్నారు?"

"రిజల్ట్స్ వచ్చివుండటం వల్ల అదే విషయం మాట్లాడాం. మా కాలేజీ రోజుల గురించే మాట్లాడుకున్నాం. ఎంత మజా చేశాం కదా అనుకున్నాం. మా క్లాస్‌మేట్ల గురించి మాట్లాడుకున్నాం...."

"అతను ఆ రోజు చెప్పిన ఏదైనా ఒక విషయం చెప్పండి. మీ మనసులో నిలిచిపోయిన విషయం"

"గతంలోనిదంతా మజా అనిపిస్తున్నట్టే, ఇంకో పది సంవత్సరాల తరువాత ఈనాటి ఈ కలయిక అంతే మజాగా అనిపించవచ్చా అని అడిగాడు"

"అతనికి దగ్గరి స్నేహితులు ఎవరు?"

"నేనే"

"మీరు కాకుండా?"

"రామ కులకర్ణి"

"ఏ ఊరు?"

"అథణి. బెళగావి జిల్లా అథణి"

"అతని తండ్రి పేరు?"

"శ్రీపాదరావ్ కులకర్ణి"

"ఏం చేస్తుంటారు?"

"తెలియదు. కావలసినంత భూమి ఉందని రాము అనేవాడు"

"యశవంత మళ్ళీ ధారవాడకు వెళ్ళివుండొచ్చా? పాతదంతా గుర్తొచ్చి?"

"తెలియదు"

"అతనికి ఎవరైనా అమ్మాయితో స్నేహం కాని చనువుకాని ఉందా?"

"నాకు తెలిసినంతవరకు లేదు"

"ధారవాడలో అతని దినచర్య ఎలా ఉండేది?"

"మా ఇద్దరిదీ దాదాపు ఒకే విధంగా ఉండేది. ఉదయం పూట స్నానం, టిఫిన్, కాలేజీ. సాయంత్రం మేమంతా లైబ్రెరీ దగ్గర కలిసేవాళ్ళం. అతను కాలేజీ

నాటకాల్లో పాల్గొనేవాడు. రిహార్సల్స్ ఉన్న రోజున అతను వచ్చేవాడుకాదు"

"అక్కడ అతనికి ప్రత్యేకమైన స్నేహితులు ఎవరైనా ఉన్నారా? మీరు అక్కడికి వెళ్ళేవారుకాదా?"

"అందరికీ పరిచయం ఉండేది. నేను ఒకటి రెండుసార్లు అక్కడికి వెళ్ళాను. కాలేజి స్పోర్ట్స్ గది పక్కన ఉన్న పెద్ద గదిలో రిహార్సల్స్ జరిగేది.

"మీరు అక్కడికి వెళ్ళినప్పుడు గుర్తున్న ఒక విషయం చెప్పండి"

"అక్కడ తెప్పిస్తున్న మసాలా మరమరాలు, చాయ్ చాలా బాగుండేది"

"మీ అభిరుచులు ఏమిటి?"

"అంతగా చెప్పుకోదగ్గవి ఏవీ లేవు. బి.ఎ.లో చదవాల్సిందే ఎక్కువగా ఉండేది"

"అతని గురించి మీకు అతి ప్రత్యేకం అనిపించేటటువంటి సంగతి ఏదైనా చెప్పటానికి ఉందా?"

"లేదు"

"అతను తలకు నూనె పూసుకునేవాడా?"

"అవును. ఎప్పుడూ స్నానం చేసుకున్న వెంటనే, ఇంకా జుట్టు తడిగా ఉన్నప్పుడే నూనె పెట్టుకునేవాడు"

"చివరిసారి మీరు చూసినపుడు ఏ బట్టలు వేసుకున్నాడు?"

"నల్లరంగు ప్యాంటు, తెల్లరంగు చొక్కా"

"ఇంట్లో ఎవరితోనైనా అతనికి మనస్పర్థలు ఉన్నాయా?"

"నాకు తెలిసినంతవరకు లేదు"

"తమ కుటుంబం గురించి ఏదైనా గొడవ, మాటలు జరిగిన సంగతి చెప్పుకున్నాడా?"

"లేదు"

"మీ తండ్రి ఏం చేస్తుంటారు?"

"ఆయన ఇప్పుడు లేరు"

"ఎప్పుడు చనిపోయారు?"

"నేను పుట్టడానికి ఒక నెల ముందే చనిపోయారు"

"మీ తల్లి ఎక్కడ ఉంటారు?"

"కాసరకోడులో"

"అది మీ సొంత ఊరా, అక్కడ మీ సొంత ఇల్లుందా?"

"అవును"

"బతుకు తెరువుకు మీకు డబ్బు ఎక్కడి నుంచి వస్తుంది?"

"ఇంటి వెనక చిన్న కొబ్బరి తోట ఉంది. పొలం కౌలుసొమ్ము కొంచెం వస్తుంది"

"అదంతా మీ చదువుకు, జీవనానికి సరిపోతుందా?"

"మా వాసుదేవమామ కాలేజిలో చదవటానికి సహాయం చేశాడు. రెండవ, మూడవ సంవత్సరాల్లో స్కాలర్‌షిప్ దొరికింది"

"యశవంత మీకు అప్పు ఇచ్చాడా?"

"లేదు"

"చివరిసారి మీరు అతన్ని చూసింది గుర్తుతెచ్చుకొని చెప్పండి...ఏం చేశారు, ఏ విషయం మాట్లాడారు?"

"రేవు వరకు తోడుగా వచ్చాడు. నేను పడవ ఎక్కాను. మళ్ళీ ఎప్పుడు వస్తావు అన్నాడు. తెలియదు అన్నాను. పడవ జనంతో నిండేవరకూ ఒడ్డున నిలబడ్డాడు. పడవ బయలుదేరిన తరువాత వెళ్ళిపోయాడు. అతను ఒడ్డు నుంచి రోడ్డు వైపు నడవడం నేను పడవలోంచి చూశాను"

"మీరు ముందు ఏం చేస్తారు?"

"ఉద్యోగం"

"ఎక్కడ?"

"తెలియదు"

* * *

మొదటిరోజు హుబ్బళ్ళిలోనే ఆగి మరుసటి రోజు వేకువనే లేచి ముగ్గురు ధారవాడకు వెళ్ళారు.ఎంత నిర్వికారంగా ఉండడానికి ప్రయత్నించినా పురందరకు పోలీస్ స్టేషన్‌లో జరిగిన విచారణలోని ప్రశ్నలను సులభంగా మనసు నుంచి తీసివేయడానికి సాధ్యంకాలేదు. నాటక కంపెనీలో చేరడానికి వెళుతున్నానని యశవంత చెబుతున్న మాట తప్ప వేరే దేన్నీ అతను దాచిపెట్టలేదు. దాన్ని చెప్పాల్సిన సందర్భం వచ్చేలా పోలీసులుకానీ, యశవంత తండ్రి దేవయ్యకానీ

ఎలాంటి ప్రశ్నలు అడగలేదు. అడిగివుంటే బహుశా చెప్పేవాడేమోనని అనుకుంటుండగా యశవంత తనకు కూడా చెప్పకుండా వెళ్ళిన కారణం స్ఫురించసాగింది. మరుసటిరోజు తాము హాస్టల్, కాలేజీకి వెళ్ళటం గురించి గుర్తుచేసుకొని అతనికి సరిగ్గా నిద్రపట్టలేదు.

"మీరు వెళుతున్న స్థలాలు, చూసిన జనం, కాలేజీ ఆఫీస్ వైపు ఊరికే పిలుచుకొనిపోండి. ఆఫీసులో నేనే విచారిస్తాను. మా ప్రయత్నం మేము చేస్తాం. తరువాత చూద్దాం..." వెంట వచ్చిన పోలీస్ ఉమాకాంత బయలుదేరడానికి ముందే చెప్పాడు.

ముందుగా హాస్టల్ వైపు బయలుదేరారు. దాని ముందువాకిలి మూసివుంది. వెనక వంటింట్లోంచి లోపలికి వెళ్ళారు. అక్కడ కడిగిపెట్టిన పెద్ద పెద్ద ఖాళీ పాత్రల ముందు మాట్లాడుతూ కూర్చున్న కొంతమంది తప్ప వేరే ఎవరూ లేరు. వీళ్ళను చూసి వాళ్ళు ఒక్కక్షణం మాటలు ఆపి మళ్ళీ కొనసాగించారు. వంటింటి పరిచితమైన వాసన ఆత్మవిశ్వాసాన్ని ఇచ్చింది. వీళ్ళు హాస్టల్ గదుల వైపు వెళ్ళడం గమనించి మాట్లాడుతూ కూర్చున్న వారిలో ఒకడు లేచి నిలబడి-

"అక్కడ అన్ని గదులకు తాళాలు వేశారండి" అన్నాడు.

"ఊరికే చూసుకొని వస్తాం. వార్డన్‌కు చెప్పాం..." అని జవాబిచ్చి ఉమాకాంత ముందుకు నడిచాడు.

వరుసలు వరుసలుగా మూసిన తలుపుల ముందు నుంచి దాటి పోతున్నప్పుడు ఒకదాని ముందు నుంచుని పురందర తాము ఉన్న ఆ గదిని చూపించాడు. తలుపుకు వేసిన ఆకుపచ్చ రంగు మాసిపోయింది. దానిమీద అతికించిన కాగితం మీద రాసిన మూడు పేర్లూ మాసిపోయాయి. దేవయ్యగారు తలుపు దగ్గరికి వెళ్ళి కళ్ళు చిన్నగా చేసుకుని రాసిన పేర్లను చదివారు.

హాస్టల్ ఎదురుగా ఉన్న రావిచెట్టు కింద ఉన్న అరుగు దగ్గరికి రాగానే అక్కడ కూర్చొని మాట్లాడుకున్న ఘడియలు పురందరకు గుర్తుకువచ్చాయి.

"ఇదే స్థలంలో మేము రాత్రి భోజనాల తరువాత కూర్చొని మాట్లాడుతూ ఉండేవాళ్ళం"

ఇక్కడ ప్రశ్నలకు అవకాశం ఉందని భావించి ఉమాకాంత పోలీసు ప్రశ్నలు మొదలయ్యాయి.

"నీతోపాటు ఎవరెవరు ఉండేవాళ్ళు? ఇక్కడే ఎందుకు కూర్చునేవాళ్ళు?

ప్రతినిత్యం వచ్చేవాళ్ళా? ఇక్కడ కూర్చోవడానికి ముందు తిరగటానికి వెళ్ళేవాళ్ళమని చెప్పారుకదా, ఎక్కడికి వెళ్ళేవాళ్ళు? ఎంతసేపటికి ఇదంతా ముగిసేది? హాస్టల్లో రాత్రి ఎన్ని గంటలవరకు లోపలికి వదిలేవాళ్ళు? ఆలస్యంగా వచ్చేవాళ్ళు ఎవరు? వాళ్ళలో యశవంత ఉండేవాడా?"

పారిపోయిన కొడుకుమీద పొంగివచ్చిన ప్రేమతో, అతను అక్కడ ఉండేవాడన్న కారణానికి ఆ స్థలాలను ప్రేమతో చూసి, అతను గడిపిన క్షణాలను అనుభవించటానికి దేవయ్యగారు ప్రయత్నిస్తున్నారు. తనకు ఒక్క ముక్క తెలియని రీతిలో కాలేజీ జీవితాన్ని దాటిపోయాడనే భావనతో ఆయనకు అతనిపట్ల మరింత ప్రేమ పొంగింది. ఎక్కడికిపోయినా చక్కగా బతుకుతాడనే నమ్మకం కలిగింది. తమకు పరిచయంలేని మరొక ముఖం ఇప్పుడు కనిపించినట్టయింది. వారి ప్రశ్నల ఉద్దేశమే వేరుగా ఉంది.

అతనికి హాస్టల్ భోజనం సరిపడేదో కాదో? ఎంతసేపటికి భోజనం చేసేవాడు? రాత్రి ఆలస్యంగా చదువుతూ కూర్చున్నప్పుడు ఉదయం ఎవరు లేపేవారు? స్నానానికి వెళ్ళినప్పుడు మీ బట్టలు మీరే ఉతుక్కునేవారా? స్నానానికి వేడి నీళ్ళా? చల్లటి నీళ్ళా? రాముతో బాగా వాదించేవాడన్నావు కదా, అదంతా దేని గురించి? అతను నాటకంలో నటించిన పాత్ర ఏది? పంపుతున్న డబ్బు సరిపోయేదా? లేదా?

పురందర మాత్రం ఈ ప్రశ్నలకు జవాబులు ఇస్తూ ఇస్తూ కాలేజీ జీవితంలోని తనదైన చిత్రాన్ని పునర్జీవించడానికి ప్రయత్నించసాగాడు. ఆ రోజంతా ముగ్గురూ తాము గ్రహించినదాన్ని తమదైన రీతిలో అర్థం చేసుకోవడానికి పెనుగులాడారు.

కాలేజీ కారిడార్లు, వాళ్ళున్న హాస్టల్ నుంచి లోపలికి వెళ్ళే దారి, లైబ్రేరీ అరుగు, భాండగే హోటల్ ఇలా అనేక స్థలాలలో తిరిగేటప్పుడు పురందర మనసులో వందలాది విషయాలు తోసుకుని వచ్చాయి. ఈ అవకాశం ఇదొక్కసారి అనేలా అతను దేన్నీ దాటిపోవడానికి సంకోచించలేదు. వెళ్ళిన చోటల్లా మనస్సుకు నచ్చకపోయినా, ఇక్కడ లేకపోతే ఇంకొకచోట అవకాశం ఉందన్నట్టు మరొక స్థలానికి పిల్చుకొనిపోయేవాడు. మొత్తానికి అక్కడ జరిగిందన్న కారణానికి ఏవేవో దారులలో పిలుచుకొని వెళ్ళటం, బస్సుకోసం ఎదురుచూస్తూ నుంచున్నప్పుడు చాయ్ తాగిన మూలలోని హోటల్ చూపించడం, ఒక రాత్రి మూత్ర విసర్జనకు నిలుచున్న సందు, అప్పుడు తరుముకుంటూ వచ్చిన ఇంటి యజమాని గురించి మాట్లాడుకోవడం, డబ్బుల్లేని విద్యార్థులకు అక్కడే కూర్చుని చదవడానికి పుస్తకం

ఇచ్చే కొట్టువాడిని చూపించడం–ఇలా పురందర మనసుకు వచ్చినట్టు, ఏవో జ్ఞాపకాలను మళ్ళీ చైతన్యవంతం చేయడానికి పెనుగులాడుతున్నవాడిలా, సందులోకి పోయిన దేన్నో తరుముకుంటూ పోతున్నవాడిలా ఆ ఇద్దరిని వెంటబెట్టుకొని ధారవాడ రోడ్లలో తిరిగాడు.

తిరిగి తిరిగి అలసిన తరువాత మండే ఎండలో స్థిమితం తప్పినట్టు అనిపిస్తున్నప్పుడు, ఈ అన్వేషణ తమతమ సంతృప్తి కోసం ఆడుతున్న ఒక నాటకమేమో అని పురందరకు అనుమానం కలిగింది. మధురమైన జ్ఞాపకంగా మళ్ళీమళ్ళీ మనసుకు వచ్చి వేధించిన కాలేజీ, హాస్టల్, ధారవాడ అన్నీ ఇంత తొందరగా రసం కోల్పోయిన పండులా అయిపోయిందన్నది భరించడం కష్టమైంది. ఎంతో ఉత్సాహంతో చెప్పడానికి ప్రయత్నించినా, తన మాటల్లోని నిస్సారం అతనికి అర్థమవుతోంది. ఉన్న చోటనే ఉండి తన పాలిట ప్రాణం లేకుండాపోయిన స్థలాలు గొప్ప మార్పును చెబుతున్నట్టు కనిపించాయి. యశవంతకు ఈ సాక్షాత్కారం మొదటే అయిందన్న అనుమానం వచ్చింది. వైభవమంతా మనసులోనే తప్ప నిజంగా ఏమీ లేదేమోనని అనిపించింది.

మధ్యాహ్నం భోజనం హోటల్లో, దేవయ్యగారు చేతులు కడుక్కోవడానికి పోయినప్పుడు పోలీసు ఉమాకాంత పురందర వైపు వంగి అన్నాడు:

“మా దొరగారు వీరికి ఆప్తులు. వీరి సంతృప్తి కోసం ఇంత దూరం రావాల్సి వచ్చింది. ఖర్చంతా దేవయ్యగారిదే. లేకపోతే మేజర్ అయినవాడు ఇంటినుంచి పారిపోతే వెతకటానికి పోలీసులను పంపుతారా?”

అటు తరువాత పురందరకు ఉమాకాంత అడిగే ప్రశ్నలంతా వేధింపుల్లా కనిపించసాగాయి. ఏదో దయాదాక్షిణ్యాలకు గురైనవాడిలా ఉమాకాంత తన పాత్రని ఆర్ద్రంగా, ప్రామాణికంగా నిర్వహించడానికి తపిస్తున్నట్టు కనిపించాడు.

తరువాత జర్మన్ హాస్పిటల్ దగ్గర ఉమాకాంత మూత్ర విసర్జనకు వెళ్ళిన సమయంలో దేవయ్యగారు, “నన్ను వెతక్కండి. నా గురించి విచారించకండి అని రాసిపెట్టి పోయాడు. ఆ విషయం పోలీసులకు చెబితే వాళ్ళు వెతకరని వారికి ఆ చీటీ విషయం చెప్పలేదు. ఈ విషయం నీలోనే దాచుకో” అన్నారు. చీటిలో ఇంకా ఏమి ఉందో ఆయన చెప్పలేదు. వాళ్ళూ ఏదో కర్తవ్యపాలనకు ఈ అన్వేషణ జరుపుతున్నట్లు కనిపించారు.

సాయంత్రం అవుతుండగా ఈ తిరగటం వల్ల దేవయ్య, ఉమాకాంత అలసిపోయారు. అయినా పురందరే వదలకుండా “హుబ్బళ్ళి కారామిక్సర్

కొట్టునొకదాన్ని చూడండి" అన్నాడు. దేవయ్యగారికి ఆసక్తి లేకపోయినా "ఇంత తిరిగాం. ఇది కూడా కానీ" అన్నారు. వారి నడక వేగం మందగించింది. చేతిలోని సంచిని మరొక చేతికి మార్చుకుంటున్నారు. పురందర తొందరలో ఉన్నవాడిలా ముందు ముందుకు నడుస్తున్నాడు. ఉదయం దేవయ్యగారి కష్టాన్ని గమనించి "పట్టుకుంటాను ఇవ్వండి" అని ఉమాకాంత ఆయన దగ్గరి నుంచి సంచి తీసుకున్నాడు. అయితే ఎంతసేపయినా దాన్ని ఆయన తిరిగి తీసుకోకపోవడంతో, తనంతట తాను తిరిగి ఇవ్వటానికి మొహమాటం కలిగింది. భోజనానికి వెళ్ళేవరకూ మోసుకుని తిరిగాడు. మొదట తేలికగా ఉన్న ఆ సంచి సమయం గడుస్తున్నట్టల్లా అడుగు అడుగుకు బరువు పెరుగుతున్నట్టు అనిపించ సాగింది. ఖానావళిలో భోజనం తరువాత దేవయ్యగారు మాత్రలు తీసుకోవడానికి సంచిని తన చేతికి తీసుకున్నారు. ఉమాకాంత మరలా దాన్ని ఆయన నుంచి ఇప్పించుకోలేదు.

చివరగా మిక్చర్ కొట్టుకు అని పురందర చెప్పడం వల్ల వద్దనలేక మిగిలిన ఇద్దరూ అతని వెంబడి వచ్చారు. అక్కడ ఎప్పుడు వెళ్ళేవారు? అక్కడ ఎవరైనా వచ్చి అతని కలిసేవారా? కొట్టువాడు పరిచయస్థుడేనా? అక్కడ అరువు బేరమా? లేక నగదు వ్యవహారమా? ఇలా వెళ్ళటానికి ముందే దారిలో నానా రకాల ప్రశ్నలు అడిగిన తరువాత ఉమాకాంతకు అక్కడికి వెళ్ళటంలో అర్థం లేదనిపించింది. ఆ విషయాన్ని చెప్పాడుకూడా. దేవయ్యగారు "ఇదొక్కటి చూసిన తర్వాత మనం ఊరికి వెళ్ళే బస్సు పట్టుకుందాం" అనడంతో తప్పనిసరిగా తోడుగా వెళ్ళాల్సి వచ్చింది. బస్సులో హుబ్బళ్ళికి వచ్చి, సందులుగొందులు తిరిగి ఆ మిక్చర్ కొట్టుకు వస్తే అక్కడ జనం కిక్కిరిసి ఉన్నారు. కొట్టువాడికి వీళ్ళను పలకరించే వ్యవధి కూడా లేదు. అతనికి పురందర గుర్తుకూడా లేదు.

ముగ్గురు ఒక్కొక్క ప్లేటు మిక్చర్ తిన్న తరువాత ఉమాకాంత వెంబడి దేవయ్యగారు హొన్నావరకు బయలుదేరారు. పురందర మంజయ్య ఇల్లు వెతుక్కుంటూ బయలుదేరాడు.

* * *

మరుసటి రోజు మంజయ్య బ్యాంకు వెళ్ళటానికి ముందే పురందరను పాటీల్‌గారి కొట్టుకు పిల్చుకుని పోయాడు. అంతగా పొడగరికాని మంజయ్య-ప్యాంటు, షర్టులో అధికారిలాగా గంభీరంగా కనిపిస్తున్నాడు. జుట్టుకు నూనె పూసి ఒక పక్కకు జుట్టు లాగి దువ్వుకున్నాడు. ఒక అడుగు వెనుక నడుస్తున్న పురందర, మంజయ్య మెడ మీద, చెవికి వెనుక భాగాన ఒక చిన్న బుడిపె

ఉండటం గమనించాడు.

జనంతో నిండిన మార్కెట్ మధ్యన పాటీల్‌గారి కిరాణా కొట్టు ఉంది. మంజయ్య రాగానే, 'బ్యాంకుసార్ వచ్చారు' అని కాస్త హడావుడి చేయడం గమనించిన పురందరకు అక్కడ మంజయ్యకు ప్రత్యేకమైన గౌరవం ఉన్నట్టు అర్థమైంది. ముందువైపు ఉన్న వారి కిరాణా కొట్టును దాటి, మేడ ఎక్కి పాటీల్‌గారు ఉన్న చోటికి ఇద్దరూ వెళ్ళారు. పాటీల్‌గారు లేచి, "రండి సార్' అంటూ ఆదరంగా ఆహ్వానించి కూర్చోబెట్టారు. పురందర కూడా మంజయ్య పక్కనే కూర్చున్నాడు. మంజయ్య వెంట వెళ్ళినప్పటికీ అతని గురించి చెప్పేవరకూ పాటీల్‌గారు, పురందర గురించి ఎవరు ఏమిటి అని అడగలేదు. సుమారు అరవైయేళ్ళ ఆ వ్యక్తి మంజయ్య మాటలకు చాలా విలువ ఇస్తున్నట్టు హావభావాలు ప్రదర్శిస్తున్నాడు. మాటల మధ్యలో అప్పుడప్పుడు పండిన మీసాల మీద చెయ్యిపోతోంది.

కుశల ప్రశ్నల తరువాత మంజయ్య పురందర విషయం ఎత్తాడు.

"కాస్త నాకొక సహాయం చేయండి. మా వాడికి కొంచెం అనుభవం రానీ, మీకూ పనికి మంచి మనిషి దొరికినట్టు అవుతుంది ... కుర్రవాడికి సహాయం చేసినట్టు అవుతుంది..."

మధ్యన పురందర ఇష్టానికి వ్యతిరేకంగా, అతడి తండ్రి చిన్నతనంలోనే చనిపోయిన విషయం ఆయన మాటల్లో వచ్చింది.

తెల్లటి పెద్దదిళ్ళకు ఆనుకొని కూర్చోని పాటీల్‌గారు మాట్లాడుతున్నారు.

"ఉద్యోగం దొరికే వరకు పిల్లవాడు మా దగ్గరే ఉండనీ...పని బాగా చేస్తే ముందు ముందు జీతం పెంచుతాను" అన్నాడు. అయితే జీతమెంతో చెప్పలేదు.

ఇద్దరికీ చాయ్-చుడువా వచ్చింది. మంజయ్యతో మళ్ళీ హుండి చార్జ్ మొదలైన బ్యాంకు వ్యవహారం గురించి చర్చ జరిగింది. జీతం విషయం మాత్రం ఎత్తలేదు. పురందరకు ఏ విషయం ఆలోచించకుండా ఉద్యోగంలో చేరడం ఇష్టం లేదు. అయితే మరో దారి కనిపించలేదు. వెనకటి రోజు ఊరంతా బాగా తిరగడం వల్ల ప్రపంచం మరో విధంగా కనిపించసాగింది. బయలుదేరే సమయంలో వీళ్ళకు వీడ్కోలు ఇవ్వడానికి మెట్ల వరకూ వచ్చిన పాటిల్, "వచ్చే మొదటి తారీఖున పనిలోకి రానీ" అన్నారు. పురందర తరఫున మంజయ్యే 'అలాగే' అన్నారు.

పురందర తలూపి, చేతులు జోడించి బయటకు వచ్చాడు.

* * *

పాటీల్‌గారి దుకాణాలన్నీ ఒక పెద్ద కాంపౌండ్‌లో ఉన్నాయి. ముందు భాగంలో రెండు పెద్ద దుకాణాలు. అందులో ఒకటి కిరాణా కొట్టు. మరొకటి బట్టల కొట్టు. దాని వెనకే వారి గోదాములు. అక్కడికి వెళ్ళటానికి కొట్టు పక్కనే గేటు, ఒక చిన్న రోడ్డు ఉన్నాయి. మేడమీద వారి ఆఫీస్ ఉంది. మేడమీది పెద్దగదిలో ఇద్దరు గుమాస్తాలు. వారు కూర్చునే స్థలం వెనుక ఒక టైపింగ్ మిషన్, ఒక కుర్చీ. అది పురందర స్థలం. ఆ టైపింగ్ మిషన్ ఉపయోగించటం కేవలం పాటిల్‌గారి చిన్న కొడుక్కు, పురందరకు మాత్రమే తెలుసు. బట్టల ఆర్డర్ పంపేటప్పుడు మాత్రమే దాన్ని ఉపయోగిస్తారు. కాకపోతే రోజూ శుభ్రం చేసి టేబుల్ మూలకు దాన్ని తోసి పెట్టడమే పని.

ఉదయం ఎనిమిదిన్నరకు వచ్చి తన భోజనం డబ్బా వున్న సంచిని టేబుల్ వెనక ఉన్న రెండు బీరువాల మధ్య ఉన్న స్థలంలో పెట్టి, టేబుల్, టైపింగ్ మిషన్ తుడిచి కుర్చీలో కూర్చోవటంతో అతని దినచర్య మొదలవుతుంది. అదే మేడమీద ఈ పెద్దగదికి ఆనుకొని మూడు గదులున్నాయి. ఒకదానిలో పాటీల్‌గారు ఉంటారు. మిగతా రెండు గదుల్లో ఆయన పిల్లలు ఉంటారు. మంజయ్యతో పురందర వచ్చి ఆ పాటీల్‌గారిని కలిసింది ఆ గదిలోనే. పాటీల్‌గారు తప్ప వారి పిల్లలు ఎవరూ మిగిలిన గదులను ఎక్కువగా ఉపయోగించరు. మధ్యాహ్నం భోజనం సమయంలో ఇంటి నుంచి వచ్చిన భోజనం డబ్బా తెరిచి, మేడంతా గుమగుమలాడే పరిమళం కమ్మేసే భోజనం చేసి మళ్ళీ కొట్టులోని గల్లాపెట్టె దగ్గరికి వెళ్ళిపోయేవారు. రాత్రి ఎనిమిదికి కొట్టు మూసిన తరువాత అక్కడి రసీదు పుస్తకాలు, లెక్క పత్రాలు, తాళం గుత్తులు, నోట్లకట్టలు- ఇలా వారి వ్యాపారపు ప్రాణపక్షిని చేతిలో పట్టుకొని వచ్చి, ఒక పెద్దసంచిలో వేసి, అందరూ కలిసి ఇంటికి బయలుదేరేవారు.

పురందరకు ఇదే అని ప్రత్యేకమైన పనిలేదు. అతను వచ్చి కూర్చోగానే వందలాది పనులు వాటంతటవే వచ్చి అతన్ని చుట్టుకునేవి. మొదట్లో అతను కొద్దిరోజులు మాత్రమే ఉంటాడనే అదోలాంటి అనిశ్చిత భావనతో అతనికి బాధ్యతగల పనులు చెప్పేవారు కాదు. అయితే నెల గడిచిన తరువాత జీతం వృధా కాకూడదని అవీ ఇవీ చెప్పసాగారు. మంజయ్య కోరికను కాదనలేక పాటీల్‌గారు పురందరను పనికి పెట్టుకున్నాడని అతని కుమారులకు తెలుసు. ఆ కారణంగా అతనిని వారు దయగా చూడడానికి సిద్ధంగా లేరు. అప్పటికే ఇద్దరు గుమాస్తాలు ఉండటంతో మూడవ వ్యక్తి అవసరం ఎవరికీ కనిపించలేదు. అతను బి.ఎ. చేసిన కుర్రవాడు. పాటీల్ కుమారులు మెట్రిక్ దాటి పైచదువులు

చదివినవారు కాదు. అతని పట్లనో లేదా అతని డిగ్రీ పట్లనో ఉన్న భావన వల్ల అతని చేత కొట్టులో పొట్లాలు కట్టించడానికి సాధ్యం కాదు. అక్కడికి ఇక్కడికి వెళ్ళడం, ఇంటికి వెళ్ళి ఏదో ఒకటి ఇచ్చి రావడం, నాణేలను లెక్క పెట్టి సరిగ్గా సంచిలో వేయటం, గోదాములు చూసుకునేవారిని భోజనానికి వదలటం, ఎప్పుడైనా ఒకసారి టైప్ చేయడం, ప్రభుత్వ పత్రాలను నకలు చేయడం–ఇలా ఇదే పని అని కాకుండా ఒక్క క్షణమూ అతన్ని ఖాళీగా కూర్చోనివ్వకుండా పనులు ఒకదాని తరువాత ఒకటన్నట్టు అతడి వెన్నంటి వచ్చేవి. పాటీల్‌గారు కాస్త సానుభూతిగా చూసినప్పటికీ, అతని కుమారులకు అతను ఒక్క క్షణం కూర్చున్నా డబ్బులు వృథాగా పోతున్నాయని అనిపించి, వెంటనే ఏదో ఒక పని అప్పగించేవారు.

ఒక్కటంటే ఒక్కసారి కూడా చేసిన పని గురించి వాళ్ళ నుంచి ఒక్క ప్రశంసతో కూడిన మాట అతను వినలేదు. అతనికీ దానిపట్ల ఎలాంటి కోరికలూ లేవు. వారికి తాను భారమేమోననే అభిప్రాయం పురందరకు లోపలే గుచ్చుకునేది. కేవలం ఏడవ తరగతి చదివినవారు కూడా చేయగలిగే ఆ పనులను అతను మరింత మెరుగ్గా చేయడానికి అవకాశమే లేదు. నాణేలను లెక్క పెట్టి సంచిలో వేయటం, సరుకు ఖరీదు చేసే వారి చిరునామాలకు ఉత్తరాలు పంపటం– ఇలాంటి పనులకు ప్రతిభ వల్ల ఏమీ ప్రయోజనం లేదు. అయినా ఈ పనులకు తనకు ఇస్తున్న జీతం ఎక్కువన్నదే పాటీల్‌గారి కుమారుల అసంతృప్తికి కారణమని అతనికి తెలుసు.

పనిలో చేరిన కొత్తలో ఆత్మాభిమానానికి భంగం కలిగించే ప్రసంగాలవల్ల అతను విసిగిపోయాడు. ఎన్నోసార్లు 'లక్ష్మణ' అని పనివాడిని పిలిచి, అతను లేకపోతే పురందరకు ఆ పని చెప్పేవాళ్ళు. అప్పుడు 'వెంటనే బ్యాంకుకు వెళ్ళి దీన్ని ఇచ్చి రసీదు ఇప్పించుకుని రా', 'ఇంటికి వెళ్ళి బాబాగారిని రమ్మని చెప్పు', 'బండోపంత్‌ల ఇంటికి వెళ్ళి ఈ ఉత్తరం ఇవ్వు' అనే పనులు చెప్పేవాళ్ళు. మొదట్లో మరొక ఉద్యోగం వెతకటానికి చాలా ప్రయత్నించాడు. ఇప్పుడు వస్తున్నంత జీతం వచ్చినా చాలని అనేకచోట్ల తిరిగాడు. ఒకసారి సంయుక్త కర్ణాటక ప్రెస్సులో ఉద్యోగం దొరుకుతుందని అనుకున్నాడు. చివరి ఘడియలో చేజారిపోయింది. రోజులు గడిచేకొద్దీ కేవలం ఆర్డినరీ క్లాసులో పాసైన తనకు ఉద్యోగం దొరకడం కష్టమని అర్థమవసాగింది.

నేరుగా పురందర గురించి ఎవరూ ఏమీ అనకపోయినా పాటీల్‌గారి కుమారుల మాటలు అప్పుడప్పుడు వద్దన్నా చెవిన పడి అతని మనసు

కుంగిపోయేది. తమ యజమాని ధోరణి తెలిసిన మిగిలిన గుమస్తాలు కూడా అతన్ని తిరస్కారంగా చూసేవాళ్ళు. దీన్ని భరించడం మాత్రం చాలా కష్టంగా ఉండేది. ఒక రోజు ఏదో మిల్లుకు పంపిన ఆర్డర్ ప్రతి కావాలని పాటీల్‌గారి చిన్నకొడుకు చెప్పాడు. ఎంత వెతికినా కావలసిన కాగితం కంటపడలేదు. చివరికి స్వయంగా వెతకడానికి వచ్చిన పాటీల్ కొడుకు చేతికి అది దొరికింది. ఏమీ చెప్పకుండా దాన్ని తీసుకొనిపోయాడు.

లోపల గదిలో కూర్చున్న మరొక గుమస్తా "దొరికిందేమండీ?" అన్నాడు.

"దొరకక ఏమి? కళ్ళు నెత్తికి ఎక్కితే ఎదురుగా ఉన్నది కనిపించదు?..."

అది తన గురించే అన్న మాటని అర్థమై పురందరకు చాలా అవమానం అనిపించింది.

* * *

పాటీల్‌గారి కొట్టులో చేరి రెండేళ్ళు గడిచినా వేరే ఎక్కడా సరియైన ఉద్యోగం దొరికే లక్షణాలు కనిపించలేదు. ఓ పోలీసు సిఫారసు వల్ల శేఖర్ అనే మరొక కుర్రవాడు కొట్లో చేరిన తరువాత పురందర కష్టాలు ఇంకా పెరిగాయి. బి.ఎ. ఫెయిలై వచ్చే ఏడు మళ్ళీ పరీక్ష కట్టడానికి ఎదురుచూస్తున్న అతనికి జీతం అవసరం లేకపోయినప్పటికీ పిల్లవాడు కాస్త దారిలో పడాలనీ, కొంచెం అనుభవం రావాలనీ ఇక్కడ చేర్చారు. ఈ సంఘటన తరువాత పురందర మీద ఎత్తిపొడుపులు పెరిగాయి.

శేఖర్ కేవలం లెక్క పత్రాలు చూసుకునే పనిమాత్రమే చేసేవాడు. పని లేకపోతే మార్కెట్లో తిరిగి వచ్చేవాడు. లేదా పాటీల్‌గారి చిన్నకొడుకుతో ఏవేవో మాట్లాడుతూ కొట్లోని గల్లాపెట్టె పక్కన నిలబడేవాడు. సాయంత్రం ఆరుగంటలకు సరిగ్గా ఇంటికి బయలుదేరేవాడు. అతని సిఫారస్సు మంజయ్యగారి సిఫారస్సు కన్నా ఎక్కువ ప్రభావం కలిగిందని మొదటి రోజే అర్థమైంది. ఎవరూ లక్ష్మణకు చెప్పే పనులు శేఖరుకు చెప్పేవారు కాదు. అంతేకాదు, పురందరకు చెప్పే పనులను కూడా చెప్పేవారు కాదు. అతని ముందు ఎవరూ ఏమీ అనేవారు కాదు. అతని వెనుక మాట్లాడుకునే మాటలు తనను కూడా కలుపుకొని ఉండటం పురందరకు అర్థమైపోయేది.

పాటీల్ పెద్దకొడుకు మానప్పకు శేఖర్ పట్ల చాలా అసహనంగా ఉండేది. రోజుకు ఒక్కసారైనా గుమస్తా కులకర్ణి ముందు ఆ విషయాన్ని నోరు విప్పి చెప్పేవాడు.

"ఏం పని చేస్తాడు వీడు? ...వీళ్ళంతా వచ్చి మన ప్రాణాలు ఎందుకు తీస్తారో? పని చేయించుకోవడానికి వీళ్ళకు లంచాలు ఇవ్వాల్సిందే. పైగా వీళ్ళ చిన్నాయన, పెదనాన్న పిల్లలకు ఊరికే జీతాలిచ్చి పెట్టుకోవాలి. రెండు రోజులకు ఒకడు వచ్చి చేరితే ఇవ్వడానికి డబ్బులు ఏమైనా పైనుంచి రాలుతాయా? పైగా చేసే పని ఇలా... దాన్ని సరిచేయడానికి మరొకడిని పెట్టుకోవాలి. పనికిమాలిన ముండాకొడుకు...ఇక్కడ ఏం చేశాడో చూడండి..."

రోజుకు పన్నెండు గంటలు పని చేస్తున్నప్పటికీ నెల చివరన జీతం తీసుకునేటప్పుడు దానికి తాను అపాత్రుడనే భావన పురందరను బాధించేది.

ఇదే చివరి సారి, ఇక ఈ నెల జీతం తీసుకొని ముంబయికి వెళ్ళిపోవాలని నిర్ణయించుకున్న రోజు, అదే ఆలోచనలో ఖానావళిలో భోజనం ముగించి, ఇంటివరకు ఎలా నడిచాడో తెలియనే లేదు. ఆ రోజు పని ముగిసేటప్పటికి ఎప్పటికన్నా ఆలస్యమైంది. ఆత్మాభిమానాన్ని పదేపదే బాధపెట్టే ఆలోచనలతో గమ్యం దాటి పోవటమే అర్థం కాలేదు. ఎలా, ఎందుకు తాను ఇప్పటివరకు దీన్నంతా భరించాడని ప్రశ్నించుకోసాగాడు. ఆ రెండు రోజులు యశవంతను వెతుకుతూ తిరుగుతున్నప్పుడు పుట్టిన ఏదో విరక్తి, తనకు చేతకానిదాన్ని అతను చేశాడనే భావన. అంత ధైర్యం తనకు ఎన్నడూ రాదనే అధైర్యమూ అన్నీ దీని వెనుక ఉన్నాయని అనిపించసాగింది. నిల్చున్నపాటున ఈ ఉద్యోగం నాకు వద్దు అని చెప్పే గుండెధైర్యం రావాలంటే ఇంకా ఎంత ఘోరమైన అవమానాలు భరించాలో అర్థం కాకుండా పోయింది.

ఇంటికి వచ్చి చప్పుడు కాకుండా గది తాళం తీసి లోపలికి వెళ్ళి తలుపులు వేసుకునేటప్పుడు జగదాళె ఇంట్లో ఎవరో రేడియో స్టేషన్ పెట్టడానికి చేస్తున్న వ్యర్థప్రయత్నం వినిపించింది. బహుశా భర్తకావచ్చు. స్టేషన్‌తో సంబంధం కల్పించుకోడానికి తనకలాడుతున్న రేడియో 'స్‌స్‌స్' అనే చప్పుడు మధ్యన చప్పున ఒక్క క్షణం రేడియో లోంచి మరాఠీ నాట్యగీతం వినిపించి మళ్ళీ చేజారిపోయేది. మళ్ళీ ప్రయత్నించి గయ్యి గయ్యిమనే శబ్దాల మధ్య మళ్ళీ దొరికి నిమిషంలో క్షీణమై పోగొట్టుకొనిపోయేది.

లోపలికి వెళుతుండగా ఒక ఉత్తరం కంటపడింది. ఇంటి నుంచి వచ్చిన ఉత్తరం. ఎప్పటిలాగే కుర్దేకర్ మాస్టారు తమ పొడవైన గొలుసువ్రాతతో దాన్ని రాశారు.

చిరంజీవి పురందరకు అమ్మ సావిత్రి ఆశీర్వాదాలు. మేము ఇక్కడ

అందరమూ క్షేమము. నీ క్షేమము గురించి వెంటనే ఉత్తరంలో రాయవలసిందిగా కోరుతున్నాను.

ఈ ఉత్తరం రాయటానికి కారణం ఏమిటంటే నిన్న మీ మామ వాసుదేవ ఇక్కడికి వచ్చాడు. నీ పూజ్యులైన తండ్రిగారు వైకుంఠవాసులైన తరువాత అతను మనకు చేసిన సహాయం నీకు తెలిసిందే. అంతే కాకుండా మొదటి నుంచీ అతను మన కుటుంబ శ్రేయోభిలాషి. అతను లేకుండా నీ విద్యాభ్యాసం మొదలైనవాటికి ఎంత కష్టమయ్యేదో ఆ విషయం నీకు తెలిసిందే. వాసుదేవ తన కూతురు రత్నను నీకు ఇవ్వాలనే విషయంగా మాట్లాడటానికి వచ్చాడు. నాకు ఈ విషయంలో ఎలాంటి అభ్యంతరమూ లేదు. దీని గురించి నీ అభిప్రాయం అడగటానికి వాసుదేవ చెప్పినట్టుగా నీకు రాస్తున్నాను. అమ్మాయికూడా మన పిల్లకావడం వల్ల నీవు ఈ సంబంధాన్ని ఒప్పుకుంటావని నమ్ముతున్నాను.

నీకు ఉద్యోగం ఖాయం కాకుండా పెళ్ళి విషయం ఆలోచించవని వాసుదేవకు చెప్పాను. అతను ఈ విషయం గురించి చర్చించడానికి వచ్చేవారం హుబ్బళ్ళికి వచ్చి మంజయ్య దగ్గర మాట్లాడతానని చెప్పాడు. అక్కడికి వచ్చినపుడు అతను నిన్ను కూడా కలుస్తాడు. పెళ్ళి ఇప్పుడే చేయవలసిన అవసరం లేదు. కేవలం నిశ్చితార్థం చేసుకుంటే చాలని అన్నాడు. ఈ విషయంలో నీ అభిప్రాయాన్ని ఉత్తరం ద్వారా నాకు వెంటనే తెలియజెయ్యి. వాసుదేవ వచ్చినప్పుడు నీతోనూ మాట్లాడతాడు. శాంతేరి కామాక్షి దయవల్ల అంతా సరళంగా జరుగుతుందనే నమ్మకం ఉంది. నీ జాతకాన్ని, రత్న జాతకాన్ని చూపించడం జరిగింది. పన్నెండణాలు కలుస్తాయని శ్యామభట్టుగారు చెప్పారు.

ఈ ఉత్తరానికి వెంటనే నీవు జవాబు రాసి నీ అభిప్రాయాన్ని తెలియజెయ్యి. ఇన్ని రోజులు నీ జాతకాన్ని అడుగుతూ ఒకటి రెండు చోట్ల నుంచి ప్రస్తావనలు వచ్చినా, ప్రస్తుతం ఈ విషయంలో నీకు ఆ ఆలోచన లేకపోవటం వల్ల ఇంకా జాతకం బయటికి తీయలేదని చెప్పాను.

నీకు ఆశీర్వాదాలు. ఇంతే సంగతులు

ఇట్లు నీ తల్లి

సావిత్రి

ముంబయి వెళ్ళటం గురించి ఆలోచిస్తున్న పురందర మనసుకు ఈ ఉత్తరం అత్యంత సంతృప్తినిచ్చింది. ఆత్మకు వెచ్చటి కొమ్మ దొరికింది. అతని కళ్ళలో అతని ఎత్తు ఒకింత పెరిగినట్టు అనిపించింది. ఒక సంవత్సరం క్రితం జంజాటంగా

కనిపిస్తున్న పెళ్ళి మాట ఇప్పుడు అత్యంత అవసరంగా కనిపించసాగింది. ఉత్తరాన్ని పదే పదే చదివాడు. సరైన విధంగా ఉత్తరం రాయటానికి రాని కుర్డేకర్ మాస్టారును తిట్టుకున్నాడు. ఒకవేళ అమ్మ స్వయంగా చెప్పివుంటే ఎలా చెప్పేదని మనసులోనే రూపొందించుకోసాగాడు. ఇలాంటివన్నీ ఆమె భోజనాల సమయంలో చెప్పేది. అతను ఊఁ ఊఁ అంటూ వినేవాడు. మాస్టార్ వల్ల తన ఉత్తరంలో కనిపించని తన పొగడ్తల కోసం, స్వయంగా సావిత్రే ఎదురుగా ఉంటే ఆమె అభిమానంతో తన గురించి మాట్లాడే మాటల కోసం అతని చెవులు ఎదురుచూస్తున్నాయి.

పక్కమీదవాలి కళ్ళుమూసుకొని, మనోనేత్రం ముందు అమ్మను తెచ్చుకున్నాడు. అతను భోజనం చేసేటప్పుడు ఆమె ఎదురుగా ఉన్న గోడకు ఒరిగి కూర్చుని మాట్లాడే మాటలన్నీ చెవుల్లో నింపుకోసాగాడు.

'అదికాదురా పురందర, నీకు దేనికి తక్కువైందో చెప్పు? ఈ సమయంలో ఆయన బతికివుంటే ఎంత సంతోషపడేవారో! నీ మెట్రిక్ అయిపోయిన తరువాత శాంతారామ్ మాస్టార్ వచ్చి చెప్పిన విషయం ఇంకా నా కళ్ళముందే తిరుగుతోంది, 'సావిత్రి నీ కొడుకు నీవు కష్టపడినందుకు తగినట్టే పాసయ్యాడు. ఊరికి ఊరే నీ కష్టాన్ని చూసింది. ఊరి పోకిరి పిల్లలను వాడి కాళ్ళ మీద పడవేయాలి. వాడి గుణం ఎంత మంచిదో! పెద్దవాళ్ళతో మాట్లాడేటప్పుడు ఎంత మర్యాద' అని శాంతారాం అనటం విని నాకు అమృతం తాగినట్టయ్యింది...

ఉద్యోగం గురించి విచారించకు. ఈరోజు కాకపోయినా రేపైనా దొరుకుతుంది. మంచి ఉద్యోగం దొరకటం కోసమే ఇన్ని రోజులు ఆలస్యమైందని నా మనసు చెబుతోంది.

రత్న ఇప్పుడు పెద్ద ఆడదానిలా కనిపిస్తోంది. నువ్వు ఈ మధ్య ఆమెను చూడలేదు. ఈసారి ఉగాది సమయంలో వాసుదేవ ఇడగుంజికి వచ్చినప్పుడు ఆమెను ఇక్కడికీ తీసుకుని వచ్చాడు. అతనొక్కడే అవసరమైన సమయంలో మనకు సహాయంగా ఉన్నటువంటివాడు. మన ఇంట్లో కాలు పెట్టకుండా ఒక్కసారైనా అతను నది దాటిపోయాడా? వచ్చి ఒక ఘడియ అయినా కూర్చొని 'ఎలా ఉన్నావు?' అని పలకరించి గుటక నీళ్ళు తాగి వెళతాడు. ఒకటి రెండు సార్లు కాదు. వందల సార్లు ఈ దారిలో వెళ్ళాడు. ఒక్కసారైనా పలకరించకుండా, చూడకుండా వెళ్ళడం జరిగిందా?

మీ నాన్న చనిపోయినప్పుడు సమయానికి ఆదుకున్నవాడు వాసుదేవనే కదా? మొన్న వచ్చినప్పుడూ చెప్పాడు. నేను నా కూతుర్ని పురందర పెళ్ళిచేసుకోవాలనే

ఉద్దేశంతో ఏదీ చేయలేదు. ఎలాంటి ఋణభారం ఆలోచన లేకుండానే ఈ విషయంలో నిర్ణయం తీసుకో. వాడు ఒప్పుకుంటే నాకు సంతోషం. ఒకవేళ ఒప్పుకోకపోయినా ఆ కారణంగా నేను మారిపోను. నిన్ను ఇప్పటివరకూ ఎలా చూశానో ఇక ముందు కూడా అలాగే చూస్తాను. ఈనాటి పిల్లలకు వాళ్ళవైన కోరికలు ఉంటాయి. చదువుకున్న పిల్లవాడు. అయినా నీ మాటను మన్నిస్తాడని నాకు తెలుసు. అయినా నువ్వు ఒక మాట అడుగు. అతని అంగీకారం లేకుండా మనం ముందుకు సాగడం వీలవుతుందా? అన్నాడు. అలాగే కస్తూరి కూడా ...

నీ కోసం ఉడికించిన మామిడికాయ పులుసు చేస్తే, ప్రసాదం తింటున్నట్లు ఇంతింతే తింటున్నావ్ కదా. నాయకుల ఇంటి కాయ. ఈసారి ముందుగానే చెప్పడం వల్ల దొరికింది. బాగా తిను. ఇంకా ఉంది ...ఎక్కడ ధ్యాస పెట్టి తింటారో ఈ పిల్లలు...ఏం చెబుతున్నాను? ఆఁ కస్తూరి విషయం...

అతనొక్కడే కాదు కస్తూరి కూడా బంగారంలాంటిది. లేకపోతే అతనికి ఇలా చేయడానికి సాధ్యమయ్యేది కాదు. వేరే ఎందుకు మన ఊర్లోనే భార్య మాటలు విని అయినవారిని దూరం చేసినవారు కావలసినంత మంది ఉన్నారుకదా..

రత్న మన ఇంటికి కోడలిగా రావాలన్నది నా మనసులోనూ ఉండేది. అయితే నా అంతట నేనే వాళ్ళమీద పడి అడగకూడదనే కారణంగా మౌనంగా ఉన్నాను. ఇప్పుడు అతనంతట అతనే ఈ ప్రస్తావన తీసుకుని వచ్చాడు. జాతకాలు కూడా చూపించాం. పన్నెండణాలు కలిసివచ్చాయి. ఇరువైపులా పెద్దల ఆశీర్వాదం ఉంటే చేయవచ్చునని శ్యామభట్టుగారు అన్నారు. నీకు అంతగా కలవరమైతే గుడిలో దేవుడికి పూలరెక్కలు అతికించి వరం అడుగుదామని వాసుదేవ అన్నాడు. నేనే వద్దన్నాను. పన్నెండణాల కలయిక ఉంటే పెళ్ళిజరగదనీ కాదు.

ఇప్పుడు నీవు నీ అంగీకారాన్ని తెలిపితే ముందు జరగవలసినవి సులభంగా జరుగుతాయి. నేను వాసుదేవునికి నీ ఉద్యోగం గురించి చెప్పాను. నీకు సరైన ఉద్యోగం దొరికేవరకు పెళ్ళికి సిద్ధంగా లేవని చెప్పాను. అదంత పెద్ద విషయం కాదు. వాడు బంగారంలాంటి కుర్రవాడు. సరైన చోట ప్రయత్నించలేదు. అందుకే దొరకలేదు. ఈ రోజు కాకపోతే రేపైనా దొరుకుతుంది. ఇంతకీ వాడు ఇప్పుడే పెళ్ళి చేసుకోవాలని నేను చెప్పడం లేదు. వచ్చే సంవత్సరం కానీ. మాకు మా అమ్మాయి మా ఇంట్లో ఉండకూడదని అనిపిస్తుందా? నిశ్చితార్థం ఒకటి జరిగిపోనీ. పెద్దల సమక్షంలో అదొకటి జరిగిపోతే నేను నిశ్చింతగా ఉంటాను. ఆడపిల్ల ఎంతగా భారం కాదని అన్నప్పటికీ కంటికి కనిపించని భారమే. ఆమె

పెళ్ళి నిశ్చితార్థం జరిగిపోతే తరువాత నాకు నిశ్చింత ..."

ఇలా సావిత్రి మాట్లాడగలిగే అమృతంలాంటి మాటలను వింటూ పురందర నిద్రపోయాడు. నిద్రపట్టడానికి ముందు ఎంత ప్రయత్నించినా రత్న ముఖం స్పష్టంగా రూపొందలేదు.

* * *

శనివారం ఉదయం పాటీల్‌గారి కొట్టుకు మంజయ్య నుంచి ఒక చీటీ వచ్చింది.

"వాసుదేవ వచ్చాడు. ఈ రోజు సాయంకాలం ఆరుగంటలకు మన ఇంటికి వచ్చెయ్. ముఖ్యమైన విషయం మాట్లాడవలసింది ఉంది. పాటీల్‌గారికీ ఒక చీటి రాసిపంపాను".

చీటీలోని రాతలో ఉన్న అధికారిక స్వరం వల్ల పురందర నొచ్చుకున్నాడు. మంజయ్య చెప్పకపోయినా సాయంత్రం మాట్లాడబోయే విషయం ఏమిటో అతనికి తెలుసు. అమ్మ నుంచి వచ్చిన ఉత్తరాన్ని ఇప్పటికే అతను చాలాసార్లు వేరువేరు దృష్టి కోణాలతో చదివి, బేరీజు వేసి, పరిశీలించి పదేపదే ఆలోచించడం జరిగింది. అందువల్ల మంజయ్య లేదా వాసుదేవ అడగబోయే విషయానికి జవాబు సిద్ధం చేసుకున్నాడు.

ఈ రోజు రత్న కూడా వచ్చివుంటుందా అనే అనుమానం మధ్యాహ్నం భోజనం సమయంలో అతడి తలలో దూరింది. మళ్ళీ గదికి వెళ్ళి దుస్తులు మార్చుకుని మంజయ్య ఇంటికి వెళ్ళాలనే ఆలోచన వచ్చి కలవరపడ్డాడు. ఆ రోజు ఉదయం గోదాములో ఉన్నప్పుడు బెల్లం డబ్బా మోసుకున్నవాడు ముందు చూడకుండా అడ్డొచ్చాడు. అంగీ చేతులకు బెల్లం తగిలి గోధుమరంగు మరక ఏర్పడింది. తనకు చెప్పకుండా అమ్మాయిని చూసే కార్యక్రమం పెట్టుకునేటంత దూరం విషయం పోయివుండదు. అంతేకాకుండా ఇలాంటి కార్యక్రమానికి అమ్మ రావాలికదా అని కుదుటపడ్డాడు. గదికి వెళ్ళి మంజయ్య ఇంటికి వెళ్ళాలంటే నాలుగు గంటలకైనా కొట్టు నుంచి బయలుదేరాలని లెక్కవేసి ఆ ఆలోచనను అక్కడితో వదిలేశాడు.

పురందర మంజయ్య ఇల్లు చేరేసరికి సరిగ్గా ఆరుగంటలైంది. అతను మెట్లు ఎక్కుతూ ఉండగా ఆ ఇంటి గడియారం ఠంగ్ ఠంగ్‌మని ఆరుగంటలు కొట్టింది. మంజయ్య లోపలికి ఆహ్వానించాడు..

"రావోయ్...నువ్వు ఈ వైపు రాకుండా ఎన్ని రోజులు అయ్యింది?... సమయానికి వచ్చావు కదా...ఇదంతా ఉద్యోగంలో చేరిన తరువాత దానంతట అదే అలవాటు అవుతుంది. కాలేజీలో ఉన్నప్పటిలా మనసుకు తోచినట్టు చేయడానికి కుదరదు కదా? రా...వాసుదేవా... పురందర వచ్చాడు చూడు..."

ఆహ్వానించిన మంజయ్య మాటల్లోనే హృదయపూర్వకమైన భావనలు కనిపించడం వల్ల పురందర మనసు కుదుటపడింది. పెద్దపెద్ద కిటికీలున్న ఇంటి బయటిగదిలో బెత్తపు కుర్చీలు ఉన్నాయి. వాటిమీద మెత్తటి పరుపులు. వాటిమీద అల్లికలు కలిగిన వస్త్రాన్ని వేశారు. సాయంత్రపు ఎండ కిటికీ గుండా ఎదుటి గోడమీద, నేలమీద కిరణాలను వెదజల్లుతోంది.

లోపల్నుంచి వాసుదేవ వచ్చాడు. ఎప్పటిలాగే తెల్లటి ధోవతి, తెల్లటి జుబ్బా వేసుకున్నాడు. అతని ఎత్తు, భారీ శరీర నిర్మాణం, కత్తిరించిన జుట్టు, మెరిసే కళ్ళు, నవ్వినప్పుడు సొట్టలుపడే బుగ్గలు, అతని వ్యక్తిత్వానికి గౌరవనీయమైన ఆకర్షణ ఉందని పురందరకు అనిపించింది.

"ఆఁ పురందరా...నువ్వెలా ఉన్నావ్?"

వాసుదేవ వచ్చి ఓ కుర్చీలో కూర్చున్నాడు. పొడవైన అరిపాదాలను ఒకదానికొకటి రుద్దుకున్నాడు. చర్మం పగిలి మొద్దుబారడం వల్ల చర్‌చర్‌మని చప్పుడు అయింది.

"హుబ్బళ్ళిలోని చలి వాతావరణం. మిట్ట కిందివాళ్ళకు-ఈ వాతావరణానికి వస్తే చాలు శైత్యం చేస్తుంది..."

"నాకిప్పుడు అలవాటైంది. మొదట్లో చాలా కష్టమైంది." అన్నాడు పురందర.

ఎలాంటి మాటలైనా వాసుదేవరావు ముందు మాట్లాడటానికి అతడికి సంకోచం. ఇక కబుర్లు చెప్పడానికి అవకాశమే లేదు.

"కొట్టు నుంచి నేరుగా ఇక్కడికి వచ్చావా?"

"అవును...ఈరోజు మంజయ్యమామ చీటీ పంపారు. దాన్ని చూడగానే మీరు వచ్చినట్టు అర్థమైంది. లేకపోతే ఈ రోజు పని ముగిసేసరికి ఆలస్యం అయ్యేది. శనివారం కదా, పైగా రేపు సెలవు..."

ఇప్పుడు మంజయ్య మాట్లాడసాగాడు, "పాటిల్‌గారు పెద్ద వ్యాపారస్థులు. హుబ్బళ్ళిలోనే ఆయనది పెద్ద వ్యాపారం. మా బ్యాంకులో అకౌంట్ ఉంది. ఆయన కొట్లో పనిచేస్తే కాస్త అనుభవం వస్తుందనీ, నలుగురు పరిచయం అవుతారనీ

నిన్ను అక్కడ చేర్చాను. పురందరా...నువ్వు పని చేయడంలో గట్టివాడివని పాటీల్‌గారు బ్యాంకుకు వచ్చినప్పుడు చెప్పారు. నిజాయితీగల పిల్లవాడు అన్నారు. అది కాదురా, నువ్వు ఇటు వైపు వచ్చి ఎన్ని రోజులు గడిచాయోకదా?..."

"రోజంతా పని ఉంటుంది. ఆదివారం వద్దామని అనుకుంటే నా సొంత పనులు చేసుకోవడానికి దొరికే రోజు అదొక్కటే"

"పనిచేసేవాళ్ళను మేము వద్దనం. పనిచేసిన తరువాతైనా రావాలికదా"

మంజయ్యగారి భార్య గిరిజ లోపలి నుంచి ఒక కంచెంలో మురుకులు, చాయ్ తెచ్చింది.

"బాగున్నావ్ కదా" అంది.

పురందర బాగున్నానన్నట్టు తలూపాడు.

"మేము సాయంత్రం మూలికల కషాయాన్నే తాగుతాం. ఈ రోజు ఈ చాయ్ ప్రత్యేకంగా చేశాం. అంతే" మంజయ్య మర్యాద చేశాడు.

"నేనూ మూలికల కషాయమే తాగేవాడినే. ఇక్కడికి వచ్చిన తరువాత చాయ్ అలవాటైంది ..." పురందర చాయ్ కప్పు తీసుకుంటూ అన్నాడు.

"చాయ్‌తో అది ఆగిపోనీ..." అని వాసుదేవ నవ్వాడు. మాటల్లో హాస్యం ధ్వనించినా అందులో పురందరకు చప్పున వెనుకటి వాసుదేవమామ కనిపించాడు.

మంజయ్య, పాటీల్‌గారి పెద్దకుమారుడి గురించి అడిగారు. మాటలు పదేపదే తన ఉద్యోగం వైపు మరలటం చూసి పురందరకు కాస్త బాధ వేసింది.

"భోజనానికి ఏం చేస్తున్నావు?" వాసుదేవ అడిగిన ప్రశ్నకు జవాబుగా తను ఖానావళిలో చేసుకున్న ఏర్పాటు గురించి చెప్పాడు.

"ఇక్కడికి వస్తున్నప్పుడు సావిత్రిని కలిసి వచ్చాను. ఇక్కడ నీ భోజనానికి, ఫలహారానికి ఏం చేసుకుంటున్నాడో అనే బెంగ ఆమెకు. 'తల్లి కడుపు చూస్తుంది' అనే సామెత ఉంది కదా..."

వాసుదేవ ముఖ్యమైన విషయం గురించి మాట్లాడటానికి సతమత మవ్వసాగాడు. అతను ఎన్నడూ ఇలా పురందరతో కూర్చొని లోకాభిరామాయణం మాట్లాడినవాడు కాదు. ఇంటికి రాగానే కాసేపు సావిత్రితో మాట్లాడి తనపాటికి తాను ఉండిపోయేవాడు.

కొద్దిసేపటి మౌనం తరువాత, "గత వారం సావిత్రి ఉత్తరం రాస్తానని చెప్పింది. ఆమె నుంచి ఏమైనా ఉత్తరం వచ్చిందా?" అని అడిగాడు.

"అవును, అమ్మ నుంచి రెండు రోజుల క్రితమే జాబు వచ్చింది"

ఇకపై మాటలు కొనసాగించడం వాసుదేవ బాధ్యత అన్నట్టు పురందర మౌనంగా కూర్చున్నాడు.

మంజయ్య ఇక తానే బాధ్యత తీసుకున్నట్టు మాట్లాడసాగాడు.

"వాసుదేవుడు నీతో ఈ విషయంగా మాట్లాడటానికే ఇక్కడికి వచ్చాడు. ఇలా సూటిగా అడుగుతున్నానని సంకోచించవద్దు. నేను పెళ్ళి చేసుకునేటప్పుడు నన్ను ఎవరూ అడగలేదు. మా తల్లితండ్రులే పెద్దరికం వహించారు. అయితే ఇప్పుడు కాలం మారింది. అది ఉండనీ, నువ్వు మీ అమ్మ మాటను తోసివేయవని తెలిసినప్పటికీ, ఒక మాట నిన్ను అడగాలని అతను ఇంత దూరం వచ్చాడు. నువ్వు కూడా సూటిగా నీ మనసులో ఉన్నది చెప్పు"

పురందరకు ఇక మాట్లాడక మరోదారి కనిపించలేదు. మనసులో అనుకున్న మాటలు ఇప్పుడు వీళ్ళ ముందు చేజారి పోతున్నట్టు అనిపించాయి. అయినా కూడదీసుకొని చెప్పసాగాడు.

"నా ఉద్యోగం ఒక సరైన ఒడ్డు చేరకుండా పెళ్ళి గురించి ఆలోచించనని అమ్మకు చెప్పాను. ఇప్పుడు నా ఒక్కడి జీవన నిర్వహణకే కష్టంగా ఉంది. ఈ నెలచివరలో ముంబయికి వెళ్ళి మరో ఉద్యోగానికి ప్రయత్నించాలని ఆలోచిస్తున్నాను. ఇంకా ఇక్కడే ఆశ పెట్టుకొని కూర్చోవడంలో అర్థం లేదు. ఇంకా నా పరిస్థితే స్థిరంగా లేనప్పుడు, ముంబయికి వెళ్ళి స్థిరపడటానికి ఎంత కాలం పడుతుందో నాకే తెలియనప్పుడు, పెళ్ళిగురించి ఏం మాట్లాడగలను?"

ఇలా చెబుతూ చెబుతూ తన మాటలు తానే వింటూ అతనికి తన భవిష్యత్తు మొదటిసారిగా స్పష్టమైనట్టు అనిపించింది. ఒకసారి మాటలు పట్టాలు ఎక్కిన తరువాత మాటలు సులభంగా వస్తాయి.

అయితే మంజయ్య అతని మాటల్లోని ఉద్దేశాన్ని ఊహించినట్టున్నాడు. వాసుదేవ కూడా మంజయ్యనే మాట్లాడాలనీ మౌనంగా కూర్చున్నాడు.

"ఈ విషయం వాసుదేవకూడా చెప్పాడు. మీ అమ్మకూడా అలాగే చెప్పిందట. నీవు ఉద్యోగం గురించి ఆలోచించకు. నేను నీకు ఎక్కడైనా ఉద్యోగం ఇప్పిస్తాను. నిన్ను ఈరోజు పిలిపించింది కూడా అందుకే. మా బ్యాంకులో ఒక క్యాషియర్ పోస్ట్, ఒక క్లర్కు పోస్ట్ ఖాళీగా ఉన్నాయి. అన్నీ ఇక్కడే భర్తీ చేస్తారు. మా మథాయ్‌సార్ తలుచుకుంటే అంతా జరిగిపోతుంది. ఈ రోజు నిన్ను ఆయన ఇంటికి

తీసుకునిపోతాను. ఇక్కడ మా బ్యాంకులో దొరకకపోయినా వేరే ఎక్కడైనా ఉద్యోగం ఇప్పిస్తాను. ముంబయికి వెళ్ళే ఆలోచన వదిలేయ్. ఇన్ని రోజులు ఏమీ లేనప్పుడు కూడా నిన్ను చూసుకున్న వాసుదేవ ఇప్పుడు మాత్రం నీ చెయ్యి వదులుతాడని అనుకున్నావా?"

ఆ చివరి మాటలు పురందరకు నచ్చలేదు. తన తండ్రి జీవించివుంటే లేదా తనకు వాసుదేవమామ సహాయం లేకపోయి ఉంటే ఇలాంటి విషయాల్లో పెద్దవాళ్ళను ముందు పెట్టుకోకుండా తనను నేరుగా అడిగేవాడు కాదనే ఆలోచన మనసులో మెదిలి కాస్త కఠినమయ్యాడు. చెప్పిందే మరో విధంగా మళ్ళీ చెప్పాడు.

"నేను చెప్పినదానికి అమ్మ కూడా అంగీకరించింది. ముందుగా నా కాళ్ళ మీద నేను నిలబడాలి కదా. నా జీవితం స్థిమితపడటానికి ముందే పెళ్ళి గురించి ఏమని మాట్లాడను? ఏక జీవం సదాశివం, ఒంటరిగా ఎక్కడైనా వెళ్ళొచ్చు, ఎక్కడైనా ఉండొచ్చు. ఇద్దరైన తరువాత బాధ్యత చాలా పెరుగుతుంది..."

వాసుదేవకు అతని మాటలు నచ్చాయి.

"నువ్వు చెప్పింది సరైన మాట పురందర. నువ్వు చెబుతున్న ఏ మాటనూ తీసివేయడానికి లేదు. నేను నీతో పూర్తిగా ఏకీభవిస్తున్నాను. సావిత్రి కూడా అలాగే చెప్పింది. నేను ఏమన్నానో తెలుసా? వాడు ఇప్పుడు కాకపోయినా వచ్చే సంవత్సరం పెళ్ళిచేసుకోనీ. కాదంటే ఆ పై సంవత్సరం చేసుకోనీ. ఇప్పుడు నేను అడుగుతున్నది కేవలం పెళ్ళికి అంగీకారం మాత్రమే. అతనికి తాను సంసారం నడపగలననే ధైర్యం వచ్చేవరకు అతని ఇష్టం వచ్చినట్టు ఉండనీ. పిల్లలు ఇప్పుడు సొంత కాళ్ళ మీద నిలబడతామని పట్టుపడితే అది గౌరవించాల్సిన విషయమే. మన రత్నను నువ్వు చూశావు కదా! అమ్మాయి నీకు పరాయిది కాదు. ఆడపిల్ల తల్లితండ్రులకు ఏ విధంగా మంచి కుర్రవాడు దొరకాలని వేడుకుంటామో, మంచి అమ్మాయి దొరకడం కూడా అంతే ముఖ్యం కదా! అమ్మాయి తండ్రిగా నేను ఈ మాట చెప్పడం లేదు. నువ్వు ఈరోజు కాదు భవిష్యత్తులో పెళ్ళి చేసుకుంటానని చెబితే చాలు. మేము ఎదురుచూడడానికి సిద్ధమే. ఒకవేళ నువ్వు వద్దనుకుంటే, మేమూ మరోచోట సంబంధం చూడాలి కదా. ఎలాంటి నిర్ణయానికి రాకుండా ఎదురుచూడటం ఆడపిల్లను కన్నవారికి చాలా కష్టం"

మాటకు మాట పెరగడం వల్ల పురందర కూడా మనసు విప్పి ధైర్యంగా మాట్లాడసాగాడు. లోపలి గది గుమ్మంలో నిలబడి గిరిజ వారి మాటలు వింటూ ఉండడం అర్థమైంది.

"అలాకాదు వాసుదేవ మామ... నేను ఏం చేస్తానో, ఎక్కడుంటానో కూడా తెలియకుండా, ఏ ఉద్యోగం పట్టుకొని ఎక్కడికి వెళతానో తెలియకుండా పెళ్ళి గురించి ఆలోచించకూడదని అనుకున్నాను. ఇంకా ఎన్ని రోజులు తీసుకుంటుందో ఎవరికి తెలుసు? ఇప్పుడు పెళ్ళికి ఒప్పుకొని ఆ తరువాత సంవత్సరాల కొద్దీ ఎదురు చూడమనటం సమంజసం కాదు. నా తలలో ఇప్పుడు ఉద్యోగం తప్ప మరో ఆలోచన లేదు. ఉన్నది ఉన్నట్టు చెప్పాను..."

జీవితంలోనే మొట్టమొదటిసారి అతను ఇలా వాసుదేవతో ముఖాముఖిగా మాట్లాడాడు. అది కూడా తన సొంత అభిప్రాయాన్ని చెప్పాడు. పెళ్ళిలాంటి విషయం తెచ్చిపెట్టే గౌరవం, శక్తి అతని అనుభవంలోకి నెమ్మదిగా రాసాగింది. ఇప్పుడు సంకోచంగా ఏదైనా ఒప్పుకుంటే ఆ నిర్ణయం నుంచి తప్పుకోవడం అసాధ్యమనీ అతనికి తెలుసు. కానీ 'చాయ్ తోటి ఆగనీ...' అనే మాట అతను మెత్తబడకుండా లోపలే గుచ్చుతోంది.

మంజయ్య అక్కడితో వదిలేలా కనిపించలేదు.

"ఇప్పటికి ఇలాగే చేద్దాం. నువ్వు చెప్పినట్టే కానీ. ప్రస్తుతం ఏమీ చెప్పకు. ఉద్యోగం దొరికిన తరువాతే ఊс అని చెప్పు. ఈరోజు సాయంత్రం ఏడున్నరకు నాకు మథాయిసార్ ఇంటికి వెళ్ళే పనివుంది. నిన్నూ పిలుచుకుని వెళతాను. ఆయన అంగీకరిస్తే నీకు ఉద్యోగం దొరికిందని అనుకో. అంతా ఆయన చేతుల్లోనే ఉంటుంది. ఇదొక ప్రయత్నం మనం చేద్దాం. మన అదృష్టం బాగుంటే, రత్నకు ఈ పెళ్ళి రాసిపెట్టి వుంటే ఈ పని ఈ రోజే జరిగిపోవచ్చు. లేయ్, వెళదాం. వాసుదేవ బావా, నువ్వు మళ్ళీ ఒత్తిడి పెట్టకు. మేము వెళ్ళే పని ఏమవుతుందో చూద్దాం"

పురందరకు మరోదారి కనిపించలేదు. ఉద్యోగం దొరికేవరకూ పెళ్ళి గురించి నిర్ణయం తీసుకోననే మాటను, ఉద్యోగం దొరికిన తరువాత ఊс అనేలా మంజయ్య మరల్చడం అర్థమైనప్పటికీ, ఈ విధమైన మాటలను పట్టుకొని వేలాడటానికి ఇది సమయం కాదని మౌనంగా లేచాడు.

గదికి వెళ్ళి షర్టు మార్చుకొని వస్తానని మంజయ్యతో అన్నాడు.

"వద్దు వద్దు ... కాస్త ఆలస్యంగా పోయినా ఆయనకు కోపం వచ్చేస్తుంది. ఈ షర్టుకు ఏమైంది? మురికి కనిపించదు. కావాలంటే బెల్లం మరక మీద ఒకింత పౌడర్ వేసుకో...ఇప్పుడే బయలుదేరుదాం. ఒక క్షణంలో నేను బాత్రూంకు వెళ్ళివస్తాను..."

మంజయ్య లేచి లోపలికి వెళ్ళాడు. వాసుదేవ మాట్లాడకుండా కూర్చున్నాడు. పురందర అడిగాడు–

"అత్త ఎలా ఉంది?"

"అందరూ బాగున్నారు" మళ్ళీ ఎలా మాటలు కొనసాగించాలో తోచక ఇద్దరూ మౌనంగా కూర్చున్నారు.

మంజయ్య తయారై వచ్చాడు.

"వాసుదేవబావా, నువ్వు ఇక్కడే ఉండు. నువ్వు వస్తే ముగ్గురం అవుతాం. శుభకార్యం..ఇక అమ్మాయి అదృష్టం ఉన్నట్టు జరుగుతుంది... తొందరగా వచ్చేస్తాం..."

ఇద్దరూ అక్కడినుంచి బయలుదేరారు. గుమ్మం వరకూ వచ్చి సాగనంపిన వాసుదేవ ముఖం కలవరంతో నిండిపోయింది.

* * *

దారిలో మంజయ్య పురందరకు మథాయ్‌సార్ గురించి వివరంగా చెప్పాడు

ఆయన ఇప్పుడు రిటైర్‌మెంటుకు దగ్గరగా వచ్చారు. ఆయన పూర్తి పేరు జాన్ ఒలివర్ మథాయ్. మూలతా గోవాకు చెందినవారు. ఇంగ్లాండ్లో చదువుకున్నవారు. ముంబయిలో చాలా సంవత్సరాలు ఉన్నారు. చాలా స్ట్రిక్ట్ అని ఆయనకు పేరు. అయితే లోలోపల చాలా మృదువైన మనిషి.

"నేను ఉద్యోగంలో చేరిన మొదటి సంవత్సరం ఆయన కిందనే పని చేశాను. ఆయన క్రమశిక్షణ ...నువ్వే చూద్దువుగాని ...విధేయత అంటే ఆయనకు చాలా ఇష్టం. అయితే పిరికితనం చూస్తే మండిపడతారు. వారి ఇల్లు దగ్గరలోనే ఉంది. చాలా పెద్ద బంగళా..."

ఇద్దరూ మథాయిసార్ ఇల్లు చేరేసరికి ఏడున్నరకు ఇంకా ఐదు నిమిషాలు ఉన్నాయి. గేటు ఊచల గుండా ఆ బంగళాను చూసినపుడు పురందరకు అది– మంజయ్య వర్ణించిన దానికన్నా చాలా అద్భుతంగా కనిపించింది. పొడువైన అరుగు. అక్కడ పాల మీగడ రంగులో కుర్చీలు. బెత్తపు టీపాయ్. అరుగు దాటి లోపలికి వెళితే అక్కడ టై కట్టుకున్న ఒక వ్యక్తి కూర్చుని వున్నారు. ఆయనే మథాయ్‌సార్ అని ఎవరూ చెప్పవలసిన అవసరం లేదు. బయట చీకటి, కొంచెం చలి ఈ ఆకర్షణీయమైన విగ్రహం కలిగిన మథాయ్‌సార్ పురందరలో అధైర్యాన్ని పుట్టించారు.

"రండి రండి... మీ కోసమే ఎదురుచూస్తున్నాను" ఆయన స్వరం లోతుగా, గంభీరంగా ఉంది.

ఆ విశాలమైన గది కప్పు చాలా ఎత్తులో ఉంది. గదిలోని ఒక భాగంలో కూర్చోటానికి ఏర్పాటు ఉంది. సరళమైన ఆసనాలు, నల్లమద్దితో చేసిన ఒక బల్ల. ఇంట్లో ఉన్నవాళ్ళంతా ఏ శబ్దమూ చేయకుండా ఉన్నారనిపించే మౌనం. మంజయ్య పురందరను పరిచయం చేశాడు. "హలో" అంటూ దృఢంగా చేతులు పట్టుకుని ఊపారు.

తరువాత పదిహేను ఇరవై నిమిషాలు ఇద్దరూ పురందరను మరిచిపోయి బ్యాంకు విషయం మాట్లాడుకోసాగారు. మంజయ్య అత్యంత విధేయతతో, నమ్రతతో మాటమాటకు 'సార్ సార్' అని అంటున్నాడు. ఏవేవో వివరాలు చాలానే చెబుతున్నాడు. మద్రాసు ఆఫీసులో పనిచేసే సెల్వన్ అనే వ్యక్తి ప్రస్తావన పదే పదే వస్తోంది. ఈ కలయిక ఉద్దేశం పురందరకు ఉద్యోగం అడగడానికి కాదని, ఈ నివేదిక అప్పగించడం కోసమే అతను ఇక్కడికి వచ్చాడని స్పష్టమైంది.

వాళ్ళు మాట్లాడుకుంటుండగా పురందర ఆ గదిని గమనించసాగాడు. ఎత్తయిన కప్పు నుంచి దీపాలు వేలాడుతున్నాయి. ఎన్ని దీపాలు వెలిగించినా వెలుతురు లేనంతగా ఆ గది చాలా పెద్దగా ఉంది. కప్పుకు వేసిన పెంకులకు లోపలి నుంచి రంగులు వేశారు. దూలాలకు నల్ల రంగు వేశారు. కప్పునుంచి వేలాడుతున్న దీపాల పైభాగంలో చీకటిగా ఉంది. మైమరచి కాలు మీద కాలు వేసుకుని కూర్చున్నవాడు వెంటనే కాళ్ళు నిటారుగా పెట్టి కూర్చున్నాడు. లోపల ఎక్కడో ఒక కుటుంబం ఉండి, వాళ్ళ వాళ్ళ ప్రపంచంలోనే ఉన్నట్టు అనిపించే కదలికలు, శబ్దాలు, శ్రద్ధగా గమనిస్తే తెలుస్తాయి. పింగాణీ పాత్రల చిన్న శబ్దం, చాయ్ కప్పుల శబ్దాలు వినిపిస్తాయి. ఆ పెద్ద గదికి నాలుగు తలుపులు ఉన్నాయి. అన్నింటికి పల్చటి తెరలు వేలాడుతున్నాయి. నేలపై నల్లరాళ్ళు పరిచివున్నాయి. వాళ్ళు కూర్చున్న చోట ఒక పెద్దరత్నకంబళి పరిచారు. పక్కనున్న గోడకు ఆనించి పెట్టిన నల్లమద్ది చెక్కతో చేసిన వెడల్పు బీరువాలకు అనేక అరలు ఉన్నాయి. దాని మీద వృత్తాకారపు అద్దం ఉంది. దానికి రెండు వైపులా కొవ్వొత్తులు వెలిగించి పెట్టారు.

తెల్లటి దుస్తుల్లో తలకు తెల్లటి పాగా ధరించిన ఒక నౌకరు లోపలినుంచి ఒక ట్రేలో చాయ్ తెచ్చి ఎదురుగా ఉన్న బల్లమీద పెట్టాడు. మృదువైన స్వరంతో మాట్లాడుతూ మథాయ్‌సార్ దాన్ని వీళ్ళ వైపు జరిపారు. ఎడమచేతి వేలికి ఉన్న

కెంపురాయి ఉంగరాన్ని అక్కడే రెండుసార్లు తిప్పి యథాస్థానానికి తెచ్చారు.

చాయ్‌తోపాటు బ్రెడ్ కూడా ఉంది. చిన్న ప్లేట్లో వెన్న, వెన్నను పూయడానికి ఒక చిన్న కత్తి కూడా ఉంది. అందరూ చాయ్ తాగారు. మంజయ్య, మథాయ్‌ల మాటలు నిరాటంకంగా ముందుకు సాగాయి. చివరికి మాటలు ముగిశాక, మథాయ్‌సార్ సంతోషంతో చిరునవ్వు నవ్వసాగారు. మంజయ్య బయలుదేరడానికి లేచాడు. తన విషయం మాట్లాడలేదని పురందర ఆశ్చర్యపోతుంటే, మంజయ్య, "ఈ కుర్రవాడికి మీ వల్ల సహాయం జరిగితే, దానివల్ల అతనికి ఎంతో ఉపకారం అవుతుంది" అన్నాడు.

"తప్పకుండా చేస్తాను మంజునాథ ...ఏమిటో చెప్పు"

మంజయ్య పురందర దయనీయమైన కథను, తండ్రి లేని పిల్లవాడనీ, తల్లిని చూసుకునే బాధ్యత అతనిపై ఉందనీ, మొదలైనవన్నీ కొన్ని మాటల్లోనే చెప్పి ఇప్పుడు ఖాళీగా ఉన్న క్యాషియర్ లేదా క్లర్క్ ఉద్యోగానికి అతడిని తీసుకోవచ్చని సూచించాడు.

కొన్ని క్షణాలు ఆలోచిస్తున్నట్టు కనిపించిన మథాయ్ కొద్దిసేపు మౌనంగా నుంచున్నారు. పురందర కలవరపడ్డాడు.

"సరే, ఇలా చెయ్. వచ్చే వారం నుంచే ఇతను బ్యాంక్‌కి రానీ. మొదట టెంపరరీగానే తీసుకుందాం. ఇప్పుడు మునుపట్లా లేదు. మీకు తెలుసు కదా. పరీక్షలు అవీ ఇవీ అని చాలా కష్టంగా మారింది. అయినా చూద్దాం. ఆరు నెలల తరువాత అతని పనితీరుపై రిపోర్ట్ ఆధారంమీద పర్మనెంట్ చేయవచ్చేమో చూద్దాం. క్లర్క్‌గా వద్దు. క్యాషియర్‌గా చేరనీ. అక్కడ గట్టి రిఫరెన్స్‌లకు ప్రాధాన్యత ఇవ్వొచ్చు."

"ఆ మాత్రం చాలు సార్, చాలా సహాయం చేశారు..."

"అతని పేరు ఏమన్నారు?"

"పురందర సార్"

"పని బాగా చేయాలి పురందర. బ్యాంకు పని అంటే, అందులోనూ క్యాషియర్ పని అంటే చాలా జాగ్రత్తగా ఉండాలి. పని చక్కగా చేస్తే పర్మనెంట్ అవుతుంది".

"అలాగే సార్. థాంక్యూ సార్. చాలా సహాయం చేసినట్టయింది" పురందర కృతజ్ఞతతో మృదువైన స్వరంతో అన్నాడు.

బయలుదేరడానికి తలుపు దగ్గరికి వచ్చినప్పుడే మంజయ్య, "కుర్రవాడి

గురించి నా తరఫున గ్యారెంటీ ఇస్తున్నాను. మీరు చూద్దురుగాని...” అన్నాడు.

“మీ సిఫారస్ మీదే ఒప్పుకున్నాను మంజునాథ”

నమ్మటానికి సాధ్యం కానంత వేగంగా ఇదంతా జరిగి పోవడంవల్ల పురందరకు జగత్తు అందంగా కనిపించింది. దారిపొడుగునా మంజయ్య అతను చేయవలసిన పనుల గురించి ఉపదేశం చేస్తున్నప్పటికీ అవేవీ అతని తలకెక్కడం లేదు.

* * *

వీళ్ళ రాక కోసమే ఎదురుచూస్తూ బయటి గదిలో కూర్చున్న వాసుదేవ, ఇద్దరూ గేటు దగ్గర కనిపించగానే గబుక్కున లేచి నిలబడ్డాడు. అతను ప్రశ్నించడానికి నోరు తెరవడానికి ముందే మెట్లు ఎక్కుతున్న మంజయ్య పెద్ద గొంతుకతో చాటింపు వేశాడు–

“మా రత్న అదృష్టం చూడు...వాసుదేవా, మేం వెళ్ళిన పని అయిపోయింది”

మంజయ్య నివేదిక కొనసాగింది–

“ఈ రోజు అంతా కలిసి వచ్చింది. మథాయ్‌సార్ మంచి ఉల్లాసంతో ఉన్నారు. ఆయన నాకు చెప్పిన పని దేవుడి దయ వల్ల చక్కగా ముగిసింది. అందువల్ల సంతోషంగా ఉన్నారు. నేను ఇతడి ఉద్యోగం గురించి అడగగానే ‘ఊం’ అనేశారు. అడగండి ఇతన్నే అడగండి...మొదట టెంపరరీగా చేర్చుకుంటారు. తరువాత పర్మనెంట్ కావడం పెద్ద విషయం కాదు. మరీ అంత పొరబాట్లు చేయకపోతే ఈ ఉద్యోగం పర్మనెంట్ అయినట్టే...ఇదంతా అదృష్టానికి సంబంధించిన మాట వాసుదేవా, మథాయ్ సార్ తలుచుకుంటే ఎవరికైనా ఉద్యోగం ఇచ్చివుండొచ్చు. ఆయన చాలా స్ట్రిక్ట్. తమ బంధువులకు కూడా లేదని ముఖం మీద కొట్టినట్టే చెప్పేస్తారు...మొత్తానికి నువ్వు వచ్చిన సమయం మంచిది...కుర్రవాడి అదృష్టం బాగుంది...రత్న అదృష్టం గట్టిది...అన్నీ ఒకవైపు దేవుడి దయవల్ల కలిసొచ్చి ఎలా పువ్వు ఎత్తినంత సరళంగా పని జరిగిపోయిందో చూడు....”

వాసుదేవా సంతోషం ఆపుకోలేక ‘ఊం ఊం’ అంటూ ఏం మాట్లాడాలో తోచక ముఖం విప్పార్చుకుని నుంచున్నాడు. “దేవుడి దయ” అన్నాడు. అలా అనేటప్పుడు అతని కంటిచివర్లో నీళ్ళు నిలిచాయి. ఊరికి వెళ్ళి భార్యకు, కూతురికి ఈ వార్త ఎంత తొందరగా చెబుతానా అని తపించసాగాడు.

మంజయ్య గలభా విని గిరిజ నట్టింటి గుమ్మంలోకి వచ్చి వినటానికి నుంచుంది.

"గిరిజ ...వెళ్ళినపని సఫలమైంది. చక్కెర తీసుకుని రా" అంటూ మంజయ్య అందరికన్నా ఎక్కువ ఉత్సాహం చూపించాడు.

అరక్షణంలో ఆమె చక్కెర గిన్నెతో తిరిగి వచ్చింది. అందరి అరచేతుల మీద ఒక్కొక్క చిటికెడు వేయడానికి కదిలినవాడు ఆగి, "ఇక్కడెందుకు? దేవుడు ముందే కానిద్దాం... రండి, అందరూ లోపలికి రండి ..." అన్నాడు.

అందరూ లోపలి దేవుడిగదిలోకి వెళ్ళారు. అక్కడ చిన్న ఇత్తడి దీపపు సెమ్మలో నూనె దీపం మందంగా వెలుగుతోంది.

"ఒక కొబ్బరికాయ తీసుకుని రా" మంజయ్య దేనికోసం సిద్ధం చేస్తున్నాడో ఎవరికీ అర్థం కాలేదు.

తరువాత దేవాలయాల్లో పూజారి చేస్తున్నట్టు నాటకీయమైన ప్రకటన ఆరంభించాడు.

"దేవుడా శాంతేరి కామాక్షి తల్లీ...నీ ఆశీర్వాదంతో ఇకపై అంతా మంచే జరగాలి...ఈరోజు పురందర మీద చూపించిన అనుగ్రహం ఇకపై కూడా ఎప్పుడూ ఉండాలి...భవిష్యత్తులో అతని సంసారం సుఖవంతం కావాలి..."

కొబ్బరికాయకు అందరి చేయి తాకించి దేవుడి మంటపం ముందు పెట్టాడు.

నుంచున్నవారి అరచేతిలో చక్కెర గిన్నెలోంచి చిటికెడు చక్కెర తీసి వేశాడు.

"నా చెల్లెలు కూతుర్ని పెళ్ళి చేసుకోవడానికి ఇప్పుడు నీకు ఏ అభ్యంతరమూ లేదుకదా?..."

పురందర ఊరికే నవ్వాడు. మంజయ్య అంతటితో వదల్లేదు.

"పెళ్ళిచేసుకుంటానని నోరు తెరిచి చెప్పు. దానికి సిగ్గెందుకు?"

గిరిజ కూడా తన గొంతు కలిపి, "దేవుడి ముందు ఇచ్చిన మాట గట్టిపడనీ..."

వాసుదేవ సంతోషాతిరేకంతో ముఖం చేటంత చేసుకుని నవ్వసాగాడు. మిగతా వారందరూ పురందర జవాబు కోసం ఎదురుచూస్తున్నవారిలా అతని ముఖం చూస్తూ నిలబడ్డారు.

"సరేనని చెప్పెయ్" ఇప్పుడు మంజయ్య స్వరంలో తొందర ఉంది.

ఒక్కసారిగా అక్కడ మౌనం కమ్ముకుంది. అందరూ పురందర జవాబుకోసం ఎదురుచూశారు. మరో దారి కనిపించక పురందర "సరే" అన్నాడు.

నోటితో ఏదో జపిస్తూ వాసుదేవ సాష్టాంగ ప్రణామం చేశాడు. అతని తరువాత మిగిలినవారు కూడా ఒకరి తరువాత ఒకరు సాష్టాంగ నమస్కారాలు చేశారు.

మంజయ్య సంతోషంతో పురందర భుజం తట్టి, "ఇకపై అంతా మంచే జరుగుతుంది" అన్నాడు.

⌘

అధ్యాయం 4

దామోదర హళకార-అంటే దామణ్ణకు, ప్రతి మంగళవారం రాత్రి దేవరాయ ఇంట్లో ఉండిపోవటం అలవాటు. ఉదయం హొన్నావరకు వచ్చి రోజంతా తన వ్యాపార వ్యవహారాలు, ముఖ్యంగా డబ్బు వసూలు పని ముగించుకొని రాత్రి దేవరాయ ఇంట్లోనే భోజనం చేసి అక్కడే ఉండిపోయేవాడు. అతనిది ఈ ప్రాంతంలోనే పెద్ద కిరాణా రిటైల్ వ్యాపారం. అతని పట్ల విశ్వాసం ఉన్న చాలామంది ఖాయం గిరాకీలు చుట్టుపక్కల ఊళ్ళల్లో ఉన్నారు. సంవత్సరాల కొద్దీ సాగుతూ వచ్చిన ఈ వ్యాపారం అప్పుడప్పుడు పెరుగుతూ తగ్గతూ ఉన్నప్పటికీ మొత్తానికి దామణ్ణకు మంచి ఆదాయాన్నే తెచ్చిపెట్టేది. మిగతా అన్ని పనులనూ ఇతరుల చేత చేయించినా వసూళక్కు మాత్రం అతనే స్వయంగా తిరిగేవాడు.

వసూలు కోసం తిరగడం ముగించి దేవరాయ ఇంటికి దామణ్ణ వచ్చేసరికి మునిసంధ్య వేళ దాటి చీకటిపడే సమయం అయ్యేది. పైజామ, పొడుగు చేతుల చొక్కా, ఖద్దరుటోపీ ధరించేవాడు. అతని ముఖం మీద స్ఫోటకపు మచ్చులు. విచ్చుకున్నట్టున్న ముక్కుపుటాల వెడల్పయిన చప్పిడి ముక్కు, మధ్యలో లేత గులాబీ, అంచు చుట్టూ గోధుమ రంగుకు తిరిగిన లావాటి పెదవులు. దామణ్ణది పెద్ద ఆకారం. గుమ్మానికి అడ్డంగా నిలబడితే వెలుతురును ఆపుతున్నట్టే ఉండేది. పని ముగించి రాగానే సంచిని లోపల పెట్టి, దానిలోంచి రొక్కపు సంచిని తీసి దేవుడి

ఇంట్లో పెట్టి, నేరుగా స్నానానికి వెళ్ళేవాడు. అతని ఒక జత బట్టలు, ఒళ్ళు తుడుచుకునే పలుచటి తుండుగుడ్డ దేవరాయ ఇంట్లోనే ఉండేది. 'నారాయణ నారాయణ' అంటూ బిందెనెత్తి దబదబమని తలమీద నీళ్ళు గుమ్మరించుకునేవాడు. ఎప్పుడూ చన్నీటి స్నానమే చేసేవాడు.

నూతిగట్టు పక్కన స్నానం చేస్తూ, చుట్టుపక్కల ఉన్న ఇళ్ళకు వినిపించాలన్నట్టు అక్కడి నుంచే ఇంటి అరుగు మీద కూర్చున్న వారితో పెద్ద గొంతుకతో మాట్లాడేవాడు. స్నానం ముగించి, అక్కడే పెట్టిన జత బట్టలు తొడుక్కుని, నట్టింట్లో కూర్చుని అతను ఆ రోజుటి వసూలు సొమ్ము లెక్క పెట్టి, ఓ పుస్తకంలో రాసిపెట్టేవాడు. రోజువారీ అతని పని ముగియటం ఆ రోజుటి లెక్క రాసిపెట్టిన తరువాతే.

నేల మీద కూర్చోని, కావేరి నుంచి ఇప్పించుకున్న పీటను ఎదురుగా పెట్టుకునేవాడు. పద్మాసనంలో వీపు నిటారుగా చేసి కూర్చోవడం చూస్తే చెక్కిన దేవతా మూర్తిని చూసినట్టు ఉండేది. అలాగే కూర్చోని, సంచి విప్పి దాన్లోంచి రాసుల కొద్దీ చిల్లరను, నోట్ల కట్టలను పీట పక్కన, నేల మీద పరిచిన తుండు మీద పోసేవాడు. చిల్లరను, నోట్లను వేరు చేసి ప్రత్యేకంగా పెట్టి, ఒకటి రెండు మూడు ఐదు, పది పైసల నాణేలను, నాలుగణాలు, ఎనిదణాలను ఒక దాని మీద ఒకటి ప్రత్యేకంగా పేర్చి పెట్టేవాడు. ఒకే విధమైన పదినాణేలను ఒక దాని మీద ఒకటి పెట్టిన తరువాత మరొక కుప్ప మొదలుపెట్టేవాడు. ఇలా నాణేలన్నీ పదిపది చిట్టి నిలువు స్తంభాలై, ఎదుటి పీటమీద వరుసలుగా పేర్చిన తరువాత నోట్ల వైపు అతని దృష్టి పోయేది. వాటిని కూడా అదే విధంగా జోడించి వందల, వందల కట్టలుగా కట్టేవాడు. తరువాత అన్నిటిని లెక్కపెట్టి తన పొడువాటి పుస్తకంలో రాసిపెట్టేవాడు. తరువాత దాన్ని వసూలైన లెక్కతో సరిచూసేవాడు. దీని కోసం అతని దగ్గర ఉన్న రకరకాల చీటీలలోని మొత్తాలను ఒక చోట రాసి కూడవలసి వచ్చేది. ఇలా లెక్క రాసి ముగిసిన తరువాత పీట మీద ఉన్న నాణేల వరుసలను అతనే తెచ్చినటువంటి కాగితపు ముక్కలో చుట్టి, రెండు చివరలను మడిచి, సంచి నుంచి దారపు ఉండ తీసి దానితో చుట్టిచుట్టి పొట్లాలు కట్టి ఒక్కటొక్కటిగా సంచిలో చేర్చేవాడు. సుమారు ఒకగంటపాటు ఇదొక తాంత్రిక క్రియలా జరిగేది, ఇది అతను వారంలో మూడు రోజులు, వేరువేరు ఊళ్ళల్లో జరిపే దినచర్య. చాలా ఓర్పుతో, ఆసక్తితో ఈ పని చేస్తూనే వంటింట్లో ఉన్న కావేరితోనో లేదా బయటకూర్చున్న దేవరాయతోనో మాట్లాడేవాడు. కొన్నిసార్లు దేవరాయ లోపలికి

వచ్చి, ఎదుటి గోడకు ఆనుకుని కూర్చుని అతనితో కబుర్లు చెప్పేవాడు.

దామణ్ణ నాలుగు ఊళ్ళు తిరిగేవాడు కావడం వల్ల అతనికి మాట్లాడటానికి కొత్త విషయాలు ఏవో ఒకటి ఉండనే ఉండేవి. దేవరాయకూ అతనితో రాజకీయాల గురించి అవీ ఇవీ మాట్లాడటమంటే చాలా సంతోషమే. అతని దగ్గర ఇంటి విషయాలన్నీ సంకోచం లేకుండా చర్చించేవాడు. రోజూ ఎన్నో ఇళ్ళల్లోకి వెళ్ళొస్తున్నా ఒక ఇంటి విషయం మరొక ఇంటికి చేర్చేవాడుకాదు.

ఈ వారం దామణ్ణ రాక కోసం గోదావరి ఎదురుచూస్తూ ఉండడానికి కారణం ఉంది. రెండు రోజుల క్రితం సునంద పెళ్ళి గురించి మాట్లాడేటప్పుడు కావేరి, "మన దామూకు ఒక మాట చెబుదాం. అతనికి చాలా మందితో పరిచయం ఉంది. మన మాటలు తీసివేయలేడు..." అని అంది. అందువల్ల ఈ వారం దామణ్ణ వచ్చి, వసూలైన సొమ్ము లెక్కపెట్టడానికి సిద్ధమై కూర్చున్నట్టే, వంటింట్లో ఉన్న గోదావరి, అతనితో మాట్లాడటానికి సరైన సమయం కోసం ఎదురు చూడసాగింది. డబ్బు లెక్క పూర్తయ్యే సూచనలు కనిపించగానే నట్టింట్లోకి వచ్చింది.

"ఇక కావేరక్కకు అడ్డులేదు. గోదావరక్క వచ్చింది కదా. మాటకొక మనిషి.. పనికొక తోడు...ఆమెకింక సగం పనే..." దామణ్ణ నాణేలను పేరుస్తూ గోదావరిని మాటలకు ఆహ్వానించాడు.

"జనం రెట్టింపు కాలేదా?" గోదావరి ఈ అవకాశాన్ని ఉపయోగించుకుంది. "సహాయం జరగాలంటే సునంద చేత ఏదైనా కావాలి తప్ప మాలాంటి ముసలివాళ్ళు ఏ లెక్క..?"

"వాళ్ళిద్దరూ ఎక్కడికి పోయారు?" సర్వోత్తమ, దేవరాయల గురించి దామణ్ణ అడిగాడు.

"ఇద్దరూ రేవు వైపు వెళ్ళారు. టప్పర్ హాల్ భవనానికి వెళ్ళకపోతే వారికి నిద్ర పట్టదు"

"ఓ అవునుకదా, ఇప్పుడు మన దేవరాయకు తోడుగా ఒకరున్నారుకదా, ఇక్కడికి మీరిద్దరు వచ్చిన తరువాత ఇంటి కళనే మారిపోయింది చూడు..."

ఎదురుగ్గా గోడకు ఆనించి పెట్టిన ఓ బియ్యం మూట మీద కూర్చుంటూ గోదావరి, "అన్నట్టూ దామూ" అంది.

ఆమె మాటల తీరులోనే ఆమె కుశలప్రశ్నలు కాకుండా దేన్నో చెప్పటానికి ప్రయత్నిస్తున్నదని అతనికి అర్థమైంది.

"ఏమిటి విశేషం గోదక్కా?" నాణేలను కాగితాల్లో చుడుతూ అడిగాడు.

'మా సునంద గురించి నీకు ఒక మాట చెప్పాలి. ఆమెకు తగిన కుర్రవాడు ఎక్కడైనా నీ దృష్టికి వస్తే నా చెవిన వెయ్. అదొక్కటి తప్ప వేరే చింత లేదు మాకు..."

ఈ మాటలు సునంద చెవిన పడకుండా గోదావరి గొంతు తగ్గించింది.

"జాతకం బయటికి తీశారా?"

"మేము జాతకం బయటికి తీసి ఇప్పటికే మూడు సంవత్సరాలు అయింది. ఎక్కడా కలిసి రాలేదు. ఆమె జాతకం ప్రకారం మామ లేని ఇల్లు కావాలి. ఈయన ఎన్నో చోట్ల వెతికారు. ఒకటి రెండు చోట్ల జాతకాలు చూపించటం వరకూ వచ్చింది. అయితే కలిసిరాలేదు. ఈమె నువ్వు చూడని పిల్ల కాదు. ఏ పని చేయడంలోనూ తక్కువ కాదు. మెట్రిక్ వరకు చదివింది. నువ్వు నాలుగు చోట్ల తిరిగేవాడివి. ఎక్కడైనా తండ్రి లేని పిల్లవాడు ఉంటే మాకు చెప్పు. నీకు ఆమె జాతకం నకలు ఒకటి ఇస్తాను"

"అవుతుందిలే గోదక్క, ఏదో ఆలస్యమైపోయిందని ఇంత తొందరగా కంగారు పడక్కర్లేదు. అన్నిటికీ కాలం కలసి రావాలి. ఇంతకీ అమ్మాయికి ఏమైనా వయస్సు దాటిపోయిందా? ఇప్పుడు కాలం మునుపట్లా లేదు. ఇద్దరి మధ్యన ఎక్కువ తేడా ఉండకూడదని అంటారు. ఇప్పటి కుర్రవాళ్ళు పాతికేళ్ళకు ముందు పెళ్ళిచేసుకోమని అంటున్నారు. ఇప్పుడు మీరు ఇక్కడికి వచ్చేశారు కదా, నలుగురు తిరిగే చోటఉంటే ఏదైనా విషయం మీ చెవిన పడవచ్చు"

"అది నిజమే. ఆ రామ నాయక్‌ల కొడుకు గురించి ఎవరో చెప్పారు. అయితే మేము వెళ్ళి విచారించేలోపు మరోచోట వాళ్ళ నిశ్చితార్థం జరిగిపోయింది"

"ఫలానా అమ్మాయికి ఫలానా పిల్లవాడని ఆ దేవుడు రాసి పెట్టినట్టు జరగాలి కదా! దాన్ని తప్పించడం మనకు సాధ్యం కాదు..".

"మన ప్రయత్నం మనం చేయాలి కదా! ఎదిగిన ఆడపిల్ల ఇంట్లోనే ఉన్నప్పుడు కలిగే బాధ దేవుడికే తెలుసు. ఈమె పెళ్ళి అయిపోతే మా బాధ్యత తీరిపోతుంది. అటు తరువాత ముసలివాళ్ళమైన మేము కృష్ణా రామా అని కాలం గడపడమే..."

"నాకు జాతకం నకలు ఒకటివ్వు. నేనూ ప్రయత్నిస్తాను" నాణేల పొట్లాలకు దారం చుట్టి ఒకటొకటిగా సంచిలో వేయసాగాడు.

"ముఖ్యమైన విషయం ఏమిటంటే కుర్రవాడు వ్యసనపరుడు కాకూడదు. ఆ వైకుంఠం కొడుకుకు జాతకం ఇచ్చాం. తండ్రి చనిపోయిన సంవత్సరంలోగా పెళ్ళి చేయాలని తొందర పెట్టసాగారు. జాతకం కలిసి వస్తున్నట్లు అనిపించింది. కుర్రవాడు ముంబయిలో ఉన్నాడని అన్నారు. తరువాత బాళభట్టు ద్వారా కూలంకషంగా విచారించినపుడు అతను సర్వగుణ సంపన్నుడనీ తెలిసింది. అతనికి లేని వ్యసనమే లేదట. సరియైన సమయానికి విషయం తెలియటం మంచిదైంది. అంతేకాకుండా ఎక్కడో తెలియని చోట పిల్లను ఇవ్వడం మా వల్ల కాదు. కలో, గంజో తాగి ఉన్నా చాలు... గుణవంతుడైన కుర్రవాడైతే చాలు".

"ఇప్పటి కాలంలో చాలా కష్టం గోదక్కా, మా శాంతదే ఇలా జరిగింది కదా. తెలిసిన కుర్రవాడని ఇచ్చిన తరువాత ఏమైందో తెలుసుకదా? ఈనాటి కుర్రవాళ్ళు ఇలాగే ఉంటారని చెప్పలేం"

"కుందాపురలో మా వాళ్ళు ఒకరున్నారు. వాళ్ళది మామ ఉన్న ఇల్లు. మాకు జాతకాల్లో నమ్మకం లేదు, ముల్కి దేవుడి వరం దొరికితే చాలని అన్నారు. అయితే మేమే వెనకడుగు వేశాం. తరువాత ఆ మామగారికి ఏమైనా అయితే, తెలిసీ పెళ్ళి చేయించారని అనకుండా ఉంటారా? పైగా ఇంట్లో కాలుపెట్టి ఇంటి యజమానినే మింగిందని అనుకోకుండా ఉంటారా?"

"గోదక్కా...పురందర గురించి ఆలోచించావా?" అన్నాడు దామణ్ణ.

అప్పటికే దామణ్ణ పని అయిపోతూ వచ్చింది.

"ఏ పురందర?"

"అదే మన సావిత్రి కొడుకు. ఇక్కడే చదువుకుంటూ పెరిగిన పిల్లవాడే కదా? తండ్రి లేని పిల్లవాడు. కావేరక్కకూ, దేవరాయకూ తెలిసినవాడే...మంచి పిల్లవాడు. బి.ఎ. చేశాడు. ఇప్పుడు హుబ్బళ్ళిలో ఉన్నాడట".

"అతను ఇంకా చిన్న పిల్లవాడు కదా? అప్పుడే అతను ఉద్యోగంలో చేరడమూ జరిగిందా? చెడ్డీ వేసుకొని ఇదే అరుగు ఎక్కిన ఆ పిల్లవాడే నా కళ్ళముందుకు వస్తున్నాడు."

"అవును–ఇప్పటి కాలానికి చిన్నవాడు. అయినా మంచి పిల్ల దొరికితే అతని తల్లి ఆలస్యం చేయదు. అతనికి ఇప్పుడు పాతికేళ్ళయినా ఉంటాయి. కడెకోడి నాయక్‌ల కొడుకు వివాహం మొన్న జరిగింది కదా, అతనికి ఎన్నేళ్ళో తెలుసా? ఇరవై రెండు. ఒకసారి తన కాళ్ళమీద సొంతంగా నిలబడితే తొందరగా పెళ్ళి చేసుకుంటే తప్పేమిటి?"

"ఇది నాకు స్ఫురించనే లేదుకదా, కళ్ళముందున్న కుర్రవాడు కనిపించలేదు"

"అదంతే. అందుకే కాలం కలిసి రావాలంటారు. ఇప్పుడు వచ్చిందనే అనుకో. కుర్రవాడి గురించి తెలుసుకోవడానికి ఎక్కడో దూరం వెళ్ళనక్కర్లేదు. ఇక్కడే కావేరక్కను అడుగు. ఇప్పుడు హుబ్బళ్ళిలో ఒక కొట్లో పనిచేస్తున్నాడని విన్నాను. చదువుకున్నాడు. భవిష్యత్తులో మంచి ఉద్యోగం దొరకవచ్చు. అమ్మాయి జాతకంలో మామ లేని ఇల్లు కావాలన్నావు కదా. నాకు ఇది స్ఫురించింది. సావిత్రిని ఒకసారి అడగడంలో తప్పేమిటి? ఈ సంబంధం కుదిరితే సునంద అదృష్టం...శుక్రదశ..."

సునంద లోపలికి రావడంతో మాటలు అక్కడితో ఆగిపోయాయి. దామణ్ణ లెక్క పూర్తయ్యింది. గోదావరి లేచి దేవుడి గదిలోకి వెళ్ళింది. లోలోపల నమ్మకం కలిగినట్టయి ఆమెలో కొత్త చైతన్యం నిండింది. ఏమీ తోచకుండా ఊరికే ఒక గంటసేపు అక్కడే నిలుచుంది.

ఆమె కళ్ళముందు పురందరుని చిత్రం అస్పష్టంగా రూపొందసాగింది. అతను ఇదే ఇంట్లో చదువుకుంటున్నప్పుడు ఎన్నోసార్లు చూసింది. చదువులో తెలివైనవాడని కావేరి అప్పట్లో చెబుతున్నది గుర్తొచ్చింది. గోదావరికి సావిత్రి తెలియనిది కాదు. పోయినసారి కొడుకు గురించి అడిగినప్పుడు ధారవాడలో చదువుతున్నాడని చెప్పింది. పురందర అంటే చిన్న పిల్లవాడనే మనసుకు అనిపిస్తుండటం వల్ల పెళ్ళివయస్సుకు వచ్చిన కుర్రవాళ్ళ పట్టికలో అతని పేరు చేర్చనేలేదు. సావిత్రి అమాయకమైన స్త్రీ. ఒక్కడే కొడుకు. ఆస్తి లేకపోతే ఏమైంది. కుర్రవాడు చదువుకున్నవాడు. ఇప్పటి కాలంలో అదే ఆస్తి. అంతేకాకుండా మాకున్నదంతా సునందకు కాకుండా ఇంకెవరి చెందుతుంది? అంతా కలిసి వస్తే దామణ్ణ చెప్పినట్టు శుక్రదశే...

* * *

దామణ్ణ, గోదావరిల సంభాషణ చెవిన పడినా కావేరి ఏమీ చెప్పలేదు. మరుసటి రోజు దామణ్ణ వెళ్ళిన తరువాత, సునంద స్నానానికి వెళ్ళిన సమయంలో కావేరి ఈ విషయం ప్రస్తావించింది. గోదావరి మసాలా నూరుతూ కూర్చునివుంది.

'పురందర చాలా మంచి పిల్లవాడు. మన సునందకు అతను చక్కటి తోడు కావచ్చు. అయితే క్రితంసారి కస్తూరి కూతురు గురించి మాట్లాడుతూ రత్నను అతడికి ఇవ్వాలనే అభిప్రాయం ఉందని చెప్పింది. పురందరకు రత్న మామ కూతురు అవుతుంది. సావిత్రికి వాసుదేవ చాలా సహాయం చేశాడు. ఆమెకూ

తమ్ముని కూతుర్ని కోడలిగా తెచ్చుకోవాలని మనస్సులో ఉన్నదట. ఇంకా పురందరను అడగలేదట. విషయం వాళ్ళు ఎవరికీ చెప్పలేదు. అందుకే నిన్న దామణ్ణ వచ్చినపుడు నేను ఈ విషయం ప్రస్తావించలేదు. నువ్వు ముందుకు సాగేముందు మొదట కస్తూరిని ఒక మాట అడగటం మంచిది"

గోదావరికి ఒంటి మీద చన్నీళ్ళు కుమ్మరించినట్టు అనిపించింది. నిన్నటి నుంచి ఆమెకు ఇది కుదిరే సంబంధమని అనిపించసాగింది. రాత్రంతా ఆమె ఊహాలోకంలో గడిపింది. జాతకం కుదరకపోతే అది వేరే విషయం. ఇంకా ప్రస్తావన మొదటి దశలోనే ఉన్నప్పుడు, అపార్థం చేసుకుంటారని భయపడి, ఈ సంబంధాన్ని వదులుకోవడానికి ఆమె మనస్సు అంగీకరించలేదు.

"కస్తూరిని ఎందుకు అడగాలి? సూటిగా సావిత్రినే అడిగేస్తాను. వాళ్ళు వీళ్ళు అంటూ మూడవ వ్యక్తి ద్వారా వెళ్ళి విసుగొచ్చింది. మొన్న చూడు ఆ నేత్రావతి కొడుకు నిశ్చితార్థం చేసుకున్న తరువాత ఈ అమ్మాయి వద్దని అన్నాడట. అతని తల్లితండ్రులు ఊళ్ళో తలెత్తి తిరగలేకపోతున్నారు. ఇప్పుడు చూస్తే మేనమామ కూతుర్ని పెళ్ళిచేసుకుంటాను, ఒకవేళ జాతకాలు కలవకపోతే గుడిలో దేవుడి విగ్రహానికి పూలరెక్కలు అతికించి దేవుడిని వరం అడగండనీ, అదీ జరగకపోతే స్వామీజీని అడగండనీ మొండిగా కూర్చున్నాడట. మనస్సులో మొదటి నుంచి ఈ అభిప్రాయమే ఉందనీ, మీ భయం వల్ల చెప్పలేదని అంటున్నాడట. పెద్దల మాటలు విని పెళ్ళి చేసుకునే కుర్రవాళ్ళ కాలం మన కాలానికే ముగిసింది"

మిరపకాయలు, రచ్చమాని కాయలను రోట్లో వేస్తూ గోదావరి గరగరమని చప్పుడు చేస్తూ రుబ్బసాగింది. చూడటానికి భారీగా అనిపించే ఆ రుబ్బురోలు ఆడవాళ్ళ చేయి తగలగానే అవలీలగా గరగరా తిరుగుతోంది. నిరంతర ఉపయోగం వల్ల నున్నగా ఉంది. నల్లటి కొబ్బరి చిప్పను, పక్కనున్న ఇత్తడి గిన్నెలో ముంచి, రుబ్బుతున్న మసాలాకు కొంచెం నీళ్ళు కలిపింది.

కావేరికి ఆమె మాటలు సమంజసంగా తోచలేదు. "ఇద్దరూ మన ఇంటివారే కదా? సునంద ఒక చెల్లెలి కూతురైతే, రత్న మరొక చెల్లెలి కూతురు కదా? అటు తరువాత అక్కాచెల్లెళ్ళ మధ్యన అనవసరంగా మనస్తాపాలు రాకూడదని చెప్పాను"

"వచ్చే వారం శేషప్ప కూతురి పెళ్ళికి మంకికి వెళుతున్నాను. అక్కడికి సావిత్రిని తప్పకుండా వస్తుంది. అప్పుడు నేను అడుగుతాను. ఆమె కాదంటే సమస్య లేదుకదా? ఒకవేళ ఆమె అక్కడికి రాకపోతే నేనే ఒక గంటపాటు కాసరకోడుకు వెళ్ళి వస్తాను"

"అయినా ఎందుకో నాకు ఈ విషయంలో ముందుకు సాగడానికి ముందే కస్తూరిని ఒక మాట అడగాలని అనిపిస్తోంది. ఇప్పుడు కాదు. ఇది ఎప్పటి నుంచో వాళ్ళ మనస్సులో ఉన్న విషయం. పురందరను వాసుదేవ చాలా అభిమానంగా చూసుకున్నది ఇందుకోసమేనని నేను చెప్పటం లేదు. అయితే అతని మాటను తీసివేసే కుర్రవాడు కాదతను. నాకు బాగా తెలుసు. ఇక ఏ కారణంగానైనా పురందరే వద్దని అనుకున్నా మనం మధ్యలో వచ్చినందువల్లనే ఇలా అయిందని మన మీద నింద పడటం కచ్చితం. అందుకే వద్దు. మనం మధ్యలో పోయి మాటపడటం వద్దు...?".

"అడుగుదాం. సమయం వచ్చినపుడు కస్తూరినే అడుగుదాం. ఏదీ దాచిపెట్టి చేయడం లేదుకదా. అయినా పేరు పాడయ్యేటట్లయితే కానీ, నా మీద నింద వస్తే రానీ. నిజం మనకు తెలిసివుంటే చాలు. ముందుగా అసలు విషయం తెలుసుకున్న తరువాతే కదా ముందరి విషయం. నువ్వు మాట్లాడే తీరు చూస్తే పెళ్ళి జరిగిపోయిందనేలా ఉంది. ఈ పెళ్ళి మాటలు అంత సరళం కాదు. ఏది, ఎప్పుడు, ఎలా జరుగుతుందో చెప్పలేం. జాతకాలు కలిసివచ్చి అన్నీ మాట్లాడుకునే సమయానికి పెళ్ళి తప్పించి, మొహం చాటేసిన జనం ఇరుగుపొరుగున ఉన్నారు..." అని గోదావరి కోపంగా అన్నప్పుడు ఆమె దేన్నో మనస్సులో పెట్టుకుని మాట్లాడుతోందని కావేరికి అర్థమైంది.

"ఇంకా దాన్నంత మనస్సులో పెట్టుకోకూడదు గోదావరి. అప్పుడు జరిగింది సరిగ్గా ఎవరికీ తెలియదు. అంతా ఊహాగానాలు. సుంద్రజ్జి మాట ఎంత నిజమో ఎంత కల్పితమో ఎవరికి తెలుసు?"

గోదావరి మాట్లాడకుండా కుడిచేత్తో మసాలాను రోట్లో వేస్తూ నూరసాగింది. నూరుతున్నట్లే మిరపకాయలు, పసుపు రంగు మసాలాకు చేరసాగింది. మధ్య మధ్యన దొరుకుతున్న గట్టి రచ్చమాని కాయలను అణచడానికి ప్రయత్నిస్తున్న రుబ్బురోలు గడగడమని చప్పుడు చేస్తోంది.

* * *

సుంద్రజ్జి అంటే గోదావరి, కావేరీల అమ్మమ్మ చెల్లెలు. అంటే వారి తండ్రి తల్లికి చెల్లెలు. ఆమె పేరు సుందరి. చివరికి సుందరి సుంద్రజ్జి అయిపోయింది. ఆమె భర్త మఠం స్వాములవారు నిర్వహించే చాతుర్మాసం కార్యక్రమాలకు వెళుతున్నానని చెప్పి ఇల్లొదిలి వెళ్ళిపోయినవాడు జాడ లేకుండా పోయాడు. అందువల్ల చనిపోయేవరకూ ఆమె ముత్తయిదువుగానే ఉండిపోయింది. జబ్బుపడి

ఐదేళ్ళు మంచం పట్టినప్పుడు కూడా ఇంట్లోని వారందరిని వేధించిన ఆడది. మూడుసార్లు ఇక ఈ రోజో, ఇప్పుడో చనిపోతుందని అనిపించేలా చావుకు దగ్గరగా పోయి తప్పించుకుని వచ్చి, జబ్బు పడిన గుర్తులు కూడా లేకుండా మునుపట్లాగే ఉంది. ఒకసారైతే చనిపోయిందనే అనిపించటంతో గణపతి పండుగనూ చేయకుండా వాయిదా వేశారు. ఆమె బతికి బయటపడి, ఎందుకు పండుగ చేయలేదని అక్క కొడుకుతో పోట్లాడింది. అలాంటి పేచీకోరు మనిషి.

చివరిసారి సుంద్రజ్జి జబ్బుపడింది మంజయ్య పెళ్ళి సమయంలో. కుందాపురకు వెళ్ళినామె జ్వరం వచ్చి, వారాల కొద్దీ మంచం పట్టి పెళ్ళికూడా రాలేకపోయింది. అందువల్ల కుందాపుర నుంచి వచ్చిన తరువాత ఆమెకు పెళ్ళి చీర ఇచ్చారు. దాన్ని చూడగానే ఆమె పైత్యం ప్రకోపించింది. తనకు సరియైన చీర ఇవ్వలేదనే కారణం చూపి పోట్లాటకు నుంచుంది. కుందాపుర నుంచి వచ్చేటప్పుడు శిరాలిలో ఒక రోజు ఆగి రావటం వల్ల కస్తూరికి ఇచ్చిన చీరను చూసింది.

ఇంటికి పెద్దదైన తనకు అందరికన్నా మంచి చీరను ఇవ్వడం మాని, తన అక్క కొడుకు ఇలా ఎందుకు పిసినారితనం చేస్తున్నాడు? శిరాలిలోని కూతురుకు అంత మంచి చీరను ఇవ్వడానికి చేతనవుతుంది, తన తల్లి చెల్లెలికి ఇవ్వడానికి కాలేదు. ఇంటి పెద్దల ఆశీర్వాదం తీసుకోవాలన్న కోరిక లేకపోతే పోనీ, శాపపు భయమైనా లేకపోతే ఎలా?...అనే మాటలు, చీరను చూసిన ఘడియ నుంచే మొదలయ్యాయి.

ఆ సమయానికి గోదావరి, కావేరి ఇద్దరూ పుట్టింటికి వచ్చారు. సుంద్రజ్జికి నచ్చజెప్పడానికి మనవళ్ళుపోతే, గుక్కతిప్పుకోకుండా మాట్లాడింది. ఓర్పు కోల్పోయిన గోదావరి సుంద్రజ్జిని తిట్టింది. సుంద్రజ్జి మరింత రెచ్చిపోయింది.

"అయ్యో, మీకు మీ నాన్న గుణం తెలియదు. మంచి భర్త వస్తే డబ్బులు ఖర్చు పెట్టాల్సి వస్తుందని ముసలివాడిని వెతికాడు. లేకపోతే మూడవ పెళ్ళివాడికి కావేరిని ఇవ్వాలా? గోదావరి, నీకు ఆ పిచ్చి వంశానికి చెందిన మాస్టారుతోనే పెళ్ళి జరిపించాలా? పెంచడానికి చేతకాక పిల్లల్ని బావిలోకి తోస్తారుకదా అలా పెళ్ళి చేయడానికి సాధ్యం కాక బావిలోకి తోశాడు..."

అప్పటిదాకా ఎవరూ ఊహించని దిశలో సాగిన మాటలు కావేరి, గోదావరి ఇద్దరి గుండెల్లో గుచ్చుకున్నాయి.

"...నేనేమీ వెట్టిగా తిని పడివుండటం లేదిక్కడ...నా భూములు, బంగారం

కుదువపెట్టుకుని దోచుకున్నాడు మీ నాన్న. ఒక్కొక్క కూతురి పెళ్ళి చేసినప్పుడూ నా పియ్యి తినటానికి వచ్చాడు...ఇప్పుడు కొడుకు పెళ్ళి సమయానికి కళ్ళు నెత్తి మీదికి పోయాయా? నా భర్త ఇంటిది ఏమీ తక్కువగా ఉండలేదు... ఇక్కడికి వచ్చి ఇతడి భార్య చేత అనిపించుకుని ఉండటం కేవలం ఇతడి మీది ప్రేమతో... నా వల్ల ఇతడికి కాస్త సహాయం జరగనీ అని...

నీ పెళ్ళి విషయంలోనే కావేరి...చాలా రోజుల నుంచి మీ నాన్నతో చెప్పేదాన్ని, నీ కూతురి జాతకం తియ్యరా...నీకు నలుగురు ఆడపిల్లలు ఉన్నారు...ఒకదానికి ఆలస్యమైతే తరువాత అందరికీ ఆలస్యమవుతుందని... 'చేతిలో నాలుగు కాసులు రానీ' అని అంటుండేవాడే తప్ప ఒక పుల్ల ఎత్తి అక్కడిది ఇక్కడ పెట్టలేదు...మానవ ప్రయత్నం ఏమీ లేకుండా పెళ్ళవుతుందా? ఇతని కూతురిపెళ్ళి ఇతను కాకుండా వేరే ఎవరు చేస్తారు? అటుతరువాత నేనే భరించలేక కొంచెం బంగారం ఇస్తానన్నాను. అప్పుడు వెతకడం మొదలుపెట్టాడు. అదీ ఎలాంటిది దొరికింది? మూడో పెళ్ళి వరుడు. ఎందుకు ఒప్పుకున్నాడో చెప్పు? తక్కువ ఖర్చుతో పెళ్ళిచేసి సాగనంపవచ్చుని. నాకేం చెప్పాడో తెలుసా? పిల్లకు వయసు దాటిన తరువాత ఇది దొరకటమే గొప్ప...ఇంకా ఆలస్యం చేస్తే ఆమె పెళ్ళి కాకుండా అలాగే ఉండిపోతుందని అన్నాడు...

అటు తరువాత రెండవదానికి సంబంధాలు వెతికేటప్పుడు పట్టుబట్టాను. దానికి వాసుదేవ దొరికాడు. మూడవదాని పెళ్ళికీ నేనే బంగారం ఇచ్చాను. తరువాత నేనే చెప్పాను...ఇక నా చేత కాదు. నువ్వు, నీ అల్లుళ్ళు కలిసి చివరిదానికి పెళ్ళి చేయండని అన్నాను. ఆ శిరాలి అల్లుడు ఉన్నాడుకదా, అతనే కస్తూరి మొగుడు. తనమీద భారం పడుతుందని అర్థంకాగానే తప్పించుకోవడం మొదలుపెట్టాడు... గోదావరికి కుమటె నుంచి శిన్నయ్య సంబంధం వచ్చినపుడు వాళ్ళు వరకట్నం భారీగా అడుగుతారని తన మామను బెదిరించాడు. నీ తండ్రయినా వెళ్ళి వాళ్ళను స్వయంగా అడిగి ఉండాల్సింది. అది మానేసి అందుబాటులో ఉన్న ఆ మూర్ఖుడు సర్వోత్తమను పట్టుకుని పెళ్ళిచేశాడు. తరువాత శిన్నయ్య అక్క నాకు కనిపించింది. ఆమె ఏం చెప్పిందో తెలుసా? వరకట్నం లేకుండా పెళ్ళి చేసుకోవడానికి వాళ్ళు సిద్ధమయ్యారట. గోదావరి జాతకం చక్కగా కలిసి వచ్చిందట కూడా. ఆ పెళ్ళితో శిన్నయ్యకు రాజయోగం ఉండిందట. తన కన్నా గట్టివాడైన మరొక అల్లుడు దొరికితే తన ప్రాముఖ్యం తక్కువవుతుందని ఈ వాసుదేవకు అనిపించిందేమో, మామ చెవిలో ఊది తన పాఠశాలలోనే ఉద్యోగం

చేస్తున్న ఆ మాస్టారును పట్టుకుని వచ్చాడు. అతని వంశం గురించి అందరికి తెలిసిందే. ఇంట్లో తరానికి ఇద్దరు పిచ్చివాళ్ళు. శిన్నయ్య ఇంటివాళ్ళు పెళ్ళి విషయం మాట్లాడి 'చక్కెర తిని' రావాలనుకున్న రోజునే ఈ వాసుదేవ అక్కడికి వెళ్ళి వాళ్ళను ఆపాడు. ఇదంతా మీకు తెలియదని ఇప్పుడు చెబుతున్నాను. ఎందుకు ఇలా చేశాడో ఎవరికైనా తెలుసా? శిన్నయ్యకన్నా ఈ పిచ్చిమాస్టారు బాగా కనిపించాడా? అతడిని పెళ్ళి చేసుకుంటే గోదావరి రాణిలా ఉండేది. రాణిలా... ఇలా సంసారాన్ని కట్టుకుని ఊరి నుంచి ఊరికి తిరిగేదికాదు. ఇప్పుడు ఆ కస్తూరికి అలాంటి చీర, నాకు మాత్రం అన్నం దించే మసిగుడ్డకన్నా తక్కువది..."

సుంద్రజ్జి వాక్ప్రవాహంలో పాతవిషయాలన్నీ పొంగి పొంగి ప్రవహించసాగాయి. ఒంటిమీదికి దెయ్యం వచ్చిన దానిలా మంచం మీది నుంచి రెండు ట్రంకులను లాగి అందులోంచి ఏవేవో పత్రాలను తీసి తీసి చూపిస్తూ అరవసాగింది. ఆ గదికి ఉన్న ఒకే కిటికీలోంచి వస్తున్న వెలుతురులోనూ జిడ్డుపట్టిన దిండు గోధుమరంగు స్పష్టంగా కనిపిస్తోంది.

"ఏ అమ్మాయిలూ...మీకు మీ నాన్న బుద్ధి తెలియదు. కూర్చున్న చోట తినటం తప్ప అతనికి ఏ పనీ చేతకాదు. చేతిలో చిల్లిగవ్వలేదు. ఇప్పుడు నేను కుందాపుర నుంచి రావటం కోసం ఎదురుచూడకుండా కొడుకు పెళ్ళి చేసింది ఎందుకో తెలుసా? కొడుకు వరకట్నంలో నాకు నా బంగారం తిరిగి ఇస్తానన్నాడు. ఎప్పుడు ఈ ముసలిది చస్తుందా అని ఎదురుచూస్తున్నాడు. కానీ నేను అంత తొందరగా చనిపోయేదాన్ని కాను. నా బంగారాన్ని దానంగా అడగనీ, వదిలివేస్తాను. అప్పు అని పొగరుగా తిరిగితే, వసూలు చేయకుండా చావనని అతడు తెలుసుకోనీ..."

ఆమె పొట్టి ఆకారం, ఆమె ఆకుపచ్చని చీర జరీఅంచు, నుదుటి నిండా ఉన్న పెద్ద కుంకుమ, క్షణక్షణానికి భయంకరంగా కనిపించసాగింది. కావేరి, గోదావరిలిద్దరూ నోటమాట రాకుండా నిలుచుండిపోయారు. అంతలో అక్కడికి వచ్చిన వాళ్ళమ్మ ఎన్నడూ వాళ్ళు చూడని రీతిలో కేకలు పెట్టసాగింది.

"ఆ పిల్లల తలలో లేనిపోనివి నింపకు...సిగ్గులేని ముండా...భర్త బతికి ఉన్నాడో చచ్చాడో కూడా తెలియకుండా కుంకుమ పెట్టుకుని తిరుగుతోంది. అసలే అతను ఉబ్బసం రోగి. అంతా సరిగ్గా ఉన్నా ఈ పాటికి చనిపోయేవాడు. ఎక్కడ ఏమైపోయాడో ఏమో? ఇంటి మొత్తానికి అశుభం. వద్దు తీసెయ్ కుంకుమ అని ఎంత మొత్తుకున్నా వినదు...బంగారం బంగారం అని చస్తుంది...ఇన్ని రోజులు

ఊరకే తిని పడివుండలేదా? మంచం పట్టినపుడు నీ పియ్య, ఉచ్చ తుడిచింది ఎవరు? సరే, నిన్ను అలాగే వదిలేయాల్సింది. పురుగులు పడి చచ్చేటప్పుడు తెలిసేది. నీ నాలుగు తులాల బంగారం కోసం అనిపించుకున్నది చాలు... ఈయన రానీ, చెప్పి నీ ముఖానికి పారేస్తాను...దాంతోపాటు నిన్ను ఇంటి నుంచి తరుముతాను.”

“వాడికి ధైర్యముంటే నా బంగారం పారెయ్యమను...నుంచున్నపాటున వెళ్ళిపోతాను...”

అయితే అతను తిరిగి ఇంటికి రావడానికి మునుపే, ఈ సంఘటన జరిగిన రెండు రోజుల్లోనే అదే ఇంట్లో సుంద్రజ్జి నిద్రలోనే చనిపోయింది.

* * *

మధ్యాహ్నం భోజనాల తరువాత గోదావరి లోపలి గదిలో చాప పరుచుకుని నడుం వాల్చింది. వర్షపు జల్లును ఆపాలని కిటికీ అవతల కట్టిన కొబ్బరిమట్టల తడికె నుంచి లోపలికి వచ్చే వెలుతురు తక్కువైంది. బయట సూర్యుడు మబ్బుల చాటున వచ్చివుండటంతో మట్టల నుంచి దాటి వచ్చిన సూర్యుని కిరణాలు తెరిచి పెట్టిన కిటికీ రెక్కల మీద వృత్తాకారపు చిన్నచిన్న చిత్రాలను ఏర్పరిచింది. చెట్ల చాటు నుంచి గాలి రయ్యిరయ్యిమని వీచే శబ్దం వినిపిస్తోంది. పక్కింటి పెరట్లో ఎవరివో మాటలు వినిపించసాగాయి. ఓ కాకి కూసింది. ఈ మందకాంతికూడా ఎక్కువైందేమో అన్నట్టు లేచి కిటికీ తలుపు ఓరగా మూసింది. ఒక్కసారిగా చీకటై, తరువాత సావకాశంగా ఆమె ఒళ్ళు, గదిలోని ఇతర వస్తువులు అస్పష్టంగా కనిపించసాగాయి. మనస్సు నెమ్మదిగా అంతర్ముఖమై నానా రకాల ఆలోచనలు ఆమె తలలో చేరుకోసాగాయి. ఇన్నాళ్ళు సుప్తంగా ఉన్న ఏదో చైతన్యం, ఏదో శక్తి మళ్ళీ తన లోపల ప్రాణం పోసుకుంటున్నట్టు అనిపించసాగింది.

కావేరితో మాట్లాడిన మాటలు ఆమెలో పదేపదే మారుమ్రోగసాగాయి. పురందరతో సునంద వివాహం జరిగితే అది దామణ్ణ చెప్పినట్టు శుక్రదశే. సావిత్రి ఇల్లు, తోట చూసుకుంటూ కాసరకోడులో ఉంటుంది. ఇతను తోడుగా ఉంటే, ముసలివాళ్ళతో నిండిపోయిన ఈ ఇంటికి ఒక ఆధారం దొరికినట్టు అవుతుంది. కావేరికి ఆ మాత్రం అర్థం కాదా?

గతవారమే హొన్నావరలో నది దాటేటప్పుడు జరిగిన సంఘటన గోదావరి కళ్ళ ముందుకు వచ్చింది.

ఉదయం శరావతి నదిని దాటడానికి పడవలో చోటు దొరక్క సునంద,

గోదావరి, సర్వోత్తమలు చాలాసేపు ఎదురుచూడవలసి వచ్చింది. చేతిసంచితోపాటు ఒక ట్రంకు ఉండింది. చివరికి పెద్ద పడవలో అన్నీ వేసుకుని బయలుదేరేసరికి మధ్యాహ్నమైంది. నదిపైని గాలికూడా ఎండకు వేడిగా ఉంది. నాలుగు రోజులు కురిసిన వర్షం ఆగిపోవటం వల్ల ఎండకు మరింత బలం వచ్చినట్లయ్యింది. ఒడ్డుకు దగ్గరగా వస్తుండగా పెరుగుతున్న నది ఉధృతతను నిభాయిస్తూ పడవ హొన్నావర రేవును చేరింది.

ఒడ్డు ఎక్కిన తరువాత సర్వోత్తమ, ఒక చేత్తో ట్రంకు, మరొక చేత్తో సంచి పట్టుకుని పడవలోంచి దిగసాగాడు. "ఇటివ్వండి– నేను తెస్తాను" అని ఖార్వికుప్ప అంటున్నా "వద్దు...వద్దు..." అని ఇవ్వకుండా, తానే రెంటినీ పట్టుకుని దిగడానికి అడుగులు ముందుకు వేశాడు. ఉధృతం వల్ల నదిలోని నీటిమట్టం పెరిగింది. కాళ్ళను పైకెత్తి పడవ అంచుకావల పెట్టి దిగేటప్పుడు చేతిలోని భారం పెరిగి, అదుపు తప్పి తూలిపడ్డాడు. ఎడమచేతిని ముందుకు చాపడం వల్ల చేతిలోని సంచి ఆసరా అయింది. అందువల్ల ముఖానికి దెబ్బ తగల్లేదు. కుడిచేతిలోని ట్రంకు మాత్రం కాళ్ళమీద పడింది. తట్టుకునిపడ్డ దెబ్బకు మోకాళ్ళు రాచుకుని పోయాయి. గోదావరి, సునందలు ఇద్దరూ ఇంకా పడవలోనే ఉన్నారు. సర్వోత్తమ పడటం చూసి ఖార్వికుప్ప పడవలోంచి దూకిన వేగానికి అది ఊగింది.

సునంద, గోదావరిలను జనం చేతులు పట్టుకుని గబగబా కిందికి దింపారు. సర్వోత్తమ లేవటానికి ప్రయత్నిస్తున్నట్టే మోకాళ్ళ నుంచి రక్తం కారసాగింది. తొడపైవరకూ జరిగిన ధోవతి సందులోంచి అతని తెల్లటి లంగోటా కనిపిస్తోంది. నిస్తేజమైన కాళ్ళు, ముడుతలుపడ్డ చర్మం, వంగుతున్న వీపు చూసి ఒక్కసారిగా అతను ముసలివాడై పోతున్నట్టు గోదావరికి అనిపించింది. కాళ్ళు అలసిపోవటంతో అతను ఒడ్డునే కూర్చున్నాడు.

"అబ్బా...అబ్బా..." అని అతను మూల్గుతున్నప్పుడు, కాలికి తగిలిన దెబ్బకన్నా ఏదో ఎక్కువగానే జరిగిందని గోదావరి చిన్నగా వణికింది. ఆ క్షణంలో ఆమెకు ఇకపై తాను అతడిని చూసుకోవాలనే అస్పష్టమైన స్పృహ ఒకటి పుట్టింది. పెళ్ళయి ఇన్ని రోజులు కలిసి ఉన్నప్పటికీ, వాళ్ళిద్దరి జీవిత చక్రాలు ఒకదానికొకటి తాకనట్టుగానే ఉన్నాయి. అతని పాఠశాల, అతని విద్యార్థులు, ఏ కోరికలూ లేని అతని దైనందిన కార్యక్రమాలు ఆమె లేకుండానే జరిగిపోయేదేమో. అతనికి కావలసింది చాయ్ మాత్రమే. ఇక భోజనానికి, ఫలహారానికి గడ్డిపెట్టినా తినేసేవాడు.

సర్వోత్తమ రేవులో చాలాసేపు కూర్చుని కుదుటపడ్డాడు. కళ్ళద్దాలు సరిగ్గా ఉన్నాయో లేవో అని సంచి నుంచి తీసి చూశాడు. టోపిని పడవేసుకోవడం వల్ల అది తడిసింది. కొద్దిగా మట్టి అంటిన దాన్ని ఒక చేత్తో పట్టుకున్నప్పుడు ఎప్పటికన్నా చాలా నిస్సహాయంగా కనిపించాడు. జుట్టు పూర్తిగా తెల్లబడింది. గరుడుడి ముక్కులా ముందుకు వంగిన అతని ముక్కు పుటాల్లోంచి తెల్లటి వెంట్రుకలు తొంగిచూస్తున్నాయి. చెవి నుంచి బయటికి వచ్చిన ఓ చిన్న వెంట్రుక కూడా పండిపోయింది.

"ఇప్పుడెలా ఉంది?" అని ఘడియ ఘడియకు అడుగుతూ సునంద అతని పక్కన నిలబడింది.

ఎండ బాగా కాస్తోంది. ఇల్లు రేవుకు దగ్గర్లోనే ఉంది. అయితే ట్రంకు, సంచి మోసుకుని, ఇంటికి నడడం ఆ క్షణంలో కష్టంగా అనిపించింది. అక్కడికి వచ్చిన ఆయు చిన్న కొడుకు, "నేను మోసుకొస్తాను" అని ట్రంకు, సంచులను ఇంటికి చేర్చాడు.

సర్వోత్తమ కుంటుతూ కుంటుతూ అత్యంత ప్రయాసతో నడవసాగాడు. ఆధారం ఇవ్వాలని భుజం పట్టుకున్నప్పుడు అతను ఎంత దుర్బలుడయ్యాడో గోదావరికి అర్థమైంది. జబ్బల వదులైన మాంసం జుబ్బా పైనుంచి పట్టుకున్నప్పుడే ఆమెకు స్పష్టంగా అనుభవానికి వచ్చింది. అతను కేవలం ఎముకలగూడులా అయిపోయినట్టు అనిపించింది.

మధ్యాహ్నం మగతనిద్రపట్టే సమయానికి మనస్సులో ఏర్పడిన ఈ సంఘటన గోదావరి మనస్సును కలచివేసింది. ఏదో అవ్యక్తమైన భయం మనస్సును ఆవరించింది. గతంలో ఒకసారి దీవగి నుంచి కుమటాకు వెళ్ళేటపుడు వరద వచ్చిన నదిలో పడవ అల్లకల్లోలమైనప్పుడు 'సాధ్యం కాదు దొరా, సాధ్యం కాదు దొరా' అని అంటూ బెస్తవాడు చేతులు ఎత్తేసినప్పుడు కలిగిన ఆందోళన ఇప్పుడు తిరిగొచ్చినట్టయ్యింది. చిన్నబిడ్డ అయిన సునందను ఎలా కాపాడాలన్నది తప్ప ఆ క్షణంలో గోదావరికి ఏ ఆలోచనా స్ఫురించలేదు. సుడిగాలికి ఊగుతూ, బుస్సుబుస్సుమని ఒడ్డుకు కొట్టుకుంటున్న అలల నుంచి ఎలాగో తప్పించుకుని వచ్చిన పడవ ఒడ్డుకు చేరేవరకూ ఆమె సునందను హత్తుకుని పట్టుకుంది. పట్టుకునివుంది.

ఒకదాని తరువాత ఒకటన్నట్టుగా గుర్తుకొచ్చిన వీటన్నిటి నుంచి గోదావరి నిద్ర ఎగిరిపోయింది. అయితే ఈ గది చీకటిని వదిలి, లేచిపోవటానికి

మనసొప్పలేదు. ఇక్కడ గదిలోపల, కళ్ళు మూసుకుని ఆలోచించినపుడు తర్కబద్ధమనిపించే కార్యాలు బయటి వెలుతురులో అవాస్తవమైన కలవరింతలేమో అనే సంశయం పుట్టించేవి. సునంద వివాహం పురందరతో ఎలాగైనా జరిపించాలనే కోరిక, నిర్ణయం ఈ మసకచీకట్లో సులభసాధ్యంగా కనిపించింది. పురందర తెలిసిన పిల్లవాడు. రేపు వయస్సయిన తరువాత ఎలాగో ఏమో? మా అందరికీ ఒక ఆధారం ఉన్నదనే భావనే సంతృప్తి కలిగించటానికి చాలు. అంతేకాదు. ఈ విధంగా వాసుదేవను ఒక మూగదెబ్బ కొట్టినట్టూ అవుతుంది. అతనికీ ఈ గోదావరి శక్తి, పట్టుదల తెలియాలి. ఒకవేళ పురందరతో రత్న పెళ్ళిమాటలు జరిగినప్పటికీ, దాన్ని తుంచడం సాధ్యమైతే, అంతకన్నా పెద్ద దెబ్బ మరొకటి ఉండదు.

ఈ పంతపు ఆహ్వానం వల్ల ఆమె లోపల కొత్త శక్తి వచ్చినట్టయ్యింది. పక్కకు తిరిగింది. మూసిన కిటికీ సందులోంచి వెలుతురు గీత కనిపిస్తోంది. ఇదంతా కావేరికి చెప్పి ప్రయోజనం లేదు. సర్వోత్తమకు చెప్పి కూడా ప్రయోజనం లేదు. వాళ్ళంతా ఇందులో సరళమైన ప్రతీకారపు అంశాన్ని చూడవచ్చు. తన జీవితంలోని అదృష్టాన్ని మార్చటానికి తపించిన చేతిని ముందుకు సాగకుండా ఆపుతున్నాను. అంతే. ఇది వాళ్ళల్లో ఎవరికీ అర్థం కానటువంటి విషయం.

ఎవరికీ చెప్పకుండా, ఎవరి మాటా వినకుండా, స్వయంగా పూనుకుని ఈ వివాహాన్ని ఎలాగైనా జరిపించాలని గోదావరి దృఢంగా నిర్ణయించుకుంది.

⌘

అధ్యాయం 5

శేషప్ప కూతురి వివాహానికి గోదావరి బయలుదేరినపుడు, అవసరమైతే ఒక రాత్రి సావిత్రి ఇంట్లో బసచేయాలని నిర్ణయించుకుని, అవసరమైన బట్టలను తన సంచిలో కుక్కుకుంది. మసకచీకటిలోనే లేచి తయారై, పొద్దెక్కటానికి మునుపే శరావతినది దాటి ఆమె మంకిలో జరిగే పెళ్ళివారిల్లు చేరేసరికి ఇంకా-మినుములు విసిరే శాస్త్రం పూర్తికాలేదు. శేషప్ప ఇంటి పెళ్ళి అన్న తరువాత దానికి తగినట్టు పోకచెట్ల పెద్ద పందిరి, జనాల హడావుడి అంతా ఉంది. అప్పటికే రెండుసార్లు చిరుజల్లు వాన కురిసి ఆగింది. వర్షాకాలంలో పెళ్ళి పెట్టుకున్నందువల్ల, అతని వ్యాపార, వ్యవహార దయాదాక్షిణ్యాలపై బతుకుతున్న జనం గొణుగుతూ కానుకల పొట్లాలు చేతి సంచిలో పెట్టుకుని మంటపంలో కూర్చున్నారు.

మధ్యాహ్నం ముహూర్తం. పెళ్ళికొడుకు వైపు నుంచి వచ్చిన ఊరేగింపు ఊహించిన దానికన్నా పెద్దగా ఉంది. జనం ఆగకుండా వస్తుండటం చూసి ఉదయపు ఫలహారానికి చేసిన ఉప్మా చాలకపోవచ్చని వంట బాధ్యత వహించిన బాబూటి అతిథులను నేరుగా ఫలహారానికి పంపిస్తున్న కుర్రవాళ్ళ బృందానికి తగిన సూచనలు ఇచ్చాడు. వాళ్ళు వచ్చినవారిని కూర్చోబెట్టి రంగుల షరబత్తు ఇవ్వసాగారు. ఉరేగింపుతోపాటు వచ్చిన జగడాలకోరు ముసలివాడొకడు "ఈ వర్షాకాలంలో షరబత్తు అవసరమా? చాయ్ ఇవ్వండి చాయ్..." అని గొడవ లేపడానికి చూశాడు. "చాయ్ కావలసినవాళ్ళు లోపలికి పోండి... లోపలికి పోండి"

అని అరిచి బాబుటి ఆ గొడవ రగిల్చే నిప్పును అక్కడే ఆర్పాడు.

ఇంటి యజమాని శేషప్ప, భార్యతో పెళ్ళి శాస్త్రాల్లో మునిగివుంటే, అమ్మాయి మేనమామ లోపల తలుపులు మూసిన గదిలో వియ్యంకులతో అప్పుడే ఎగిసిన ఒక వివాదాన్ని పరిష్కరించసాగాడు. దుర్వాసనలా ఈ జగడపు విషయం పెళ్ళిమంటపంలోనూ వ్యాపించసాగింది.

గోదావరి మొదట ఫలహారం ముగించిన తరువాత ఆడవాళ్ళ గుంపువున్న వైపు వచ్చి కూర్చుంది. టిఫిన్ సమయంలో పెళ్ళి ఎలా నిశ్చయమైంది, ఎవరు సంబంధం చూశారు, అమ్మాయికి బంగారం ఎంత పెడతారు, వరకట్నం ఎంత ఇస్తున్నారు మొదలైన వివరాలు తెలిశాయి. లోపల జరుగుతున్న ఘర్షణకు, మనస్తాపానికి కారణమూ ఊహించింది. ఇక్కడికి వచ్చి కూర్చున్నప్పుడు అవే మాటలు కొనసాగాయి. ఆమె సావిత్రిని వెతుకుతోంది. ఈ గుంపులో బయటివాళ్ళే ఎక్కువగా ఉన్నారు. ఇతర ఊళ్ళ నుంచి వచ్చినవాళ్ళు, ఉదయమే సిద్ధమై కూర్చున్న వయస్సు దాటిన ముత్తయిదువులు; పెళ్ళితంతులను తప్పకుండా పాటిస్తారా అని చూస్తూ, ఇప్పటి కాలానికి, తమ కాలానికి ఉన్న వ్యత్యాసాన్ని చర్చిస్తూ కూర్చున్న ముసలివాళ్ళు మాత్రం అక్కడున్నారు. మిగతావారంతా లోపల చీరల, నగల హడావుడిలో, తమతమ పిల్లలవో, అల్లుళ్ళవో గుణగానాల పోటీలో, శేషప్ప యిచ్చిన జరీపంచె, ప్యాంటు బట్టల అంచనాల్లో మునిగారు. కొంతమంది ద్వేషంతో రగిలిపోయి శేషప్పకు ప్రజల ముందు అత్యంత అవమానం జరిగే వార్త కోసం లోలోపల ఆశపడుతూ ఎదురుచూస్తున్నారు.

మంటపం వెనుకభాగంలోని ఆడవాళ్ళగుంపు చివరలో కూర్చోవటానికి స్థలం వెతుకుతున్న సావిత్రి, ఆమెధ్యాసలోనే ఉన్న గోదావరి కంటపడింది. హడావుడిగా లేచి ఆమె దగ్గరికిపోయిన గోదావరి, “సావిత్రక్కా, ఎప్పుడు వచ్చావు?” అంది.

పెళ్ళిమంటపానికి వచ్చినప్పటి నుంచి ఎవరూ సరిగ్గా మాట్లాడించక చిన్నబుచ్చుకున్న సావిత్రికి ఈ పలకరింపు హాయిగా అనిపించింది. ఉదయపు ఫలహారాన్ని మంటపంలోనే చేద్దామని వచ్చినామెకు, వచ్చి చేరటంలో ఆలస్యమైనందువల్ల ఫలహారం దొరకలేదు. ఆకలిబాధతోపాటు అవమానమూ జరిగింది. రాగానే టిఫిన్ ఏర్పాట్లు చేసిన చోటికి వెళుతుండగా, “అయిపోయింది, అయిపోయింది. టిఫిన్ అంతా అయిపోయింది... వెళ్ళండి... అందరూ అటు వైపు వెళ్ళండి...” అని దారికి అడ్డంగా నిలబడ్డ ఒక వ్యక్తి అరిచాడు. ప్రత్యేకించి ఆమెకే చెప్పకపోయినా అది తనకే చెప్పినట్టు అనిపించింది. మాట్లాడకుండా

ఆమె పెళ్ళిమంటపం దగ్గరికి వచ్చింది. ఆకలివేసి, కడుపులో సంకటంగా అనిపించింది. ముహూర్తం దగ్గరికి వస్తుండటం వల్ల సరాఫరా అవుతున్న షరబత్తు కూడా ఆగిపోయింది.

ఇద్దరూ అక్కడే చోటుచేసుకుని కూర్చున్నారు. కూర్చోగానే సావిత్రి ఆకువక్కల సంచి తీసి అందులోంచి వక్కపలుకులు తీసుకుని నోట వేసుకుంది.

"నువ్వు ఎందుకు రాలేదని అప్పటి నుంచి అనుకుంటున్నాను. నీకు శేషప్ప దగ్గరి బంధువుకదా?" చుట్టుపక్కల కూర్చున్నవారిని ఒకసారి గమనించి గోదావరి మాటలు ప్రారంభించింది.

"బంధువు కాబట్టే వచ్చాను. అదీ అతని భార్య ముఖం చూసి. లేకపోతే అతని గొడవ ఎవరికి కావాలి?" జవాబు ఇచ్చేటప్పుడు సావిత్రి గొంతు తగ్గించింది.

"వర్షాకాలంలో బయట కాలు పెట్టడానికి మనసొప్పడం లేదు ..."

"మరి, శేషప్పకు మాత్రమే ఇలాంటి ముహూర్తం దొరికింది. వేరే ఎవరికైనా ఇలాంటి ముహూర్తం దొరుకుతుందా?"

"నేను ఉదయమే బయలుదేరి వచ్చాను. వర్షం మొదలైతే కొన్నిసార్లు పడవ దొరకనే దొరకదు. భోజనం చేసి, చేతులు కడుక్కోగానే వెళదామని అనుకున్నాను. నువ్వు ఇక్కడ కనిపించకపోయివుంటే, తిరిగి వెళ్ళేటప్పుడు నీ ఇంటికీ వచ్చి వెళ్ళాలనుకున్నాను. ఇక్కడ కనిపించటం మంచిదైంది"

"నేనూ అంతే. ఈరోజే బయలుదేరుతాను"

"ఇప్పుడు మేమంతా హొన్నావరకు మకాం మార్చాం. ఈయన రిటైర్ అయ్యారు కదా. అక్కడ కావేరి అక్క ఇంట్లోనే ఉన్నాం. మరొకసారి వస్తాను. హొన్నావర నుంచి కాసరకోడు ఎంత దూరం? నది దాటితే చాలు..."

"మొన్న వాసుదేవ వచ్చినపుడు చెప్పాడు, మీరంతా హొన్నావరకు వచ్చిన విషయం. సాయంత్రం ఇంటికి వచ్చి రేపు ఉదయం వెళ్ళు..."

"వస్తాను. అయితే సాయంత్రమే వెళ్ళాలి. మరేం లేదు, అక్కడ కావేరక్క ఒక్కతే అవుతుంది. మా సునంద కూడా ఉందనుకో. ఏ పనైనా అమె చేయగలదు. అయితే ఈ రోజే తిరిగివస్తానని చెప్పానుకదా, కంగారు పడతారేమోనని.. అంతే..."

అప్పటివరకూ కనుమరుగైన పెళ్ళికూతురి మేనమామ మంటపంలో కనిపించాడు. అంతా సరళంగా పరిష్కరించినవాడిలా చిరునవ్వు నవ్వుతున్నాడు. పెళ్ళికూతుర్ని పెళ్ళిమంటపానికి తీసుకువచ్చే శాస్త్రం మొదలుకాగానే అందరి

కళ్ళూ అటువైపు పోయాయి. ఆమెకు ఏ చీర కట్టించారు, ఎంత బంగారం పెట్టారని మెడ చాపి చూడసాగారు. మేనమామ పెళ్ళికూతుర్ని సునాయసంగా ఎత్తుకొని మంటపానికి తీసుకొచ్చాడు.

"ఎత్తుకొని రావడం సరియైన శాస్త్రం. చిన్న వయసులోనే పెళ్ళిచేస్తే మేనమామ ఎత్తుకుని రావచ్చు. ఇప్పుడు ఇంత వయసు వచ్చిన తర్వాత ఎత్తుకుంటే మామ చెయ్యి పడిపోతుంది..." సావిత్రి మాటలకు గోదావరి నవ్వింది.

"అబ్బాయి తల్లి చివరి ఘడియల్లో గొడవ చేసిందట..."

"నేను వచ్చినప్పుడు వాళ్ళు మాట్లాడుకోవడం విన్నాను. మొదట వరకట్నం విషయం సరిగ్గా మాట్లాడలేదట. పెళ్ళి దగ్గరికి వచ్చాక ఒక రోజు మాట్లాడటానికి వస్తామన్న వాళ్ళు ఏదో సూతకం వచ్చి వెళ్ళలేదట. ఇది ఇలాగే వాయిదా పడటం చూసి అబ్బాయి తల్లి ఏదో మోసం ఉందని కోపగించుకున్నదట..."

"మరి వీళ్ళది తప్పుకదా? అమ్మాయివైపు వారంటే కొంచెం తగ్గివుండాలికదా. శేషప్ప తన దర్పం చూపించడానికి పోతే ఇలాగే జరుగుతుంది. బంగారం, బట్టలు మొదలైన విషయాల్లో శేషప్ప తక్కువ చేసేవాడుకాదు, అయితే ఇతరులకు ఇచ్చే మర్యాద విషయంలో మాత్రం అతను వెనుకాడుతాడు...చివరికి ఇది ఇక్కడికి వచ్చింది కదా..."

"ఈరోజు ఉదయం పెళ్ళికొడుకు తల్లితో ఎవరో ఏమో అన్నారట. ఆ మాటకు మాట పెరిగి వాళ్ళంతా కోపగించుకున్నారు. అమ్మాయి మేనమామ మధ్యవర్తిత్వం వహించి లోపలికి పిలుచుకొనిపోయి నచ్చజెపుతూ ఉన్నాడని ఇక్కడికి వచ్చిన తరువాత విన్నాను. లేకపోతే పెళ్ళి సంబంధం తెంచుకునే వరకు మాటలు సాగాయట...శేషప్ప ధారాళత్వం నాకు తెలియదా? చూడు, పెళ్ళి గుర్తుగా నాకు ఒక జాకెట్ గుడ్డ దొరకలేదు. అది కాదు, నాకు ఇతను ఇవ్వాలనే ఆశ లేదు అనుకో. అయితే మాట వరుసకు చెప్పాను .అతని భార్య ముఖం చూసి నేను ఇక్కడికి వచ్చాను. ఆమె ఏమి చెప్పినా ఇతను చెవిలో వేసుకోడు..."

"అది కేవలం వరకట్నం మాట మాత్రం కాదు సావిత్రక్కా ...అబ్బాయి తల్లి అన్న తరువాత కాస్త దర్పం ఉండటం సహజమే. పెళ్ళికొడుకు తల్లికి పెళ్ళిసమయంలో అయినా కాస్త మర్యాద ఇవ్వాల్సిన అవసరం లేదా? నువ్వు ఒకసారి పురందర జాతకం బయటికి తీశావంటే, ఎవరెవరు వచ్చి నిన్ను ఎలా ఎలా పలకరిస్తారో అప్పుడు చూడు. కాస్త ఆలస్యం అయివుంటే ఈ శేషప్ప కూడా మీ గుమ్మంలోకి వచ్చేవాడు. నీ కొడుకు అందుకు తగినవాడే. బంగారంలాంటి

పిల్లవాడు. అలాంటి చోట ఆడపిల్లను ఇవ్వటానికి పుణ్యం చేసివుండాలి..."

ఈ మాట సావిత్రి మనసును తాకటం గోదావరికి అర్థం కాలేదు. గత రెండు వారాల నుంచి స్పష్టమైన కారణం దొరకక కలవరపడుతున్నా సావిత్రి మనసులో ఈమాట ముల్లులా నాటుకుంది. హుబ్బళి నుంచి హడావుడిగా వచ్చిన వాసుదేవ, మంజయ్య ద్వారా పురందరకు ఉద్యోగం దొరికిన విషయాన్ని చెప్పి, మరో ఆరునెలల్లో అది పర్మనెంట్ అవుతుందని తెలిపి వెళ్ళిపోయాడు. ఆ రోజు అతను ఒక ఘడియ కూడా వ్యవధి లేనివాడిలాగా తొందర పెట్టడంతో సావిత్రికి మరోమాట మాట్లాడడానికి అవకాశం లేకుండా పోయింది. 'పాయసం చేస్తాను ఉండరా' అని అన్నప్పటికీ భోజనానికి ఉండలేదు. శిరాలికి వెళ్ళాలి అని ఒకే విధంగా తొందర పెట్టాడు. ఎందుకో అతను సరిగ్గా మాట్లాడలేదనే ఆమె అనుమానానికి పురందర ఉత్తరం వచ్చేవరకు సరైన సంజాయిషి దొరకలేదు.

ఉద్యోగం గురించి రాసిన తరువాత మంజయ్య ఇంట్లో తనచేత దేవుడి ముందు ప్రమాణం చేయించడం గురించి పురందర ఉత్తరంలో తన అసంతృప్తిని వెళ్ళబోసుకున్నాడు.

"...మన కష్టకాలంలో సహాయం చేశాడు. ఇప్పుడు అతని బావ ద్వారా ఒక ఉద్యోగం ఇప్పించడంలో సహాయం చేశాడని తన కూతురును పెళ్ళిచేసుకోమని ఒత్తిడి పెట్టడం సరికాదు. నాకు ఈ వివాహం పట్ల అభ్యంతరమేమి లేదు. అయితే నా ఇప్పటి ఉద్యోగం పర్మనెంట్ అయ్యేవరకు నేను ఏ నిర్ణయమూ తీసుకోను. ఈ మాటనే వాసుదేవ మామకు చెప్పాను. ఈలోపు రత్నాకు మంచి సంబంధం దొరికితే ఆమె పెళ్ళిచేయడంలో నాకు అభ్యంతరమేమీ లేదు. ఏమైనప్పటికీ నా మీద నమ్మకం లేనివాడిలా, దేవుడి ముందు నిలబెట్టి మాట తీసుకోవడం నాకు ఏమాత్రం నచ్చలేదు. ఈ ఉద్యోగమూ వద్దు, వీరి దయాదాక్షిణ్యాలూ వద్దనేంతగా నాకు కోపం వచ్చింది. ఈ సంఘటనకు మంజయ్యగారు, వారి భార్య కారణం కావచ్చు. అయితే ఆ సమయంలో వాసుదేవమామ అక్కడే ఉన్నప్పటికీ దాన్ని ఆపలేదు...."

ఇందులో, ఈ స్థాయిలో, మంజయ్య, ముఖ్యంగా అతని భార్య కుమ్మక్కు కావటం, కొడుకు ఉత్తరం వచ్చిన తరువాతే సావిత్రికి తెలిసింది. మొదటి నుంచీ మంజయ్య గురించి అంత మంచి అభిప్రాయమేమీ ఆమెకు లేదు. అతని భార్య గిరిజకూడా ఆమె గుణాలతో కట్టుకథగానే అనిపించేది. ఉద్యోగం సాకుగా కొడుకును తన నుంచి దూరం చేసే కుట్ర చేసివుండవచ్చా? లేదా ఒక పిల్లవాడి చేత దేవుడి ముందు ప్రమాణం చేయించుకున్న తరువాత ఈ పెళ్ళి విషయంలో

తల్లి నిర్ణయానికి విలువ లేకుండా చేయడానికి చేపట్టిన పన్నాగమై ఉండవచ్చనే అనుమానం కలిగింది. వాసుదేవ ఈ విషయాన్ని అణచిపెట్టడానికి కారణమేమిటో ఆమెకు స్ఫురించలేదు. అనుమానపు పురుగు లోలోపల ప్రశ్నలను తొలుస్తోంది. ఇంటికి వచ్చి అన్నిటినీ వివరించి చెప్పినవాడు, ఈ ఒక్క సంఘటన మాత్రం ఎందుకు చెప్పలేదు? 'అతని ఉద్యోగం పర్మనెంట్ కానీ...అటుతరువాత బాసింగం కట్టడమే...' అన్నాడే తప్ప హుబ్బళికి వెళ్ళేముందు మాట్లాడినట్టు 'నువ్వే కొడుకుని ఒప్పించాలి' అని చెప్పనేలేదుకదా.

అతను వచ్చాక ఏమైందని వివరంగా గుర్తు చేసుకున్నా, ఈ విషయం చెప్పడం మాత్రం గుర్తుకు రాలేదు.

ఆ రోజు వాసుదేవ కాసరకోడుకు వచ్చినప్పుడు, సావిత్రి అప్పుడే మధ్యాహ్నం భోజనం ముగించి చాపమీద నడుం వాల్చింది. మెట్లు ఎక్కుతున్నప్పుడే 'సావిత్రి...' అని పిలిచిన స్వరంలోనే తొందర అర్థమైంది. ఆమె లేచి కుదుటపడేలోపు సమయం లేనివాడిలా ఒకే ఊపిరితో పది విషయాలు చెప్పాడు.

"హొన్నావరలో శ్రీపతి ఇంట్లో ఫలహారం ముగించుకొని వచ్చాను"

"కూర్చో, పానకం చేసి ఇస్తాను"

"వద్దు వద్దు నీళ్ళే చాలు. నదికి అటువైపున జోయప్ప కనిపించాడు.. అతని అల్లుడి బండి కొద్దిసేపట్లో వస్తుందట. అతని వెంబడి వస్తానని చెప్పాను..."

"........."

"పురందర ఉద్యోగం విషయం తేలిపోయింది. ఇప్పుడు మంజయ్య పనిచేసే బ్యాంకులోనే టెంపరరీగా తీసుకోవడానికి ఒప్పుకున్నారు. ఆరు నెలల్లో పర్మనెంట్ అవుతుందట ..."

"అవునా? మంచి వార్త తెచ్చావు. ఉండు. నోట చిటికెడు చక్కెరైనా వేసుకో...ఈ రోజు ఉండి వెళ్ళు" సావిత్రికి సంతోషంతో నోటమాట రాక తరువాత ఏం చెప్పాలో తోచలేదు.

"లేదు లేదు లేదు...ఈరోజు సాయంత్రంలోగా శిరాలి చేరాలి. ఈ విషయం నీకు చెప్పాలనే వచ్చాను...పురందర నీకు ఉత్తరం రాస్తాడు..." అని చెంబు ఎత్తి నీళ్ళు తాగి, పంచె మడతలు సరిచేసుకుంటూ, బయలుదేరడానికి లేచి నిలుచున్నాడు.

"రెండు ముక్కలు మాట్లాడటానికి వీలు చేసుకొని రాకూడదేమిరా..." ఆమెకు

అడగడానికి అనేక ప్రశ్నలు ఉన్నాయి. అయితే అతని తొందర వల్ల, వార్త తెచ్చిన సంతోషం వల్ల ఆమెకు వెంటనే ఏమీ స్ఫురించకుండా పోయింది.

"ఉద్యోగం నేను ఇప్పిస్తానని మంజయ్య అన్నప్పుడు ఊరకనే నాకు ఓదార్పుగా చెబుతున్నాడని అనుకున్నాను...చూస్తే నిలుచున్నపాటున అన్నీ ఒక్కరోజులోనే అయిపోయాయి...ఇదంతా రత్న అదృష్టమో ఏమో నాకు అర్థం కావడం లేదు..."

ఆ హడావుడిలోనూ అతనికి ఇష్టమని ఒక చిలకడ దుంపను ఆకులో చుట్టి ఇవ్వడం సావిత్రి మరిచిపోలేదు. రత్న అదృష్టం గురించి అతను మాట్లాడిన మాటలు ఆమెచెవిలో పడకపోలేదు. తమలాంటి వాళ్ళ పిల్లల కృషిని చెప్పుకోవటానికి కూడా ఇతరుల అదృష్టం అవసరమైంది కదా, సొంత అన్నకూడా ఇలా మాట్లాడుతున్నాడుకదా అని బాధపడింది.

సావిత్రి మౌనం, ఆమె అంతరంగంలోని ఆలోచనలు నింపుకున్న ముఖం గోదావరి సూక్ష్మమైన కళ్ళనుంచి తప్పించుకునిపోలేదు. కొడుకు పెళ్ళి విషయం ఎత్తగానే మౌనం వహించిందికదా! దీని లోతు తెలుసుకోకుండా వదలకూడదు. వేడిగా ఉన్నప్పుడే దెబ్బ వేయాలని ఆమే అదే దిశలో మాటలు కొనసాగించింది.

"ఈ గొడవ వెనుక మరొక కారణం కూడా ఉందట. శేషప్పకు కుర్రవాడు దూరపు బంధువేనట. అదే తీగ పట్టుకొని కుర్రవాడికి వరకట్నం ఇవ్వకుండా నామం పెట్టడానికి చూశాడట. వాళ్ళు అడిగే వరకట్నమంత డబ్బు నేను పండుగకు మా పనిమనుషులకు ఇస్తానని తనవాళ్ళ ముందు గర్వంగా అన్నాడట. అది పెళ్ళికొడుకు బంధువులను చేరింది. దాంతో పిల్లవాడి తల్లికి కోపం వచ్చిందట. పెళ్ళిలో వరకట్నం అన్నది మర్యాదకు సంబంధించిన విషయం. ఇప్పటికిప్పుడే లెక్కపెట్టి ఇవ్వకపోతే వెనక్కి పోతామని ఈరోజు ఉదయం అందట ...."

"ఒక్కరు ఒక్కొక్క మాట చెబుతారు గోదక్కా, నిజం ఏమిటో దేవుడికే తెలుసు..." సావిత్రి మళ్ళీ ఆ దిశలో మాటలు కొనసాగించడానికి తనకు ఆసక్తి లేదన్నట్టు సూచించింది.

"నీ కొడుకు పెళ్ళి ఇంక దూరంలో లేదు సావిత్రక్కా, అప్పుడు నీ విలువ నేనూ చూస్తాను...మునుపట్లా ఇప్పుడు వేరే ఏది ముఖ్యం కాదు. పిల్లవాడు గుణవంతుడు అయివుండాలి, దురలవాట్లు ఉండకూడదు.అంతే. మా సునంద జాతకం పట్టుకొని నాలుగు వైపులా తిరిగేటంతలో మాకు ఇలాంటి కుర్రవాళ్ళు ఉండటం ఎంత తక్కువో అర్థమైంది. ఆ వైకుంఠుని కుమారుడి జాతకం కలిసి

వచ్చింది. అటుతర్వాత నాలుగువైపులా విచారించిన తర్వాత అతడి గుణం తెలిసింది. దేవుడే తప్పించాడు...అన్నట్టు పురందర జాతకం బయటకి తీశావా? అన్నట్టు మా సునందను కూడా చూడొచ్చు కదా...."

"జాతకం ఈ సంవత్సరమే తీసి ఒకటి రెండు చోట్ల నేనే చూపించాను. వాడికి చెప్పలేదు. అయితే వాడిది ఒకటే మాట–ఉద్యోగం సరైన చోట దొరికేవరకు వివాహం విషయం మాట్లాడనని...అందుకే జాతకం నకలు ఇవ్వడం ఆపాను..."

"చూశావా, ఇప్పటికే నీ విలువ తెలిసి వస్తోంది. మా సునంద ఎందులోనూ తక్కువ కాదు. మెట్రిక్ వరకు చదువుకుంది. ఒక్క విషయం ఏమిటంటే పిల్లవాడికి తండ్రి లేని చోట అమ్మాయిని ఇవ్వాలి. అందువల్ల మంచి పిల్లవాడు కనిపించినా మేము అడుగు ముందుకు వేయటానికి కుదరడం లేదు. తండ్రి లేని సంబంధాలు వెతికి వెతికి మెత్తబడ్డానని నా కష్టాన్ని చెప్పుకున్నప్పుడు పురందర గురించి నా తలలో వేసింది మన దామణ్ణనే. జాతకం ఇచ్చినంత మాత్రాన అంతా అయిపోయిందని కాదు. ముందు అతనికి అన్ని కలిసి వచ్చినప్పుడే పెళ్ళిజరగాలి...సరే ఇంకా జాతకంలో అన్ని కలిశాయో లేదో చూడలేదు. భవిష్యత్తు గురించిన మాటలు ఇప్పుడు ఎందుకు? వద్దు అనిపిస్తే వదులుకోవటంలో అభ్యంతరం ఏమీ లేదు. ఇది వారివారి వ్యక్తిగత జీవితాల విషయం. మనం ఇప్పుడు బలవంతంగా పెళ్ళిచేస్తే భవిష్యత్తులో ఆమెతో జీవితాంతం ఉండవలసినవాడు అతనే తప్ప మనమెవరము కాదు ...ఈరోజు నీతోపాటు వచ్చి జాతకం నకలు తీసుకొనే పోతాను ..." గోదావరి పట్టును మరింతగా బిగించింది.

"మా పురందరకు ఇప్పుడు మంజయ్య బ్యాంకులోనే ఉద్యోగం దొరికింది. ఒకవారం అయింది. అంతే. ప్రస్తుతం టెంపరరీ ఉద్యోగం. పర్మనెంట్ అవుతుందట...ఇది జరగడానికి కొంత కాలం పట్టవచ్చు...మంజయ్యనే చెప్పి చేయించాడు. నిజం చెప్పాలంటే మా వాసుదేవకు కూతుర్ని ఇక్కడ ఇవ్వాలని చాలా కోరికగా ఉంది..."

"అలాగైతే చాలా మంచిది. ఆమె నాకు పరాయిదా? సునంద ఒక అక్క కూతురైతే, రత్న మరొక అక్క కూతురు. ఎవరిని చేసుకున్నా అతను నాకు అల్లుడే. వీళ్ళిద్దరిలో ఒకరిని చేసుకున్నా దేవుడి దయ అనుకుంటాను. ఊరికే చెప్పడం లేదు సావిత్రక్కా, మీలాంటి అత్తను పొందడానికి ఏ అమ్మాయి అయినా పుణ్యం చేసుకుని ఉండాలి. ఇక పురందరలాంటి భర్తను పొందడానికి...సరే ఉండనీ, జాతకం నకలు ఒకటి ఇవ్వు. ఒకవేళ మా రత్న సంబంధం కుదరకపోతే,

సునందనైనా చూడవచ్చు కదా...రుణానుబంధం ఏ విధంగా ఉంటుందో ఎవరికి తెలుసు...ఎవరికి ఏ మగవాడు రాసిపెట్టాడో...ఇద్దరిలో ఎవరికి కుదిరినా నాకు సంతోషమే..."

గోదావరి మాట్లాడిన ఈ మాటలకు సావిత్రి దగ్గర జవాబు లేదు. ఆ ఒక్క క్షణం ఆమెకు ఇదంతా క్రమబద్ధంగానే ఉన్నట్టు కనిపించింది. గోదావరి రత్నకు చెడుకోరే మనిషికాదు. ఆమెకు సునంద, రత్న ఇద్దరూ ఒకటే. ఇంకా రత్నతో నిశ్చితార్థం జరగలేదు. మిగతా మాటలూ జరగలేదు. పురందర స్పష్టంగా ఊఁ అనలేదు. ముఖ్యంగా అతని మనసు స్పష్టంగా తెలియటం లేదు. ఉత్తరంలో అలా రాయటంలో అనివార్యమైన సమ్మతి అని అర్థమా? వ్యతిరేకమా? అర్థం కావడం లేదు. ఇంకా నిశ్చితార్థం కాకుండా ఉన్నప్పుడు జాతకం ఇచ్చి వేరేచోట చూడటంలో తప్పేముంది? జాతకం ఇచ్చినంత మాత్రాన అంతా జరిగిపోయిందని అనుకోవలసిన అవసరం లేదు. ఎప్పుడు కావల్సినా ఇదంతా వద్దని అనవచ్చు. పెళ్ళీ ఈడుకు వచ్చిన పిల్లవాడు ఉన్నప్పుడు వందమంది జాతకాలు అడగడానికి వస్తారు. మంచి అమ్మాయి కావాలని పది చోట్ల చూడటంలో తప్పేముంది? సొంత కొడుకు విషయంలో తల్లికి ఆ మాత్రం హక్కు లేదా?

గుసగుసలాడుతున్నట్టుగా, తగ్గు స్వరముతో గోదావరి మాట్లాడిన మాటలు, సావిత్రి ఆలోచనలు ఒకదానిలో ఒకటి కలిసిపోయాయి–ఎవరు నోరు విప్పి చెప్పారో, ఎవరు మనసులోనే మాట్లాడుకున్నారో అర్థంకానట్టు వాళ్ళిద్దరికి మాత్రం దీర్ఘం అనిపించిన ఆ ఘడియలు దాటిపోయాక అక్షింతల పళ్ళెం పట్టుకున్న కుర్రవాడు ఎదుట నిలబడి వున్నాడు.

"వాయించండ్రా..." అంటూ మంటపం వైపు నుంచి ఎవరో వాయిద్యకారులకు కేక వేసి చెప్పారు. అది ముహూర్తం దగ్గర పడిందని సూచిస్తోంది. భజంత్రీల చప్పుడు తారాస్థాయికి చేరింది. ఇంట్లో ఎక్కడెక్కడో ఉన్నవాళ్ళు మండపం దగ్గరికి హడావుడిగా రాసాగారు. అక్షింతల పళ్ళెం పట్టుకున్న పిల్లవాడిని అన్ని వైపుల నుంచి 'ఇక్కడికి తీసుకునిరారా' అని పిలవడంతో వాడు పళ్ళెన్ని చేయి చాపిన ఎవరికో అందించి కనుమరుగయ్యాడు.

"రత్న జాతకంలోని గుణాలు కలిశాయో లేదో చూపించావా?" చేతిలో ఉన్న బియ్యపు గింజలను కదిలిస్తూ గోదావరి అడిగింది.

"చూపించాను. పన్నెండణాలు కలిశాయనే చెప్పారు"

సావిత్రి బలంగా అక్షతలను విసిరింది. అది ముందున్న ఎవరి తలమీదనో

పడింది. వేళ్ళ చివరకు, అరచేతికి అంటిన కుంకుమ పొడిని సంచిలోంచి తీసిన తుండుగుడ్డతో తుడుచుకుంది.

షరబత్తు లోటాలు పట్టుకున్న యువకులు వరుసగా పంచసాగారు. దానితోపాటు ఒక బూంది పొట్లాన్ని కూడా ఇచ్చారు. "దయచేసి భోజనాలు చేసి వెళ్ళండి" అని అక్కడ చేరిన వారిని ఉద్దేశించి, గొంతు పెంచి శేషప్ప శాస్త్రోక్తంగా అందరిని ఆహ్వానించాడు.

* * *

భోజనాల తరువాత సావిత్రితోపాటు కాసరకోడుకు వచ్చి జాతకం ఇప్పించుకుని బయలుదేరేటప్పుడు గోదావరి "ప్రస్తుతం ఈ విషయం ఎవరికీ చెప్పొద్దు. రత్నకు కుదరకపోతే, సునంద జాతకం కలిసివస్తే, అప్పుడు చూద్దాం" అంది.

తెలిసి తెలిసి తాను ఏదో తప్పు చేస్తున్నాననే భావనలో ఉన్నా, సావిత్రికి దీనివల్ల సంతోషమే కలిగింది. "అవునవును అలాగే చేద్దాం... ఇది నీలోనే ఉండాలి గోదక్కా" అంది.

గోదావరి బయలుదేరే సమయానికి ఇంకా పొద్దు మునగలేదు. కొద్దిసేపటికి ముందే చేసినటువంటి చాయ్, పాత్రలో కొంచెం మిగిలి ఉంది. దాన్ని వేడి చేసుకొని తాగింది. నిలబడ్డ చోట నిలబడలేక అటు ఇటు తిరిగింది. కొట్టంలో దూడ అరవడం విని, దానికి కాస్త గడ్డి వేసి తాగడానికి కుడితి నీళ్ళు పెట్టింది. బయట అరుగు మీద కూర్చోవడానికి వచ్చినప్పుడు "సావిత్రి, మీ ఆవు వచ్చిందా?" అని అడుగుతూ హొన్నప్పగారి భార్య లక్ష్మీబాయి వచ్చింది.

"లేదు, ఇంకా రాలేదు. ఉదయం పెళ్ళికి వెళ్ళేటప్పుడు వదిలాను...ఇప్పుడు నువ్వు "హులిదేవర దిబ్బ'కు వెళుతున్నావా?"

పశువులు మేయడానికి వెళ్ళే కొండ దగ్గర మైదానంలో ఈ 'హులిదేవర దిబ్బ' ఉంది. ఆడవాళ్ళు సాయంత్రం అక్కడ చేరి మేయటానికి పోయిన పశువులు తిరిగి వచ్చేవరకు ఎదురుచూస్తూ కబుర్లు చెప్పుకునేవారు.

"లేదు. ఈరోజు వెళ్ళటానికి కుదరలేదు. ఇంటికి బంధువులు వచ్చారు. వేరే ఎవరో కాదు. నా వదినినే...నువ్వు దిబ్బకు వెళ్ళినప్పుడు మా పశువు కనిపిస్తే ఇటువైపు దాన్ని తోలమ్మా".

"నేను అప్పుడే బయలుదేరేదాన్ని. కొట్టంలో దూడ అరవటం విని దాని

దగ్గరికి వెళ్ళినదాన్ని పది పనులు ముగించుకుని వచ్చేసరికి ఇంతసేపు అయింది. ఇది అప్పటి నుంచి అరుస్తూనే ఉంది. మా ఆవు ఇంకా రాలేదు".

"పెళ్ళి ఎలా జరిగింది సావిత్రక్కా?"

"వర్షాకాలంలో పెళ్ళి. అయినా జనం బాగానే వచ్చారు"

"నేను వెళుతున్నాను. ఆవు కనిపిస్తే తోలు. అది తోలకుండా రానేరాదు" ఆకుపచ్చని చీర కట్టుకున్న, స్థూలకాయురాలైన లక్ష్మీబాయి నెమ్మదిగా ఇంటివైపు నడిచింది. మోకాలు నొప్పి వల్ల నడిచేటప్పుడు కాస్త కుంటుతూ ఉంది.

సావిత్రి 'హులిదేవర దిబ్బ' దగ్గరకు వెళ్ళినప్పుడు అక్కడ ఆడవాళ్ళెవరూ కనిపించలేదు. వర్షం రావచ్చుననో లేదా అప్పటికే ఆలస్యమైందనో అందరూ వెళ్ళిపోయారు. లక్ష్మీబాయి పశువు మాత్రం అక్కడే సోమరిగా నిలబడి ఉంది. సావిత్రి దాని దగ్గరికి పోయి, వీపు తట్టి, హె... హె.. అనగానే, అది దానికోసమే ఎదురుచూస్తున్నట్టు ఇంటిదారి పట్టింది.

దిబ్బమీద ఉన్న బండరాయి మీద సావిత్రి కూర్చుంది. చక్కగా గాలి వీస్తోంది. మబ్బులు కాస్త చెదిరి దీపపు వత్తి పెంచినట్లు నెమ్మదిగా వెలుగు పరుచుకుంది. పల్చటి మబ్బు అంచు నుంచి ఎండ ఆవలికి పడుతున్నట్టుంది. పశువులు మేయడానికి వెళ్ళే మైదానం దారిలో దృష్టిసారించింది. దూరం వరకు ఖాళీగానే ఉంది. పశువు ఇంకా ఎందుకు రాలేదని ఆందోళన పడింది. ఈ పశువు మందను వదిలి ఒంటరిగా వెనుతిరిగి రావడం ఇది మొదటిసారి కాదు. అయినా వచ్చే వరకూ ఏదో కలవరం.

వర్షం వల్ల 'హులిదేవర దిబ్బ' చుట్టుపక్కల ఉన్న నేలంతా తడితడిగా మారింది. దిబ్బకు ఒకవైపున గాలిమరలు, అలాగే వాటి మధ్య నుంచి నడుచుకుంటూ పోతే సముద్ర తీరం. మరొక భాగంలో గాలిమరలకు ఎదురుగా నడుచుకుంటూ పోతే మామిడితోపులు. దానికి అవతల కొండ. కొండ ఎక్కి నిలబడితే దూరంలో శరావతీ, ఇటువైపు సముద్రమూ కనిపిస్తాయి. మామిడి తోపు నుంచి సాగిపోయే కాలిబాటలోనే పశువులన్నీ మైదానానికి మేయటానికి వెళతాయి.

పశువుల గొంతుకు కట్టిన గంటల ధ్వని వినిపించినట్టయి సావిత్రి లేచి నిల్చోని చుట్టూ చూసింది. ఎవరూ లేరు. ఒక్కతే కూర్చోవడం తప్పించుకోవడానికి చూస్తున్నట్టల్లా అది వెంటబడి వస్తున్నట్టు అనిపించేది. ఉదయం నుంచి గోదావరి సాంగత్యంలో తలను ఆక్రమించిన నానా రకాల ఆలోచనలు ఆమెను నలిబిలి

చేయసాగాయి. వయసుకు వచ్చిన కొడుకును తన చెయ్యి నుంచి తప్పించే కుట్ర జరుగుతున్నదనే అస్పష్టమైన అనుమానం. అతని పెళ్ళి విషయంలో తనను పక్కకు పెట్టారనే భయం ఆమెలో కలవరం పుట్టిస్తోంది. అలాగని వాసుదేవను దూరంగా పెట్టడానికి ఆమెకు తగిన కారణాలు కనిపించలేదు.

ఒక గంటలో చీకటి పడుతుందని అనిపించి, లక్ష్మీబాయి ఇంటి నుంచి ఎవరైనా మగవాళ్ళని పిల్చుకుని తన పశువును వెతకటానికి బయలుదేరాలని నిర్ణయించుకొని సావిత్రి దిబ్బ నుంచి కిందకు దిగింది. వెళ్ళటానికి ముందు మైదానం వైపు దృష్టి సారించినపుడు నెమ్మదిగా వస్తున్న ఆవు కనిపించింది.

* * *

వాసుదేవ చాలా ఒత్తిడి పెట్టాడు. రావలసిందేనని పట్టుబట్టాడు. అందువల్ల సావిత్రి ఆ సంవత్సరం నాగుల చవితి పండుగకు శిరాలికి వెళ్ళింది. పదేళ్ళ పురందరకు ఈ ప్రయాణమే సంతోషాన్ని తెచ్చింది. పండుగ రోజున వైభవమైన పూజ తరువాత, నైవేద్యం ఆకులో భోజనానికి కూర్చోవటానికి నేను ముందు నేను ముందు అంటూ పిల్లల్లో పోటీ ఏర్పడింది. దాదాపు అందరూ పురంద వయస్సు పిల్లలే. ఎవరు ఆ ఆకు ముందు కూర్చోవాలో నిర్ణయించే సమయం వచ్చినపుడు పురందర వెనక్కు జరిగాడు. అందరితో సమానంగా ఆడుతున్నప్పటికీ ఇలాంటి సందర్భాల్లో ముందుకు పోకూడదని పురందరలాంటి పిల్లలకు ఎవరూ చెప్పకపోయినా అదెలాగో తెలిసిపోయినట్టు, గొడవ చేస్తున్న పిల్లల వెనుక నుంచుని, ఈ విధమైన ఆశలే తనకు దూరమన్నట్టు అన్నిటినీ చూస్తున్నాడు. వాణ్ణి గమనిస్తున్న సావిత్రిని ఈ దృశ్యం కలచివేసింది.

ఎవరిని నైవేద్యపు ఆకు ముందు కూర్చోబెట్టాలో నిర్ణయించటానికి వాసుదేవ పిల్లలనంతా గుండ్రంగా నిలబెట్టి, “ఇప్పుడు ‘అడం తడం తత్తర బాజా’ ఆట ఆడండి. ఎవరు చివరలో మిగులుతారో వారికి నైవేద్యపు ఆకు” అన్నాడు. గుంపులో చేరకుండా దూరంగా నుంచున్న పురందరను అతను గమనించినప్పటికీ పిలవలేదని సావిత్రికి అనిపించింది. కొడుకు దగ్గరికిపోయి, “నీకు నైవేద్యం ఆకు ముందు కూర్చోవాలని ఉందా?” అని వాసుదేవ దృష్టిని ఆకర్షించటానికి బిగ్గరగానే అడిగింది. వాడు లేదన్నట్టు తలూపాడు. పదే పదే అడగటంతో “నాకు ఇష్టం లేదమ్మా” అని అనేశాడు. తమలాంటివారి ఇంటి పిల్లలు తొందరగా పెద్దవాళ్ళయిపోతారని ఆమెకు అనిపించింది.

* * *

హొన్నావరకు పురందర జాతకం పట్టుకుని వచ్చిన గోదావరి ఆ విషయాన్ని ఎవరికీ, చివరికి సర్వోత్తమకు కూడా చెప్పలేదు. భవిష్యత్తులో ఎప్పుటికైనా కావేరి అడిగితే, సావిత్రే ఈ విషయాన్ని గుట్టుగా పెట్టమని హెచ్చరించినట్టు చెప్పాలని నిర్ణయించుకుంది.

ఒక మధ్యాహ్నం విశ్వనాథ ప్రభు ఇంటికి వెళ్ళి వస్తానని బయలుదేరి, భాళభట్టు దగ్గర పురందర, సునంద జాతకాలు చూపించింది. పాత కళ్ళద్దాలలోంచి చూసి చదవడానికి ప్రయాసపడుతూ భాళభట్టు "ఫస్ట్ క్లాస్ జాతకం... చెప్పి చేయించినట్టు ఉంది... పదహారు గుణాలు కలుస్తాయి..." అన్నాడు.

అతనికి దక్షిణ ఇచ్చి సంచిలో జాతకం పెట్టుకుని గోదావరి ఇంటికి వచ్చింది. ఎవరికీ ఈ విషయం నోరు విప్పి చెప్పలేదు.

⌘

అధ్యాయం 6

హుబ్బళ్ళికి వెళ్ళి మంజయ్య ఇంట్లో ఉండే అవకాశం కలిసి రావటంతో తాను అనుకున్నదంతా జరిగేలా ఏ దేవుడి అనుగ్రహం వల్లనో కలుగుతోందని గోదావరికి అనిపించింది. దేవుడు ఇంతగా సహరించిన తరువాత తాను చేస్తున్నది తప్పుకాదని సంజాయిషి దొరికినట్టయ్యింది. ఎలాగైనా పురందరను కలవాలి. అతని మనసులో ఏముందో తెలుసుకోవాలని ఆలోచిస్తున్న ఆమెకు మంజయ్య నుంచి వచ్చిన పిలుపు కోరుకున్న వరంలా అనిపించింది. మంజయ్య ఉత్తరంలోని విషయం ఇంతే. 'వంట చేసేటప్పుడు గిరిజ చేయి కాల్చుకుంది. ఒకటి రెండు వారాలపాటు ఎవరైనా, అంటే గోదక్క వచ్చివుంటే అనుకూలంగా ఉంటుంది'.

ఉత్తరం వచ్చిన మరుసటి రోజే గోదావరి హుబ్బళ్ళికి బయలుదేరింది.

గిరిజ కుడిచేయి కాల్చుకుని అప్పటికే వారమైంది. మంజయ్య మొదటి రెండు రోజులు సెలవు పెట్టాడు. తరువాత ఉదయమే లేచి అతనే వంటచేసిపెట్టి వెళ్ళేవాడు. హుబ్బళ్ళికి రాగానే గోదావరి వంటింటి బాధ్యత తీసుకుంది. చకచకా ఆమె పనిచేసే తీరు, ఒక్కింత అలసట కూడా లేకుండా పనులను నిర్వహించే ఆమె సామర్థ్యానికి మంజయ్యకు లోలోపల అభిమానం కలిగింది. వచ్చేటప్పుడు ఆమె హొన్నావర నుంచి మంజయ్యకు ఇష్టమైనవన్నీ తెచ్చింది. చిలకడదుంప, పచ్చి గోడంబి, గుమ్మడికాయ, లేత మామిడికాయలు. స్వయంపాకం వల్ల నోరు చెడిపోయిన మంజయ్యకు ఆమె చేసిన వంట అద్భుతమనిపించింది.

ఒక వారం తరువాత గిరిజ చెయ్యి బాగవుతుండగా, గోదావరి ఒక రోజు ఆమె దగ్గర పురందర విషయం ఎత్తింది. సాయంత్రం చాయ్ తాగిన తరువాత బయట అరుగుమీద కూర్చుని పూలదండ అల్లుతూ గోదావరి అడిగింది–

"మా సావిత్రి కొడుకు పురందర ఇక్కడే ఉన్నాడట...మంజయ్యనే ఉద్యోగం ఇప్పించాడట... పిల్లవాడు ఎలాంటివాడు?"

"పిల్లవాడి గురించి నాకు ఎక్కువగా తెలియదు. ఇక్కడే ఉన్నప్పటికీ ఇంటికి వచ్చేవాడు కాదు. మొదట ఈయనే ఎవరికో చెప్పి ఒక కొట్టులో పనికి పెట్టారు. తరువాత ఇప్పుడు ఈయన పనిచేసే బ్యాంకులోనే ఉద్యోగం ఇప్పించారు...టెంపరరీ ఉద్యోగం... వాసుదేవ అతడికి కూతుర్ని ఇవ్వాలనుకున్నాడు" గిరిజ మాటల్లో ఉన్న అతి సూక్ష్మమైన అసహనం గోదావరి దృష్టికి రాకపోలేదు.

"పెళ్ళి నిశ్చయం అయిందా?"

"వాసుదేవ వచ్చి ఈయన గొంతు మీద కూర్చుని ఉద్యోగం ఇప్పించాడు. తమకు ఏమైనా కావాలన్నప్పుడు ఇక్కడికి వచ్చి మకాం పెడతారు. నాకు చేయి కాలిపోయిందని వాళ్ళకు తెలియకుండా ఉంటుందా? ఒక్కరైనా వచ్చారా? పోనీలే... పెళ్ళి విషయం ఇప్పుడే ఎందుకు, ఉద్యోగం పర్మనెంట్‌కానీ అంటాడట. ఇలా జరుగుతుందేమోనని నాకు తెలుసు. మొదట కొట్టులో పని ఇప్పించినపుడు అంతే– మీ నుంచి సహాయం జరిగిందనే మాట అతడి నోటినుంచి ఒక్కసారి కూడా రాలేదు. ఉద్యోగం ఇప్పించమని వచ్చాడే తప్ప తరువాత ఒక్కసారైనా మీకేమైనా సహాయం కావాలా అని అడగటానికి రాలేదు..."

"ఇప్పటి కాలం పిల్లలు..."

"అతని తల్లయినా ఒక్క మాట రాసి పంపలేదు. అంతా వాసుదేవనే చెప్పాడు. రెండోసారి కూడా అంతే. అతడికి వేరే ఉద్యోగం ఇప్పించమని వాసుదేవనే పరుగెత్తుకుంటూ వచ్చాడు...ఉద్యోగం దొరికిన రోజున ఇక్కడే, ఇదే ఇంట్లో దేవుడి ఎదుట నిలబెట్టి ఆ పిల్లవాడి దగ్గర మాట తీసుకున్నారు. అప్పుడు కూడా అంతే. 'అలాగే, చేసుకుంటాను' అని నోరు తెరిచి మనస్ఫూర్తిగా చెప్పలేదు. వీళ్ళే ఒత్తిడి పెట్టి అడిగిన తరువాత 'అలాగే' అన్నాడు. అంతే..."

కావలసిన వివరాలు గోదావరికి దొరికాయి. లోపం ఎక్కడో ఉంది. ఎక్కడన్నది అర్థం కావటం లేదనిపించింది. పాత్రలో నీళ్ళు నింపితేనే దానికి చిల్లు ఎక్కడుందో తెలుస్తుందని అనుకుంది. అదే సమయంలో మంజయ్య వచ్చాడు.

"ఏమిటో చాలా గంభీరమైన విషయం మాట్లాడుతున్నట్టున్నారే..."

"ఏమీ లేదురా, మన సావిత్రి కొడుకు పురందర గురించి మాట్లాడుతున్నాం. ఇప్పుడు ఇక్కడే ఉంటున్నాడట కదా"

"మా బ్యాంకులోనే ఉన్నాడు. ఒక్క నెల అయింది. ఇంకా పని ఎలా చేయాలో నేర్చుకోవాలి. ఈ రోజు కాకపోయినా రేపైనా వాడికి ఉద్యోగం పర్మనెంట్ అవుతుంది. అయితే మన వాసుదేవకు కూతురి పెళ్ళి చేసేవరకు ఓపికలేదు. తొందర పడకురా అంటే వినడు..."

"పురందర హొన్నావరలో కావేరక్క ఇంట్లోనే ఉండి చదువుకున్నాడు... అందువల్ల ఆ పిల్లవాడు మాకందరికి తెలుసు...రేపు బ్యాంకులో కనిపిస్తే నేను వచ్చానని ఒక మాట చెప్పు..." అని గోదావరి అంది.

"దానికేం, అతడ్ని ఇక్కడికి వచ్చి నిన్ను చూసిపొమ్మని చెబుతాను. రేపు ఎలాగూ శనివారం. హాఫ్ డే...మధ్యాహ్నం భోజనం వాడు ఇక్కడే చేయనీ..." అని మంజయ్య మాటలు ముగించాడు.

* * *

మరుసటి రోజు గోదావరిదే వంట. అరటికాయల పొడికూర, అలసంద గుగ్గిళ్ళ కూర, నేతి తాళింపు పెట్టిన పప్పు. చాలా రోజుల తరువాత మంచి భోజనం చేసిన పురందర, గోదావరిని నోరారా, ధారాళంగా పొగిడాడు. అతడి చెయ్యి పొడి వైపు పదే పదే పోవటం గమనించిన గోదావరి ధారాళంగా వడ్డించింది. మాట్లాడుతూ హొన్నావరంలో ఉన్న రోజులు గుర్తొచ్చినట్లు అనేక విషయాలను విచారించాడు.

"ఇప్పుడు మేము అక్కడే ఉన్నాం. కావేరక్క ఇంట్లోనే...నువ్వు ఈసారి ఊరికి వచ్చినపుడు మా ఇంటికి వచ్చి వెళ్ళు" అని గోదావరి ఆహ్వానించింది.

"వస్తాను గోదక్కా. నేనూ ఊరికి వెళ్ళి చాలా రోజులైంది"

"సెలవు గిలవు చూసుకొని వెళ్ళాలి కదా. మునుపట్లా లేచాను, పోయాను అన్నట్లు లేదు. ఉద్యోగం టెంపరరీ అయినప్పటికీ బాధ్యత ఏమీ తక్కువ లేదు..." అని అన్న మంజయ్య మాటల వెనుక ఉన్న అర్థం పురందరకు అర్థమైంది. మంజయ్య భోజనం ముగియగానే ఇద్దరూ లేచారు. మొదట మంజయ్య చేతులు కడుక్కుని వచ్చి వసారాలో కూర్చున్నాడు. తరువాత పురందర చేయి కడుక్కుని వచ్చాడు. అతని వెనకే గోదావరి తిరుగుతోంది.

"నేను మీ అమ్మని కలిశాను. శేషప్ప కూతురి పెళ్ళిలో. తరువాత కాసరకోడుకు వెళ్ళి మీ ఇంట్లో చాయ్ తాగిన తర్వాతే నేను హొన్నావరకు వెళ్ళాను. ఈసారి మీ ఊరికి వెళ్ళేటప్పుడు కచ్చితంగా మా ఇంటికి రా, కావేరక్క కూడా అప్పుడప్పుడు నిన్ను గుర్తు చేసుకుంటూ ఉంటుంది"

"ఈసారి కచ్చితంగా వస్తాను..."

"సెలవు దొరకకపోతే మంజయ్యకు ఒక మాట చెప్పు" అని ఆమె మెల్లగా అన్నప్పుడు పురందర నవ్వాడు.

గోదావరి, గిరిజల భోజనం ముగిసేవరకు సంయుక్త కర్ణాటక చదవడంలో నిమగ్నమైన మంజయ్యతోపాటు మౌనంగా వసారాలో కూర్చోవలసి వచ్చింది. వాళ్ళిద్దరూ భోజనం ముగించి బయటకు వచ్చిన తరువాత బయలుదేరుతానని పురందర లేచాడు.

'వీడితోపాటు మన రంగన్న ఇంటికి వెళ్ళివస్తే ఎలా ఉంటుంది' అని స్వగతంలో అంటున్నట్లు ప్రశ్నతోపాటు జవాబునూ పెట్టి గోదావరి పురందర ముఖం చూసింది.

"వెళ్ళిరా. వాళ్ళ ఇల్లు దూరంలో లేదు. పురందర గదికి దగ్గరే. నాకు చెయ్యి బాగుంటే నేనే తీసుకుని వెళ్ళేదాన్ని" అని గిరిజ పురందర అభిప్రాయానికి అవకాశం ఇవ్వకుండా చెప్పింది.

"నేను తీసుకుని వెళతాను. నాకు వాళ్ళ ఇల్లు తెలుసు. నేను ఒక్కసారి కూడా అక్కడికి వెళ్ళలేదు అంతే... " మరో దారి కనిపించక పురందర అన్నాడు.

"అప్పుడప్పుడూ బంధువుల, సంబంధీకుల ఇంటికి వెళ్ళి వస్తుండాలి... పెట్టుకుంటేనే సంబంధం...ఇప్పటికాలం కుర్రవాళ్ళకు ప్రతి ఒక్కటి చెప్పి చెప్పి చేయించాలికదా. అంతేకాదు ఒక వైపు నుంచి చూస్తే శేషగిరి మీ తండ్రి వైపు నుంచి బంధువు అవుతాడు. ఈరోజు నా వెంట రా. నువ్వూ ఒకసారి అక్కడికి వెళ్ళివచ్చినట్లు అవుతుంది" అని గోదావరి మాట్లాడుతూనే చెప్పులు తొడుక్కుని బయలుదేరింది.

* * *

రంగప్ప ఇంట్లో చాయ్ తాగి, వాళ్ళింట్లో మంచం పట్టిన చెవిటి ముసలిదాని చెవిలో అరిచి అరిచి మాట్లాడి బయలుదేరేసరికి ఎండ తగ్గుముఖం పట్టింది.

వాళ్ళింటి నుంచి బయటకు వస్తుండగా "నీ గది ఇక్కడికి ఎంత దూరం?"

అని గోదావరి అడిగింది. రాబోయే ప్రమాదాన్ని ఊహించని పురందర "ఇక్కడే రెండు వీధులు దాటితే వస్తుంది" అన్నాడు.

"అలాగైతే పదా... నీ గది చూసినట్టు ఉంటుంది. ఈ సారి సావిత్రి కనిపిస్తే ఆమెకు చెప్పడానికి నాకొక విషయం ఉంటుంది...అదీ ఆమె కన్నా ముందే చూశానని చెబుతాను".

"నా గదిలో చూడటానికి ఏముంది గోదక్కా... ఎంతైనా బ్రహ్మచారి గది..." ఆమెను నిరుత్సాహపరచాలని మాట్లాడినా గోదావరి వదల్లేదు.

"మనవాళ్ళదని తెలిసిన తరువాత ఎలా ఉన్నా అభిమానం ఉండే ఉంటుంది కదా; నీవేమైనా పరాయివాడివా? ఇప్పుడు ఉద్యోగం దొరికి ఆఫీసరయ్యాక మమ్మల్ని మరిచిపోవద్దు"

పురందరకు మరోదారి కనిపించలేదు. అందుకు తయారుగాలేని అతనికి ఈ సమయంలో తన గది ఎలా కనిపిస్తుందోననే కలవరం బాధించసాగింది.

జగదాళె ఇంటిగేటు దాటి లోపలికి వెళ్ళేటప్పుడు ఆ ఇంటివాళ్ళు ఇతనితో వచ్చిన అతిథిని కుతూహలంతో చూశారు. పురందర గది తలుపు తెరిచి లోపలికి పోయి కిటికీ తలుపు తెరిచాడు. "రా లోపలికి రా..." అంటూ గదిలో ఒక వైపు తంతి మీద ఆరవేసిన బనీను, లోపలి చడ్డీలను, దాని పక్కనే ఆరవేసినటువంటి తువ్వాలుతో కప్పాడు.

లోపల అంతా చక్కగా సర్ది ఉంది. ఒక ట్రంకు, ఒకటి రెండు మడిచిపెట్టిన పరుపు చుట్టలు. నీళ్ళ చెంబు, లోటా, ఒకవైపు టేబుల్, దానికి ఎదురుగా ఒక ఇనుపకుర్చీ. టేబుల్ మీద రెండు పత్రికలు.

"నీ గది బాగుంది. ఎంత శుభ్రంగా పెట్టుకున్నావు. భోజనానికి ఏం చేస్తున్నావు?"

"ఖానావళికి వెళతాను. ఎలాగో జరిగిపోతోంది..."

"తొందరగా పెళ్ళి చేసుకో. ఖానావళిలో సోడాపుడి వేసిన భోజనం మంచిదికాదు...నేను సావిత్రితోనూ అదే చెప్పాను...తొందరగా కొడుకు పెళ్ళి చేసెయ్యమని..."

"భోజనానికి ఇబ్బందని పెళ్ళి చేసుకుంటే నాది సన్యాసి కథ అవుతుంది"

"అది ఒక సాకు. ప్రతి ఒక్క దానికీ ఒక కారణం కావాలి కదా"

పురందర పరిచిన చాపమీద గోదావరి కూర్చుంది. తాను చాపమీద

కూర్చోవాలో, నుంచోవాలో లేదా కుర్చీలో కూర్చోవాలో అర్థంకాక, ఈ సమావేశాన్ని ఎలా నిభాయించాలో తెలియక అతనికి ఇబ్బంది కలిగింది. "నువ్వూ కూర్చో" అని గోదావరి జరిగి చాప అంచుకు కూర్చుంది. ముందుగా ఆమే మాటలు ప్రారంభించింది.

"ఒక విషయం చెబుతాను...నీకు ఇది తెలుసునో లేదో...అయితే వయసొచ్చిన పిల్లల దగ్గర దాచిపెట్టేది ఏముంది?...మా సునంద కోసం సావిత్రి దగ్గర నీ జాతకం అడిగాను. ఉద్యోగం ఖాయం అయ్యేవరకు నీకు పెళ్ళి చేసుకోవాలనే ఆలోచన లేదని చెప్పింది. అయినా జాతకం ఇచ్చింది"

పురందరకు సంకోచం కలిగింది.

"ముందుగా నేను ఒకచోట స్థిరంగా కుదురుకునే వరకు ఈ విషయం ఎత్తవద్దని చెప్పాను"

గోదావరి ఉద్దేశ్యం అతడి నుంచి జవాబు రాబట్టటానికి కాదు. తాను చెప్పవలసింది చెప్పి వెళ్ళాలనే ఆమె వచ్చింది.

"శేషప్ప కూతురు పెళ్ళికి వెళ్ళినపుడు మీ ఇంటికి వెళ్ళాను. అప్పుడు నీ జాతకం తీసుకుని వచ్చాను. నేను ఎవరికీ చెప్పలేదు. పదహారణాలు కలుస్తాయని బాళభట్టుగారు చెప్పారు. నువ్వు పెళ్ళికి సిద్ధమయ్యేవరకూ మాటలెందుకని నేను ఊరకున్నాను. మా సునందను నువ్వు ఈ మధ్య చూడనే లేదు కదా? ఇంటి పనుల్లో నాకన్నా ఒకింత మెరుగ్గానే ఉంటుంది. అలా కాదు ఇలా అని నాకే చెప్పేలా ఉంది. మెట్రిక్ వరకూ చదివింది. మీ జంట చెప్పి చేయించినట్టుంది. అయినా ఇప్పుడే నేను ఎందుకు మాట్లాడాలి? జరగాల్సివుంటే అదే జరుగుతుంది–దేవుడి దయ ఉంటే..."

"ఇంత తొందరగా నాకు ఈ ఆలోచన లేదు గోదక్కా"

"కుర్రవాళ్ళు అలాగే చెప్పాలి. వద్దు వద్దు అనాలి. పెద్దలం మేము ఒత్తిడి పెట్టి పెళ్ళి జరిపించాలి. నాకు పెళ్ళి చేయండని ఎవరైనా నోరు విప్పి చెబుతారా?"

"........."

"నీలాంటి కుర్రవాడు ఉన్నాడు, పెళ్ళివయసుకు వచ్చినా వద్దంటున్నాడు అని తెలిస్తే, నీ చేత ఊఁ అనిపించటానికి వందమంది వరుసగా నిలబడుతారు. మేము సునంద జాతకం పట్టుకుని తిరగటం మాకు తెలుసు. నీలాంటి గుణవంతులైన కుర్రవాళ్ళు ఎక్కడ దొరుకుతారు? చెడు వ్యసనాలు లేని కుర్రవాళ్ళు,

పెద్దల దగ్గర మర్యాదగా మాట్లాడే కుర్రవాళ్ళు దొరకాలంటే భూతద్దాలు పెట్టుకుని వెతకాలి…”

“……”

“నేను ఇలా మాట్లాడుతున్నానని అపార్థం చేసుకోకు. ఎన్నోసార్లు నోరు విప్పి చెప్పడానికి మునుపే చాలా విషయాలు మనస్సుకు తెలిసిపోతాయి. ఏమైందో తెలుసా? నేను హుబ్బళ్ళికి రావటానికి మునుపు అటక మీద మా సామానుల పెట్టెలోంచి ఏదో తీయాల్సి ఉండింది. సునంద తానే ఎక్కుతానని ఎక్కింది. నువ్వు ఇంట్లో ఉన్నప్పుడు ఎప్పుడూ అటక ఎక్కడానికి ఉత్సాహంతో ముందుకొచ్చేవాడివని కావేరి గుర్తు చేసుకుంది. జంట సరిపోయింది. అక్కడే వసతి ఏర్పాటు చేయించి ఇద్దామని నేను తమాషా చేశాను. సునంద ఎలా సిగ్గు పడిందని అనుకున్నావు… మేము నోరు తెరిచి చెప్పకపోయినా నీ జాతకం కలిసి వచ్చిన విషయం ఆమెకు తెలిసింది. వెనుకటి కాలంలోలా ఇలాంటి విషయాలను చెప్పకుండా దాచిపెట్టడానికి సాధ్యమా? జరగబోయే విషయం ఇప్పుడే ఎందుకు మాట్లాడుతుందోనని అనుకోవద్దు. సందర్భం వచ్చిందని చెబుతున్నాను… ఆమె తల్లి బంగారమంతా ఆమె కోసమే దాచిపెట్టాం. పెళ్ళి ఖర్చుకు, కొత్త సంసారం ఖర్చుకు ఆమె తండ్రి అనంత పెట్టిపోయిన డబ్బుంది. ఇక మాకున్నది, కావేరక్కది అంతా ఆమెకే కదా? ఆ ఇల్లు, మా బంగారం అంతా ఆమెకు తప్ప మేము ఇంకెవరికి ఇస్తాం? కావేరక్కకూ ఆమె కూతురే. తల్లితండ్రి లేని పిల్లని చాలా గారాబంగా పెంచాం…”

పురందరకు సమస్యగా మారింది. రత్న గురించి జరిగిన మాటలు చెప్పి దీనికంతా ముగింపు పలికితే? ఆమెను పెళ్ళి చేసుకుంటానని నాకై నేను ఎవరికీ చెప్పలేదు. ఇప్పుడు చెప్పి, ఈమె చెవుల్లో ఆ విషయం పడితే అది ఊరంతా వ్యాపించటంలో ఆలస్యంకాదు. ఆ రోజు వాసుదేవమామతోనూ తాను ఉద్యోగం ఖాయం అయిన తరువాతే నిర్ణయం తీసుకుంటానని చెప్పటంతో అతను ఊం అన్నాడు. అయినా ఒకసారి దేవుడి ముందు మాట ఇచ్చిన తరువాత ఇంక తాను నోరు తెరిచి ఊం అనటం తప్ప నిర్ణయం తీసుకోవటానికి ఇంకేమి మిగిలివుంది?

గోదావరి మాటల ఉండ విప్పుకుంటూ పోతుంటే అరగంట గడిచింది. పురందర మౌనంగా వింటూ కూర్చున్నాడు. గోదావరి కస్తూరి విషయంకానీ, రత్న విషయం కానీ ప్రస్తావించనేలేదు.

“నీ ఉద్యోగం ఖాయం అయిన తరువాతే ఒక మాట చెప్పు. నీ మనసు

తెలిసిన తరువాతే సునంద జాతకం మరో చోట ఇస్తాం. నీ అభిప్రాయం ఏమిటన్నది ముఖ్యం. వెనుకటి కాలంలోలా కేవలం పెద్దల మాట విని పెళ్ళి చేసుకునే కాలం ముగిసిందని నాకూ తెలుసు. కరాకండిగా నీకు ఏమనిపిస్తుందో అది చెప్పు. ఇతురులకు బాధ కలుగుతుందని నీ మనస్సును దాచకు. ఏ అమ్మాయి అయినా కానీ, ఆ అమ్మాయితో సంసారం చేయవలసినవాడివి నువ్వు. సునందను చేసుకుంటే మా అదృష్టం... లేదు, కుదరదు, నా మీద ఆశ పెట్టుకోవడం ఆమె తప్పని అన్నా మా అదృష్టం ఇంతేనని మౌనం వహిస్తాం. నీ దగ్గర మాట్లాడిన ఈ విషయం ప్రస్తుతం నీ మనసులోనే ఉండనీ...జాతకం ఇచ్చేటప్పుడు సావిత్రి కూడా అదే చెప్పింది. జరిగే సమయానికి ఇతరులకు తెలిపితే సరిపోతుంది. ఎవరికీ చెప్పకుండా పెళ్ళిచేసుకోవడం సాధ్యమా? కాలం కలిసి వచ్చినపుడు చెప్తాను..."

ఆమెకు ఇవ్వడానికి గదిలో ఏమీ లేదుకదా అని పురందర సతమతమయ్యాడు. చాయ్ చేయడానికి కాకపోయినా షర్బత్ చేయవచ్చని అనుకున్నాడు. "ఉండనీలే, నేనేమీ పరాయిదాన్ని కాదు" అని ఆమె నచ్చజెప్పింది. ఇంటికి వచ్చి అలాగే వెళ్ళటం శుభం కాదని చిటికెడు చక్కెర నోట వేసుకుని నీళ్ళు తాగింది.

* * *

గోదావరిని మంజయ్య ఇంటి దగ్గర దింపి తిరిగి తన గదివైపు నడుస్తున్నప్పుడు పురందర మనసులో ఉత్సాహమూ, భయమూ ఒక్కసారిగా కమ్ముకున్నాయి. అతనికి సునందను చూసిన జ్ఞాపకమే లేదు. ఎన్నో సంవత్సరాల క్రితం ఒకసారి ఆమెను చూసినప్పుడు ఇంకా చిన్నపిల్ల. ఇప్పుడు ఎలా కనిపిస్తుందో అనే ఆలోచన కించిత్తూ అతనిలో లేదు. సునంద ఆకర్షణకన్నా గోదావరి మాట్లాడిన మాటలు, అతని గురించి అతనికే కలిగించిన ప్రాముఖ్యత, ఆత్మకు మృదువైన వెచ్చదనం ఇచ్చాయి. తన పేరు ఎత్తగానే ఎర్రబారే ఓ అమ్మాయి ఉందనే ఊహే అతని అంచనాకు అవల ఉంది. హుబ్బళ్ళి జీవితంలో మనసులోపలి మృదువైన భావాలు మొద్దుబారుతున్నాయేమోనని అనిపించే ఒంటరితనంలో ఇదొక కొత్త అలలా, వేసవి మధ్యాహ్నం వీచిన చల్లటిగాలిలా ఉంది.

ఉద్యోగంలో చేరినప్పటి నుంచి ప్రతిఒక్కదాన్ని తన శక్తికి మించి, అత్యుత్తమంగా నిర్వహించడానికి ప్రయత్నిస్తున్నాడు. ఈ ఉద్యోగం వల్ల తన జీవితం మారుతుందనే నమ్మకం అతడ్ని ముందుకు తోస్తోంది. పురందర ఉద్యోగం సరళంగా ఉంది. నియమాలను సరిగ్గా పాటిస్తూ డబ్బు లెక్కపెట్టి ఇచ్చేటప్పుడు, మరలా తీసుకునేటప్పుడు జాగ్రత్తగా ఉంటే చాలు. లెక్కలో తేడా వస్తే నువ్వే బాధ్యుడివని

మొదటి రోజే చెప్పిన మంజయ్య మాటలు చెవిలో నిలిచిపోయాయి.

"ఇది డబ్బు విషయమన్నది గుర్తుంచుకో. పెద్ద బాధ్యత. మరిచాను, తప్పయింది, సరిగ్గానే లెక్కపెట్టాననుకున్నాను- ఇలా చెబితే వినేవారుండరు. ఒక్క పైసా తేడా రాకూడదు. రోజు చివరన లెక్కంతా బ్యాలెన్స్ కావాలి. కౌంటరులో కూర్చున్నప్పుడు నీ చేతిలో ఉన్న డబ్బు విషయంలో ఏమైనా తేడాలు వస్తే, నువ్వే స్వయంగా నీ చేతుల్తో దాన్ని భర్తీ చేయాలి"

పెద్దమొత్తం తీసుకునే జనం ఎవరు, లెక్కపెట్టేటప్పుడు అలాగే లెక్కపెట్టే మధ్యలో వారి క్షేమసమాచారాలు అడగాలి. ముఖం చూసి గుర్తుపెట్టుకోకుండా డబ్బు ఇవ్వకూడదనే సూక్ష్మాలను చాలా ఏళ్ళ నుంచి క్యాషియర్‌గా పనిచేస్తున్న సదాశివ భిడె చెప్పాడు. అయినా అంత డబ్బును ఎన్నడూ చేతితో తాకిన అనుభవంలేని పురందరలో భయం సులభంగా పోలేదు. అదే విధంగా వేలాదిరూపాయలను లెక్కపెట్టేటప్పుడు కాస్త భయంవేసి లెక్కపెట్టిందే మళ్ళీ మళ్ళీ లెక్కపెట్టటం వల్ల కౌంటర్‌లో ఉన్నవారికి కాస్త ఆలస్యమయ్యేది.

ఉద్యోగంలో చేరిన వారంలోనే మంజయ్య ఒక రోజు లోపలికి పిలిచి ఇతరుల ముందు తనను 'సార్' అని పిలవాలని చెప్పేశాడు. తమ బంధుత్వాన్ని బ్యాంకులో చూపించడం మంచిది కాదన్నాడు. పురందరకు అతని మాటల వల్ల బాధ కలిగింది. దయాదాక్షిణ్యాల వల్ల దొరికిన ఉద్యోగమనే మాట పదే పదే మనస్సులో దూరి గుచ్చేది. ఈ ఉద్యోగమే వద్దని కోపంతో రాజీనామా ఇవ్వాలనే ధైర్యం లేదా అంతకన్నా ముందు అందుకు కావలసిన కోపం ఎక్కడి నుంచి వస్తుందో అతనికి అర్థం కాలేదు. ఎంతగా ప్రయత్నించినా, దేవుడి ముందు నుంచుని చేసిన ప్రమాణాన్ని మీరటం, దాన్ని మీరి మరొకరిని పెళ్ళి చేసుకుని సుఖంగా ఉండటం తనవల్ల సాధ్యంకాని విషయంగా కనిపించేది. ఇదొక తప్పించుకుని వెళ్ళలేని దారిలా, కాళ్ళుచేతులు కట్టివేసిన పగ్గంలా కనిపించసాగింది. వాసుదేవుని ఒక్క మాటనూ తోసిపుచ్చలేని రీతిలో ఇంతకాలం బతకినవాడికి ఇప్పుడు ఉద్యోగం దొరికిందనీ, అది కూడా అతనే ఇప్పించిందనీ తెలిసి, అతని ఎదుట నుంచుని అతనికి వ్యతిరేకంగా మాట్లాడటం ఊహించటానికీ కష్టమయ్యేది. దీనికి ఆ రోజు తన ఎదుట, అంత దగ్గర నుంచున్న మోహినిని నోరు తెరిచి పిలవకపోవడానికీ చాలా వ్యత్యాసం ఉందని అనిపించేదికాదు. ఉత్కటమైన కోపం లేనివాడికి ఉత్కటమైన ప్రేమకూడా సాధ్యంకాదేమో...అన్నిటినీ ఒక్కడే భరించడం కష్టమౌతున్నట్టే, పంచుకోవటానికి ఏ స్నేహితుడూ లేని కొరత కనిపించసాగింది.

ఈ ఉద్యోగపు భారాన్ని వదులుకుని, ఇంతకు మునుపు అనుకున్నట్టు ముంబయికి వెళ్ళి వేరే ఏదైనా చేస్తే ఎలా ఉంటుందనే ఆలోచన చాలా ఆకర్షణీయంగా కనిపించేది. ఇంకా పాటీల్‌గారి కొట్టులో జరిగిన అవమానాల గాయాలు పచ్చిగా ఉన్నప్పుడు, చేతిలో ఉన్నది వదిలి, మరో చోటికి వెళ్ళటానికి కావలసిన పిచ్చి ధైర్యాన్ని పుట్టించే ప్రేమ, సునంద మీద పుట్టలేదు. ఇప్పటిదాకా అన్నిటికి సర్దుకుపోవలసిన అనివార్యతను ప్రశ్నించని స్వభావంలో ఇలాంటి తిరుగుబాటు ధోరణిని నింపటం ఊహలోనూ కఠినమయ్యేది. తనలో కోపాన్ని, మూర్ఖత్వాన్ని ఎలాంటి సంకోచంలేని గడుసుతనాన్ని రేపేటటువంటి ప్రేమ సునంద మీద పుట్టాలని ఆశపడ్డాడు. తహతహలాడాడు. ప్రార్థించాడు. ఒక స్త్రీ కోసం, ప్రేమ కోసం, అన్నిటినీ ధిక్కరించి, కఠినమైన దారిని ఎన్నుకోవటంలో సార్థకత ఉందని అనిపించేది. అయినా కొన్నిసార్లు రత్నకు తనకన్నా మంచి వరుడు దొరికి వాసుదేవమామే ఈ సంబంధం వద్దని అనేస్తే?–ఇలాంటి సులభమైన పరిష్కార మార్గపు దిశలో ఆలోచించటం హాయిగా ఉండేది.

⌘

అధ్యాయం 7

దడి దాటి చేతిలో ఒక సంచి పట్టుకుని లోపలికి వస్తున్నవాడిని చప్పున గుర్తుపట్టడానికి సాధ్యంకాక "ఎవరో చూడు' అని సర్వోత్తమ అన్నాడు. బావి పక్కనున్న కరివేపాకు చెట్టునుంచి మధ్యాహ్నాపు వంట తాళింపుకు ఆకులు తెంచుదామని వచ్చిన గోదావరి, సర్వోత్తమ కేక విని కంచె వైపు చూస్తే పురందర వస్తుండటం కనిపించింది.

"అరే...పురందర...రావోయ్ రా...మీరు పురందరను గుర్తు పట్టలేదా?..." అని పొంగి వస్తున్న సంతోషంలో గోదావరి అతడిని ఆహ్వానించింది.

అతను మెట్లు ఎక్కుతుండగా లోపలి నుంచి వచ్చిన కావేరి "దారి తప్పి వచ్చావేమిటి?" అని హాస్యమాడింది.

"బస్టాండు నుంచి రేవుకు వెళ్ళే దారివెంబడి బయలుదేరితే అది ఇక్కడికి తెచ్చి చేర్చిందికదా..." అని అంతే హాస్యంగా జవాబిచ్చిన అతని మాటల్లో, నడకలో, మెట్లు ఎక్కి లోపలికి వచ్చి సంచి పెట్టిన తీరులో, ఈ ఇల్లు తనకు పరిచయమనే ఆత్మవిశ్వాసంతోపాటు చనువు ఉంది.

"దేవరాయ పెదనాన్న ఎక్కడ?" అన్నాడు.

"ఆయన వాడిబుగ్రి కొట్టు వైపు వెళ్ళివస్తానని వెళ్ళారు. వచ్చే సమయమైంది. కూర్చో...హుబ్బళ్ళి నుంచి వచ్చావా?" అని కావేరి అడిగింది.

"హుబ్బళ్ళి నుంచే వచ్చాను. ఉదయం మొదటి మోటర్ బండికి వచ్చాను. ఇప్పుడు రెండు రోజులు సెలవులున్నాయి. దానికొక రోజు కలిపి వచ్చాను..." పురందర పడక్కుర్చీలో కూర్చున్నాడు.

"ఇప్పుడు నువ్వు మంజయ్య పనిచేస్తున్న బ్యాంకులోనే పని చేస్తున్నావట. మాకు విషయం తెలిసింది. మంజయ్య ఎలా ఉన్నాడు?"

"అవును కావేరక్కా. అక్కడే ఉద్యోగం. మంజయ్యమామ ఇంట్లో అందరూ బాగున్నారు. ఈ మధ్యన అక్కడికి వెళ్ళలేదు. రోజూ ఎలాగూ బ్యాంకులో కలుస్తాం కదా..."

కరివేపాకులు తెంచుకుని లోపలికి వచ్చిన గోదావరి మధ్యాహ్నం భోజనానికి పొడి చేయడానికి చామదుంపలు ఉన్నాయా అని చూసింది. గబగబా నిమ్మకాయ పానకం చేసి, పురందరను పలకరిద్దామని వసారాలోకి వచ్చింది.

"నువ్వు రావటం మంచిదైంది. మొత్తానికి మమ్మల్ని గుర్తుపెట్టుకుని వచ్చావుకదా. భోజనానికి ఉండిపో. సావిత్రికి నువ్వు వస్తున్నట్టు తెలుసా?" అని గోదావరి స్టీలులోటాలో పానకం ఇచ్చింది.

"అమ్మకు ఉత్తరం రాసి తెలిపాను. ఈ రోజు వస్తానని రాశాను. ఎప్పుడని చెప్పలేదు. ఇప్పుడు భోజనం చేయగానే వెళ్ళిపోతాను. సాయంత్రం అయితే నదిని దాటే జనం రద్దీ పెరగవచ్చు"

యాలకుల పొడి తేలుతున్న పానకం తాగుతున్నప్పుడు పురందరకు హాయిగా అనిపించింది.

హుబ్బళ్ళి నుంచి ఆ రోజు ఉదయమే బయలుదేరినప్పుడు కూడా ఇక్కడికి రావటం గురించి అతడికి నమ్మకమే లేదు. దారిలోనే ఉన్న ఇంట్లోకి దూరి, అందరినీ పలకరించి వెళదామని ఒకసారి అనిపిస్తే, మరొక క్షణం వద్దు, ఈ బురదలో పడకూడదని మనస్సు వెనుకాడింది. తాను ఉండి చదువుకున్న ఇల్లు, వాళ్ళను చూడకుండా వెళ్ళటం సమంజసం కాదన్న కారణం తల్లికి చెప్పటానికి సిద్ధంగా ఉంది. చివరికి అటూ ఇటూ ఊగుతున్న నిర్ణయం, ఉదయం నుంచి చేబట్టిన ప్రయాణంలో, ఒంటరిగా బస్సులో వచ్చేటప్పుడు ఘాట్ మార్గంలో పట్టిన చిన్న కునుకులో అతనికే తెలియకుండా బలపడుతూ వచ్చి హొన్నావరలో దిగేటప్పుడు ఆకలివేసి నేరుగా నడిచి దేవరాయ ఇంటికి వచ్చేశాడు.

దేవరాయ కొట్టు నుంచి రాగానే మళ్ళీ కుశలప్రశ్నలు అడగటం జరిగింది. అక్కడి ఇక్కడి విషయాలను వెతుక్కుని మాట్లాడాడు. "మంజయ్య ఎలా ఉన్నాడు?"

అని దేవరాయ అడిగిన ప్రశ్నలో వ్యంగ్యమున్నట్టు తోచింది. మొదటినుంచీ అతనికీ మంజయ్యకూ మధ్య సంబంధం అంతంతమాత్రమే.

వచ్చి ఇంతసేపైనా సునంద ఎందుకు కంటపడలేదని పురందరకు కలవరమైంది. ఊళ్ళో లేదా? వేరే ఎవరి ఇంటికైనా వెళ్ళిందా? ఇలా ఆలోచనలు సాగాయి.

"భోజనానికి లే. కాళ్ళుచేతులు కడుక్కుని రా..." అని ఒక పొడి తువ్వాలు ఇచ్చి కావేరి స్నానాలగదికి పంపింది. అక్కడ నీళ్ళ అండా, చెంబు, కాళ్ళు రుద్దుకోవడానికి వేసిన నాపరాయి చూసినపుడు ఈ ఇంట్లో గడిపిన రోజులు మనస్సులో కదిలిపోయాయి. అండాలోని వేడినీళ్ళతో కాళ్ళుచేతులు కడుక్కుని తువ్వాలుతో ముఖం తుడుచుకున్నాడు.

"కావాలంటే పంచె కట్టుకునిరా. భోజనానికి కూర్చోవటానికి అనుకూలంగా ఉంటుంది. ఈ ఇల్లు నీకు కొత్తది కాదు...నీ సంచి తీసుకో... ఇక్కడ ఈ గదిలోకి వెళ్ళు..." లోపలికి వచ్చిన వాడి చేతికి కావేరి సంచి ఇచ్చింది.

పురందర సంచి తీసుకుని లోపలికి వెళ్ళాడు. నట్టింటి నుంచి దేవరాయ గదిలోకి వెళ్ళి, తలుపు మూసి, ప్యాంటు విప్పి, పంచె కట్టుకున్నాడు. ప్యాంటును మడిచి అక్కడే చుట్టిపెట్టిన పక్కమీద పెట్టాడు. దాని పక్కనే సంచిని ఆనించాడు. అక్కడున్న చిన్న అద్దంలో ముఖం చూసుకున్నాడు. ముఖం సగం సగమే కనిపించింది. జుత్తు మీద తేలికగా చేయాడిస్తూ బయటికి వచ్చాడు. నట్టింట్లో కాలు పెట్టగానే ఎక్కడికో పోయినట్టున్న సునంద హఠాత్తుగా ఎదురుపడింది. ఆమె సునంద అని ఊహించాడు అంతే. ఎందుకంటే ఎప్పుడో చిన్న వయసులో చూసిన ఆమె చిత్రం అతడి మనసులో లేదు.

ఆ ఒక్క క్షణం పరస్పరం కళ్ళు కలుసుకుని కాలం నిలిచిపోయినట్టు అనిపించింది. కాటుక పూసిన ఆమె కళ్ళల్లో అతను చిక్కుకున్న ఆ క్షణం దీర్ఘ కాలానిదని అనిపించింది. చుట్టూ ఉన్న అన్నీ స్తబ్ధమై, ప్రకృతిలో ఇద్దరే ఉన్నారని అనిపించింది. ఆ ఘడియ ఎలా చెదిరిపోయిందో మరిచిపోయినందువల్ల దాన్ని పురందర తనకు తోచిన రీతిలో ఊహించాడు. స్నానానంతరం ఆరటానికి వదిలినట్టు ఆమె తన పొడవైన జుత్తును పూర్తిగా వదిలివేసింది. ఏ చీర కట్టుకుందో గుర్తుకు రాలేదు. తనను చూడాలనే ఆమె అక్కడికి రావటం నిజం. చూసి నుంచోవటం నిజం. లేదా అది తన ఊహనా? ఎంత సేపు తాము కళ్ళలో కళ్ళు పెట్టి చూసుకున్నారు? ఆమె చిన్నగా నవ్వటం తన భ్రమ కావచ్చు. ఆమె తనను

దాటిపోతున్నప్పుడు ఎగురుతున్న ఆమె జుత్తు తన భుజాన్ని మృదువుగా తాకటం నిజమనిపించినా దేన్నీ స్పష్టంగా గుర్తుతెచ్చుకోవటానికి సాధ్యం కావటం లేదు.

భోజనంలో చామదుంపలపొడి ఉంది. దానికి తోడు ఉల్లిపాయల చారు. అతనికి ఇష్టమని గంజి భోజనానికి చేసిన బచ్చలి కూరను కావేరి వడ్డించింది. ఆ కూర రుచి ఈ ఇంట్లో ఉన్న రోజుల జ్ఞాపకాలను తట్టి లేపింది. కొన్నిసార్లు హుషారు వచ్చినపుడు దేవరాయ అతడిని 'దాసప్పా...' అని పిలిచేవాడు. అతని పేరు విన్నవారంతా 'పురందరదాస' అని బహిరంగంగా చెప్పనప్పటికీ మనస్సులో అయినా అనుకుంటున్నారని అతడికి తెలుసు. పాఠశాలలో నానా దాసుల నామాలతో పిలిపించుకుని విసిగిపోయిన అతడికి ఇంట్లోనూ మరో పేరు వద్దనిపించేది. అయితే దేవరాయకు ఎలా చెప్పగలడు? ఈ రోజు కూడా అతను అలాగే పిలుస్తాడేమోనని భయం వేసింది. అదీ సునంద ఉన్నప్పుడు. అయితే దేవరాయ ఆ విషయాన్ని మరిచిపోయినవాడిలా కనిపించాడు.

"సాయంత్రమైతే నది దాటే జనం ఎక్కువై ఆలస్యమవుతుంది" అనే సాకు చెప్పి పురందర బయలుదేరాడు. సునంద కనిపిస్తుందా అని సూక్ష్మంగా వెతికాడు. లోపలికి పోయి పంచె మార్చుకుని ప్యాంటు తొడుక్కుని వచ్చాడు. వచ్చేటప్పుడు నట్టింట్లో ఆమె కంట పడుతుందేమోనని అక్కడే తచ్చాడుతూ కాస్త ఆలస్యం చేశాడు. హుబ్బళ్ళి విషయాలు విచారిస్తూ మాట్లాడినా, అతడిని ఆదరిస్తూ ఆత్మీయ ఆతిథ్యం చూపించినా, గోదావరి సునందను మాత్రం అతని ఎదుటికి పిలువలేదు. భోజనాల సమయంలోనూ ఆమె వంటింట్లో కనిపించలేదు. హుబ్బళ్ళిలో ఆమె గురించి ఎలాంటి మాటలు జరగలేదన్నట్టు గోదావరి ప్రవర్తించింది.

* * *

మూడు రోజుల సెలవులో వచ్చినప్పటికీ, వాసుదేవను వెళ్ళి చూడాల్సిందేననే సావిత్రి ఒత్తిడిని మీరలేక తొందరగా భోజనం ముగించి పురందర శిరాలికి బయలుదేరాడు. బస్సు దిగి, దేవస్థానం వెనుకభాగంలోని పొలాల గట్టు మీదగా నడిచి వాసుదేవ ఇంటికి వెళ్ళినపుడు అతను నేలమీద చాప పరుచుకుని పడుకుని ఉన్నాడు. గాలి బాగా వీస్తోంది. ఇంటి ముందు భాగంలో ఉన్న నేల మీద పడుకున్న వాసుదేవుడి పెద్ద అరిపాదాలు దడి నుంచే కనిపించాయి. దగ్గరికి వస్తుండగా ఊపిరి తీసుకుంటున్నప్పుడు పైకి కిందికి కదిలే పొట్ట కనిపించింది. చేతుల్లేని బనియన్ వేసుకుని పడుకున్నవాడి భుజాల మీది పచ్చబొట్టులో పడగెత్తిన ఒక నాగుపాము.

పురందర అడుగుల చప్పుడుకు వాసుదేవకు మెలకువ వచ్చింది. ఎవరొచ్చారని తలను కొద్దిగానే ఎత్తి చూశాడు. పురందరను గుర్తుపట్టగానే "అరెరే రా...రా..." అంటూ లేచాడు.

"ఊరికే అలా పడుకున్నాను...బాగా నిద్రపట్టింది...రా లోపలికిరా ...కస్తూరి..." అంటూ పక్కన పెట్టుకున్న తువ్వాలుతో ముఖం మీది, మెడ మీది చెమట తుడుచుకుని దాన్ని భుజం మీద వేసుకున్నాడు. అంతలో కస్తూరి గుమ్మంలో కనిపించింది. "రారా, అమ్మ ఎలా ఉంది?" అంటూ అతన్ని ఆహ్వానించింది.

వాసుదేవా ఇంటి ముందున్న కొబ్బరి చెట్టు కింద ఉన్న చిన్న బాన నుంచి నీళ్ళు తీసుకొని ముఖం కడుక్కొని వచ్చాడు.

"చాయ్ చేయనా లేదా మూలికల వేడి కషాయం చేయనా?"

కస్తూరి ప్రశ్నకు వాసుదేవ జవాబిచ్చాడు. "చాయ్ చెయ్...అతనికి చాయ్ అలవాటైంది...."

పురందర అరుగు దగ్గరికి వచ్చి కూర్చున్నాడు. వాసుదేవ అతని చేతికి ఒక విసనకర్ర ఇచ్చి తానూ ఒకదానితో గాలి విసురుకోసాగాడు. "నిన్న వచ్చావా? మంజయ్య రాశాడు. నువ్వు సెలవు పెట్టి ఊరికి వెళుతున్నావని...ఉద్యోగం ఎలా సాగుతోంది?"...

తన సెలవు, ఊరికి వెళ్ళే విషయాలు మంజయ్య ద్వారా ఇక్కడికి చేరటం పురందరకు నచ్చలేదు. వాటన్నిటి గురించి మంజయ్య నుంచి వీళ్ళు తెలుసుకునే మరొక ముఖం ఉందన్నది రుచించలేదు.

"పని బాగా జరుగుతోంది...ఇప్పుడు అలవాటైంది..." పురందర విసురుగా జవాబివ్వడం వాసుదేవ గుర్తించనేలేదు.

"మంజయ్య కూడా రాశాడు. ఉద్యోగం బాగా చేసుకుంటున్నాడు. ఖాయం అవడానికి కొంచెం ప్రయత్నం చేయాలి. విచారించనక్కరలేదు, పనయి పోతుందని చెప్పాడు. బాగా చేసుకో. కష్టపడితే ఏది జరగదో చెప్పు? కష్టేఫలి అంటారు కదా!". చాలాకాలం ఉపాధ్యాయ వృత్తిలో ఉన్న అలవాటు వల్ల కొన్ని ఉపదేశాల గాలి తగలగానే అతని మాటలు సామెతల దారి పట్టాయి.

పురందరకు ఇలాంటి మాటలు వినటానికి అసహనంగా అనిపించినా అతనికి తెలియని ఒక గొప్ప విషయం వాసుదేవుడి నోటి నుంచి వచ్చింది.

"వచ్చేనెల పరీక్ష జరిపి ఉద్యోగం ఖాయం చేయటానికి నిర్ణయం

తీసుకున్నారట. ఇప్పుడు పరిస్థితి మునుపట్లా లేదట. పరీక్షలు జరపకుండా ఎవరినీ తీసుకోరని మంజయ్య రాశాడు...”

తనకే ఇంకా తెలియని పరీక్ష గురించి వాసుదేవ అప్పటికే తెలుసుకోవడం పట్ల సంతోషం కలగలేదు. వాసుదేవతో ఉద్యోగం గురించి మాట్లాడటం, అదే విషయాన్ని పదేపదే ఎత్తటం ఏదో దాక్షిణ్యపు పాశాన్ని మళ్ళీమళ్ళీ గుర్తు చేసేలా కనిపించసాగింది.

చాయ్ తాగటానికి కస్తూరి లోపలికి పిలిచింది. పురందర తడికె చాటుకు వెళ్ళి కాళ్ళు చేతులు కడుక్కుని వచ్చాడు. లోపల వంటింట్లో పీటవేసి టిఫిన్ పెట్టారు. పసుపు ఆకుల దొప్పలో ఇంట్లో చేసిన ఆవిరి కుడుము, కొబ్బరి చెట్నీ. దాంతోపాటు అటుకులు, పులిహోర. వెనుక పెరటి తలుపులు తీసి ఉండటం వల్ల లోపలికి కావలసినంత వెలుతురు వస్తోంది. కిటికీ నుంచి లోపలికి ఎండ పడుతోంది. పెరటి తలుపులకు అవతల కొట్టం కనిపిస్తోంది. గుమ్మంలో రత్న పశువులను లోపలికి పంపడం కనిపించింది. లోపల వదిలేటప్పుడు ఒళ్ళు తట్టి పలకరిస్తోంది. పశువులను లోపలికి వదిలి, పెరటి తలుపు నుంచి వంటింట్లోకి వచ్చింది. చీర చెంగును నడుములో చిక్కించుకుంది. లేత గులాబీ రంగు చీర. లోపలికి వచ్చి పురందరను చూసి “ఎప్పుడు వచ్చావు?” అని అడిగింది. “నిన్న ఊరికి వచ్చాను” అన్నాడు. అంతే. మళ్ళీ మాటలు కొనసాగుతాయని ఇద్దరూ ఎదురు చూడలేదు.

“గడ్డిమోపు విప్పి వేస్తాను. అక్కడ స్నానాలగది తలుపు వెనకున్న కత్తి ఇవ్వు” అని తల్లికి చెప్పింది. కస్తూరి తలుపు వెనక పెట్టిన చిన్నకత్తిని తీసి ఇచ్చిన తరువాత మళ్ళీ కొట్టం లోపలికి వెళ్ళింది.

ఒత్తిడి పెట్టడం వల్ల పురందర రెండు ఆవిరి కుడుములు తిని, చాయ్ తాగి లేస్తుండగా రత్న పశువుల కొట్టం నుంచి ఇంటి వైపు హడావుడిగా రావడం కనిపించింది. ఎడమచేతి వేలును అదిమి పట్టుకొని ఉంది.

“అమ్మ చక్కెర తీసుకుని రా...వేలుకు కత్తి తగిలింది...”

“అయ్యయ్యో ఏమైంది?” అంటూ వాసుదేవ గబుక్కున లేచాడు.అతని స్వరానికి, లేచిన వేగానికి పురందర ఆశ్చర్యపోయాడు. బయటికి పరిగెత్తేటప్పుడు బిడ్డ కింద పడినప్పుడు పరుగున వెళ్ళే తల్లిలా కనిపించాడు.

“ఎక్కడ తగిలింది?” అంటూ కస్తూరి కూడా బయటికి వచ్చింది. పెరటి తలుపు పక్కనున్న చిన్న అరుగు మీద రత్నను కూర్చోబెట్టారు. లోపలికి వెళ్ళి చక్కెర డబ్బాతో వచ్చిన కస్తూరి “ముందు చెయ్యి చూపించు...ఏది చూద్దాం” అంది.

రత్న ఒత్తి పట్టుకున్న చేతిని వదలగానే ఆమె ఎడమచేతి చూపుడువేలు గాయం నుంచి రక్తం కారింది. "ఎంత గాయం చేసుకున్నావు తల్లీ... పెద్దగాయమే అయింది కదా?" వాసుదేవ విచారంగా అన్నాడు.

"మొదట చల్లని నీళ్ళతో కడగడం మంచిది" అని వెనక నుంచుని చూస్తున్న పురందర చెప్పాడు.

"అవునవును నీళ్ళు తీసుకురా" అని వాసుదేవ కస్తూరి చేతి నుంచి చక్కెర డబ్బాని తీసుకున్నాడు. ఆమె నీళ్ళు తెచ్చి అక్కడే గాయాన్ని కడిగింది. నీళ్ళు పడి రక్తం తొలగిపోతున్నట్టే కొత్త రక్తపుచార ఏర్పడుతోంది. గాయం లోతుగా ఉంది.

"ఇప్పుడు చక్కెర వేయవచ్చు" అన్నాడు పురందర. చక్కెర వేశారు. పొడిచక్కెర కావడంవల్ల అది గాయానికి అంటుకొని రక్తస్రావం మెల్లమెల్లగా తగ్గింది.

నిలిచిన చోటు నుంచి పురందరకు అరుగుమీద కూర్చున్న రత్న జుట్టు, భుజం మీద అంటుకుని ఉన్న ఎండు గడ్డిపరకలు కనిపించాయి. తల వంచి కూర్చున్న ఆమె పాపిట ఇరువైపులా దట్టమైన ఉంగరాల జుట్టు. పొట్టి జడ. దృఢమైన దేహం. పురందర అంత దగ్గర నుంచి ఆమెను చూస్తుండటం ఇదే మొదటిసారి. ఆమె అరికాళ్ళకు పేడ మెత్తుకొని ఉంది. కాలి మడమలు పగిలి ఉన్నాయి. ఒక సంసారాన్ని మోసే గుండె ధైర్యం, ఎలాంటి పనయినా నిర్వహించగల ధైర్యం, తట్టుకోగల శక్తి ఆమె ప్రవర్తనలో దాగినట్టు కనిపించింది. బుగ్గల మీద రెండువైపులా పాత మొటిమల గుర్తులున్నాయి. ఎండకు అవి స్పష్టంగా కనిపిస్తున్నాయి.

పాత చీరముక్కను కస్తూరి తెచ్చింది. వాసుదేవనే దాన్ని ఆమె వేలికి గట్టిగా చుట్టాడు. చుట్టడానికి ముందు తులసి రసాన్ని వేశాడు. ఆమె 'అబ్బా' అంది. పురందర అక్కడ ఉన్నాడనే అవగాహనతో పళ్ళ బిగువున బాధను భరిస్తోంది. వాసుదేవ ఆందోళన, అతను చూపిస్తున్న అక్కర వల్ల ఆమె సిగ్గుపడుతున్నట్టు కనిపించింది.

* * *

కళ్ళు మూసి తెరిచే లోపల మూడు రోజులు గడిచిపోయాయి. పురందర హుబ్బళ్ళికి వెళ్ళే మోటరుబండి పట్టుకున్నాడు. శిరసి గుండా హుబ్బళ్ళికి వెళ్ళే బస్సు దేవిమనెఘట్ట ఎక్కడానికి ముందు రాగిహొసహళ్ళిలో ఆగినపుడు, చాయ్ కొట్టులోకి వెళ్ళాడు. కొట్టు మొత్తం పల్చటిపొగ కమ్ముకునివుంది. మసిపట్టిన గోడల మధ్య వేసిన చెక్కబల్ల ఎదుటవున్న బెంచీమీద కూర్చుని పచ్చి ఉల్లిపాయలు వేసిన శేవ్‌భాజీ తిన్నాడు. పొగ వాసన వేస్తున్న చాయ్ తాగాడు. గాడిపొయ్యి మీద పెట్టిన నీటి పాత్రలో ఓ నాణెం ఠణఠణమని చప్పుడు చేస్తోంది. మబ్బులు కమ్మిన

సాయంత్రం. కలిసి వచ్చిన ఏకాంతం, అనామకుడుగా ఛాయ్ అంగడిలో కూర్చున్న ఘడియ అత్యంత ఆప్యాయంగా అనిపించింది. డబ్బులు ఇచ్చి బయటకు వచ్చి నిలుచున్నాడు. ఖాళీ రోడ్డు. ఒకరిద్దరు నుంచోని సిగరెట్ తాగుతున్నారు. నోటిలోనే మిగిలిపోయి, ఊపిరిలో చేరిపోయిన ఉల్లిపాయల, చాయ్‌ల మిశ్రమ వాసన అతని వెంట వచ్చింది.

మిట్ట దాటి వెళ్ళేటప్పుడు కిటికీ అవతల చూస్తూ కూర్చున్నాడు. శిఖరాల నెత్తి మీద చుట్టూ కమ్ముకున్న మబ్బులు కనిపించాయి. మొత్తం ఆకాశం స్నిగ్ధంగా ఉంది. సాయంత్రపు చీకటికి అడవి పచ్చదనం మరింత గాఢమైంది. బస్సులో ఎక్కువ జనం లేరు. ఉన్నవారు కూడా సగం నిద్రలో ఉన్నట్టున్నారు. "మా అక్క కొడుకు బుర్ర సరిగ్గా లేదు. భర్త పోస్టల్ ఉద్యోగంలో ఉండేవాడు. భార్యకు అనారోగ్యం, కొడుకు ఇలా..." అని ఎవరో కండక్టర్‌తో బిగ్గరగా మాట్లాడుతున్నారు. కొద్దిసేపటి తరువాత మాటలు తగ్గిస్తూ ఆపివేశారు. బస్సు రొప్పుతూ నెమ్మదిగా మిట్టను ఎక్కుతోంది. అప్పుడప్పుడు వెనుక నుంచి వస్తున్న వాహనాల వెలుతురు బస్సు లోపలికంతా ప్రవేశించి అది దాటి ముందుకు పోగానే మళ్ళీ లోపల చీకటి అవుతోంది. ఖాకీ దుస్తులు వేసుకున్న డ్రైవరు ఇరుకైన సందులలో స్టీరింగ్ తిప్పి తిప్పి, బిగపట్టిన ఊపిరితో బస్సును మలుపు దాటించి, దాటగానే స్టీరింగ్‌ను వదిలివేసేవాడు. అతను చేయి వదలగానే అది గిర్రున తిరిగి మళ్ళీ యధాస్థానానికి వచ్చేది.

బస్సు హుబ్బళ్ళి చేరేసరికి రాత్రి అయింది. ఊరి బయట ఉన్న ఇటుకల భట్టిలో వెలిగించిన నిప్పు వల్ల ఎగిసిన పొగ వ్యాపించి ఆ పరిచితమైన వాసన హాయిగా అనిపించింది. రాత్రి దీపాల వెలుతురులో హుబ్బళి రోడ్ల గుండా వెళ్ళేటప్పుడు మొదటిసారిగా అతనికి ఈ ఊరి పట్ల ఏదో కలవరం కలిగింది. తనదేదో ఇక్కడ ఉన్నట్టు, దాన్ని తిరిగి పొందినట్టు అనిపించి మనసు నిమ్మళమైంది.

గదిని చేరి తలుపు తీసేటప్పుడు వెనక నుంచి వచ్చిన జగదాళె "ఊరికి వెళ్ళి వచ్చారా?" అని అడిగారు. "అవును" అని మాట్లాడటానికి నిలబడకుండా లోపల కాలు పెట్టాడు. పట్టివుంచిన గాలివాసన ఉన్న గది సొంతం అనిపించి మనసుకు హాయిగా అనిపించింది.

⌘

అధ్యాయం 8

ఊరికి వెళ్ళి రాగానే పురందరలో కళ్ళను చెదరగొట్టేలా మార్పులు కలిగాయి. అందులోనూ ఆఫీసు సహోద్యోగుల స్నేహంలో. భిడే, పాటీల్ వెంబడి చాయ్ తాగడానికి మొదటిసారిగా వెళ్ళాడు. తన పాటికి తాను తన పనిచేసుకుంటూ ఉండటం మాత్రమేకాక తను చెవులను, కళ్ళను తెరిచిపెట్టుకోవాలని, అలా జాగ్రత్తగా ఉండకపోతే పరీక్ష గురించి దూరంలోని శిరాలికి వెళ్ళి తెలుసుకోవాల్సిన పరిస్థితి వచ్చేదికాదని అతనికి అర్థమైంది. పరీక్ష గురించి ఆలోచిస్తూ పోయినట్లే ఆఫీసులో అతను తప్ప వేరే అందరికీ దాని గురించి తెలిసి ఉండటం అర్థమైంది.

మొదటి రోజు భోజనాల సమయంలో పాటీల్ చెప్పాడు.

"అవునండి...వచ్చే నెల నాలుగవ తారీఖున పరీక్ష ఉంది. మీకు తెలియదా? ఇప్పుడు హెడ్ ఆఫీస్ నుంచి పరీక్షించకుండా తీసుకోవడానికి కుదరదని ఉత్తరం వచ్చిందట. తమకు కావలసిన వారికి మాత్రమే ఉద్యోగాలు ఇస్తారని పేర్లు లేని ఉత్తరాలు చాలా వచ్చాయట. మీకేమీ భయంలేదు లేండి. మీకు పని తెలుసు. పరీక్ష రాసి పాసవుతే ఉద్యోగం ఖాయం అవుతుంది. పేపర్లు ఇక్కడే చూసి మార్కులు వేస్తారట. మీరు శింధేసార్‌కు ఒక మాట చెప్పి పెట్టండి. తరువాత ఒక ఇంటర్వ్యూ ఉంటుందట. మీకు దొరుకుతుంది లేండి. టెంపరరీగా ఉద్యోగం చేసిన అనుభవం ఉంది..."

పురందర చాపిన స్నేహహస్తాన్ని పాటీల్, భిడేలు భద్రంగా పట్టుకున్నారు. ఎప్పుడు శింధేసార్‌ను వెళ్ళి కలవాలో, ఎప్పుడు అడగాలో వారు తమ అనుభవాన్ని పంచుకున్నారు. ఒక రోజు వీరి గుంపు మాటలు ఎటో సాగి 'బెణ్ణే (వెన్న) సాహెబ్' వరకు వచ్చింది. మొదట్లో పురందరకు వారి మాటలు అర్థం కాలేదు. మాటల మధ్యలో సంకోచం వదిలి అడిగాడు. అప్పుడు భిడే "మీరు ఉద్యోగంలో చేరి ఇంత కాలమైంది. మీకు ఇంకా ఇది తెలియదంటే ఏమనాలి?" అని చెబుతూ నవ్వుతూనే వివరాలు చెప్పాడు.

'బెణ్ణే సాహెబ్' అంటే మంజయ్య. అందరి అభిప్రాయంలో ఆయన చేసే పని అంతలోనే ఉంటుంది. కేవలం పైఅధికారికి మస్కా కొట్టడంలోనే ఆయన విజయపు గుట్టుంది. ఆయన మాటల్లోనే వెన్న పూయడం మాత్రమేకాక ఒకసారి 'అత్యుత్తమైన వెన్న' అంటూ ఒక పాత్రలో వెన్న తీసుకుని ఎలాంటి సిగ్గు లేకుండా దాన్ని రెండు చేతుల్లో పట్టుకుని మథాయ్‌సార్ ఇంటికి వెళ్ళారట. అలా వెళ్ళేటప్పుడు దేశపాండేకు కనిపించారట. ఆ రోజు నుంచి ఆయన పేరు 'బెణ్ణే సాహెబ్' అని స్థిరపడిందట.

"ఆయన్ను బ్యాంకు వ్యవహారాలకు సంబంధించిన ఒక ప్రశ్న అడగండి. కొంచెం మెలికెపెట్టి అడిగితే తడబడుతారు. ఇంత కాలం ఎలాగో నెట్టుకుంటూ వచ్చారు. ప్రశ్న అడిగితే దిక్కులు చూస్తారు."

"అయితే శింధేగారు చాలా తెలివైనవారు. వారికి తెలియని విషయమే లేదు"

"అయితే మన మథాయ్‌సార్ ఎవరి మాటలు ఎక్కువగా వింటారో తెలుసా? ఈ 'బెణ్ణేసాహెబ్' మాటలే. వెన్న తిన్న తరువాత ఆ మాత్రం కృతజ్ఞత ఉండకుండా వుంటుందా? హ్హాహ్హాహ్హా..."

"మాటల్లో మరొకరిని చిక్కుల్లో ఇరికించడంలో మంజునాథసార్ ముందు ఎవరూ పనికిరారు. ఆ కులకర్ణిని ఎలా నోరు తెరిపించారో తెలుసుకదా! ఒక్కొక్కరికి ఒక్కోరకమైన శక్తి ఉంటుంది"

"...చాలు వదిలేయండి. అందరిలోనూ మంచితనం వెతకడానికి పోతున్నారు"

వారి మాటల్లో పురందరకు మంజయ్యలోని కొత్త కోణం కనిపించింది, దాంతో సమస్య పరిష్కారం కావడానికి బదులు మరింత జటిలమైంది. మంజయ్య దగ్గరకి వెళ్ళాలో, శింధెకు శరణవ్వాలో అర్థం కాలేదు.

ఒక రోజు బాగా ఆలోచించుకున్న పురందర మరుసటిరోజు సాయంత్రం

శింధే క్యాబిన్‌కి వెళ్ళాడు. అప్పటికే అందరూ పనులు ముగించుకుని వెళ్ళిపోయారు. మిగిలినది ఐదారుమంది మాత్రమే. సుమారు యాభై దగ్గరలో ఉన్న శింధేది గడుసు ముఖం. పండిన జుత్తు. పెద్ద పెద్ద మీసాలు.

"సార్, మిమ్మల్ని ఒక మాట అడగాలి" అన్నాడు పురందర. మొదట మనసులో అనుకున్నదంతా ఈ ముఖ్యమైన క్షణంలో చేజారిపోతున్నట్టు అనిపించసాగింది. అతని ముఖం మీది కలవరాన్ని చూసి శింధే కాస్త గాభరపడి "కూర్చోండి... కూర్చోండి..." అని అనగానే ఎదురుగా ఉన్న కుర్చీలో కూర్చుని కుదుటపడ్డాడు. భిడే, పాటీల్ చెప్పిపంపారు. "ఆయన ప్రశ్నలు అడుగుతారు. వారి ప్రశ్నకు జవాబు ఇవ్వండి. తప్పు జవాబు చెబితే ఆయనే సరైన జవాబు చెబుతారు. అయితే ఆయన ముందు ఊరకే కూర్చోకండి. ఆయనకు కోపం వస్తుంది" అని చెప్పి పంపారు.

పిల్లి కళ్ళ శింధే పెద్దకళ్ళను విప్పార్చి అతన్నే చూస్తూ "ఏమిటో చెప్పండి" అన్నాడు.

అతని బిక్క ముఖం చూసి ఇతను డబ్బులు లెక్క పెట్టడంలో ఏదైనా ఎక్కువ తక్కువలు చేశాడో, అంతే కాకుండా ఎవరైనా లెక్క తప్పించి చిక్కుల్లో పడవేశారో అనే అనేక ఆలోచనలు శింధే మనస్సులో తిరిగాయి.

'ఊఁ' అని అతనే మాట్లాడాలన్నట్టు ఆయన హూంకరించారు.

"సార్ బ్యాంకులో ఉద్యోగం పర్మనెంట్ చేయడానికి పరీక్ష పెడతారట. ఆ విషయం మిమ్మల్ని అడగటానికి వచ్చాను. ఈ రోజే నాకు తెలిసింది"

ఎలాంటి అవకతవకలు లేకుండా ఉండటం వల్ల శింధేకు సంతోషం కలిగింది

"మీరింకా దరఖాస్తు పెట్టలేదా?"

"లేదు సార్"

"వచ్చే నెల నాలుగో తారీఖున పరీక్ష ఉంది కదా?"

"అవును సార్"

"ఇన్ని రోజులు ఎందుకు చేయలేదు ? ఫామ్ చూశారా?"

"లేదు సార్"

ఆయన బెల్లు కొట్టి, జవాన్ను పిలిచి అతని చేత ఒక ఫారం తెప్పించి దాని చివర్లో ఇనిషియల్ చేసి పురందరకు ఇచ్చాడు.

"ఇప్పుడే కూర్చోని పూర్తి చేసి ఇవ్వండి. దానికి కావాల్సిన సర్టిఫికెట్లు రేపు

తెచ్చివ్వండి. కేవలం కష్టపడి పని చేస్తే చాలదు. చెవులు తెరుచుకుని ఉండాలి. ఆఫీస్‌లో ఏం జరుగుతుందో తెలుసుకొని ఉండాలి. అన్ని విషయాలు అందరి దగ్గర అడగాలి. అయితే మనసులో ఏదీ పెట్టుకోకూడదు"

ఇదంతా ఆయన తనకు ఎందుకు చెబుతున్నారో పురందరకు అర్థం కాలేదు.

"ఆఁ, అలాగే సార్..." అన్నాడు.

శింధేకు ఎందుకో అతని మీద జాలి కలిగింది. చక్కగా ఉద్యోగం చేసుకునే ఇతనికి తాను సహాయం చేయడంలో తప్పేముందనే ఆలోచన కూడా ఆయన మనసులో మెదిలింది.

"మీ తండ్రిగారు ఏం చేస్తున్నారు?"

"ఆయన లేరు సార్. నా చిన్నతనంలోనే పోయారు"

దాంతో శింధే మనసు మరింతగా కరిగింది.

"చూడండి పురందర, మీరు పని బాగా చేస్తున్నారు. అనుభవజ్ఞుడైన క్యాషియర్‌కు సమానంగా పనిచేస్తున్నారు...మీకు అలా అనిపిస్తుందా లేదా?"

"...."

ఏమి చెప్పాలో తోచక కూర్చున్న ఆ క్షణంలో పురందరకు 'ఊరికే కూర్చోకండి' అని పాటీల్, ఖిడె చేసిన హెచ్చరిక గుర్తుకొచ్చింది.

"ఊఁ అనండి. ఏదైనా అనండి. మౌనంగా ఉండకండి. ఊరికే కూర్చోకండి. ముందుగా మీ పట్ల మీకు నమ్మకం ఉండాలి. మీరు పరీక్ష బాగా రాయవచ్చు. టెంపరరీ ఉద్యోగం చేయడం ఇంటర్వ్యూలో సహాయపడుతుందే తప్ప రాతపరీక్షలో సహాయపడదు. రాత పరీక్షలో మీరు పాసవుతేనే మీకు ఉద్యోగం దొరుకుతుంది. కొత్త బ్రాంచ్ తెరిచే ఊళ్ళో ఇక్కడి నుంచే నియమించే అవకాశం ఉంది. అక్కడ పోస్టులు చాలా ఉన్నాయి. నేను మథాయిసార్‌కు ఒక మాట చెప్తాను, సరేనా?"

"అలాగే సార్, చాలా సాయం చేస్తున్నారు"

"మీరు పని బాగా చేస్తున్నారు. అందుకే నేను మథాయ్‌సార్‌కు చెబుతానన్నాను. నేను ఆయనకు చెప్పేది అదే- పనిలో చెయ్యి తిరిగిన కుర్రవాడని-లేకపోతే నేను ఎందుకు చెప్తానో చెప్పండి? మీరు నాకు ఏమవుతారో చెప్పండి"

"ఏమి కాను సార్ ..."

"ఇది మీరే సంపాదించుకున్నారు తప్ప నేను చేసిన సహాయం కాదు. ఈ

మాత్రం మీరు అర్థం చేసుకుని మునుముందు కూడా కష్టపడి ఉద్యోగం చేస్తుంటే మంచి జరుగుతుంది. మీలో ఆత్మవిశ్వాసం కలుగుతుంది అవునా?"

"అవును సార్..."

"ఇక వెళతారా?"

"అలాగే సార్! వెళుతున్నాను"

పురందర బ్యాంకులోనే కూర్చుని ఆ ఫారమ్ నింపాడు. అతను దాన్ని రెండుసార్లు చూసి తప్పులు లేకుండా నింపేసరికి ఎనిమిది గంటలైంది. వాచ్‌మెన్ తప్ప వేరే ఎవరూ లేరు. శింధే వెళ్ళిపోయి అరగంట దాటింది.

రెండుసార్లు పరిశీలించి దానితోపాటు జతపరిచిన వివరాలను పరిశీలించి శింధెకు మరుసటి రోజు ఉదయమే ఇచ్చాడు. "గుడ్" అన్న సహజమైన మాటల్లోనూ పొగడ్తను చూశాడు.

"పరీక్షకు బాగా తయారుకండి ...జనరల్ నాలెడ్జ్ చూసుకోండి"

"అలాగే సార్" అని పురందర బయటకు వచ్చాడు.

ఇది జరిగిన నాలుగైదు రోజుల తరువాత మంజయ్య పురందరను పిలిచి "పరీక్షకు ఫామ్ నింపి ఇచ్చావా?" అని అడిగాడు

"అవును. నింపి శింధేగారికి ఇచ్చాను"

"లెక్కలు, జనరల్ నాలెడ్జ్, కామర్స్‌లలో ప్రశ్నలు ఉంటాయి. బాగా ప్రాక్టీస్ చెయ్. నేను మథాయ్‌సార్‌కు చెబుతాను"

ఇంతకన్నా ఎక్కువ మాటలు జరగలేదు. అంతా తనకి తెలిసిందనే ధ్వని మంజయ్య మాటల్లో ఉన్నట్టుంది.

* * *

పరీక్షకు ప్రిపరేషన్ మొదలుపెట్టినపుడు పురందరకు తను ఏకాగ్రతను కోల్పోవటం అర్థమైంది. ఎం.ఆర్.ఎస్. మాస్టార్ చెబుతున్న, 'రాజుగారి గుర్రం రాను రాను గాడిద అయింది' అనే సామెత గుర్తొచ్చింది. అకౌంటెన్సీ, ఫైనాన్స్ పుస్తకాలు సమకూర్చుకోవటానికే అతనికి నాలుగు రోజులు పట్టింది. రోజూ ఇంటికి పేపర్ తెప్పించుకోవడం మొదలుపెట్టాడు. పాటీల్‌గారి కొట్టులో ఉన్నప్పుడు ఒక్క నిముషం విరామం ఉండేది కాదు. ఇప్పుడు సాయంత్రం ఆరున్నర తరువాత విరామమే విరామం. అయినా పుస్తకాలు సమకూర్చుకోవడానికి నాలుగు రోజులు చేశాడని స్వయంగా తన మీదే తనకు కోపం వచ్చింది. సిలబస్‌లో నిర్ణయింపబడిన

పాఠాలను చదవటానికి, దీనికీ ఉన్న వ్యత్యాసం అర్థమవసాగింది. ఎక్కడ మొదలవుతుందో, ఎక్కడ ముగుస్తుందో స్పష్టమైన హద్దుల్లేని ఈ జ్ఞానార్జనకు కొలమానాలే లేవు.

పుస్తకం తెరిచి కూర్చున్న నిముషంలో మనస్సు ఊహాలోకంలోకి వెళ్ళిపోయేది. ముందు ఉద్యోగం ఖాయంకావాలి. తరువాత దాని విషయంగా సంబరాలు. రత్న, సునందలను కలగలుపుకున్న నానా సంఘటనలు. ఈ ఉద్యోగం మంజయ్య దయాదాక్షిణ్యాలపై ఆధారపడనిదైతే కలిసొచ్చే స్వాతంత్ర్యం. అతని ఊహలో కొన్నిసార్లు మంజయ్య ఆకస్మిక మరణమూ సంభవించేది. రత్న అతని మనసులో కళ్ళు, ముక్కు, బుగ్గలతో పూర్తయిన రూపంలో కనిపిస్తే సునంద మాత్రం అస్పష్టంగానే ఉండేది. ఆమెను గుర్తు చేసుకుంటే తనను క్షణమాత్రం తదేకంగా చూసిన కళ్ళు తప్ప మరేమీ గుర్తుకొచ్చేవి కావు. ఈసారి ఆమెను చూసినపుడు, ఆమె కళ్ళల్లోకి చూపులు నాటినపుడు తనలో ఒక మెరుపు, అవ్యక్తమైన కలవరం, పులకలు, అధైర్యం అన్నీ కలిసినటువంటిదేదో కలిగిందన్నది మరవటానికి సాధ్యమయ్యేది కాదు. ఎన్నో సంవత్సరాల క్రితం పండరిమామి ఇంట్లో మోహినిని చూసినపుడు ఈ విధమైన ఒక భావన తనలో పుట్టడం మాత్రం అతనికి గుర్తుకొచ్చేది. ఒకటిరెండుసార్లు అతనికి మోహిని చిరునామా తెలుసుకోవాలని అనిపించింది. వెళ్ళి పండరిమామిని అడిగితే ఆమె చిరునామా దొరకవచ్చు. అయితే తరువాత ఏం చేయాలి? ఆమె గురించి తనకు నిజంగానే ఏమైనా అనిపిస్తోందా? దాని గురించి అతనికి స్పష్టత లేదు. అయినా ఆ రోజు తాను నోరు విప్పి మోహిని అని పిలిచివుంటే, పిలిచి ఆమెకు మామిడికాయ ఇచ్చివుంటే ఇంకేదో జరిగివుండొచ్చుకదా. కనీసం ఆమెకు తన పట్ల ఏదో భావన అయినా ఉండేదికదా అని ఆలోచించేవాడు.

వ్యక్తిగతంగా ఆలోచించడానికి సమయం దొరకగానే పురందర విచారధార అంతర్ముఖంగా ప్రవహించసాగింది. మరి ఇన్నాళ్ళు తొంగి చూడటానికి వీలు లేనట్టుగా పక్కన పెట్టినవన్నీ ఒక్కటొక్కటిగా ముందుకు రాసాగాయి. వద్దువద్దనుకుంటూనే రత్న, సునందలను బేరీజు వేయటం మొదలుపెట్టేవాడు. ఏ విధంగా ఇద్దరినీ పోల్చాలన్నది మాత్రం స్పష్టంగా లేదు. రత్న గురించి జాలి ఉంది. అయితే కష్టపడకుండా దక్కటం పట్ల సంతోషం, గెలుపు, గగుర్పాటు లేని ప్రణయపు సాధారణత, అతని ఊహను ఆమె వైపు తీసుకుని వెళ్ళేదికాదు. ఈసారి రత్న చేయి కోసుకున్న విషయం అతను సావిత్రికి కూడా సరిగ్గా చెప్పలేదు. గడ్డి కత్తిరించబోయి చేతివేలునే కోసుకున్నదనటం కన్నా ఎక్కువ చెప్పటానికి ఏమీ

మిగల్లేదు. వాసుదేవ ఆమెను శుశ్రూష చేసిన తీరు, కస్తూరి హడావుడిగా వచ్చినపుడు ఆమె ముఖం మీద ఉన్న భయాన్ని చెప్పటానికి సాధ్యంకాదు. అంతేకాకుండా ఆమె జుత్తుకు అంటుకున్నట్టున్న గడ్డిపరకలు, మెడ మీద ఆమె చెమటకు అంటుకున్నట్టున్న గడ్డి. ఏమీ చెప్పలేకపోయాడు. చెప్పటానికి ప్రయత్నించి తడబడినపుడు సావిత్రి, "ఆమె గురించి ఇప్పుడే ఇంత ఆసక్తి చూపించకు" అని ముసిముసిగా నవ్వుతూ తమాషా చేయడం వల్ల మౌనం వహించాడు.

ఏ పుస్తకం తెరిచినా పది నిముషాల్లో ఎక్కడికో వెళ్ళిపోయేవాడు. ఒక రోజు అకౌంటెన్సీ పుస్తకంలోని ఎనభైయవ పుట నుంచి నేరుగా సూరజరాణిని చూసిన రోజుకు వెళ్ళిపోయాడు.

అది అతను మెట్రిక్‌లో ఉన్న సంవత్సరం.

ఆమెను మిత్రుడు శివానందతోపాటు చూశాడు, అదీ మార్కెట్ మధ్యలో.

ఆమె కళావంతుల కుటుంబానికి చెందిన ఆడది. ఆమె భర్త తాలూకాఫీసులో ఉద్యోగం చేస్తుండేవాడు. అతను వేరే కులస్థుడట. ఈమె కోసం ఇంటిని, తన వారినంతా వదిలి వచ్చాడట, ఆమె అంకోలకు చెందినదట. ఆమెను వివాహం చేసుకున్న తరువాత ఇక్కడికి వచ్చినదట–ఇలా వందలాది కట్టుకథలు. ఆమెను స్వయంగా చూడటానికి ముందే ఆమె గురించి చెవిన పడిన కట్టుకథల వల్ల ఆమెను మొదటిసారి చూసేవారు కూడా తమ ఊహతో పోల్చి చూడటానికి ప్రయత్నించేవారు. ఇలాంటి ఒక ప్రేమసాహసమే అసాధ్యం అనిపించేంత మంచితనం ఉన్న ఆమె భర్త ఘనశ్యాముడి పరోపకార గుణం, సాత్విక శక్తి వల్ల జనం అతని ముందు ఏమి మాట్లాడాలన్నా భయపడేవారు. ఆమే అతడిని లేపుకుని వచ్చిందని కొందరు చెప్పేవారు. ఆమె అతడిని కొడుతుందనీ, ఒకసారి ఆమె అతడిని కొడుతూ ఇంటి నుంచి బయటికి తోసి తలుపులు వేసుకోవడం వల్ల అతను రామతీర్థంలో ఉన్న ధర్మశాలలో ఆ రాత్రి గడిపాడని ఒక కథ ఉంది.

వర్షాకాలంలోని ఒక ఆదివారం మధ్యాహ్నం పురందర పుడిసాయిబు కొట్టుకు వెళ్ళాడు. దారిలో కనిపించిన క్లాస్‌మేట్ శివానంద్‌తో మాట్లాడుతూ వస్తుండగా, కమ్ముకున్న మేఘాలు ఒక్కసారి దట్టమై వర్షం మొదలైంది. పటపటమని పెద్దపెద్ద చినుకులు పడసాగాయి. ఇద్దరూ ఎదుట కనిపించిన ఓ కొట్టులో దూరి వర్షం ఆగటం కోసం ఎదురుచూడసాగారు. వర్షం మొదలైనంత వేగంగానే ఆగిపోయింది. మళ్ళీ మబ్బులు తొలగి ఒక్కసారిగా ఎండ వచ్చింది. ఇద్దరూ రోడ్డు మీదికి వచ్చారు. అప్పుడు శివానంద "చూడు ...చూడు... సూరజరాణి" అన్నాడు.

ఆమె రాయకర్ కొట్టులోకి ప్రవేశిస్తోంది. మెట్లు ఎక్కడానికి కుడికాలు పైన పెట్టింది. తడిసిన గొడుగును మడిచి నీళ్ళు జాడిస్తూవుంది. మెట్టు మీద పెట్టిన కుడికాలి మడమ వరకూ చీర జరగటం వల్ల కనిపించిన వెండి కాలిపట్టీలు పురందర మనస్సులో నిలిచిపోయాయి. అప్పుడప్పుడే కురిసిన వర్షం, ఒక్కసారిగా ప్రకాశవంతమై పడిన వెలుతురు, ధగధగమని కళ్ళు చెదరగొట్టిన ఎండ, ఆ వాతావరణంలోని రమ్యతనే మూర్తీభవించినట్టున్న ఆమె అలౌకిక సౌందర్యం వల్ల పురందర స్తంభించిపోయాడు. లేత ఆకుపచ్చరంగు చీరకట్టిన ఆమె, అదే రంగు రవిక తొడుక్కుంది. దానికి భుజం దగ్గర చిన్న బఫ్. మోచేతుల వరకూ వచ్చిన రవిక భుజాలను బిగువుగా ఒత్తుకునివుంది. వీపు తడిసివుండటం వల్ల లోపలి దుస్తులు స్పష్టంగా కనిపిస్తున్నాయి. పురందర, శివానందలూ రాయకర్ కొట్టువైపు నడిచి వచ్చినా వాళ్ళు సమీపించే వేళకు ఆమె కొట్టులోకి దూరింది. ఆమె వెనుక భాగం, నడుము, తెల్లటి వీపు, తెల్లటి మెడ, గాజులు నిండిన చేతులు, దట్టమైన ఉంగరాల జుట్టు, ఆమె పొడవైన ముక్కు, ఎరుపు పూసుకున్న పెదవులు- పురందరకు ఆమె ఓ ఖేచర స్త్రీలా కనిపించింది. ఆ ఒక్క ఘడియ ఆమె ఏదో భంగిమలో నిలబడటం, ఏవేవో విషయాలు-వర్షం, ఎండ, గాలివాసన ఆ వీధి జనం -ఇలా అన్నీ ఆ ఒక్క ఘడియలో మొత్తం చేరి సూరజరాణి అనే ఆ ప్రతిమను అతని మనస్సులో చప్పున అచ్చొత్తిపోయాయి.

అంతే. అదొక్క క్షణం. అటుతరువాత అతను ఆమెను ఎన్నోసార్లు చూశాడు. అయితే మళ్ళీ ఎన్నడూ ఆమె ఆ ఘడియలో కనిపించినట్టు కనిపించలేదు. పూర్తిగా వేరుగానూ ఉండలేదు. ఒకసారి కలిగిన సాక్షాత్కారం మరొకసారి ఎప్పుడైనా తప్పకుండా జరుగుతుందనే నమ్మకం ఆమెను చూసినప్పుడంతా కలుగుతుండేది.

శివానంద 'ఈమె రవికలను ముంబైలో కుట్టించుకుంటుందట' అని చెప్పి ఆ అపురూపమైన ఘడియను తుంచాడు. "ఆమెకు ఇప్పుడు యాభై ఏళ్ళయినా ఉండొచ్చు. నువ్వు అలా తీక్షణంగా చూడకోయ్" అని పురందరను తమాషా చేశాడు.

* * *

పరీక్ష సాధారణంగా రాసినప్పటికీ పురందర తరువాతి స్థాయికి వెళ్ళాడు. రెండు వారాల తరువాత ఇంటర్వ్యూ ఉంది. అక్కడ మథాయ్‌సార్‌తోపాటు మరో ఇద్దరూ ఉన్నారు. ఒకదాని తరువాత ఒకటి అడిగిన ప్రశ్నలకు పురందర

సమాధానాలు చెప్పాడు. అతని ఉద్యోగానికి సంబంధించిన ప్రశ్నలనే మథాయ్‌సార్ అడిగారు. చివరలో ఒక ప్రశ్నకు జవాబు చెప్పిన తరువాత 'గుడ్' అన్నారు. మొత్తానికి ఈ ఇంటర్వ్యూ పురందరలో ఆత్మాభిమానాన్ని, ఆత్మవిశ్వాసాన్ని పెంచింది.

ఇంటర్వ్యూ జరిగిన మరుసటి రోజు మంజయ్య పిలిచి చెప్పాడు–

"అయ్యగారికి చెప్పి నిన్ను కుమటాలో ప్రారంభించబోయే కొత్త బ్రాంచ్‌లో వేయించాను. వచ్చేవారం ఆర్డర్ వస్తుంది. ఇప్పటినుంచే వెళ్ళడానికి తయారుచేసుకో. ఆర్డర్ రాగానే వెళ్ళి రిపోర్ట్ చెయ్యి. కుమటె అయితే నీకూ అనుకూలమే. మీ ఊరికి దగ్గరవుతుంది. ఆరునెలల ప్రొబేషనరీ పిరియడ్ ముగిసిన తరువాత ఉద్యోగం పర్మనెంట్ అవుతుంది. బ్రాంచ్ ఏజంట్లను చక్కగా పెట్టుకో. యూనియన్ గొడవల్లో పడకు".

⌘

అధ్యాయం 9

సరిహద్దు రాయి సంఘటనలో అప్పటిదాకా కనిపించని దేవరాయ కోపం, అతని విశ్వరూప దర్శనం వల్ల కలిగినటువంటి పరిస్థితిని నియంత్రించడం అత్తా కోడళ్ళకు కాస్త కష్టమైంది. బచ్చలి తీగ పందిరి మొదలును గట్టిపరచడానికి పనిమనిషి ఆయు సరిహద్దు రాయిని తీసి పారేయడం తెలిసిన తరువాత పందరి, యమునలకు రెండిళ్ళ మధ్యని మనస్తాపాలను సరిచేసుకోవడానికి ఒక సాకు దొరికింది. అది సునంద రూపంలో కలిసి వచ్చింది. ఆమె ఈ ఇంటికి వచ్చిన తరువాత రెండు పెరళ్ళ మధ్య ఉన్నటువంటి దడిని ఉపయోగించసాగింది. ఆమె, యమునల స్నేహం మునుపట్లా కొనసాగటానికి ఎలాంటి అడ్డు రాలేదు. ఇప్పుడైతే రెండిళ్ళ మధ్యనున్న సంబంధం సరిచేసుకునే విషయంలో పందరి, సునందను ఎక్కువగానే ముద్దుచేసింది. వారితో సహచర్యం పెరుగుతున్నట్టే, అత్తాకోడళ్ళ జోరు, దర్పము, నిప్పుల మాదిరి మండే వారి నాలుకలు, అత్యల్ప ప్రేరణలకూ దాల్చే ఉగ్రరూపం–ఇదంతా వాళ్ళు తమను తాము కాపాడుకోవడానికి చేసుకున్న బాహ్యకవచమన్నది సునందకు అర్థమవ్వసాగింది.

రోజూ రెండు పూటలు సునంద యమునను చూడటానికి వెళ్ళేది. వయసులో చిన్నదైన తనకున్న నిరంకుశ స్వాతంత్ర్యం వితంతువైన యమునకు లేదని ఎవరూ చెప్పకపోయినా సునందకు తెలుసు. ఉదయం స్నానం, ఫలహారం ముగించి పదిగంటల సమయానికి దేవరాయకు పేట వైపో, రేవు వైపో ఒక చుట్టూ

వెళ్ళిరావడం అలవాటు. అలా అతను అటువైపు బయలుదేరటం ఆ రోజు ఒక దశకు వచ్చిందని అర్థం. అతను అటు వెళ్ళగానే సునంద యమున ఇంటి వైపు ఒక చుట్టూ వేసి వచ్చేది. కొన్నిసార్లు ఆ సమయానికి యమున ఇంటికి మంకాళి వచ్చేది. ఆమె వాళ్ళింట్లో చాలా కాలం నుంచి ఉన్నటువంటి పని మనిషి. ఆమె తన కూరగాయలు, పండ్లతోపాటు, ఆ ఇంటి పెరట్లో పండినటువంటి పళ్ళు, కూరగాయలు కూడా అమ్మి పెట్టేది.

సునంద మధ్యాహ్నం సమయంలో రెండోసారి ఆ ఇంటికి వచ్చేది. భోజనం తరువాత దేవరాయుడి ఇంట్లో అందరూ కాసేపు నడుం వాల్చటం అలవాటు. మధ్యాహ్నం పడుకునే అలవాటు లేని సునంద యమున ఇంటికి వెళ్ళేది. అరుగు మీదనో, యమున గదిలోనో కూర్చుని ఇద్దరూ కబుర్లు చెప్పుకునేవారు. తాను నేర్చుకున్న అల్లికలు, కుట్లు యమునకు నేర్పడానికి ప్రయత్నించేది. మధ్యాహ్నం సమయంలో పండరి కూడా నట్టింట్లో కాసేపు చాపమీద నడమువాల్చేది. అందువల్ల సునంద, యమునలు తగ్గు స్వరంతో మాట్లాడుకునేవారు. ఈ మాటల తగ్గు స్వరం కూడా ఆ క్షణంలో వారి మధ్య ఆత్మీయతకు కారణమైనట్టుగా ఉండేది. కొన్నిసార్లు యమునే ఏదో పుస్తకాన్ని పట్టుకొని కిటికీ దగ్గర కూర్చుని చదువుతూ ఉండేది. ఆమె ఏకాంతపు అవసరాన్ని గుర్తించినదానిలా సునంద మరొక పుస్తకాన్ని తిప్పివేస్తూనో, సగంలో ఆపిన తన అల్లిక పనిని కొనసాగిస్తూనో కూర్చునేది. మనసుకు నచ్చితే యమున తాను చదువుతున్న పుస్తకం గురించి ఏదైనా చెప్పేది.

యమున తనకు ఇష్టమైన మల్లెల మాల కట్టి సునందకు ఇచ్చి, 'నేను దీన్ని తలలో ముడుచుకునే అవకాశం లేదు. నీవైన తలలో పెట్టుకో' అనేది. దాని వాసనకు తనకు తలనొప్పి వస్తుందనే భయం ఉన్నప్పటికీ సునంద నిరాకరించలేక దాన్ని తలలో ముడుచుకునేది.

కొన్నిసార్లు మధ్యాహ్నపు ఎండ తాపం తగ్గుతున్న సమయంలో ఇద్దరూ రామతీర్థ కొండకో, లైట్ హౌస్‌కో వెళ్ళేవారు. రామతీర్థ కొండకు వెళ్ళి అక్కడున్న జలపాతం చుట్టూ తిరిగి వచ్చేవారు. నీటిధార ప్రవహించి వచ్చే గుహ చుట్టుపక్కల తిరిగేవారు. అక్కడ అప్పుడప్పుడు ఇతర ప్రాంతాల నుంచి వచ్చిన జనం నీటిధార కింద తల ఒడ్డి నిలబడటానికి ఇంటివాళ్ళనంతా తీసుకుని వచ్చేవాళ్ళు. ఆ కురిసే నీటిధార కింద తల ఒడ్డి నిలబడితే శాంతి దొరుకుతుందట. ఈ నీటికి ఔషధ గుణం ఉందని ప్రతీతి. అలా బయటినుంచి జనం వస్తే వాళ్ళల్లో ఆడవాళ్ళూ అక్కడ కనిపించేవారు. చీర కట్టుకొని నీళ్ళలోకి దిగిన వాళ్ళు నీటి వేగానికి

ఊడిపోయేలా ఉన్న చీరను నిభాయించడానికి సిగ్గుపడుతూ పెనుగులాడేవారు. పాడుబడ్డ ధర్మశాల గదులలో ఆడవాళ్ళు తడిసిన బట్టలను మార్చుకునేవారు.

ఒకసారి అక్కడ స్నానం చేసే జనాలను చూసి యమున "రేపు మనం కూడా వద్దామా?" అంది.

"మనమిద్దరమే?"

"ఊఁ...ఎందుకు? అందులో తప్పేముంది?"

"ఊరి ఆడవాళ్ళెవరూ వాళ్ళంతట వాళ్ళే వచ్చి ఇక్కడ స్నానం చేయరు. మనమిద్దరమే వస్తే ఎలా?"

"వాళ్ళంతా రాకపోతే మనం రాకూడదనేమీ లేదు కదా...అయినా ఎవరి వెంబడి మనం రావాలి? నాకు భర్త లేడు. నీకు ఇంకా పెళ్ళికాలేదు".

"ఉదయమే వద్దాం. అప్పుడు ఎవరూ ఉండరు..."

"ఎంత తొందరగా వచ్చినా సౌకూర మాస్టారు ఇక్కడ ఉంటారు. మనం మధ్యాహ్నమే వద్దాం. ఒకవేళ ఎవరైనా ఉన్నప్పటికీ, వేరే ఊరివాళ్ళు ఉంటారు, సరేనా?"

సునంద నవ్వి యమున మాటలకు ఒప్పుకుంది.

* * *

చీరతోనే నీటిలోకి దిగి నీటిధార కింద ఇద్దరూ నుంచున్నప్పుడు, పైన కాల్చుతున్న మధ్యాహ్నపు ఎండ వల్ల నీటి సుఖం మరింతగా పెరిగింది. నీళ్ళు వెళ్ళే తూము మూసి, నీళ్ళు నిలిపి నలుగురు చిన్న పిల్లలు ఈత నేర్చుకోవడానికి ప్రయత్నం చేస్తున్నారు. నెమ్మదిగా పెరుగుతున్న నీటిలో నిలబడి దబదబమని పడుతున్న నీటిధార కింద తూలకుండా తల ఒడ్డడం సులభంగా లేదు. మొదటిసారి సునంద తల దిమ్మెక్కింది.

"ఈ కాలంలో దీని వేగం ఎక్కువ. ఇటువైపు రా...నేను నీటి కింద నిలబడతాను" అంటూ యమున నీటికి ఎదురుగా నిలబడింది. తల మీద దూకిన నీళ్ళు దట్టంగా, పుష్కలంగా పెరిగిన ఆమె జుట్టును ఇరువైపులా ఒత్తి పాపిటను మరింతగా వెడల్పు చేస్తూ వెనుక చిమ్ముతోంది. తడిసిన చీర ఒంటికి అతుక్కుని ఆమె బలమైన భుజాలు, తొడలు, నడుము వెనుక భాగపు చీలిక స్పష్టంగా కనిపిస్తూ ఉన్నాయి. కళ్ళు మూసుకుని ఆమె కురుస్తున్న నీళ్ళకు తనను అప్పగించుకుంది. ఒంటికి అతుక్కున చీర మధ్యమధ్యన గాలి చేరుకొని గుండె కింద, తొడల మధ్య

గాలి బుడగలను నిర్మించింది. ఒక అడుగు వెనక్కు జరిగి ఛాతీని, పొట్టను, తొడలను ధారకు ఒడ్డుకుంటున్నట్టే బుడగలు అక్కడే అణగిపోయాయి.

సునంద ఆమెనే చూస్తూ నిలుచుంది. యమున భంగిమలో ఉన్న ప్రశాంతత, సంకోచం లేని చలనాలు, ఆరోగ్యపు కాంతితో కళకళలాడుతున్న దేహం ఆమె పట్ల ప్రేమ కలిగేలా చేసింది. తడిసిన చీరకొంగు చాటున నిగిరి నిలబడ్డట్టున్న చనుమొనలు చూసినప్పుడు సునంద క్షణకాలం విచలితురాలైంది. యమున కళ్ళు గట్టిగా మూసుకుని, పెదవులను అదిమి పట్టుకుని, నీటి ధారను నుదురు, నెత్తిమీద స్వీకరిస్తోంది. ముక్కు పుటలు కొద్దిగా వికసించినట్లు ఉన్నాయి. తల మీదపడి చిమ్మిన నీరు ఆమె ముఖం చుట్టూ నీటి పరదాను నిర్మించినట్టు కనిపిస్తోంది. ఆ పరదా ద్వారా కనిపించిన ఆమె బిగించిన పెదవులలో విచిత్రమైన ఆహ్వానమొకటి బంధింపబడినట్టుగా ఉంది.

పడుతున్న నీటి వేగానికి ఆమె చీర నడుము ముడి కొద్దికొద్దిగా విప్పుకుంటూ కిందకు జారుతూ పోతుండటం అర్థమై సునంద కలవరపడింది. నోరు తెరిచి చెప్పడానికి సాధ్యం కాలేదు. కలలో నోరు కట్టివేసినపుడు, శబ్ధాలు సద్దు చేయకుండా ఉడిగిపోయినట్లు అనిపించసాగాయి. దడదడాలాడే గుండె నింపుకున్న భయంతో ఏమి చేయాలో అర్థంకాక తన ఇచ్ఛాశక్తే ఇంకిపోయినట్టు అనిపించింది. ఆమె చీర బొడ్డుదాటి పొత్తికడుపు వైపు జరుగుతుండగా, నడుము దగ్గర వేసిన చీరగంటు తన బిగువును వదులుకుంటున్నట్టు సడలింది. చేయిచాపి దాన్ని పట్టుకోవాలంటే చెయ్యి లేవనేలేదు. అయితే ఆ క్షణంలోనే యమున ధార నుంచి పక్కకు జరిగి, చీర ముడిని మళ్ళీ బిగించుకుంది.

ఉన్మత్తురాలైన ఆమెను చూస్తూ నిల్చున్న తనలోనూ మెరుపులాంటి ఉన్మత్త ఆకర్షణ కదలిపోయిన అనుభవం సునందకు కలిగింది. తనలో కలిగిన ఈ భావసంచలనానికి ఆమె కలవరపడింది. ఏదో మాయలా, మెరుపులా వచ్చి అది క్షణకాలం ఆమెను తాకి వెళ్ళింది. దైహికమో, మానసికమో అయిన ఆ విలక్షణ ఆకర్షణ అర్థం కాలేదు.

"రా...దీనికింద నిలబడి చూడు. భయపడకు. పడితే నేను పట్టుకుంటాను..." అని యమున చెప్పినప్పటికీ సునంద నేరుగా ధార కింద నిలబడలేదు. అన్నీ తొందరగా ముగించి వెళితే చాలని అనిపించింది. మెరుపులా ఆ ఆకర్షణ ఆమెను ఒక క్షణంపాటు అధైర్యపరిచింది. అర్థంకానీ భయము, కలవరపాటుతో "వెళ్దామా" అని అంది.

వెనుతిరిగి వస్తున్న దారిలో కొండ దిగేటప్పుడు సునంద, తన కన్నా రెండు అడుగులు ముందుకు వెళుతున్న యమున వీపు మీద పరచుకున్న తడిసిన జుట్టు చూస్తూ –“మా అమ్మ బావిలో మునిగి చనిపోయింది. నాన్న సముద్రంలో దూకి చనిపోయాడు. అలాగని నీళ్ళను చూస్తే నాకేం భయం లేదు. అమ్మ అంటే గోదక్క నన్ను నీటి దగ్గరకు పంపించేది కాదు. నాకు జలగండం ఉందట. నీళ్ళు నన్ను లాక్కుంటుందట. లాక్కుని బంధిస్తుందట. నా తల్లికి జరిగినట్టుగా. ఈ రోజు గోదక్క ఇంట్లో ఉండివుంటే నన్ను పంపివుండేది కాదు. ఏడ్చి గొడవ చేసైనా ఆపేది” అంది.

ముందు నడుస్తున్న యమున ఆగి వెనుతిరిగింది. “ఇదంతా చెప్పడానికి సాధ్యం కాదు. నా భర్త అదే మాట చెప్పారు. అయితే జరిగిందేమిటి? ఇంట్లో కూర్చున్న చోటే ప్రాణాలు వదిలారు... జలగండం మాట వదిలెయ్... ఊపిరి ఆగేటప్పుడు ఒక్క చుక్క నీళ్ళు తాగలేదు. నాకు ఇందులో నమ్మకం లేకుండా పోయింది...”.

సునందకు యమున పట్ల జాలి, ప్రేమ ఒక్కసారిగా పొంగి వచ్చినట్టయ్యాయి. ఆమెతో తన సొంత విషయాలను పంచుకునే విశ్వాసం కలిగినట్టయింది.

ఇద్దరూ ఇంటికి వెళ్ళకుండా అలాగే నడుస్తూ లైట్హౌస్ కొండ ఎక్కి సూర్యాస్తమయం చూడటానికి వెళ్ళారు.

జగత్తు నెత్తిమీదనే తాము నిలబడ్డామని భ్రమ కలిగించేలా ఉన్న ఆ లైట్ హౌస్ కొండ చివరి భాగంలో నిలబడి, గాలికి పటపటమని కొట్టుకుంటున్న చీర కొంగును అదుపులో పెట్టుకోవడానికి ప్రయత్నిస్తూ యమున, “ఎంత బాగుందో చూడు. మన ఇంటి వైపు ఇలాంటి గాలి ఎందుకు వీచదో ....” అని అంది.

కొండల నుంచి కిందికి చూపులు సారించినంత మేర పచ్చటిచెట్లు. మధ్యమధ్యన కొబ్బరి తోటలు. మధ్యన నిశ్చలంగా నిలబడినట్టు కనిపించే శరావతి. దూరంలో సముద్రం. శరావతికి అవతల కొండలు. నదికి అటువైపు ఒడ్డున కనిపించే కాసరకోడునూ చూసి సునందకు పురందర గుర్తొచ్చి అతని గురించి యమునకు చెప్పింది.

“నాకు సరిగ్గా తెలియదు. అమ్మ మాట్లాడేటప్పుడు చెవిన పడింది, అతనికి నన్ను చూస్తున్నారట. నా జాతకంలో మామ లేని ఇంట్లోనే పెళ్ళి జరగాలట ......”

“ఈ జాతకాలు పాడైపోనూ... మా పెళ్ళి జాతకం చూడకుండానే జరిగిందని

అనుకున్నావా? ముఖ్యంగా నీకు ఇష్టమా చెప్పు?"

"నన్ను అడిగి అన్నీ జరుగుతాయా?"

"నువ్వు ఈ మధ్యన అతన్ని చూశావా?"

"ఆ !"

"దొంగ...ఇప్పుడు చెబుతున్నావా? ఎప్పుడు వచ్చాడు నిన్ను చూడటానికి?"

"చూడటానికి రాలేదు. అలా ఒకసారి వచ్చినప్పుడు చూశాను..."

"అతడు చిన్న పిల్లవాడుగా ఉన్నప్పటి నుంచీ చూశాను. సరళ స్వభావం పిల్లవాడు. మళ్ళీ వచ్చినప్పుడు చెప్పు. నేనే పిలిచి అడుగుతాను. ఇంత మంచి అమ్మాయి ఎక్కడ దొరుకుతుంది అతడికి?"

"నువ్వు ఏమి అడగొద్దు. ఇది జరగాలనే కోరిక నాకు లేదు. కాకూడదని కూడా లేదు."

"పిచ్చిదానిలా మాట్లాడకు. నాకు అంతా అర్థమవుతుంది"

వాళ్ళు కూర్చున్న చోటు నుంచి నదిని దాటే తెప్పలు చిన్న చిన్న నల్లటి చేపల్లా కనిపిస్తున్నాయి.

* * *

యమున, పండరిల దైనందిన జీవితంలో తాళం తప్పిన అస్థిరత సునందకు కనిపించేది. కొన్నిసార్లు అది స్వాతంత్ర్యంలా కనిపించినా ఆ శూన్యాన్ని చూస్తే భయం వేసేది. ఎప్పుడు చూసినా పండరి మరుక్షణం ఏమి చేయాలో తెలియని అయోమయంలో ఉన్నట్టు కనిపించేది. మధ్యాహ్నం వరకూ అత్తాకోడళ్ళు ఇద్దరూ తోటలో ఏదో పని చేసుకుంటూ ఉండేవారు. అలసిపోయినపుడు పండరి తన చెంబుతోపాటు అరుగు మీద కూర్చుని దారిన వెళ్ళే పరిచయస్థులను పలకరించేది. అయినా రోజూ మాట్లాడుతుంటే ఏం వార్తలు ఉంటాయి?

ఆ రోజు గంజి భోజనానికి సునందను ఉంచుకున్నప్పటికీ అలాగే జరిగింది. పనస తొనలు విడిపించటానికి కూర్చున్న యమునతోపాటు సునంద కూడా కలిసింది. చేతికి నూనె పూసుకుని తొనలు విడిపించి గిన్నెలో వేస్తూ, మధ్యమధ్యన ఒకటొకటి నోట వేసుకుంటోంది.

"ఈ రోజు సునంద ఇక్కడే గంజి భోజనం చేయనీ. బచ్చలికూర ఉంది" అని పండరి ఆహ్వానించింది. సునంద ఒప్పుకుంది.

"ఇప్పుడే గంజికి పెడతాను" అని పండరి చెప్పినప్పటికీ, వీళ్ళు తౌనలు విడిపించటం ముగించినా ఇంకా పొయ్యి దగ్గరకి వెళ్ళలేదు. యమునే గుర్తు చేసి "మన ఇంటి గంజి భోజనం ఆమె ఇంటి మధ్యాహ్నం భోజనం కంటే ముందుగా జరిగితే చాలు..." అని అత్తను వెక్కిరించింది.

పండరి ముందు తపేలా తీసి, చేయి లోపల వేసి లోపలి భాగాన్ని ఒకసారి తుడిచింది. తరువాత బయటికిపోయి దాన్ని మరొసారి నీళ్ళు పోసి కడిగింది. దాన్ని లోపలికి తెచ్చి గుడ్డతో తుడిచింది. తరువాత పొయ్యి మీదున్న పాత్రను పక్కనున్న గాడిపొయ్యి మీద పెట్టి పొయ్యిలోని మంటను పెంచటానికి మరో చెక్కపేడును తెచ్చి పొయ్యిలో పెట్టింది. బూడిద బయటికి రాకపోయినప్పటికీ, దాన్ని మరింత లోపలికి తోసింది. ఇప్పుడు పాత్రలో నీళ్ళు నింపి పొయ్యి మీద పెట్టింది. నల్లటి ఇనుప ఊదుగొట్టంతో ఊఫ్ ఉఫ్‌మని ఆమె ఊదినట్టే పొయ్యిలోని నిప్పులు ధగధగమని మండుతూ చిన్న నిప్పుమంట కనిపించింది. బంగారు రంగున్న ఆ మంటలో మరొక పుల్లను తిప్పి తిప్పి పెట్టింది. తరువాత నీళ్ళను మరగటానికి వదిలి, చేటలో బియ్యం తెచ్చింది. వంటింటి పెరటి గుమ్మంలో కూర్చుని బియ్యం చెరగసాగింది. "చెరిగిన బియ్యాన్ని ఎన్నిసార్లు చెరగటం?" అని యమున చెప్పింది వినిపించనిదానిలా పక్కనున్న చెంబు ఎత్తి నీళ్ళు తాగింది.

"ఆ రోజు బియ్యం చెరిగేటప్పుడు మునిసంధ్య అయ్యింది. ఇప్పుడు ఈమె వచ్చినపుడు, రాతిపెడ్డల బియ్యపు గంజి వడ్డించిందన్న మాట రాకూడదని బియ్యాన్ని మళ్ళీ చెరగటానికి కూర్చున్నాను" అని ఇద్దరికీ వినిపించేలా చెప్పింది.

మొత్తానికి బియ్యం చెరగటం ముగించిన తరువాత దాన్ని ఒక పళ్ళెంలో పోసి కడిగింది. మూడునాలుగుసార్లు కడిగి నీళ్ళను తూములోకి వొంపింది. "ఇది మా గోపణ్ణ పంపిన బియ్యం. మంచి బియ్యం. ఈ సంవత్సరమూ పంపమని అతడికి చెప్పాలి" అని తనలో తాను అనుకుంటున్నట్టు యమునకూ చెబుతున్నట్టు చెప్పింది.

"అతడ్ని అడగవద్దు. తరువాత అతనివైపు నుంచి ఏదో ఒక మాట రావటమూ బాగుండదు"

"నేనేమైనా అప్పనంగా ఇవ్వమని అడిగానా? అతను తిక్కగా మాట్లాడితే చెప్పుతీసుకుని దెయ్యాన్ని వదిలించి పంపుతాను"

పొయ్యి మీది పాత్రలో నీళ్ళు సలసలమని మరగసాగాయి. కడిగిపెట్టిన బియ్యాన్ని సున్నితంగా అందులో పోసింది. మంటను మళ్ళీ తగ్గించింది. మళ్ళీ

బూడిదను తొలగించింది. ఆమె ప్రతి కదలికలోనూ, పనిలోనూ ఏదో ఉద్దేశపూర్వకమైన జాగ్రత్త ఉన్నట్టు కనిపించసాగింది. గోదావరి వేగంగా చేసే పనుల తీరుకు అలవాటైన సునందకు దీన్ని గమనించగానే అసహనం కలిగేది. ఇదే పనిని గోదావరి కొన్ని నిముషాల్లోనే వేరే పది పనుల మధ్య చకచకమని చేసి ముగించేది. గోదావరి హడావుడికి, ఆమె వేగానికి అలవాటుపడిన సునందకు ఈ విలంబిత లయను అర్థం చేసుకోవడం కష్టమవుతోంది. దాటిపోతున్న క్షణాన్ని ఆపి నిలిపేదానిలా, దాన్ని పట్టుకుని, లాగి, విస్తరించేదానిలా పందరి గరిటెతో నెమ్మదిగా గంజిని తిప్పింది.

⌘

అధ్యాయం 10

"పురందరకు మంజయ్య బ్యాంకులోనే ఉద్యోగం దొరికిందట. కుమటాకు బదిలీ చేయించింది మంజయ్యేనట. ఇప్పుడు రెండునెలల నుంచి కుమటాలోనే ఉంటున్నాడట. నాకు సావిత్రి కనిపించింది. వెంకటరమణ దేవాలయంలో రథోత్సవం ఉండిందికదా. అక్కడికి వచ్చింది. వారి కులదైవం వెంకటరమణుడు. అలాగైతే కొడుకు పెళ్ళిచేసెయ్ అన్నాను. అదేమిటో ఆరునెలల తరువాత ఉద్యోగం ఖాయం అవుతుందట. అప్పటిదాకా పెళ్ళిమాట ఎత్తకు అని అన్నాడట...ఆమె భోళా మనిషి..."

ఇలా దామణ్ణ అందించిన వార్త గోదావరికి సంతోషాన్నే కలిగించింది. ఆలస్యమైనంతగా మంచిది. తనకు ఎక్కువ సమయం దొరుకుతుందని అనుకుంది. క్రితంసారి సునంద పురందర కంటపడటం ఆమెకు తెలుసు. అయితే దేన్నీ తిరిగి తీసుకుని రాలేనంత అతికి తీసుకునిపోకూడదని మౌనం వహించింది. పురందర కుమటాకు వచ్చి రెండు నెలలు అయ్యిందంటే అతను మూడునాలుగు సార్లయినా కాసరకోడుకు వెళ్ళివుండాలి. ఒక్కసారి కూడా ఇటువైపు తిరగలేదంటే కుర్రవాడు ఇంకా తన అంచనాకు రాలేదని కచ్చితమైంది. క్రితంసారి ఇక్కడికి వచ్చి వెళ్ళిన తరువాత వాసుదేవనో, సావిత్రినో ఏదో చెప్పివుండొచ్చు. లేదా సునంద కంటపడిన తరువాత ఆసక్తి తగ్గిందా? సునంద దేవకన్య కాకపోయినా కురూపి కాదు. రత్నకన్నా సునంద అందంగా ఉందని కూతురి పట్ల ప్రత్యేకమైన

వ్యామోహంతో ఈమె మనస్సు చెప్పింది.

యాదృచ్ఛికంగా అదే వారం ఆమె ఇడగుంజికి బయలుదేరినపుడు రేవులో పురందరను చూసింది. కొడుక్కి జ్వరం వచ్చినపుడు మొక్కుకున్న మొక్కు తీర్చడానికి ఇడగుంజి గణపతి దేవస్థానానికి బయలుదేరిన వామనమాస్టారు భార్యతో గోదావరి బయలుదేరింది. ఆ రోజు ఆదివారం. తెప్ప కోసం ఎదురుచూస్తూ నిలబడివున్నాడు. చేతిలో ఒక చిన్న సంచి పట్టుకునివున్నాడు. కాసరకోడుకు బయలుదేరాడన్నది స్పష్టంగా తెలుస్తోంది. అతను శిరాలికి వెళ్ళి రత్నను అప్పుడప్పుడు చూస్తున్నాడేమోననే అనుమానం గోదావరి తలలో ఒక్కక్షణం మెరుపులా మెరిసిపోయింది. తను అవసరానికన్నా ఎక్కువ మృదువయ్యానేమోననే సంశయం, ఇకపై మరింత గడుసుగా ఉండాలనే నిర్ణయం ఆమె ముందరి మాటలను ప్రేరేపించింది.

"ఎక్కడికి బయలుదేరావోయ్? ఎన్నిరోజుల తరువాత నిన్ను చూస్తున్నాను. మేమూ హొన్నావరలో ఉంటున్నామన్నది మరిచిపోయినట్టున్నావు..." అని నవ్వుతూ చేదు బాణాన్ని వదిలింది.

"ఇంటికి వెళుతున్నాను గోదక్కా...ఇప్పుడు నాకు కుమటాకు బదిలీ అయింది. ఇప్పుడైతే దగ్గరైందికదా?" పురందర ఆత్మీయమైన కంఠంతో జవాబిచ్చాడు.

"అవునయ్యా, నీకు కుమటాకు బదిలీ కావటం మాకూ తెలిసింది. విషయం చెవినపడి చాలా రోజులైంది. దగ్గర్లో ఉన్నంత మాత్రాన వచ్చినట్టు కాదు. దగ్గర దగ్గరికి వస్తున్నట్టే కొన్నిసార్లు సంబంధాలు దూరమవుతాయి... అలా చేసుకోకు"

"ఇంట్లో అందరూ ఎలా ఉన్నారు? కావేరక్కా, దేవరాయ మామా, సర్వోత్తమ మామ– అందరూ?..."

"అందరూ బాగున్నారు...నువ్వే వచ్చి చూడు...సునంద గురించి అడగవా? ఆమెకూడా బాగుంది. నీ విషయం ఎత్తితే సిగ్గుతో పరుగుతీస్తుంది...ఏమైనా మాయ చేశావా ఏమి? నువ్వు కాసరకోడుకు వెళ్ళే దారిలోనే పక్కకు తిరిగితే మా ఇల్లు. నీకు ప్రత్యేకమైన ఆహ్వానం కావాలా? శనివారం వచ్చి అక్కడే ఉండి, ఉదయమే లేచి నది దాటిపోతే సరిపోతుంది..."

అతని దగ్గరికి వచ్చి కాస్త తగ్గుస్వరంతో చెప్పిన ఆమె మాటల్లో – అతనికి, సునందకు మధ్యన ఒక రమ్యమైన సంబంధాన్ని ఉత్తేజపరిచే అంశం ఉండటం పురందరకు హాయిగా అనిపించింది. చెప్పకుండానే అది ఏదో హద్దులు దాటడానికి ప్రేరేపించేలా ఉంది. ఏమిటి ఎందుకు అని అడిగితే చెప్పటానికి సాధ్యమయ్యేది కాదు.

అటువైపు నుంచి వచ్చిన పడవ నుంచి జనం దిగుతుండగా ఎక్కడానికి ఎదురుచూస్తున్నవారు పడవ ఒడ్డు దగ్గరకు రావటానికి మునుపే ఓపిక లేనివారిలా తొందరపెట్టసాగారు. ఊగుతున్న పడవలో పురందర పక్కనే గోదావరి కూడా కూర్చుంది. ఒడ్డు దగ్గర నీటిలో చెత్తాచెదారం తేలుతున్నాయి. పడవ జనంతో నిండిపోయినప్పటికీ పడవ ఎక్కాలనే తొందరపడుతున్న వారిని పడవ నడిపేవారు "పడవ నిండిపోయింది...పడవ నిండిపోయింది" అని ఆపేస్తున్నారు. "అబ్బా, ఈరోజు ఎంతమంది జనం?" అంటూ గోదావరి గొణుక్కుంది.

"ఎక్కడికి బయలుదేరారు?" అడిగాడు పురందర.

గోదావరి అతనికి వామనమాస్టారు భార్య మొక్కు గురించి, ఆమె కొడుకుకు వచ్చిన అనారోగ్యం మొదలైన వివరాలను చెప్పింది. సరిగ్గా చెవి వినిపించని వామనమాస్టార్ భార్య తన గురించి ఏదో చెబుతున్నదని అర్థమై ఆ మాటలన్నీ ముగిసిన చాలాసేపటి తరువాత అప్పుడప్పుడు వీళ్ళవైపు చూసి చిన్నగా నవ్వుతూ ఉంది. పడవ ఒడ్డును వదిలి వెళ్ళసాగింది. గాలి వేగంగా వీస్తోంది. వచ్చేటప్పుడు తెడ్డు వేసి రెట్టలు పడిపోయాయని, గాలి ప్రతాపం గురించి ఆకువక్కలు నములుతూ పడవ నడిపేవారు తమలో తాము మాట్లాడుకుంటున్నారు. ఒడ్డు దగ్గరైనప్పుడు చిన్నచిన్న అలలై తెప్పను బాదిన నీళ్ళు, నది మధ్యకు వెళుతుండగా జలజలమని వెనక్కు జరుగసాగాయి. మధ్యన ఒకసారి గాలి బలంగా వీచటంతో, పడవ కాస్త ఊగింది. అప్పటిదాకా గుసగుసగా సాగుతున్న మాటలన్నీ చప్పున ఆగిపోయాయి.

"సావిత్రి ఎలా ఉంది? ఆమెను చూడటానికి వచ్చేవారం వస్తానని చెప్పు, నాకు మంకిలో ఏదో పని ఉంది. అక్కడికి వెళ్ళేటప్పుడు ఇంటికి వచ్చి వెళతానని చెప్పు" అని ఊగిసలాట నిలవగానే గోదావరి మళ్ళీ మాటలు మొదలుపెట్టింది.

"అలాగే చెబుతాను" అని పురందర తెప్ప చీల్చే నీటిని చూస్తూ కూర్చున్నాడు. తెడ్డు వేసేటప్పుడు వస్తున్న శబ్దం ఒకే లయలో ఉంది. పడవలో జనం మళ్ళీ మాటలు మొదలు పెట్టారు. గోదావరి తన ఒళ్ళో ఒక సంచి పెట్టుకొని కూర్చొని ఉంది. ఆమె సన్నని, దృఢమైన చేతులను, చేతుల నిండా ఉన్న బంగారుగాజులను పురందర గమనించాడు. సావిత్రి దగ్గర ఉన్న బంగారమంతా అతని చదువు కోసం, ఇన్ని రోజుల జీవన నిర్వహణ కోసం ఖర్చవటం గుర్తుచేసుకున్నాడు. ఒకసారి పండుగ రోజు కంసాలి ఇంటికి వెళ్ళి గుట్టుగా బంగారం అమ్మి వచ్చిన సంగతి కళ్ళముందుకు వచ్చింది. అడగకుండానే కలిసి వచ్చిన సహాయం మాత్రమే ఆమె స్వీకరించింది తప్ప తనంట తాను, ఎవరినీ తన సొంత అన్న వాసుదేవను

కూడా 'ఇవ్వు' అని అడగలేదు.

ఇంతసేపు ఊరికే కూర్చున్నా వామనమాస్టారు భార్యకు హఠాత్తుగా పురందర ఎవరో గుర్తుకొచ్చాడు. పెద్దగొంతుతో బిగ్గరగా మాట్లాడసాగింది. "అయ్యో దేవుడా...నా మతిమరపు మండ...నువ్వు పురందర అని నేను గుర్తుపట్టలేక పోయానుకదా! నువ్వుకూడా చాలా మారిపోయావుకదా...నోరు విప్పి చెప్పకూడదా...ఈమైనా చెప్పకూడదా...ఇప్పుడు ఎక్కడున్నావు?..." అని తారాస్థాయిలో అడగటంతో పురందరకు సంకోచం కలిగింది. మాటమాటకు 'అం మంచి జరగాలి' అని మరొక ఒడ్డుకు వినిపించేలా బిగ్గరగా చెబుతోంది. ఆమె మందమైన చెవులను చేరడానికి పురందర కూడా గొంతుపెంచి తన గురించి చెప్పుకోవలసి వచ్చింది.

కాసరకోడు చేరినప్పుడు పురందర ఇంటికి రమ్మని గోదావరిని పిలిచాడు.

"మరొకసారి వస్తాను. వచ్చేవారం వస్తానని సావిత్రికి చెప్పు. ఈ రోజు పూజ జరగటానికి మునుపే ఇడగుంజి చేరాలి. తప్పితే ఇంత దూరం వచ్చినదంతా వ్యర్థమవుతుంది. వస్తాను... తప్పకుండా వస్తాను... రాకుండా ఎక్కడికి పోతాను" అని గోదావరి వీడ్కోలు పలికింది.

వామనమాస్టార్ భార్య "మంచి జరగాలి...మంచి జరగాలి" అని ఆశీర్వదించేలా రెండుచేతులు ఎత్తి చెప్పి బయలుదేరింది.

* * *

గోదావరి సావిత్రి ఇంటికి బయలుదేరుతున్నప్పుడు కావేరికి కూడా తన ఉద్దేశం చెప్పలేదు. మురడేశ్వరలో మంచం పట్టిన సర్వోత్తమ అన్నభార్యను చూసి వస్తాననే సాకు చెప్పి వెళ్ళింది.

గోదావరి మొదట నేరుగా కాసరకోడుకు వెళ్ళింది. సావిత్రి ఇల్లు చేరేసరికి ఆమె ఇంటి ముందు కంచెను తంతితో బిగిస్తోంది.

"రా గోదక్కా..పురందర చెప్పాడు...నువ్వు ఈ వారం వస్తావని అన్నాడు. అంత మాట్లాడినవాడు ఎప్పుడు వస్తావని ఒక మాట అడగలేదు ...."

"ఇప్పటి కాలం పిల్లలు అలాగే సావిత్రి. మన ఎదుట పెరిగిన పిల్లలు మనకే చెప్పేలా తయారయ్యారు. నీ కొడుకు ఈ విషయంలో అందరికన్నా మంచివాడని సంతృప్తిపడాలి. ఎదురుపడితే పలకరిస్తాడు. ఎలా ఉన్నావని అడుగుతాడు. కొందరికి మనవాళ్ళ గుర్తుకూడా ఉండదు"

"లోపలికి రా" అని సావిత్రి గోదావరిని ఆహ్వానిస్తూ లోపలికి నడిచింది.

గోదావరి మెట్లెక్కి అక్కడున్న బెంచీ మీద సంచి పెట్టి 'లోపలికి రా' అని పిలిచిన సావిత్రి స్వరాన్ని అనుసరించి ఆమె వెనకే వంటింట్లోకి వెళ్ళింది.

"మూలికల కషాయం చేయనా? చాయ్ చేయనా?"

"పానకం చెయ్యి, చాయ్ వద్దే వద్దు. ఎందుకో నాకు ఒక కప్పు కంటే ఎక్కువ తాగితే పైత్యం ప్రకోపించినట్టు అవుతుంది. నేను ఉదయం ఒక కప్పు తాగితే, మళ్ళీ సాయంత్రం ఇంకొక కప్పు తాగుతాను. అంతే. మన అనంత ఉన్నాడు కదా, ఎన్ని కప్పులు తాగేవాడనుకున్నావ్? అయ్యో, ఒకదాని తరువాత ఒకటి...ఎప్పుడు అడిగినా చాయ్ వద్దని మాత్రం అనేవాడుకాదు. నాకు సాయంత్రం పూట ఒక కప్పు కంటే ఎక్కువ తాగితే రాత్రి నిద్రపట్టదు".

"నిమ్మకాయ పానకం చేస్తాను. ఈ పీట తీసుకో...కూర్చో..." అని సావిత్రి ఆమెకు కూర్చోవటానికి పీట ఇచ్చింది. నిమ్మకాయ పిండుతూ, కొంచెం మిరియాల పొడి వేసి, బెల్లం వేసి కలయతిప్పి చిటికెడు ఉప్పు వేసింది. యాలకుల ఒక పలుకును పొడిచేసి వేసింది. గోదావరి ఆమె చేస్తున్నది చూస్తూ మాట్లాడుతోంది.

"మా ఆయన అన్న భార్యకు నాలుగు నెలల నుంచి గుండె నొప్పి. అన్ని చోట్ల వైద్యం జరిగింది. ఎక్కడా నయం కాలేదు. మొన్న ఈయన వెళ్ళినప్పుడు నన్ను రమ్మని చెప్పిందట. బాగా చిక్కిపోయి కట్టెపుల్లలా అయిందట..." గోదావరి చిటికెన వేలును ఎత్తిచూపింది.

"అవును, నేనూ ఆమె గురించి విన్నాను. అంత వయస్సు కూడా కాలేదట. ఈ మధ్య ఇంట్లోనే ఉంటారట..."

"తనకు చేతనైన రోజుల్లో నలుగురు మనుషుల పని ఒక్కతే చేస్తుండటం నేను స్వయంగా చూశాను. ఒత్తిని రెండు వైపులా వెలిగించకూడదు. పైగా అల్లుడి విషయం అలా జరిగింది..."

"ఏమైంది? అతను గోకర్ణవాడే కదా?"

"కాశీయాత్రకు అని చెప్పి వెళ్ళినవాడు తిరిగి రానేలేదు. ఇంత చిన్న వయసులోనే ఎందుకు యాత్రకు వెళ్ళాడని అందరూ మాట్లాడుకుంటున్నారు. అదే విషయం అడిగినప్పుడు ఇప్పుడు మునుపట్లా లేదు. ఎప్పుడు కావలసిన హుబ్బళ్ళి నుంచి రైలెక్కి వెళ్ళవచ్చు అన్నాడట. ముందుగానే నిర్ణయించుకున్నాడో ఏమో. లేదా దానిని సాకుగా చూపి వేరే ఎక్కడికి వెళ్ళాడో ఎవరికీ తెలుసు? అతనితోపాటు వెళ్ళినవారితో, "నా దేవుడు ఇక్కడే ఉన్నాడు. మీరు వెళ్ళండి"

అని అన్నాడట. ఒక్కొక్కరు ఒక్కొక్క కథ చెబుతున్నారు. చివరికి ఆమెకు భర్తతో సుఖపడే యోగం లేదన్నది వాస్తవం..."

"అంతా నుదుటిరాతలో ఉన్నట్లే జరుగుతుంది. దాన్ని తప్పించడం సాధ్యమా?" సావిత్రి నిట్టూర్పు విడిచింది.

"పెళ్ళిసమయానికి జాతకం చూసినవాళ్ళు రెండు సంవత్సరాల లోపల ఒక ఇబ్బంది ఉందని అన్నారట...ఇప్పుడు అందరూ దాని గురించే చెబుతున్నారు. అప్పుడు మాత్రం కేవలం వరకట్నం చూశారు...ఇప్పుడు అమ్మాయి పుట్టింటికి వచ్చి కూర్చుంది...జాతకంలో నమ్మకం లేకపోతే చూడటానికి వెళ్ళకూడదు. ఒకవేళ చూపిస్తే దానికి భయపడి నడుచుకోవాలి..." పానకం తాగుతూ గోదావరి గోడకు ఒరిగి కూర్చుంది.

"వయస్సు దాటిన తరువాత ఈ పిల్లల గురించి ఆలోచన పట్టుకుంటే, నరకం అన్నది ఇంకా వేరే లేదు గోదక్కా...."

"మనకూ అలాగే అనిపిస్తుంది....మనం ఇంట్లో కేవలం ముసలివాళ్ళం. ఒకరికంటే ఒకరు ఎప్పుడు సునంద పెళ్లి జరిగి విడుదల అవుతామా అని ఎదురుచూస్తున్నాం..."

"అవుతుందిలే, ఈరోజు కాకపోతే రేపయినా అవుతుంది. ఆమె మంచి పిల్ల. మా పురందర జాతకం కలిసి వస్తే చూడవచ్చు. దిగులుపడకు. ఎక్కడో ఒకచోట అవుతుంది...నేనూ నాలుగు చోట్లా చూస్తాను..."

"నీ నోటచక్కెర...దేవుడు నీ నోటిద్వారా ఇలా పలికించాడు. ఆమె పెళ్ళి తొందరగా జరగాలని రోజూ ప్రార్థిస్తున్నాను. ఆమె జాతకంలో మామ లేని ఇల్లు అయివుండాలి. నీవు పురందర జాతకం ఇచ్చావు కదా, దాన్ని మన బాలభట్టుగారికి చూపించాను. ఆయనైతే పదహారు గుణాలు కలిసివస్తాయని అన్నారు. నీవు ఎవరికి చెప్పవద్దన్నది గుర్తుందా? నేను ఈ విషయాన్ని కావేరక్కకూ చెప్పలేదు. అంతే కాదు,ఈయన చెవినకూడా వేయలేదు. ఈయన స్వభావం నీకు తెలుసు కదా...బోళా శంకరుడు...."

రహస్యమైన ఏదో లోపలి కుట్రలో, తననూ భాగస్థురాలిగా చేసేటటువంటి గోదావరి మాటలకు సావిత్రికి ఏమి చెప్పాలో అర్థం కాలేదు. ఆమెకూ చింత పట్టుకుంది. జాతకం కలిసి రావటం లేదనే ఆమె ఇన్నిరోజులు అనుకున్నది. గోదావరి మౌనానికి అదే కారణమని అనుకున్నది. అయితే ఇప్పటిదాకా ఏమీ చెప్పకుండా, ఇప్పుడు పురందర జాతకం కలిసి వస్తే చూడవచ్చనే మాట రాగానే

చప్పున పట్టుకున్న గోదావరి నుంచి ఎలా తప్పించుకోవాలో అర్థం కాలేదు.

"అవునా? నాకు ముందుగానే ఒక మాట చెప్పకూడదా? నువ్వు రాలేదు, ఏమీ చెప్పలేదని నేను దాన్ని వదిలేశాను...."

"తరువాతి విషయం విను...బాలభట్టు ఏం చెప్పాడో తెలుసా? ఇది చాలా ప్రశస్తమైన జాతకాలు కలిసిన జంట అన్నాడు. రెండూ కలిస్తే పిల్లవాడికి రాజయోగం ఉందని అన్నాడు. ఇంత చక్కగా జాతకాలు కలిసి రావడం చాలా అరుదు అన్నాడు. ధన, కనక, సుఖసంపదలు, సమృద్ధి అంతా రాశులు కురిసేలా ఉన్నాయన్నాడు. రెండు కుటుంబాల గురువులకు, పెద్దలకు చాలా మంచి జరుగుతుందని అన్నాడు. కుర్రవాడికి శనిగ్రహ పీడ ఉంది. ఇప్పుడు దాన్నుంచి విడుదల అయిందట. ఇకపై కేవలం అభివృద్ధేనట...'

"పురందర తన మనసులో ఏముందో సరిగ్గా చెప్పడం లేదు గోదక్కా...." అని ఏదో చెప్పబోయినా సావిత్రి మాటలు ముగిసేలోపలే మళ్ళీ గోదావరి మొదలుపెట్టింది.

"వాడినే సూటిగా అడిగి చూడు. నీకుకాక వాడిని అడిగే అధికారం ఎవరికి ఉంది? అయితే ఏదో ఒక స్పష్టమైన నిర్ణయం తీసుకోవాలి. వెనుకటి కాలంలో జరిగేలా మనంతట మనం ముందుకు సాగటానికి కాదుకదా? ఇప్పటి కాలం పిల్లలు. చదువుకున్నవాళ్ళు. మన మాటలు వినరనికాదు. అయినా అడగవలసిన విషయాన్ని మనకు సాధ్యమైతే అడగటం మంచిదే కదా?..."

"............"

"ఇదంతా ఇంత తొందరగా చెప్పకూడదు. అయినా నీవు పరాయిదానివి కాదని చెబుతున్నాను. మా అక్క బంగారం అంతా ఆమె కోసమే పెట్టాను. అనంత వదిలిపోయిన డబ్బు కూడా ఉంది. అంతే కాదు నా బంగారం కూడా ముందు ముందు ఆమెకే కదా? ఆమె జాతకంలో మామలేని ఇల్లు అయివుండాలని ఉండటంవల్ల మొదట్లో ఒక లోపంగా కనిపించేది. ఇప్పుడు అదే కారణంగా పురందరతో వివాహం జరిగితే దాన్ని దేవుడిదయ అనక ఇంకేమనాలి? దేవుడికి నా ప్రార్థన వినిపించి ఇదంతా మునుముందు అందరికీ మంచి జరగడానికే అయితే జరగనీ. జరగబోతున్న దాన్ని మనం ఎవరైనా ఆపగలమా?..."

".........."

"మీ తల్లికొడుకులది తప్ప ఎవరి మాటలనూ నేను వినేదాన్నికాదు. మీ ఇద్దరూ ఊఁ అంటేనే అది జరుగుతుందని అనుకో...ప్రళయం వచ్చినా సరే,

ఈ వివాహం చేయడానికి నేను సిద్ధమే. మీ ఇద్దరి అంగీకారం కావాలి అంతే...”

ఆమె మాటలమాయకు సావిత్రి నిర్ఘాంతపోయింది. పురందర పెళ్ళి విషయంలో సావిత్రికి ఎవరూ ఇంత ప్రాముఖ్యత ఇవ్వలేదు. ఇంతకుముందు ఆమె ఆలోచించలేదు. అయితే రత్న గురించి వాసుదేవ మాట్లాడిన తరువాత, దీని గురించి పురందర కచ్చితంగా ఏమీ చెప్పకుండా ఉన్నప్పుడు, ఏ దిశలోనూ ముందుకు సాగటం మంచిదికాదని అనిపించింది.

“గోదక్కా, మన వాసుదేవకు రత్నను పురందరకు ఇవ్వాలని చాలా కోరికగా ఉంది. పురందర సరిగ్గా ఏమీ చెప్పడం లేదు. ఏం మాట్లాడినా మొదట ఉద్యోగం దొరకనీ అనేవాడు. ఇప్పుడు పర్మనెంట్ కావాలని అంటున్నాడు. ఇంకా నాలుగు నెలలు అవుతుందట. సరే. ఒక నిర్ణయానికి రమ్మని చెబుతాను...అయితే అతని కోసం ఎదురు చూడనవసరం లేదు...”

“మంచి కుర్రవాడి కోసం, ఇంత మంచి వంశం కోసం నాలుగు నెలలు ఏమిటి ఎనిమిది నెలలు కావలసినా ఎదురుచూస్తాను. ఎదురుచూడకుండానే అదృష్టం కలిసివస్తుందా? మళ్ళీ ఎక్కడా మేము జాతకం ఇవ్వం. ఎక్కడా అడగటానికి వెళ్ళం. అన్ని విషయాలు పురందర లేదన్న తరువాతే. నాకు అతను ఎవరిని చేసుకున్నా ఒకటే. ఇద్దరూ చెల్లెలి పిల్లలే కదా? నువ్వు రత్న జాతకం పురందర జాతకంతో కలుస్తుందేమో చూపించావా?

“అవును వాసుదేవ చూపించాడు. పన్నెండుణాలు కలుస్తాయని అన్నాడు. పన్నెండుణాలు కలిస్తే పెళ్ళిచేయకూడదని ఏమీ లేదు కదా...”

“అవును చేయకూడదనేమీ లేదు, అలా జరగటమూ ఉంది. అంతా వారివారి నమ్మకాలకు చెందినటువంటిది. అయితే మన బాళభట్టు చేతుల మీదుగా అది పొసుకాదు. పదహారు గుణాలు తక్కువ అయితే వేరే ఏదో సంతాన హీనతో, గ్రహ పీడనో ఉండే ఉంటుందని అతని అభిప్రాయం. అయితే అన్నింటికన్నా ముఖ్యం మనసు అంగీకరించాలి. కుర్రవాడు ఒప్పుకోవాలి. ఈ భట్టు మాటలు ఎంత వినాలో అంతే వినాలి. నీకూ, పురందరకూ రత్న నచ్చితే పన్నెండుణాలు తక్కువ అన్నట్టు చూడకూడదు..”

గోదావరి మాటలు సావిత్రి మనస్సులో నాటుకున్నాయి. ఆమె పన్నెండుణాలకూ, పదహారణాలకూ ఉన్న అంతరాన్ని భవిష్యత్తులో రాబోయే కష్టాలుగా ఎన్నడూ చూడలేదు. ఇది వివాహంతోటే సమిసిపోతుందని భావించింది. అయితే ఇప్పుడు ఆమె మనసులో ఒక కొత్త భయం పుట్టడం మొదలైంది.

మాట్లాడకుండా కూర్చుంది.

"సావిత్రి, నేను చెప్పేదింతే. నీవు అతన్ని అడుగు. మాకు ఏదో ఒకమాట చెప్పు. ఊఁ అంటే విషయాలు మాట్లాడుకోవటానికి వస్తాం. లేదంటే ఇక్కడితో వదిలేస్తాం..."

"అలాగే...వాడ్నే అడుగుతాను. వాడికి ఉద్యోగం ఖాయం అయిన తరువాత అడుగుతాను. అప్పుడు చెప్పడానికి వాడికి వేరే కారణం ఉండకూడదు. నాకూ వాడి వివాహం ఇంకా ఆలస్యం కావడం ఇష్టం లేదు. తొందరగా జరగాలని కోరిక..."

"నేను అడుగుతున్నది అదే..."

అక్కడితో ఆ విషయం ముగిసి గోదావరి వేరే విషయం ఎత్తింది. మధ్యాహ్నం భోజనానికి ఉండు అన్నప్పటికీ వినకుండా మురడేశ్వరకు వెళ్ళింది. వెళ్ళటానికి ముందు సావిత్రితో "ఇంకా ఎవరికీ ఈ విషయం చెప్పలేదు. సమయం వచ్చినప్పుడు కావేరక్కకు చెబుతాను. అటు తరువాత నాకు ఒక్క మాట చెప్పలేదని ఆమె అనడం బాగుండదు" అని అంది.

⌘

అధ్యాయం 11

మధ్యాహ్నం భోజనం తరువాత నడుం వాల్చినపుడు గోదావరే ఈ విషయం ఎత్తి, తాను సావిత్రిని కలిసి రావటం గురించి, పురందర జాతకం పదహారణాలు కలిసివచ్చే విషయం గురించి కావేరి చెవిన వేసింది.

అది విని కావేరి గుండె గుభేలుమంది. గతవారం కలిసినపుడు కస్తూరి పెళ్ళిబాజాలు వాయించటం ఒక్కటే మిగిలివుందని చెప్పింది. ఇక్కడ ఈమె కుర్రవాడి మనస్సు స్థిరంగా లేదని అంటోంది. చూస్తే ఈమె ఈ పెళ్ళిని చెడగొట్టడానికి పూనుకున్నట్టుంది. చేబట్టిన పని ఎలాగైనా సాధించేటటువంటి గోదావరి స్వభావం తెలిసిన కావేరికి భయం వేసింది.

"ఇప్పుడు నువ్వు చెబుతున్నదేమిటి? ఆ పెళ్ళిని కాదని దీన్ని చేయమని కాదా?" అని కావేరి ధైర్యం కోల్పోయి అడిగింది.

గోదావరి కావేరివైపు తిరిగి ఓపికగా జవాబిచ్చింది. ఇదే, ఇదే నువ్వు చేస్తున్న తప్పు. నేను చెప్పినదింతే. ఆ పెళ్ళి జరగకపోతే–అని. దాన్ని చెడగొట్టడానికి నేనెవరు? ఇంతకీ ఈ ప్రపంచం నా మాటలను వినడానికి ఒంటి కాలిమీద తయారై నిలబడిందా? ఒక పెళ్ళి వెనుక ఏ ఏ శక్తులు పని చేస్తాయో, వాళ్ళిద్దరికి ఆ బుద్ధి ఇస్తాయో అని చెప్పడానికి మనకు సాధ్యమా? దీన్ని కేవలం మనంతట మనమే నిర్ణయించి చేస్తామని భావించటమే తప్పు. దేవుడు ఎవరెవరి నుదుటి మీద ఏం రాశాడో..."

కావేరి భరించలేకపోయింది. "ఇప్పుడేమైనా అయితే కస్తూరి మన గురించి ఏమనుకుంటుంది? మనం నలుగురి ముందు తలెత్తి తిరగలేం. కస్తూరి, వాసుదేవల గుండెలు పగిలిపోతాయి. మన సునంద జీవితం ఇలాంటి ఒక విశ్వాసఘాతపు నేపథ్యంలో మొదలవ్వకూడదు...ఆమెకు మంచి భర్తే దొరుకుతాడు..." అని ఆమె చాపమీద కూర్చుంది.

గోదావరి అంత సులభంగా ఏదీ వదులుకునే మనిషి కాదు. "నేను ఈ వివాహాన్ని చెడగొట్టడానికి పూనుకున్నానన్నది మొదట మనసులోంచి తీసివెయ్. ఈ పెళ్ళి పురందర ఇష్టప్రకారం జరుగుతూవుంటే అతను ఎందుకు ఇన్ని రోజులూ ఊఁ అనకుండా వాయిదాలు వేస్తున్నాడు? ప్రతిసారి కొత్త సాకులు వెతుకుతున్నాడు? అతని తల్లి సావిత్రికి కూడా ఇది తెలియదని అనుకుంటున్నావా? లేకపోతే ఆమె ఎందుకు నాకు జాతకం ఇస్తుంది? ఒకటి రెండు సార్లు కాదు, నేను మూడుసార్లు సావిత్రి దగ్గర ఇదంతా నోరు విప్పి మాట్లాడాను. మీరంతా ఏమీ చేయలేదని, నేను మౌనంగా ఉన్నానని భావించకండి. ఇప్పుడు అతని ఉద్యోగం ఖాయం అవుతుంది. అది జరిగిన తరువాత గట్టిగా అడుగుతుందట. అడగనీ. ఆ తరువాత చూద్దాం..."

"పెళ్ళంటే కేవలం పిల్లవాడు, పిల్ల ఇష్టాలు మాత్రమే అన్నట్టు మాట్లాడు తున్నావే..."

"ఇప్పటి కాలంలో అలాగే జరుగుతుంది...మనం, మన సంతృప్తి కోసం అన్నీ మన అదుపులో ఉన్నాయని భావించుకోవాలి. అంతే. ఇప్పుడు అతను సునందను చేసుకుంటానంటే, నేను ఆమెనూ ఒక మాట అడిగి ఆమె అంగీకారం తీసుకునే, పెళ్ళికి ఊఁ అంటానే తప్ప నా అంతట నేను నిర్ణయం తీసుకునేదాన్ని కాదు...అలా చేసేకాలం దాటిపోయింది. ఇలా మార్పు జరుగుతుండటం మాత్రం అందరి మంచికే..."

"దేవుడి ముందు ఇచ్చిన మాట తప్పితే దాని శాపాలు కేవలం అతన్ని మాత్రమే కాదు. సునందనూ, మనల్నీ చుట్టుకుంటాయని మనం మరవకూడదు..."

"దేవుడికి శాంతి చేయించవచ్చు. తప్పుకానుక సమర్పించవచ్చు. సమర్పిద్దాం. ఏం చేయాలో బాళభట్టుగారినే అడుగుదాం. ఆయనకు తెలియనిది ఏదీ లేదు... తప్పు మనిషికాక దేవుడు చేస్తాడా?"

"దేవుడిని సంతృప్తి పరచడంలో బాళభట్టుది ఎత్తిన చెయ్యి. అతను ఆ పని బాగా చేస్తాడు. అయితే మనం నలుగురి ముందు తల దించుకునేలా కాకుండా

ఉండటానికి అతని దగ్గర ఏదైనా ఉపాయం ఉందా? ఇచ్చిన మాట నిలుపుకోవటానికి వెళ్ళి మొత్తం రామాయణమే నడిచింది. ఇప్పుడు మాత్రం ఇచ్చిన మాటకు బదులుగా డబ్బులు ఇవ్వవచ్చు. తప్పుకానుక అంటే అదే కదా? ఒక రూపాయి పావలా. చెల్లించడం సులభం.. నేనైతే ఈ విషయాన్ని కస్తూరి, వాసుదేవల చెవిన వేస్తాను. మౌనంగా ఉండటం నాకు సాధ్యం కాదు. అటుతరువాత ఏం చేయాలో వాళ్ళే నిర్ణయించనీ...నువ్వు ఏమైనా చెప్పు...ఏ విధంగా కావాలన్నా వాదించు, నాకైతే ఇది సమంజసంగా అనిపించటం లేదు..." కావేరి తన అభిప్రాయాన్ని స్పష్టంగా చెప్పి అక్కడి నుంచి లేచి వెళ్ళిపోయింది.

* * *

దామణ్ణ ద్వారా వాసుదేవకు విషయం చేరింది. మధ్యాహ్నం వాసుదేవ భోజనానికి ఇంటివైపు వెళ్ళేటప్పుడు దార్లో దామణ్ణ కేకవేసి, పిలిచి, నిలిపి, విషయం చెప్పాడు. కావేరి దామణ్ణకు చెప్పింది, అతను తన మాటల్లో వాసుదేవకు చెప్పటంలో అది చాలా మారింది. అందులోనూ విషయాన్ని వింటున్నట్టే వాసుదేవ వేసిన ప్రశ్నలకు జవాబు ఇవ్వాల్సిన ఒత్తిడిలో దామణ్ణ తనదైన కొన్ని అభిప్రాయాలను తనకు తెలియకుండానే చేర్చేశాడు. మధ్యాహ్నం ఎండ కాస్తోంది. ఇంటికి వెళ్ళే దారిలో రావిచెట్టుకింద నుంచుని మాట్లాడుతున్న వాసుదేవ మాటమాటకు వేడెక్కుతూపోయాడు.

"ఈ విషయం పురందరే కావేరికి చెప్పాడా?" అని వాసుదేవ కోపావేశంతో అడిగిన ప్రశ్నకు దాని గురించి ఎలాంటి స్పష్టత లేని దామణ్ణ "అలాగే కనిపిస్తోంది" అన్నాడు.

"అతడికి ఉద్యోగం ఇప్పించింది ఎవరో తెలుసా?"

"మీరే మంజయ్యకు చెప్పి ఇప్పించారట"

"అదైనా అతనికి గుర్తుందికదా? సరిగ్గా నాకు చెప్పు. అతను ఏమన్నాడట"

"అతనేమీ చెప్పలేదు. కావేరక్క చెప్పింది"

"అదే...అతను ఆమెకు ఏమి చెప్పాడట?"

"నాకు సరిగ్గా తెలియదు. కావేరక్క ఏం చెప్పిందంటే మీరు తొందరగా వెళ్ళి మీ చెల్లెలు సావిత్రక్కతో మాట్లాడాలట. వాళ్ళు సునంద కోసం పురందర జాతకం ఇచ్చారట. ఇది పెళ్ళి విషయం, చాలా సున్నితమైనది, అతన్ని వీలైనంత తొందరగా వెళ్ళమని చెప్పు, అతనే స్వయంగా వెళ్ళి మాట్లాడనీ అన్నారు.

అంతేకాదు, ఇప్పుడు పురందర ఉద్యోగరీత్యా హుబ్బళ్ళికి వెళ్ళాడని చెప్పారు..."

"అన్నీ జరిగాయి, మాట్లాడవలసింది మాట్లాడి, దేవుడి ఎదుట నిలబడి చక్కెర తినటమూ జరిగింది. మరొకసారి మాట్లాడిందే మాట్లాడవలసి వస్తే మాట్లాడుతాను..."

"అది కూడా కావేరక్క చెప్పింది. దేవుడి ఎదుట నిలిపి మాట తీసుకున్నారని చెప్పినట్టు ఉంది"

"అయితే ఇదంతా ఎవరి కుట్ర?"

"....."

"సునంద విషయం ఇందులో ఎలా వచ్చింది?"

"పురందరే చెప్పాడని అనిపిస్తోంది"

"తన పెళ్ళి విషయాన్ని అతనే చూసుకుంటాడా? మనకు అందులో సంబంధం లేదని అనుకున్నాడా? మూడు కాసుల ఉద్యోగం దొరికిందని కళ్ళు నెత్తికెక్కాయా?"

వాసుదేవకు కోపం నెత్తికెక్కి మాట్లాడకూడని మాటలను, ఎక్కడ మాట్లాడుతున్నాడో కూడా ధ్యాసలేనివాడిలా మాట్లాడాడు. ఆకలివల్ల బాధ కలగసాగింది. దామణ్ణ తెలిపిన విషయం వల్ల దుఃఖం పొంగివచ్చింది. కొద్దిసేపటికి తేరుకుని ఇంటికి బయలుదేరాడు.

దారిలో ఇదే ఆలోచిస్తూపోయినట్టల్లా అతనికి వీటన్నిటి వెనుక గోదావరి కుతంత్రం ఉండొచ్చని మొదటిసారిగా స్ఫురించింది. వెళ్ళగానే కాళ్ళు, చేతులు కడుక్కోవటానికి మునుపే కస్తూరికి విషయం తెలిపాడు. భోజనానికి కూర్చున్నప్పుడు తన అనుమానాన్ని ఆమె దగ్గర చెప్పుకున్నాడు.

"నీ చెల్లెలు ఉందికదా, గోదావరి. అది గయ్యాళి. ఇదంతా ఆమె వ్యవహారమే అయివుండొచ్చు. సునంద కోసం పురందర జాతకం సావిత్రి ఇచ్చివుండదు. ఈమె వెళ్ళి బలవంతంగా ఇప్పించుకుని వచ్చివుండాలి... వేరే ఎవరిదీకాదు...ఈ గోదావరి గురించే నా భయం. ఆమె చేయాలనుకుంటే ఏదైనా చేస్తుంది. ఒకసారి ఇంట్లో కూర్చున్న చోటినుంచే నా ఉద్యోగానికి ఎసరు తెచ్చి పెట్టింది. తెలుసుకదా...ఆ రోజు నుంచి నేను ఆమెను చూస్తే చాలా జాగ్రత్తగా ఉంటాను. మన బుర్రను మన ఎదుటే మార్చివేయగల మాయావి. ఆ తరువాత నువ్వూ ఓహో ఎందుకు నేను ఇలా మాట్లాడానని ఆలోచించే సమయానికి అంతా మించిపోయి

వుంటుంది...ఎక్కడ ఏ చిచ్చు పెడుతుందో ఆమెకు మాత్రమే తెలుసు. శబ్దభేది బాణం వదులుతుంది. గుచ్చుకున్న తరువాతే తెలుస్తుంది. అందుకే నాకు భయం తప్ప సావిత్రి మీదకానీ, పురందర మీద కానీ అనుమానం లేదు...ఇది మన చేయిదాటి పోయేలా ఆమె చేయగలదు..."

"విషయం ఏమిటో సరిగ్గా తెలుసుకోవటానికి మునుపే మాట్లాడకండి. జనం మాటలు విని మనం ఓర్పు పోగొట్టుకోకూడదు. అప్పుడు మన ద్వారానే తప్పు జరిగిపోతుంది. అదలా ఉండనీ, ఈ రోజే మీరే కాసరకోడుకు వెళ్ళి విషయం ఏమిటో తెలుసుకుని రండి...అవసరమైతే హుబ్బళ్ళికి కూడా వెళ్ళిరండి..." కస్తూరి నియంత్రణ కోల్పోకుండా చెప్పింది.

మజ్జిగ వడ్డించేటప్పుడు చేతి మీద మజ్జిగ చుక్క పడిందని వాసుదేవ కస్తూరి మీద కోప్పడ్డాడు.

* * *

పురందర హుబ్బళ్ళికి బయలుదేరడానికి ముందు రోజు సాయంత్రం ఉద్యోగం ఖాయం అయినట్టు ఉత్తరం వచ్చింది. వెంటనే సహోద్యోగులు చాయ్, కారా, స్వీటు తెప్పించి అప్పటికప్పుడు ఒక పార్టీ ఇప్పించుకున్నారు. అప్పుడు లభించిన విచిత్రమైన ప్రాధాన్యత నుంచి ఇంకా అతనికి విడుదల దొరకలేదు. తాను ఏదో అయ్యాడనే సంభ్రమం పులకలను కలగజేసింది. ఆ రోజు సాయంత్రం అందరికన్నా ఆలస్యంగా బ్యాంక్ నుంచి బయటపడ్డాడు. తాను మోసుకున్న బాధ్యత అనే కాడిమాను భారాన్ని తానే మళ్ళీ మళ్ళీ అనుభవించేవాడిలా, దాన్ని పదే పదే తట్టి, ముట్టి చూస్తున్నవాడిలా, ఆ రోజు చేయాల్సిన చివరి భాగపు పనిని చాలా శ్రద్ధగా చేశాడు. అటు తరువాత బల్లను శుభ్రం చేసి బయలుదేరాడు. అతను టేబుల్ డ్రాలను మూసే తీరులోనే, దానికి వెచ్చించిన అధిక బలంలోనే, నెమ్మదిగా తోయటంలోనే అతనిలో కలిగిన మార్పు కనిపిస్తోంది. అతనికీ అది అనుభవంలోకి వచ్చి, పదే పదే అనుభవించాలనే కోరికతో మళ్ళీ మళ్ళీ పనులను వెతికి వెతికి చేశాడు. బయలుదేరేసరికి రాత్రి ఏడుగంటలైంది. బయలుదేరేటప్పుడు 'నమస్తే సార్' అని చెప్పిన వాచ్‌మెన్ 'లోలా' నమస్కారాన్ని రొమ్ము విరుచుకుని స్వీకరించాడు. నడుస్తూనే ప్రతినమస్కారం చేసిన అతని కదలికలోనే తాను ఇక్కడికి చెందినవాడనే ఆత్మవిశ్వాసం, మార్పు కనిపిస్తోంది.

రాత్రి పడుకోవటానికి ముందు సావిత్రికి ఒక ఉత్తరం రాసి తనకు ఉద్యోగం ఖాయం అయిన విషయం తెలిపాడు. మరుసటి ఉదయం హుబ్బళ్ళికి వెళ్ళటం

గురించి రాశాడు. రాత్రి బట్టలు సర్దుకుని రమణ దగ్గర తీసుకున్న పెద్ద బ్యాగులో పెట్టుకున్న తరువాత ఈ సారి హుబ్బళ్ళిలో తన కోసం ఒక బ్యాగు కొనాలని నిర్ణయించుకున్నాడు.

ఈ సారి హుబ్బళ్ళిలో నివాసం మరోలా ఉంది. గతంలో ఎన్నడూ అనుభవించని స్వాతంత్ర్యం, తానూ వారితో సమానమనే భావనతో పుట్టిన ఆత్మవిశ్వాసం, చేతిలో గతంలో కన్నా ఎక్కువగా ఉన్న డబ్బు, అదీ స్వయంగా సంపాదించిన డబ్బు, ఈ అన్నీ అతని అనుభవాన్నే వేరుగా మార్చాయి. వెనుకటి సహోద్యోగులతో మాట్లాడేటప్పుడు వాళ్ళు మునుపటికన్నా ఎక్కువ విషయాలను తనతో చెప్పుకుంటున్నట్టు అనిపించింది. గతంలో టెంపరరీగా ఉన్నప్పుడు చేస్తున్నట్టుగా తన పాటికి తాను ఉండటం అతను ప్రయత్నపూర్వకంగా వదిలివేశాడు. వాళ్ళతోపాటు మధ్యాహ్నం భోజనం చేసేవాడు. చాయ్ తాగేవాడు. ఒక్క నెల కోసం రావడం వల్ల భత్యం రూపంలో కాస్త ఎక్కువ డబ్బు దొరికింది. అందువల్ల ఈసారి భారత భవన్ హోటల్ మేడమీద ఒక గదిని నెలకోసం తీసుకున్నాడు. ఉదయం టిఫిన్, రాత్రి భోజనం అక్కడే జరిగేది. మధ్యాహ్నం భోజనానికి రెండు రోజులు కష్టపడిన తరువాత సహోద్యోగి కులకర్ణి చేస్తున్నట్టు ఒక నెల కోసం భోజనం డబ్బా తెప్పించుకోవడం మొదలుపెట్టాడు. వీటన్నిటి కోసం కాస్త చేయి వదులుచేసి ధారాళంగా ఖర్చుచేసే ఉత్సాహం తోడైంది. రాత్రి పడుకునేటప్పుడు కొన్నిసార్లు అవసరంకన్నా ఎక్కువగా ఖర్చుపెట్టి దుబారా చేస్తున్నట్టు అనిపించి మనస్సుకు గుచ్చినట్టు అనిపించేది.

ఒకరోజు ఆఫీసులో మంజయ్యను కలిశాడు. అతన్ని కలిసే సందర్భం తరుచుగా రాకపోవడం వల్ల అతనికి అది సంతోషకరమైన విషయమైంది. హుబ్బళ్ళికి వచ్చిన నాలుగు రోజుల తరువాత మంజయ్య వచ్చి, “ఈ శనివారం వాసుదేవ వస్తాడు. ఉదయం బస్సుకు వస్తానని ఉత్తరం రాశాడు. నువ్వు భోజనానికి వచ్చెయ్” అన్నాడు. అంతలో ఏదో పేపర్ పట్టుకుని శింధె, మంజయ్యా గదికి వచ్చారు. మళ్ళీ మాట్లాడటం కుదరలేదు. ‘వస్తాను’ అని పురందర చెప్పి అక్కడి నుంచి బయలుదేరాడు. శింధె మాటలు ఇంకా పూర్తికాలేదు. ఆ మాటల్లోనే మునిగిన మంజయ్య ‘సరే’ అన్నాడు. శింధె ఎదురుపడటం వల్ల తాను ‘వస్తాను సార్’ అనాల్సిందని పురందరకు తరువాత స్ఫురించినా, అలా అనకుండా రావటం వల్ల లోలోపల సంతోషమూ కలిగింది. శనివారానికి ఇంకా రెండు రోజులున్నాయి. మంజయ్య, వాసుదేవల నుంచి తప్పించుకోవటానికి దారులు కనిపించలేదు.

శనివారం పురందర మంజయ్య ఇల్లు చేరేసరికి ఆరున్నర అయ్యింది. పురందర మధ్యాహ్నం భోజనానికి రాకపోవటంతో మంజయ్యకు అనుమానం కలగసాగింది. వాసుదేవ తెచ్చినవార్త, పురందర ప్రవర్తన రెండూ కలిసి అతని అనుమానం క్షణక్షణానికి బలపడుతూ, అతనిలోని భయం చెప్పకుండానే వాసుదేవకు చేరింది. అతనూ లోలోపల కుంగిపోయినట్టయ్యాడు. ఏదో ప్రమాదపు సూచన అందుకున్న మనస్సు దాన్ని నిర్ధారించుకోవడానికి చూపించే సంకోచం, అదే సమయంలో దాన్ని ఎదుర్కొని ముగించాల్సిన అవసరం రెండూ కలిసి స్థిమితం తప్పినట్టయ్యింది.

మెట్లు ఎక్కుతున్న పురందరను "రావోయ్ ...రా" అని వాసుదేవ ఆహ్వానించాడు.

"కాస్త ఆలస్యమైంది. మీరు రావటం మంజయ్య మామ చెప్పారు. ఏదో పనిలో చిక్కుకునిపోయాను" అని పురందర ముందగా క్షమాయాచన స్వరంతో అన్నాడు. అతని మాటల వల్ల మంజయ్య కూడా కాస్త శాంతించాడు.

"మొత్తానికి వచ్చావుకదా. ఉండనీలే రా" అని వాసుదేవ ఆ ప్రసంగాన్ని అక్కడితో ముగించాడు.

ఒక్కసారిగా అతనికి పురందర దూరమైనట్టే అనిపించింది. మూలలో వదిలిన పురందర చెప్పులను అతను అప్పటిదాకా చూడనే లేదు. అతని షర్టు, ప్యాంటు, చేతిలో పట్టుకుని వచ్చిన సంచి ఏదీ అతను అప్పటివరకూ చూసినవి కావు. మొదట అతని షర్టు, ప్యాంటుగుడ్డలు, చెప్పులు, బనీయను ఇలా ఏదైనా కానీ వాసుదేవ కొనివ్వడం అలవాటు. పురందర దగ్గరున్న బట్టలు, చెప్పులు అన్నీ వాసుదేవ ఇప్పించాడు. అవన్నీ వాసుదేవకు పరిచితమైనవే. మెట్రిక్‌లో ఉన్న సంవత్సరంలో కొనిచ్చిన చేతిగడియారాన్నే పురందర పెట్టుకునేవాడు. అయితే ఈసారి అతడి చేతికి మరొక గడియారం కనిపించింది.

ఒక అపరిచితుడితో కూర్చున్నట్టు వాసుదేవకు అనిపించింది. తనకు తెలిసివున్న పరిచితమైన గీతలను ఇతను దాటి పోయినట్టు, తన అంచనాకు అందనట్టు అనిపించింది.

మంజయ్య భార్య గిరిజ బిగించుకున్న ముఖంతోనే చాయ్, అటుకులు తెచ్చింది. ఫలహారం చేసిన తరువాత ముఖ్యమైన విషయానికి రావటానికి మునుపే ఏవేవో విషయాలు అన్యమనస్కంగానే చర్చించుకున్నారు. చివరికి మంజయ్యనే మొదలుపెట్టాడు.

"ఇప్పుడు నీ ఉద్యోగం ఖాయమైంది. ఈ పెళ్ళికి వాసుదేవ నీ అంగీకారం తీసుకోవడానికి వచ్చాడు. ముహూర్తం ఎప్పుడు పెట్టుకోవాలో అడగటానికి వచ్చాడు"

మంజయ్య మాటల బిగువు కాస్త ఎక్కువైందని కలవరపడి వాసుదేవ తను ముందుపడి మాట్లాడాడు. "వచ్చే ముందు సావిత్రిని కలిసి వచ్చాను. పెళ్ళి ఎప్పుడన్నది నువ్వు ఊఁ అనటం మీదనే ఆధారపడివుందని ఆమె చెప్పింది. ఈ విషయాన్ని ఇంకా వాయిదా వేయాలనే ఆలోచన ఆమెకు లేదు. నా మాట నీకు తెలుసు. ఒంటికాలి మీద నిలబడివున్నాను..."

పురందర దానికి ఏమీ చెప్పకుండా, తన జవాబును మనస్సులోనే సిద్ధం చేసుకుంటున్నప్పుడు ఆ మధ్యనున్న మౌనంలో ఒక విచిత్ర క్రౌర్యం ఉంది. అడగటం, చెప్పటం, అంగీకరించటం, తిరస్కరించటం- అక్కడ లేని రత్నను కలగలుపుకున్న నిర్ణయాలను చేబట్టినపుడు అన్నీ తమతమ అదుపులో ఉన్నాయనే అవగాహన, ఏదో అహంకారం, మొరటుతనం –సమస్త సూక్ష్మతలను నలిపివేసేలా ఉన్నాయి.

"ఉద్యోగం ఖాయం కానీ అని నేను అనటం నిజం. అయితే ఇప్పుడు ఇంత తొందరగా పెళ్ళి చేసుకోవాలని అనుకోవటం లేదు. ఇంత తొందరగా బాధ్యతలు మోసుకోవడం కష్టమే. కొన్నాళ్ళు స్వేచ్ఛగా ఉండాలని అనిపిస్తోంది. మీ మాటలు నాకు అర్థమయ్యాయి. మీరు నా కోసం ఎదురుచూడకండి. రత్నకు మరోచోట సంబంధం దొరికితే పెళ్ళి చేసెయ్యండి. నేను ఎప్పుడు చేసుకుంటానో చెప్పలేను"

ఆగి ఆగి అతను మాట్లాడాడు. మంజయ్య ఇలాంటి ఒక నిప్పురవ్వకు ఎదురుచూసున్న టపాకాయలా దఢాలున విస్ఫోటించాడు.

"ఆహాహా! ఎంత బాగా మాట్లాడటం నేర్చుకున్నావు? ఎవరు నేర్పారు? బాధ్యత అనే మాట నీ తలలో ఇప్పుడు వచ్చిందా? ఉద్యోగం దొరికే వరకూ అది స్ఫురించలేదు. ఇప్పుడు ఒక్కసారిగా బాధ్యత భుజం మీదికి వచ్చి కూర్చుంది. మరో సంబంధం చూడండి అనే మాటలు నీ నోట ఎలా వచ్చాయి? అంటే నువ్వు ఆమెను పెళ్ళి చేసుకోనని చెబుతున్నావా?"

"మంజయ్యా, నువ్వు కాస్త ఆగు. అతను కుర్రవాడు. చెబితే మాట వింటాడు." తనకే నమ్మకం లేని మాటలు వాసుదేవ నోటి నుంచి వెలువడ్డాయి. పెళ్ళెప్పుడు అనే ప్రశ్నే తప్ప ఎవరినీ ఏమీ అనటం కాదని చెప్పబోయిన వాసుదేవకు, కూతురి

గురించి ఇలా బతిమాలుతున్నట్టు బేరమాడే సందర్భం రావటంతో గుండె బరువెక్కింది. ఇన్ని సంవత్సరాలలో ఒకే ఒక్కసారి కూడా బాధించని ఆడపిల్లను కన్నవాడిననే భారం గుండె మీద కూర్చున్నట్టు అనిపించింది. మంజయ్య ఎవరి మాటనూ వినేలా కనిపించలేదు. మాటనుంచి మాటకు అతని గొంతు పెరగసాగింది.

"పెళ్ళి అంటే ఏమనుకున్నావు? నిన్ను వాసుదేవబావ చూసుకోక పోయివుంటే రోడ్డుమీద ఉండేవాడివి. ఇదంతా నిన్ను హుబ్బళ్ళికి పంపినప్పుడే నేను చెప్పాను. ఇది వేర్లు గట్టిగా లేని మొక్క అని. ప్రతి ఒక్కటి మరొకరు చేసిపెట్టాలి. ప్రస్తుతం ఉద్యోగం దొరికేవరకూ ఉండమని పాటీల్ దగ్గరికి పంపితే నీకు నువ్వే ఒక ఉద్యోగం వెతుక్కునే గుండె ధైర్యం లేదు. అక్కడే సంవత్సరాల పొడుగునా ఉన్నావు. నువ్వే వదలకపోతే వాళ్ళే బయటికి తరిమేవారన్నది మరవకు. ఇప్పుడు ఇక్కడ ఉద్యోగం ఖాయం అయిందని తెలియగానే ఎగరటం మొదలుపెట్టావు. సొంత కాళ్ళమీద నిలబడటానికి దమ్ములేనివారు తిన్నింటి వాసాలు లెక్కపెట్టకూడదు. నీ మనస్సులో ఏముంది? నీ తల్లిని ఆ స్థితిలో కాపాడినవాడికి ఇచ్చిన ఒకే ఒక మాట నిలుపుకోవటానికి నీకు సాధ్యం కాలేదు. ఎందుకిలా గడ్డితినే పని చేస్తున్నావు..."

"కష్టకాలంలో చేయూత ఇచ్చిన విషయాన్ని నేను కాదనటం లేదు. అయితే ఈ ఉద్యోగం దొరకకపోతే నేను ముంబయికి బయలుదేరేవాడిని. ఏదో చేసుకుని ఉండేవాడిని. ఇప్పుడు ఇక్కడ పని ఇప్పించారన్నది నిజం. నేను కష్టపడి పని చేస్తున్నాను. పరీక్ష పాసయ్యాను. నా ఉద్యోగం నేను కాపాడుకోవటం ఈ పెళ్ళి చేసుకోవటానికి కాదు– నా సొంత శ్రమవల్ల దాన్ని కాపాడుకున్నాను..." పురందర ఆత్మాభిమానాన్ని రెచ్చగొట్టినట్టయి ఆ సందర్భంలో అగ్నికి ఆజ్యం పోసిన మాటలను అతని నోట పలికించింది.

"నీకు నీ మాటను నిలబెట్టుకోవాలన్న అభిమానం లేదు. పిరికివాడా. పోనీ. జనానికి భయపడనంటే కనీసం దేవుడికైనా భయపడవా? ఆ రోజు ఇదే ఇంట్లో దేవుడి ముందు నిలబడి నా చెల్లెలి కూతురును పెళ్ళి చేసుకుంటానని అనలేదా? అదంతా మరిచిపోయావా? కంటి ముందు కనిపించేది ఇదేనని అనుకోవద్దు. మేము కొలిచేది ఉగ్రదేవుణ్ణి. ఏమౌతుందో నీకు తెలియదు. ఇలా మాట తప్పటమంటే ఏమనుకున్నావు?"

వెంటనే స్ఫురించిన మాటను పురందర ఉద్వేగంలో ముందూవెనుకా

చూడకుండా, "నేనెప్పుడు మాట తప్పుతానని అన్నాను.? మీ చెల్లెలి కూతుర్ని నేను పెళ్ళి చేసుకుంటానని అన్నాను. సునందను చేసుకుంటాను. ఆమె కూడా మీ చెల్లెలి కూతురే కదా?..." అని అన్నాడు.

ఒక్క క్షణం అక్కడ మౌనం కమ్ముకుంది. తన వాదనంతా తన ముఖానికి కొట్టినట్టయి మంజయ్య మాటల కోసం తడబడ్డాడు. మాట అన్నాక పురందరకూ తాను ఏదో ఆవేశంలో చిక్కుకుని, మాటకు మాట ఇచ్చే తీవ్రతలో, మంజయ్య మాటకు ఎదురుదెబ్బ కొట్టే తొందరలో ఏదో అనేశాడని అనిపించింది. మౌనాన్ని చెదరగొడుతూ, తనను కూడదీసుకుని మంజయ్య మాట్లాడాడు.

"నీ తలలో దీన్ని ఎవరు వేశారు? మొదటి నుంచీ రత్నను నీకు ఇవ్వాలని సంప్రదింపులు జరుపుతున్న విషయం అందరికీ తెలుసు. నేనే గోదావరికి చెబుతాను-ఈ సంబంధం చేయవద్దని..."

"గోదక్కనే ఈ సంబంధాన్ని చేయడానికి తిరుగుతోంది. నా పెళ్ళిని నేనే నిర్ణయిస్తాను" పురందర అనకూడని మరొక మాట అన్నాడు.

ఇప్పుడు వాసుదేవకు కోపం వచ్చింది. తనకు మోసం జరుగుతోందన్న భావనతో లోపలి కోపం పొంగివచ్చింది.

"గోదావరి నీ బుర్రలో ఏమెక్కించిందో? ఆమె మాటకు నువ్వు పిచ్చివాడు కావద్దు. ఆమె కొంపలు కూల్చే గుణం నాకు తెలియదా? తన స్వార్థం ముందు ఆమెకు ఏమీ కనిపించదు. ఆమె భర్త మీద నేను రిపోర్ట్ రాశాననే అనుమానంతో, కేవలం అనుమానంతో, ఫిర్యాదు రాసి నా ఉద్యోగం పోయేటంత పని చేసింది. అయితే నా అదృష్టం వల్ల ఆ ప్రమాదం తప్పింది. అంతేకాదు, ఈ మంజయ్య పెళ్ళిని చివరి ఘడియలో చెడగొట్టి మరొక పిల్లను తీసుకుని రావడానికీ చూసింది...".

మంజయ్య కూడా ఆమె తన అక్క అన్నది మరిచి మాట్లాడసాగాడు.

"ఆమె మాట విన్నావా? మా సునంద మెట్రిక్ వరకూ చదివిందని అంటుంది. అలాగంటే విన్నవాళ్ళు ఏమనుకుంటారు- ఆమె మెట్రిక్ పరీక్ష పాసయ్యిందని అనుకుంటారు. నిజం ఏమిటో తెలుసా? ఆమె అక్కడి దాకా చదివింది. అయితే పాసు కాలేదు. ఇంకా విను. ఆమె జాతకంలో మామ లేని ఇల్లు కావాలని అంటుంది. దాని అర్థమేమిటో తెలుసా. పెళ్ళి చేసుకుంటే మామ ప్రాణాలకు ప్రమాదం అని అర్థం. ఇప్పుడు తెలిసిందా? అర్థమైందికదా. ఆమె నోట ఏది ఎలా ఏ రూపం పొందుతుందో చెప్పడానికి సాధ్యం కాదు. పెద్దలున్నారు. వాళ్ళను

అడగాలనే జ్ఞానం ఆమెకు లేదా? నీకూ లేదా? ఆమె అడిగిన వెంటనే పెళ్ళికి నువ్వు ఒప్పుకున్నావుకదా- మీ అమ్మను ఒక మాట అడగాలని నీకూ అనిపించలేదా? ఎన్ని రోజుల నుంచి ఇది సాగుతోంది? ఆమె నీకు ఏమేమి ఆశలు చూపించి గాలం వేసిందో? నువ్వు ఎంత చేతగానివాడివో...థూ..."

"నా అభిప్రాయం చెప్పాను. నేను వెళుతున్నాను..." అని పురందర లేచి నుంచున్నాడు. మంజయ్య మాట్లాడటానికి నోరు తెరిచేలోపు వాసుదేవ కోపంతో కంపిస్తూ లేచి నుంచున్నాడు.

"పోనీలే మంజయ్య. వీడు నా కంటి ముందు నుంచి పోనీ. థూ...దరిద్రుడా.. పో... నేను ఈ జన్మలో మరలా నీ ముఖం చూడను. ఇది నా మాట...ఎలా మాట నిలుపుకుంటానో చూడు, చూసి నేర్చుకో..."

పురందర వెళ్ళిపోయాడు. పాదాలను చెప్పుల్లో దూర్చేటప్పుడు అతని కాళ్ళు స్వాధీనం తప్పినట్టు తడబడ్డాయి.

* * *

ఆ కాల్చే ఎండలో జమదగ్నిలా వచ్చిన వాసుదేవ, సావిత్రి భోజనానికి అక్షరాలా అన్నానికి కంటకుడయ్యాడు. ఆమె ఆకులో అన్నీ వడ్డించుకుని ఇక భోజనానికి కూర్చోవాలని అనుకుంటుండగా అతను వచ్చాడు. రాగానే ఆమె ఉపచారపు మాటలకు గానీ, ఆమెకు తాను చెబుతున్నది అర్థం కావటం లేదనిగానీ, దాని గురించి పట్టించుకోకుండా ఒక్కలా కేకలు వేయసాగాడు. సావిత్రికి పురందర ఇతని కోపాన్ని రెచ్చగొట్టినట్టు మాట్లాడాడని అర్థమైంది. అయితే దాని తీవ్రత ఆమెకు అర్థం కాలేదు. భోజనం సమయంలో ఆకలితో వచ్చినవాడు కేకలుపెట్టాడు. శాపం పెట్టేవాడిలా మాట్లాడాడు. మరిచిపోయామని భావించిన పాత విషయాలన్నీ లేవదీశాడు.భోజనానికి ఆగలేదు. నీళ్ళుకూడా తాగలేదు. నోరు ఎండిపోయినపుడు తన పెదవుల అంచులో కూర్చొనున్న చిన్న నురుగు కణాన్ని మోచేత్తో తుడుచుకున్నాడు.

ఆ రోజు సావిత్రి భోజనం చేయలేదు. వాసుదేవ బుసకొడుతూ ఆకలి కడుపుతో వెళ్ళటం చూసిన తరువాత ఆమెకు ఇంకేమీ అక్కర్లేదని అనిపించింది. ఒకింత నీళ్ళు తాగి లోపల చాప మీద పడుకుంది. దేవుడి గదిలో శాంతంగా వెలుగుతున్న ప్రమిద వెలుతురు కనిపిస్తోంది. ఆమె పడుకున్న గదిలోపల మసక వెలుతురు. పడుకున్న ఆమెకు వాసుదేవ మాటలన్నీ ముక్కలు ముక్కలుగా గుర్తొచ్చాయి. ఏది మొదట చెప్పాడు, ఏది తరువాత చెప్పాడన్నది గుర్తుకురాక

అన్నీ ఒక్కసారిగా దూసుకొచ్చినట్టయ్యాయి.

"దేనికీ నేను తక్కువ చేయలేదు. కొడుకుకన్నా ఎక్కువ శ్రద్ధగా చూసుకున్నాను. వెళ్ళినపుడు కబురు పంపితే కళ్ళు తప్పించి తిరిగాడు. గడ్డి తినే పని చేస్తే లోలోపల గుచ్చుకోకుండా ఉంటుందా? ఇచ్చిన మాటకు విలువ లేదు. నువ్వూ అంతే. అంతా ఎంత తొందరగా మరిచిపోయావు...నీ భర్త చనిపోయినపుడు నిన్ను చూసుకున్నవాళ్ళు ఎవరు? ఇప్పుడు డబ్బు మీది ఆశతో అక్కడికి పోయావు?... పిల్లలు లేని ఆ అక్కాచెల్లెళ్ళ ఆస్తిని మింగటానికి కుట్ర చేశావు....

ఆ గోదావరి నీ కొడుకు బుర్రను బాగానే మార్చివేసింది. ఆ మాయావి చేతికి ఒక్కసారి దొరికితే అంతే. పూర్తిగా పిండి పిప్పి చేసేవరకూ ఆమె వదిలే మనిషి కాదు.

సునందను పెళ్ళి చేసుకుంటానని నా ముందు నోరు తెరిచి చెప్పాడు...నువ్వు ఏమీ తెలియనిదానిలా నాటకం ఆడుతున్నావు...అడిగితే ఎప్పుడో జాతకం ఇచ్చినట్టు మాట్లాడుతున్నావు...ఇప్పుడు చూస్తే అంతా నిర్ణయమైపోయింది...నేను ఆ రోజు వచ్చేసరికే నీకు విషయం తెలుసు. అయినా నాకు చెప్పకుండా దాచిపెట్టావు...

... వాడి ముఖాన్ని నేను బతికివున్నంత వరకూ చూడనని చెప్పాను. విను... విను... నీకు తెలిసివుండాలని చెబుతున్నాను. నువ్వు వాడి దగ్గర ఏమీ మాట్లాడవద్దు. ఈ పెళ్ళికి అతన్ని ఒప్పించకు. ఈ పెళ్ళికోసం ఎవరి ముందూ నేను చేతులు కట్టుకుని నిలబడటం రత్నకు ఇష్టం లేదు. అంత అభిమానం ఉన్న అమ్మాయి. అలాంటి అమ్మాయి దొరకాలంటే పుణ్యం చేసుకుని ఉండాలి. ఇతనికి ఆ అదృష్టం లేదు. మనస్సు ఒక్కసారి విరిగితే అంతే– అంత సులభంగా అది అతుక్కోవటానికి సాధ్యం కాదు. ఇక దేనికీ వాడ్ని నా దగ్గరకు పంపకు. నువ్వూ రాకు. తల్లీకొడుకులు ఇద్దరూ కలిసి గొప్ప సహాయమే చేశారు..."

* * *

భోజనం చేయకుండా, వడ్డించిన విస్తరిని ఆవు కుడితి కోసం తీసిపెట్టి సావిత్రి మునిసంధ్యా సమయం వరకూ మౌనంగా పడుకుంది. సావిత్రిని లేచేలా చేసింది హొన్నప్పగారి భార్య లక్ష్మీబాయి. ఎప్పటిలా సాయంత్రం 'హులిదేవర దిబ్బ' వైపు వెళ్ళేప్పుడు పిలవటానికి వచ్చింది. ఏ వివరాన్ని చెప్పకపోయినప్పటికీ ఏదో జరగరానిది జరిగిందని సావిత్రి ముఖం చూడగానే లక్ష్మీబాయికి అర్థమైంది.

"ఆరోగ్యం బాగా లేదా? ముఖం వాడిపోయింది. జ్వరమేమైనా వచ్చిందా?"

ఆ మాత్రం అడగటమే సావిత్రికి చాలు. అంతా చెప్పుకుంది.

“కొడుకు పెళ్ళి ఒక సంతోషకరమైన విషయమౌతుందని అనుకున్నాను. చూస్తే అది పాము తలమీది రత్నంలా ఉంది. చూసినవారు పామును చంపి దాన్ని పొందటానికి చూస్తున్నారు. కొడుకు చేతికి వచ్చాడనగానే అదే కారణంగా మనస్పర్ధలు చూడు. తగ్గినవారు తగ్గే ఉండాలని అందరూ కోరుకుంటారు. సొంత సోదరుడైనా కూడా. తల ఎత్తితే ఎవరూ భరించలేరు... ఈ రోజు నా పుట్టింటివాళ్ళతో ఉన్న బంధం తెగిపోయినట్టు అయింది.”

⌘

రెండవ భాగం

అధ్యాయం 1

మొదట హుబ్బళ్ళి, తరువాత శిరసి, అటు తరువాత కుమటా, ఇప్పుడు హొన్నావరకు బనభండారి అభినయించిన సినిమా వచ్చింది. హొన్నావర థియేటర్ యజమాని నందు చందావర బనభండారి అభిమానీ, నాటకాల పిచ్చి తగిలించుకున్నవాడూ కావటం వల్ల, ఎప్పటికన్నా ఎక్కువగానే హ్యాండ్ బిల్ ప్రింట్ చేయించాడు. పల్లెల వైపు నుంచి, హొన్నావర రేవు మీదుగా దాని గురించి కావలసినంత ప్రచారం జరిగింది. శరావతిని దాటే పడవలు, లాంచీలలోనూ కేవలం ఇవే మాటలు.

హొన్నావర థియేటర్‌లో ముందరి గోడ మీద రాయించిన పెద్ద అక్షరాల బోర్డులో 'పాత్రధారులు' ఎదుట ఉదయకుమార్ పేరుకన్నా ముందు బనభండారి పేరుంది. 'సహజనటుడు', 'కళారత్నాకరుడు' మొదలైన బిరుదులూ ఇచ్చారు. చిత్ర ప్రదర్శన మొదలయ్యే రోజు ఉదయం నుంచే బ్యాండు భజంత్రీలతోపాటు సినిమా బండి నుంచి ఆగకుండా అతడి గుణగానాలు ప్రసారమవుతున్నాయి.

హొన్నావర చెందిన సుప్రసిద్ధ నటుడు, కళారత్నాకరుడు బనభండారిగారి అమోఘమైన అభినయం చూడడం మరవకండి. మరిచిపోతే సలసలసలమని మరిగిపోతారు. "కళాభిమానులారా, పురజనులారా, ఈ రోజు నుంచి మీరు మెచ్చిన చిత్రమందిరంలో విడుదల...తారాగణంలో బనభండారి, ఉదయకుమార్, పండరిబాయి..."

టిక్కు టమటమ, టిక్క టమటమ అని స్వరమాత్రం చేతనే ఓ సినిమా బండి అని తెలిసేటటువంటి బ్యాండుమేళం నేతృత్వంలో బయలుదేరిన ఎద్దులబండికి ఇరువైపులా పెద్దపెద్ద పోస్టర్లు ఉన్నాయి. అందులో కోపావిష్టుడై కత్తి పట్టిన ఉదయకుమార్, నుదుటిమీది ముడుతలతో దీనంగా దేవుడిని పిలిచేలా ఆకాశానికి అరచేతులు చాపి నుంచున్న పండరిబాయి ఉన్నారే తప్ప బనభండారి జాడ లేదు. ఆ పోస్టర్ మీద ఎక్కడా కూడా అతని పేరు ముద్రించలేదు.

"పోస్టర్‌లో హీరో, హీరోయిన్ ఫోటోలు, పేర్లు మాత్రమే వేస్తారు. అది ప్రింటయ్యేది మద్రాసులో..." అని ఎవరో చెప్పిన సంజాయిషి అడిగిన వారికంతా నందు చందావర చేరవేస్తున్నాడు.

సినిమా మొదలయ్యే రోజు మధ్యాహ్నం మ్యాట్నీ షోకన్నా కొంచెం ముందు థియేటర్ యజమాని నుంచి బనభండారి చేత పూలమాల వేయించడం జరిగింది. స్వయంగా రాసి తెచ్చిన– "కళాభిమానులారా" అని మొదలయ్యే, ఉపన్యాసాన్ని చందావర కష్టపడి చదివాడు. బనభండారి పాత్రను చూసే తొందరలో ఉన్న జనానికి ఉపన్యాసం తొందరగా అయిపోతే చాలనిపించింది. చివరికి సినిమా ఆరంభం అయినపుడు, చిత్రంలో బనభండారినే వెతుకుతున్న ప్రజలకు సినిమాపైన దృష్టి తప్పిపోయినట్టయ్యింది. మేకప్ చమత్కారంలో అతన్ని తాము గుర్తుపట్టకపోవచ్చనే అనుమానంతో, అతని పాత్ర అప్పటికే వచ్చిపోయిందేమోననే అనుమానంతో 'బనభండారి వచ్చావా?' అని మధ్యమధ్యన కేకలు పెడుతూ అరవసాగారు. ప్రజలు సహనం కోల్పోయే సూచనలు కనిపించంతో బనభండారి పక్కనే కూర్చున్న చందావర కూడా, "ఎక్కడా?" అని వణుకుతున్న స్వరంతో అడిగాడు.

తెర మీద పెళ్ళికి వచ్చిన అతిథులకు వడ్డించే దృశ్యమొకటి ప్రారంభమైంది. "వచ్చాను... వచ్చాను... అక్కడ అక్కడ నేను...నేనే..." అని బనభండారి ఒక్కసారిగా అరవటంతో అందరూ చురుకై తెరంతా ఆవరించిన గుంపులో అతన్ని వెతుకుతూ గుర్తించలేక, "ఎక్కడరా... ఎక్కడరా..." అని కోలాహలం రేపారు. "అక్కడ... అక్కడ... ఎడమవైపున ... చేతిలో గరిటెతో..." అని బనభండారి లేచి నుంచుని చాటాడు. ఆ కోలాహలం మధ్యన అరక్షణంలో భోజనం సీను ముగిసిపోయింది. పెళ్ళికి వచ్చిన బంధువులకు చారు వడ్డించటానికి వచ్చి అతను ఇలా అంతర్ధానమైపోయినా, 'మళ్ళీ వచ్చినప్పుడు చెప్పు' అని ఆర్డర్ వేసి కూర్చున్నారు. కొందరికి సినిమాలో ఆసక్తి కలుగుతుండటంతో బనభండారి గురించి ధ్యాస తగ్గింది.

"శిరసి, కుమటాలో చాలాసార్లు ఒన్స్‌మోర్ అనటంతో థియేటర్‌వాళ్ళు మళ్ళీ మళ్ళీ అదే సీను వేశారు. అందువల్ల రీలు ముక్కలై నా సీను మొత్తం ఇంత చిన్నదైపోయింది..." అని తాను అంత తొందరగా అదృశ్యం కావటానికి వివరణ ఇవ్వసాగాడు.

తరువాత కోటను కాపలా కాసే సైనికుల వరుసలో మరొకసారి కనిపించి... "అక్కడ...అక్కడ... వచ్చాను వచ్చాను... చూడండి... చూడండి..." అనే కోలాహలం చెలరేగింది. కొందరు లేచి నిలబడి, మెడలు చాపి చూడటానికి ప్రయత్నించి, వెనుక కూర్చున్నవారి కోపానికి గురయ్యారు. అతన్ని సరిగ్గా గుర్తించి అతని నటనను అవలోకించే అవకాశం ప్రేక్షకులకు దొరకటానికి మునుపే ఆ సైనికులు ఉదయకుమార్‌ను వెన్నంటి అడవిలో మాయమయ్యారు.

విరామానికి ముందు మరోసారి అలాగే జరిగిన తరువాత బనభండారి కోపంగా, తనను గుర్తుపట్టకపోవడం జనం తప్పన్నట్టు, "మీకు చూపించడం నాకు చేతకాదు" అన్నాడు. సినిమా అయిపోవటంతో అతడిని చిత్రంలో గుర్తించటానికి సాధ్యంకానివారు కూడా తాము అతడిని చూశామని చెప్పసాగారు. అతను కల్పించిన కథలను విన్నవాళ్ళు చూసే గొడవ లేకుండా నమ్మేశారు. "అదే...అదే... చారు వడ్డించడానికి ముందు గరిటె తిప్పాను చూడు... మీసాలు పెట్టుకుంటే ఎలా గుర్తుపడతారు..." మొదలైన మాటలతో అభినందించారు. ఒకరికొకరు చెప్పుకుంటూ, దాని గురించి మాట్లాడుకుంటూ, అడిగి, కల్పించుకుని, మొత్తానికి బనభండారి పాత్ర అందరి మనస్సుల్లోనూ వారివారి ఊహాశక్తికి అనుగుణంగా రూపుదిద్దుకుంది.

కొందరు మాత్రం, "ఏ గుంపులోనో వందమందిలో వీడొక సైడ్ యాక్టర్...మాట్లాడటం చూస్తే హీరోకన్నా ఎక్కువే" అన్నారు. ప్రేక్షకుల్లో చెలరేగిన కుతూహలం వల్ల సినిమా ఊళ్ళో బాగానే నడిచింది. చారు వడ్డించడానికి మునుపు చారుపాత్రలో గరిటె పెట్టి కలపడాన్ని సెట్ మీద డైరెక్టర్ చూసి, "ఎంత చిన్న పాత్ర అయినా అందులో ప్రాణం పోయటమే నిజమైన కళాసేవ. చూడండి, ఎలా ఈ పాత్రకు సహజత్వం తెచ్చారో..." అని పొగడటం గుర్తు తెచ్చుకుని బనభండారి తాను గరిటె కదిలించడాన్ని, చారు కలయతిప్పటాన్ని వివరంగా చెప్పేవాడు. అతడిని ప్రశ్నించేవారి కొరతే లేదు.

"అక్కడ నిజంగానే చారు నింపిన పాత్ర ఉంటుందా?"

"నిజంగా భోజనం చేస్తారా?"

"అన్నిటినీ తినాలా? షూటింగ్ ముగిసి తరువాత లేచిపోవాలా?"

"ఆ వంటకాలను తరువాత పారవేస్తారా?"

ఇలా తమ అనుమానాలు తీర్చుకోవడం కోసం వాళ్ళు అడిగిన ప్రశ్నలకు ఆవగింజంత కూడా విసుక్కోకుండా వారికన్నా ఎక్కువ ఆసక్తితో బనభండారి వివరించసాగాడు. ఈ విధమైన సభలు ఎప్పటిలా పుత్తప్ప చాయ్ కొట్టులోనే జరిగేవి. ఈ మధ్యన సినిమా వచ్చిపోయిన తరువాత అతనికి తీరికే లేకుండాపోయింది

* * *

బజరంగ నరసింహ భండారి అనే పేరు మొదట పాఠశాలలో బ.న. భండారియై, తరవాత పంతులుగారి నోట బనభండారియై, ప్రజల నోట అదే నిలిచిపోయి, బజరంగ అనే పేరు మరుగన పడింది. అతడు పాఠశాల వదిలి, నాటకాలు, యక్షగానాల పిచ్చిలో పడి, తండ్రి నడుపుతున్న చెక్కబొమ్మల కొట్టును వీధిపాలు చేయడానికి కావలసినంత కానుకలు ఇచ్చాడు. అతని తండ్రి చనిపోయేవరకూ తన కొడుకు ఏదో ఒక రోజున కొట్టులో కూర్చుని, పని చేసుకునే బుద్ధి వస్తుందని నమ్మాడు. కొడుకు ఆ నమ్మకాన్ని అబద్ధం చేశాడు. తండ్రి చనిపోయిన తరువాత, స్వయంగా నాటకాలు రాయసాగాడు. పైగా నాటకాలు రాయడం మొదలుపెట్టాక కాళ్ళకు చక్రాలు కట్టుకున్నవాడిలా ఊరూరు తిరగటం మొదలైంది. పరోపకారం కోసం సదా సిద్ధంగా ఉన్న అతనికి వేరే ఆదాయమే లేకపోవటం వల్ల అతని భార్య చంద్రభాగి తన తమ్ముడు సదాశివను పిల్చుకొచ్చి కొట్లో కూర్చోబెట్టింది. ఈ సంఘటన జరిగిన తరువాత కొట్టు పతనానికి మరింత వేగం వచ్చింది. ఆరునెలల్లోనే అతను కొట్టును దివాళ తీయించి, కొంత అప్పును వీళ్ళ తలమీద మోపి వెళ్ళిపోయాడు. ఆ అప్పు తీర్చడానికి కొట్టు అమ్మే పరిస్థితి వచ్చినా చంద్రభాగి తమ్ముడి మోసాన్ని నమ్మటానికి తయారుగా లేదు. భర్త సక్రమంగా ఉంటే ఎవరి కాళ్ళు పట్టుకునే అవసరమే వచ్చేదికాదని తన వాదనను కొనసాగించింది. ఉన్న కొద్దిపాటి పొలం, ఇంటి వెనుకవున్న తోట, వీటితోనే ఎలాగో సంసారాన్ని లాక్కొచ్చేది.

బనభండారి దుస్తులంటే అరచేతులచొక్కా, వదులు పైజామా. కాలికి మందపాటి జోళ్ళు. చేతిలో ఒక సంచి. ఊళ్ళో ఉన్నప్పుడు అతని దినచర్య ప్రారంభమవ్వటమే పుత్తప్ప చాయ్ కొట్టు నుంచి. దాని గురించి 'పంచకన్యా స్మరేనిత్యం' ధాటిలో 'ఇడ్లి దోసె చట్నీ, భాజి ప్రాతఃకాలే పుత్తప్ప దర్శనం' అనే ఒక శ్లోకాన్నీ చెప్పేవాడు. పురుగుపట్టి చిల్లుపడిన అతడి ముందరి రెండు పళ్ళ

మధ్య నాలుక చివరను లోలోపలే కదిలిస్తూ, చాయ్ తాగుతూ, నిన్నటి పేపర్‌ను అక్షరం వదలకుండా చదువుతూ అతని దినచర్య ప్రారంభమయ్యేది. అక్కడ కూర్చుని చాయ్ తాగి కబుర్లు చెప్పిన తరువాతే అతను ఇతర వ్యవహారాలకు రేవు వైపు బయలుదేరేవాడు.

జనం అతని మాటల మాయలో చిక్కుకోవటానికి మరొక కారణం ఉంది. దేన్నయినా కానీ, అతను చెప్పడానికి సంకోచపడ్డవాడు కాదు. ఒక్కరే ఉన్నప్పుడూ, తమలో తామే మాట్లాడుకోవటానికి సిగ్గుపడే శబ్దాలనూ అతను అవలీలగా వాడేవాడు. అతని నోటి నుంచి కబుర్లు వినటమంటే అదొక ఉత్తేజకరమైన అనుభవం. పాలిండ్లు, యోని, సంభోగంలాంటి శబ్దాలను వాడేటప్పుడూ అతని నాలుక ఒక్కసారి కూడా తడబడేదికాదు. ఎంత పెద్దవాళ్ళు ఉన్నప్పటికీ, ఎదుట ఆడవాళ్ళు ఉన్నప్పటికీ అతనికి ఏ శబ్దమూ కొత్త కాదు. అతని ద్వారా ఇలాంటి మాటలు వచ్చినపుడు ఆడవాళ్ళుంటే ఛీ...ఛీ...' అని కొంగు నోటికి అడ్డంపెట్టుకుని నవ్వితే మగవాళ్ళు 'హ్హాహ్హాహ్హా' అని దిక్కులు చూసేవారు.

"థూ! ముండాకొడకా, ఎందుకురా ఇలా మాట్లాడుతావు?" అని అతని సమకాలీన స్నేహితులు చనువుతో, సగం సంకోచంతో, సగం ప్రశంసతో అడిగేవారు-అతడి జవాబు తెలిసివున్నప్పటికీ.

"శబ్దాలకు ఎందుకు భయపడుతారు? నేను ఉన్నదే చెబుతాను...నీకు పింగు ఉందికదా, ఉందా లేదా? ఉన్న తరువాత దాన్ని ఏమని చెబుతావు? పింగు అని చెప్పాల్సి వస్తుందికదా. దానికి సిగ్గు పడితే ఎలా? ..."

అతడి కథల వర్ణన రంగురంగుల దారి పట్టుకునే సూచనలు కనిపిస్తే ఎవరూ కదిలేవారుకాదు. అతను మాట్లాడినపుడు, అతని నోట ఏ శబ్దమూ అశ్లీలం అనిపించేదికాదు. ఏ కారణం వల్ల అతని మాటలు రంజకంగా కనిపిస్తాయో అదే కారణానికి అతను చాలామందికి అయిష్టుడయ్యాడు. కొన్నిసార్లు సమయసందర్భాల స్పృహ లేకుండా మాట్లాడే మాటలు, అతని అదుపునే దాటినట్టు అతని నోటి నుంచి వెలువడేవి.

హైస్కూలు చదివే పిల్లలతో అతనికి నచ్చిన తమాషా ఏమిటంటే వారికి 'బటక్' అనే పదానికి ఇంగ్లీషు-కన్నడ పదకోశంలో ఏమేమి అర్థాలున్నాయని అడగటం. వాళ్ళకూ దాని మర్మం తెలుసు. చెప్పు, చెప్పు అని బనభండారి వేధించేవాడు. అతను ఒక్క గుక్కలో గుద్ద, గుదము, ముడ్డి, పాయువు, పూడ, పృష్ఠము, మర్మము, ముడి, మూడి, మేడెము, పశువుల వెనుక భాగం'- అనే

పదాల మధ్యన ఎక్కడ ఆపాలో అర్థం కానట్టు గబగబా చెప్పాలి. వాళ్ళంతా పకపకా నవ్వాలి.

"ఇంటికి వెళ్ళి డిక్షనరీ తీసి చూడండి. ఏం ఇంగ్లీషు నేర్పుతున్నారయ్యా? మా కాలంలో మొత్తం పదకోశాన్ని కంఠోపాఠం చేయించేవాళ్ళు..."

అతను నటించిన సినిమా వచ్చిపోయినప్పటి నుంచి పుత్తప్ప చాయ్‌కొట్టులో బనభండారి మాటలు వినడానికి కూర్చునే జనం పెరిగారు. అతను మంగళూరు ద్వారా మద్రాసుకు వెళ్ళటం, అక్కడ అతని స్నేహితుడొకడు షూటింగ్ చూడటానికి పిల్చుకునిపోవడం, నృత్య సన్నివేశాల్లో ధరించే మెరిసే చీరలు, హీరోయిన్‌కు చేసే మేకప్పులు కట్టుకథలుగా ఉత్తేజకరమైన రూపాలు పొందసాగాయి.

ఇలా తీరిక లేని సమయంలోనే అతను పదిరోజులపాటు జాడ లేకుండా పోయాడు.

* * *

తిరిగొచ్చిన తరువాత పుత్తప్ప కొట్టులో అతని దర్బారు సాగినపుడు అతను ఏ కార్యార్థం వెళ్ళాడో దాని గొప్పదనం అందరికి తెలిసింది. అతని మాటలు వింటూ కూర్చున్న అయిదారుమంది సామాన్యంగా టిఫిన్ చేసే గిరాకీలు కాకపోయినప్పటికీ, వడలను తెప్పించుకోవడం వల్ల పుత్తప్ప ఉత్సాహంగా ఉండేవాడు. అతను బనభండారి మాటలను మిగతావారిలాగే కుతూహలంతో వింటున్నా, దాన్ని ప్రదర్శిస్తే అప్పటికే దోశ, మూడు చాయ్‌లు తాగిన బనభండారి అదంతా అరువు కింద రాయిస్తాడని బెదిరి ఈ మాటల్లో తనకు ఆసక్తి లేనివాడిలా నటించేవాడు. అయినా ఆ రోజు వ్యాపారపు జోరు వల్ల, అదీ బనభండారి వల్లనేనని లోలోపల తెలిసివుండటం వల్ల, ఎక్కువెక్కువ గిరాకీలు రాసాగి, వచ్చినవారు ఎక్కువసేపు కూర్చోవటం, జిహ్వా చాపల్యంతో పదే పదే ఏవేవో అడుగుతూ ఉండటం గమనిస్తున్నట్టే అతని మనస్సూ నెమ్మదిగా మారసాగింది. అతనికి ఒక చాయ్ ఫ్రీగా ఇస్తే ఎలావుంటుందనే ఉదారమైన ఆలోచన కూడా అతని మనసులో కదిలిపోయింది. కొట్టులో దూరినవారంతా బనభండారిని చూసి, "ఎప్పుడు వచ్చావు?" అని అడగటం ఆలస్యం, కథ మొదటినుంచి మొదలయ్యేది. ప్రతిసారీ అతను కలిపే కొత్త వివరాలతో ఇప్పటికే అనేకసార్లు విన్న ఈ వార్తను మరొకసారి పూర్తిగా వినటానికి ఎవరూ విసుగుపడలేదు.

ఈ రోజు అతని కథన కేంద్రం ఇల్లు వదిలి పారిపోయిన దేవయ్యగారి కొడుకు యశవంత వెనుతిరిగి రావటం గురించి. పూనాలో దొరికిన అతడిని

వెనక్కు తీసుకొచ్చిన కథలో బనభండారిది ముఖ్యమైన పాత్ర. ఈ సాహసగాథను పుత్తప్పచాయ్ కొట్టులో ఉదయం నుంచి పదే పదే విస్తారంగా చెప్పుకుంటూ పోతున్నాడు...

యశవంత తండ్రి దేవయ్యగారు వచ్చి కొడుకును ఇంటికి పిల్చుకుని రమ్మని చెప్పిన విషయాన్ని, 'దేవయ్య నాకు తాంబూలం ఇచ్చాడు" అని బనభండారి వర్ణించాడు.

అప్పుడు సాయంత్రమైంది. వెనుకటి రోజు హాళదీపురలో చూసి వచ్చిన యక్షగానం వల్ల మధ్యాహ్నం నిద్ర కాస్త దీర్ఘమై బనభండారి లేచేటప్పటికి మునిసంధ్య వేళయింది. చాయ కప్పు పట్టుకుని అరుగు దగ్గరికి వస్తుండగానే దేవయ్య రావటం కనిపించింది. ఒక చేత్తో ధోవతి కొంగు పట్టుకుని అతను గబగబా దడి దాటే హడావుడి చూడగానే విషయం సామాన్యమైనది కాదని బనభండారికి అర్థమైపోయింది.

వచ్చినవాడు కుదుటపడటానికి తీరిక లేనివాడిలా తడబడుతూ చెప్పాడు:

"మా యశవంత పూనాలో ఉన్నాడట. ముంబై నుంచి రమ భర్త జాబు రాశాడు. అతను పని మీద పూనా వెళ్ళినప్పుడు ఒక హోటల్లో చాయ్ తాగుతూ కూర్చున్న యశవంతను చూశాడట. అతనో కాదో అని కచ్చితపరుచుకోవటానికి తదేకంగా చూసినపుడు యశవంతకు తెలిసిపోయిందట. అయినా ఏమీ కానివాడిలా చాయ్ తాగి, లేచి వంటింటి వైపు వెళ్ళాడట. ఎంతసేపైనా రాకపోవటంతో మా రమ భర్త వెళ్ళి చూస్తే వంటింటి వెనుక తలుపు గుండా తప్పించుకుని పోయాడట. అతను కచ్చితంగా మా యశవంత. లేకపోతే ఎందుకు తప్పించుకుని పోతాడు? అని హోటల్ యజమానిని అడిగితే అతను ఎవరో నాటక కంపెనీ మనిషి కావచ్చని అన్నాడట. ఇప్పుడు నువ్వు వెళ్ళి వాడ్ని పిల్చుకుని రావాలి. ఇంకెవ్వరికి ఇది సాధ్యం కాదు. వాడి తల్లి బాధను నేను చూడలేకపోతున్నాను. వాడు వెళ్ళినప్పటి నుంచి మా ఇంట్లో రోజూ ఈ విషయం గురించి రామాయణం నడుస్తోంది".

ఒకే గుక్కలో ఇదంతా చెప్పి అరుగుమీద కూర్చుంటూ చేయెత్తి నీళ్ళు కావాలన్నట్టు సైగ చేశాడు.

"దేవయ్యా, వాడు తిరిగొస్తే నాకూ సంతోషమే. వాడు అక్కడ ఉండటం నిజమైతే, ఆకాశం పాతాళం ఒక్కటి చేసైనా పిల్చుకుని వస్తాను. అటుతరువాత ఇక్కడ ఉంచుకుంటావో, వదులుకుంటావో నీకు సంబంధించింది..."

నీళ్ళు తాగి కాస్త తేరుకున్న దేవయ్య, "ఈ రోజు రాత్రి గడవనీ. సమయం

మంచిది కాదు. తెల్లవారగానే బయలుదేరు. వాడ్ని తీసుకుని వస్తే నీకు ఋణపడివుంటాను. నేనూ వెంట వస్తాను. అయితే నన్ను చూసి వాడి మనసు మారకూడదు, అంతే"

"నువ్వు రానక్కర్లేదు. వాడు అక్కడ ఉన్నాడని కచ్చితంగా తెలిస్తే చాలు.వాడ్ని తిరిగి తెచ్చాననే అనుకో. ఒకవేళ నువ్వు రావాల్సి వస్తే నేను టెలిగ్రామ్ ఇస్తాను..."

బనభండారి ఇలా ఆహ్వానం స్వీకరించడం వివరంగా చెప్పి, మరుసటి రోజు హుబ్బళ్ళికి వెళ్ళి, అక్కడి నుంచి కొల్హాపూర్ చేరి, అక్కడ ట్రక్కు ఎక్కి అర్ధరాత్రి పూనా చేరటం గురించి వర్ణన మొదలవుతున్నట్టే రమాకాంత మాస్టారు ప్రవేశం జరిగింది. మెట్లు ఎక్కి లోపలికి వస్తున్నాడు. "అవునయ్యా బనభండారీ, యశవంత వచ్చాడట. నువ్వే పిల్చుకుని వచ్చావట. ఇదంతా ఎలా జరిగింది..." అని అడిగాడు. దాంతో మళ్ళీ తన కథను మొదటినుంచీ ఆరంభించవలసి రావటం వల్ల బనభండారి మరొక చాయ్ తెప్పించుకుని, దాన్ని గుటకలు వేస్తూ మొదలుపెట్టాడు.

"నేను పూనా చేరేసరికి అర్ధరాత్రి. అయినా రోడ్డు మీద జనసంచారం ఉంది. నాకు ట్రక్కులో ఒక మరాఠీ 'ఝూలాచ పాహిజె' అనేవాడు దొరికాడు. పూనా చేరేవరకూ బెళగాం మహారాష్ట్రలో ఎందుకు చేరాలని– మహారాష్ట్ర ఏకీకరణ 'ఝూలాచ పాహిజె' (కావాల్సిందే) అని–అతను చెప్పింది విన్న నాకు, దానివల్ల కలిగిన ప్రయోజనం ఏమిటంటే ఆ అర్ధరాత్రి పూనాలో ఉండటానికి అతను ఒక గది వెతికిపెట్టాడు.

మరుసటి రోజు పదిగంటల వరకూ పడుకున్నాను. ఆ తరువాత స్నానాదికాలు ముగించి, టిఫిన్ చేసి, దేవయ్య ఇచ్చిన చిరునామా చీటి పట్టుకుని హోటల్ జాడ వెతుకుతూ వెళ్ళాను. ఆ హోటల్ పేరు చంద్రహార్. దాని ముందున్న కాలువ దాటడానికి వెడల్పయిన బండరాళ్ళు పరిచారు. హోటల్లోకి వెళ్ళి అయిదుసార్లు చాయ్ తాగాను. సాయంత్రం వరకూ మా మహానుభావుడి జాడ లేదు.హోటల్ బయట నిలబడ్డాను. అటూ ఇటూ తిరిగాను. మళ్ళీ మళ్ళీ వచ్చాను. వీడి జాడే లేదు.

పొద్దువాలుతూ ఉంది. హోటల్ గల్లాపెట్టె ముందు కూర్చున్న అతను నా మీద ఒక కన్ను పెట్టడం నాకు అర్థమైంది. అది జనసంచారం బాగా ఉన్న హోటల్. దగ్గర్లోనే ఏదో ఓ మిల్లు ఉందని అనిపిస్తోంది. సాయంత్రం నాలుగు గంటలకు వందలాది జనం, నీలిరంగు దుస్తులు ధరించినవారు ఒక్కసారిగా అలలా వేగంగా వచ్చి, వచ్చినంత వేగంగానే వెళ్ళిపోయారు. అక్కడక్కడే నిలుచోని

చాయ్ తాగారు. బన్ను, భజ్జీలు తిన్నారు. బీడీలు కాల్చారు.

ఓరగా నన్నే చూస్తున్న హోటల్ యజమాని దగ్గరికి పోయాను. అతను అనుమానంగానే పలకరించాడు. వచ్చిన విషయం చెప్పాను. మా వాడి పోలికలు వివరించాను. పదిరోజుల క్రితం వాడిని ఇక్కడ చూడటం, అతను వంటింటి తలుపు గుండా తప్పించుకుని పోవటం అంతా చెప్పాను. గల్లాపెట్టె దగ్గర బిల్లు డబ్బులు తీసుకుని, చిల్లర వెనుతిరిగి ఇస్తూ అతను మాట్లాడాడు.

"ఇక్కడ నాటకం కంపెనీవాళ్ళు అప్పుడప్పుడు టిఫిన్ చేయడానికి వస్తూవుంటారు. మీరు ప్రభాత్ రోడ్డులోకి వెళ్ళి, అక్కడ ఉన్న మహాలక్ష్మి నాటక మండలిలో విచారించండి. ఇక్కడికి దూరమేమీ కాదు. ఇదే రోడ్డున నేరుగా పోతే మూడవ మలుపులో – కుడివైపున..."

సరే చూద్దామని అక్కడికి వెళితే నాటకం మొదలవ్వబోతోంది. నేను ఒక టికెట్టు తీసుకుని లోపలికి పోయాను. తాన్‌సేన్ నాటకం. నేనూ మైమరిచి నాటకం చూశాను. మొదట అనుకున్నట్టుగా ప్రతి పాత్ర మేకప్ వెనుక ఉన్న ముఖాన్ని చూడాలనే విషయం మరిచేపోయాను. అయితే తాన్‌సేన్ గురువు పాత్ర స్టేజి మీదకు రాగానే వాడే యశవంత అని నాకు అర్థమైపోయింది. నాటకం ముగిసి, థియేటర్ అంతా ఖాళీ అయిన తరువాత నేను స్టేజి వెనక్కి వెళ్ళి విచారించాను. "అతను అప్పుడే వెళ్ళిపోయాడు. రేపు వస్తే దొరుకుతాడు." అనే జవాబు వచ్చింది.

ఆ రాత్రి బాగా నిద్రపోయాను. మరుసటి రోజు ఊరంతా బాగా తిరిగాను. అయిదు గంటలకు థియేటర్‌కు వెళ్ళాను. లోపలికి వెళితే అక్కడ మా నాయకుడు కూర్చునివున్నాడు. నన్ను చూడగానే గుర్తుపట్టాడు. దాంతో అన్ని సంవత్సరాల తరువాత కూడా ఒక్క క్షణం ఆలస్యం చేయకుండా గర్తుపట్టాడుకదా అని నా మనసు ఆనందంతో నిండిపోయింది. "ఉండు, షో కాగానే కలుస్తాను" అన్నాడు. లోపలికి పిల్చుకునిపోయి చాయ్ తెప్పించి ఇచ్చాడు. ముందు వరుసలోని సీటులో కూర్చోబెట్టాడు.

నాటకం ముగిసిన తరువాత ఇద్దరం కలిసి హోటల్‌కు వెళ్ళి భోజనం చేశాం. "నా వెంబడి ఊరికి రా" అన్నాను. "వస్తాను" అన్నాడు. మళ్ళీ ఆ విషయం గురించి ఒక్క మాట కూడా మాట్లాడకుండా భోజనం ముగించాం.

"ఇప్పుడు ఈ నాటకం ఇంకా అయిదు రోజుల వరకూ ప్రదర్శించాలి. అటుతరువాత సతారాకు ఈ నాటకబృందం తరలిపోతుంది. అప్పుడు వస్తాను" అన్నాడు.

“ఇదంతా వదిలి రమ్మని నేను చెప్పను. ఒక్కసారి ఊరికి రా. అక్కడికి వచ్చిన తరువాత నీకు ఇష్టమైంది చెయ్”

“లేదు, అన్నీ వదిలేసి వస్తాను. ముందేమి చేయాలో ఆలోచిస్తాను. ఈ కంపెనీ వదిలేవాడినే. ఇప్పుడు దానికొక సాకు దొరికింది”

అటు తరువాత నేను హోటల్ గది ఖాళీ చేసి వాడితోపాటు ఉండిపోయాను. పగలు ఊరంతా తిరిగేవాడిని.

నాటక కంపెనీ పూనా వదిలి వెళ్ళడానికి సిద్ధమవ్వగానే మేము ఇటువైపు బయలుదేరి వచ్చాం. రోజూ ఇద్దరం కూర్చుని ఊరి విషయాలు మాట్లాడుకునే వాళ్ళం. ప్రతి ఒక్కటీ అడిగి అడిగి తెలుసుకున్నాడు.

హుబ్బళ్ళి చేరేసరికి అక్కడి నుంచి వచ్చే చివరి బస్సు తప్పిపోయింది. ఒక ట్రక్కు ఎక్కి ఇక్కడికి వచ్చాం. నిన్న రాత్రి వాళ్ళింట్లో సంబరం చూడాలి. దేవయ్య అయితే నా కాళ్ళమీద పడటానికి వచ్చాడు. నాకు అప్పగించిన పని పూర్తయింది, ఇక మీరున్నారు, మీ కొడుకు ఉన్నాడు అన్నాను.

⌘

అధ్యాయం 2

పురందర పెళ్ళికి ముందు సావిత్రి ఒక నిర్ణయానికి వచ్చింది: రత్న పెళ్ళి జరిగేవరకూ పురందర పెళ్ళి జరగకూడదని. అయితే దాని అవసరమే కలగనట్టు ఒక్క నెలలోపలే ఆమె వివాహం జరిగిపోయింది. ఆమె భర్త పాండురంగ శిరసిలో హోటల్ నడుపుతున్నాడు.

'అలంకార్' అనే పేరుగల ఆ హోటల్, అతను రత్నను పెళ్ళి చేసుకున్న తరువాత ఎంత విజయవంతమైందంటే దాన్ని కాకతాళీయం అని నమ్మటానికి పాండురంగకు సాధ్యం కాలేదు. భార్య అదృష్టంలో నమ్మకం కలిగి సంసారం సరాగమైంది. అల్లుడి అభివృద్ధి వల్ల, అతని ఇంట్లో నడుస్తున్న లక్ష్మీదేవి వైభవం వల్ల వాసుదేవ, కస్తూరీలు ప్రసన్నులయ్యారు. కొన్ని సార్లు పురందర సంబంధం తప్పిపోవటం దేవుడి దయవల్లనే అని కస్తూరికి అనిపించేది. పురందర పట్ల లోలోపల ఉన్న చనువు పాండురంగపట్ల లేకపోవటం వల్ల అతని భోళా వ్యక్తిత్వం కొత్తగా, ఆకర్షణీయంగా ఉండేది. వాసుదేవ నుంచి దాచిపెట్టవలసిన అవసరం లేనట్టు, అసహజమనిపించనట్టు, పాండురంగ అరుగు దిగి వెళ్ళి చెట్టుకింద నిలబడి బీడి కాల్చగలిగేవాడు. ఇంతటి ధైర్యం పురందరకు ఎప్పటికీ సాధ్యమయ్యేది కాదు. రత్నకు కూడా ఇన్నాళ్ళు తాను చూసిన, తనకు తెలిసిన పురందరకన్నా పాండురంగ మరింత ప్రత్యేకంగా కనిపించాడు. పురందర గురించి తెలియని విషయాలంటూ ఉండేవి కావు. అతను పరీక్షలో తెచ్చుకున్న మార్కులు మొదలు అతని దగ్గర ఎన్ని

జతల బట్టలున్నాయో అనే విషయం వరకూ వాసుదేవ, కస్తూరి ఏదో ఒక సందర్భంలో చర్చించేవారు. ఇప్పుడు పాండురంగ ప్రతి విషయంలోనూ కొత్తగా కనిపిస్తున్నాడు. పెళ్ళి తరువాత అతనికి కలిసివచ్చిన అదృష్టానికి ప్రత్యక్షంగా కారణమైందన్న గొప్ప భావనతో సంసారంలో రత్న స్థాయి పెరిగినట్టు అనిపించింది.

స్వభావ సిద్ధంగా కష్టపడి పనిచేసే ఆమెకు ఇప్పుడు హోటల్‌కు సంబంధించిన కొన్ని బాధ్యతలు ఇష్టంగానూ కనిపించాయి. అలంకార్ హోటల్ కీర్తికి, ఎవరికీ స్పష్టంగా కనిపించని, స్వయంగా ఆమెకూ కనిపించని రీతిలో ఆమె కారణమైంది. హోటల్ వ్యాపారానికి జీవనాడి అయిన కిరాణా సరుకుల ఖరీదు, మరుసటి రోజు వంటకు ఏ సరుకులు ఎంత ఇవ్వాలో నిర్ణయించే బాధ్యత ఆమె చేతికి వచ్చింది. హోటల్ వెనుక భాగంలో వారిల్లు, ఆ ఇంటికి ఆనుకునే ఉన్న గోడౌన్ తాళం చెవి ఆమె చేతికి చేరటంతో హోటల్ లాభం పెరుగుతూ పోయింది. ఆడదాని చేతికి సరుకుల బాధ్యత రావటం వల్ల నిభాయించలేక ఇద్దరు వంటవాళ్ళు పని మానుకుని వెళ్ళిపోయారు. అలంకార్ హోటల్ మాత్రం రోజురోజుకూ అభివృద్ధి వైపు సాగింది.

ఏ పని చేయడానికైనా ఆమె సంకోచించేది కాదు. మధ్యాహ్నం జనం తక్కువగా ఉన్న సమయంలో హోటల్‌కు వచ్చి ఒకసారి హోటల్ అంతా కలయతిరిగి వెనుకటిరోజు చెప్పిన ప్రకారమే ఆ రోజు పదార్థాలు తయారయ్యాయా అని సూక్ష్మంగా పరిశీలించి వెళ్ళేది. దేనికి ఎంత ఖర్చు అవుతుందో తెలిసిన ఆమె కన్నుగప్పి ఏమీ చేయడానికి అవకాశం లేకపోయింది. పాండురంగ మాత్రం ఎప్పటిలాగే గల్లాపెట్టె ముందు కూర్చుని నోటి చివర బీడి పెట్టుకుని, పెదవి ఈ చివరి నుంచి ఆ చివరికి దాన్ని కదిలిస్తూ డబ్బులు లెక్కపెట్టేవాడు. శిరసి ఊళ్ళో రత్న అని అంటే ఎవరికీ తెలియదు. అలంకార్ రత్న అంటే చాలు, మరే వివరాలు చెప్పే అవసరమే లేదు.

పాండురంగకు కలిసివచ్చిన సఫలత వల్ల, రత్న సుఖజీవనం వల్ల గోదావరి పట్ల అందరిలోనూ పుట్టిన చేదు భావన మసకబారసాగింది. అన్ని రకాలుగా పురందరకన్నా పాండురంగనే ఒకస్థాయి ఎక్కువగానే ఉన్నాడనే భావన పెరిగిన, తరువాత 'అమ్మాయి అదృష్టం బాగుంది', 'ఈ పెళ్ళి విషయంలో ఏమీ చెప్పటానికి సాధ్యం కాదు. ఏ మగవాడికి, ఏ ఆడపిల్ల అన్నది దేవుడు నిర్ణయిస్తాడు'–ఇలాంటి మాటలకు విలువ పెరిగి, అంతకుముందు అనుకుంటున్న పురందర విశ్వాఘాతానికి సంబంధించిన కటువు మాటలు మరుగునపడ్డాయి. గాయం మానసాగింది. అతను రత్నను పెళ్ళిచేసుకోకుండా సహాయమే చేశాడేమోనని

కావేరికి అనిపించింది. అందువల్ల పురందర హొన్నావరకు బదిలీ మీద వచ్చినపుడు, అతను, సునందలు అదే ఇంట్లో ఉండాలని సూచించిన గోదావరి మాటలకు కావేరి వ్యతిరేకించలేదు.

మంజయ్య ఎంత గొడవపడి వెళ్ళిపోయినా పురందర, సునందల పెళ్ళికి వచ్చాడు.

"నీ కోసం కాదు. చనిపోయిన అక్క కోసం వచ్చాను. ఒక్కగానొక మేనమామనైవుండి ఆమెను పెళ్ళికి పిల్చుకుని రాలేదని చనిపోయినామెకు అనిపించకూడదని వచ్చాను. లేకపోతే మాటతప్పినవాడి పెళ్ళికి కచ్చితంగా వచ్చేవాడిని కాను..." అని గోదావరికి పదే పదే చెప్పాడు. ఒకసారి కన్యాదానం జరిగిపోనీ అని గోదావరి అతడి వ్యంగ్యపు మాటలనూ భరించింది. గోదావరి, సర్వోత్తమలే కన్యాదానం చేశారు. చివరలో సునందను సాగనంపేటప్పుడు గోదావరి తప్ప ఎవ్వరూ ఏడవలేదు. పెళ్ళి ఊరేగింపు మరలివెళ్ళే సమయానికి, పొంగుకు వచ్చిన వెక్కిళ్ళను ఆపుకుంటూ లోపలికి వెళ్ళి ఏడుస్తూ కూర్చున్న గోదావరి ఏడ్చి ఏడ్చి ఎర్రబారిన కళ్ళతో బయటికి వచ్చింది. ఆమె వచ్చేవరకూ అందరూ ఎదురుచూడాల్సి వచ్చింది. ఎండలో ఎదురుచూసేటప్పుడు ఆ ఘడియలు అతి దీర్ఘమనిపించాయి. ఆమె లేకుండానే పెళ్ళి ఊరేగింపు బయలుదేరవచ్చనే సూచన ఇవ్వమన్నట్టు దేవరాయ అసంతృప్తితో, 'ఊరేగింపు' బయలుదేరడానికి మంచి ముహూర్తం ఇప్పుడే ఉంటే 'బయలుదేరనీ, బయలదేరనీ...' అన్నాడు. అంతలో గోదావరి వచ్చింది. తనను తప్ప సునంద వీడ్కోలు ఇతరులెవరినీ బాధించలేదేమో అని ఆమె ప్రదర్శిస్తున్నట్టు ఉంది.

కస్తూరికానీ, వాసుదేవకానీ పెళ్ళికి రాలేదు. జాతకం ఇచ్చిన మొదటిచోటే రత్న పెళ్ళి జరగటంతో వాళ్ళ కోపం కాస్త తగ్గింది. పురందర పెళ్ళికి ముందే, మంజయ్య శిరాలికి వెళ్ళి ఇకపై ఏ విషయాన్ని పదే పదే సాగదీయకండని మధ్యవర్తిత్వం జరిపినప్పటికీ; ఒత్తిడిపెట్టయినా కనీసం కస్తూరినైనా పెళ్ళికి పిల్చుకుని రాగలననే నమ్మకం స్వయంగా అతనికే లేదు.

సందర్భం దొరికినపుడు కటువుగా మాట్లాడుతున్నప్పటికీ మంజయ్య హొన్నావర ఇంటికి రాకుండా ఉండేంత వరకూ వెళ్ళలేదు. అంతేకాకుండా దేవరాయ, కావేరీల మీద కోపగించుకోవటానికి ఎలాంటి కారణమూ కనిపించలేదు. కాలక్రమంలో రత్నకు కొడుకు పుట్టి సంసారం పెరుగుతున్నట్టే, ఆమె మొత్తం అదృష్టంతో పోల్చినపుడు పిల్లలు లేని పురందర సంసారపు కొరతలను చూసినట్లల్లా

పాత మనస్పర్థలు మాసిపోసాగాయి. అయితే వాసుదేవ మాత్రం హొన్నావర ఇంట్లో మళ్ళీ కాలు పెట్టలేదు. సావిత్రి ఇంటికి వెళ్ళలేదు. గోదావరి ఈ విషయాలవల్ల బాధపడనట్టుగానే ఉండిపోయింది. ఒకసారి గిరిజకు జబ్బు చేసినప్పుడు తనంతట తానే ముందుకొచ్చి గోదావరి హుబ్బళ్ళిలోని అతని ఇంటికి వెళ్ళి రెండు వారాలు ఉండి వచ్చింది. ఈ సహాయానికి కృతజ్ఞతా భారంతో మంజయ్య మాటలు మృదువయ్యాయి.

* * *

యశవంత ఆదివారం వేకువలోనే పురందరను చూడటానికి వచ్చాడు. పురందర అప్పుడే లేచి చాయ్ తాగుతూ కూర్చునివున్నాడు. దడి దాటి లోపలికి వస్తున్నవాడిని చూసి ఇంత పొద్దున్నే ఈ ఇంటికి ఎవరు వస్తున్నారా అని అనుకుంటూ పురందర వసారాలోకి వచ్చాడు. పైజామా, తెల్లటి చొక్కా వేసుకుని, పాపిట తీయకుండా వెనక్కి దువ్విన ఉంగరాల జుట్టు, ఆ రోజే క్షవరం చేసుకున్నట్టు మెరుస్తున్న చెంపలు, మీసాలు లేని బోడిముఖం, ముఖంలో కొట్టొచ్చినట్టు సూటిగా ఉన్న ముక్కు, అతను చిన్నగా నవ్వుతూ వసారాలోకి వస్తుండగా పురందరకు అతను ఎవరో గుర్తుకు వచ్చింది.

ఈ ఎదురుచూడని కలయికను ఎలా నిభాయించాలో తెలియనివాడిలా పురందర సంతోషంతో హ్హాహ్హా అన్నాడు. తమ మధ్యన గడిచిపోయిన కాలాన్ని ఒక్కసారిగా దాటడానికి వెనుకాడుతూ, చాయ్ కప్పును కిటికీలో పెట్టి తెల్లబోయి చూస్తున్న పురందర దగ్గరికి వచ్చిన యశవంత బిగువుగా కౌగిలించుకుని సమస్యను పరిష్కరించాడు.

హఠాత్తుగా జరిగిన ఈ నాటకీయ దృశ్యం అర్థం కాకపోవటంతో 'ఎవరు? ఎవరు?' అని అడుగుతూ నట్టింటి నుంచి బయటికి వస్తున్న దేవరాయకు జవాబివ్వడానికి పురందర తడబడ్డాడు.

"యశవంత...యశవంత...దేవయ్యగారి కుమారుడు..."

"ఎవరు? బొమ్మలకొట్టు దేవయ్యగారి కుమారుడేనా? ఇల్లు వదిలి పోయినవాడా?" అనే ప్రశ్నకు పురందర తటపటాయిస్తున్నప్పుడు యశవంత సహాయానికి వచ్చాడు.

"అదే...అదే...ఇల్లు వదిలిపోయినవాడినే. నిన్న రాత్రే వచ్చాను. వచ్చిన తరువాత ఊళ్ళో ప్రవేశించగానే ముందుగా కనిపించే ఇల్లు ఇదే. మీరు ఎలా ఉన్నారు దేవరాయ బాబాయి?"

"రావోయ్ రా...మొత్తానికి వచ్చావుకదా. నేను బాగున్నాను. నిన్ను చూసి ఎన్నేళ్ళు గడిచాయో..."

"పురందర ఊళ్ళో ఉన్నాడని తెలిసింది. ఇతను బయటికి వెళ్ళటానికి మునుపే కలుద్దామని వచ్చాను"

"అతను ఇంత తొందరగా ఎక్కడికీ వెళ్ళడు. అందులోనూ ఆదివారం ఈ సమయానికి లేవటమే గొప్ప..."

వీళ్ళ మాటలు విన్న గోదావరి, కావేరీలు బయటికి వచ్చారు. ఏ విషయాన్ని ఎంతగా వినాలో, అడగాలో, వద్దో అనే అనుమానంతోటే కుశల ప్రశ్నలు ముగిశాయి. నట్టింట్లో నుంచుని బయట జరుగుతున్నది చూస్తున్న సునందను పిలిచి "ఎవరో తెలిసిందికదా?" అంటూ పురందర పరిచయం చేశాడు. యశవంత నాటకీయంగా చేతులు జోడించి వంగి నమస్కరించాడు.

మరీ బలవంతం పెట్టించుకోకుండానే మినపప్పుతో చేసిన దోశలు, చట్నీ తిన్న తరువాత యశవంత "రా, రామతీర్థం వైపు వెళ్ళివద్దాం" అని పురందరను పిలిచాడు.

"స్నానానికా? అయితే బట్టలు పెట్టుకుంటాను"

"నాకూ ఒక తువ్వాలు పెట్టుకో. స్నానం చేయాలనిపిస్తే చేస్తాను. లేదా అలా తిరిగివద్దాం"

సంచిలో రెండు తువ్వాళ్ళు, బట్టలు పెట్టుకుని పురందర అతని వెంబడి బయలుదేరాడు.

ఇద్దరూ రామతీర్థం కొండ వైపు నడుస్తూ మాటలు మొదలుపెట్టినపుడు వారి మధ్య మునుపట్లా చనువుతో కూడిన మాటలు దొర్లసాగాయి.

"నిన్ను వెతకటానికి బయలుదేరి–మీ నాన్న, పోలీసుతో కలిసి మొత్తం హుబ్బళ్ళి, ధారవాడ అంతా తిరిగాం" అంటూ పురందర మొదటినుంచి ప్రారంభించటానికి ప్రయత్నించాడు. అయితే కాలక్రమాన్ని అనుసరించడం అసాధ్యమన్నంతగా విషయాలు బయటికి తోసుకొస్తున్నాయి. దేన్ని ముందుగా చెప్పాలనే ఒత్తిడిలో, దేన్నో చెప్పబోయి, ఇంకేవో విషయాలను కళ్ళ ముందుకు తెచ్చుకున్నాడు. ఎన్నోసార్లు ముఖ్యమైన విషయాన్ని ఒక మాటలోనూ, నేపథ్యాన్ని వివరాలతోనూ మాట్లాడుకున్నారు. కొన్నిసార్లు మాటలే లేకుండా దీర్ఘమౌనంలో ఉన్నారు. అన్నిటినీ చెప్పటానికి ప్రయత్నించలేదు. పొడిపొడి మాటల్లోనే, వారికే

అస్పష్టంగా ఉండిపోయిన వాటిని జోడించడానికి ప్రయత్నించారు. కొన్నిసార్లు ఒక్కడే దీర్ఘంగా స్వగతంగా మాట్లాడాడు. మౌనంలో స్వీకరించారు. దేన్నీ అర్థం చేసుకోవాలనే మొండితనం లేకుండా, తార్కిక కోణం చేరే ఒత్తిడి లేకుండా, అంచనా వేసి, విలువ కట్టకుండా, గడిచిపోయిన సంవత్సరాలను మళ్ళీ పునర్నిర్మించడానికి ప్రయత్నించారు.

ఇద్దరూ ఇలాంటి ఒక అవకాశం కోసం ఎదురుచూస్తున్నవారిలా పరస్పరం నివేదించుకున్నారు.

* * *

నేను మొదట ఎక్కడికి వెళ్ళానో తెలుసా? రాము వాళ్ళింటికి. అక్కడ రెండు రోజులు ఉన్నాను. తరువాత సాంగ్లీకి వెళ్ళాను. అక్కడొక నాటక కంపెనీ మకాం పెట్టింది. రాము సిఫారసుతో వారి కంపెనీలో చేర్చుకున్నారు. నా పేరును మార్చుకుని, గతాన్ని వదలివేస్తూ ముందుకు సాగాను.

ఆ రోజు బయలుదేరే సమయానికి నువ్వు కనిపించి ఉంటే చెప్పే వెళ్ళేవాడిని. అప్పటికప్పుడే వెళ్ళాలనిపించి ఆ క్షణంలోనే బయలుదేరలేదని నీకూ తెలుసు. చాలా రోజులుగా అది మనసులో నలుగుతోంది. ఒక నిప్పురవ్వ కోసం ఎదురుచూస్తున్నాను. అది పేలగానే అంటుకుని మండింది. ఎందుకు నిప్పురవ్వ పేలిందో మాటల్లో చెప్పటానికి సాధ్యం లేదు. ఎండ కాస్తున్న మధ్యాహ్నం. చెమట ఒంటికి గంజిబట్టలా అంటుకున్న ఘడియలో మా ఇంటి మేడ మీద కూర్చున్నప్పుడు అది మనసులో పుట్టిందో ఏమో? గతమైతే మన చేయి దాటిపోయింది. ముందరి రోజుల్లోనైనా పరకాయ ప్రవేశం చేసి ఇంకేదో అయి జీవితాన్ని చూడాలని అనిపించింది. ఇదంతా చాలా నాటకీయంగా కనిపించవచ్చు. అయితే పేరు మార్చుకోవటం వల్ల, చుట్టుపక్కల వాళ్ళు మరో పేరుతో పిలవగానే కలిగే మార్పు, దొరికే స్వాతంత్ర్యం సామాన్యమైనది కాదు. పేరులో ఏముందనే మాట అబద్ధం. మన సొంతానికైతే దాని వల్ల చాలా తేడా ఉంటుంది. అదంతా గ్రహించటానికి సూక్ష్మమైన మనస్సు కావాలి. యశవంతనేవాడు వసంతుడైనపుడు, వసంతా అని పిలిచినపుడు 'ఓ' అనాలనే అలవాటు నెమ్మదిగా చెవికీ, మెదడుకూ, కంఠానికీ కలగాలి. ఇలా కామరూపినై పొందిన స్వాతంత్ర్యంలో ప్రేమించాను. గొడవ పడ్డాను. నటించాను. నాటక కంపెనీ అభివృద్ధికి అహర్నిశలూ శ్రమించాను...

...నేను చెప్పేది విచిత్రంగా కనిపించవచ్చు. అయితే మొదట కొన్ని సంవత్సరాలు నేను 'పురందర' అయ్యాను. అది ఉద్దేశ్యపూర్వకంగా కాదు. లేదా

నాకు అది ఆదర్శవంతమైన పేరూ కాదు. నాటక కంపెనీ యజమాని అడిగినపుడు, కొత్త పేరు చెప్పాలనుకున్న నాకు వెంటనే నోటికి వచ్చింది నీ పేరు. కాస్త తమాషాగానే ఆ పేరు చెప్పాను. మొదట్లో దానికి సర్దుకోవడానికి కష్టమైంది. పదే పదే నువ్వే గుర్తుకొచ్చేవాడివి. తరువాత నువ్వు వెనక్కు జరిగి నేను పురందర అయ్యాను. ఈ నా ప్రయాణంలో కేవలం నాటకం మీదున్న ప్రేమ వల్ల మాత్రమే కాదు. నేను వేరే ఎవరో కావటానికి అదొక దారి అయ్యింది. నాకు అందగలిగే దారయ్యింది.

నాటక మండలిలో చేరుకున్న తరువాత అక్కడున్న చాలామందికి నాటకానికి సంబంధించిన పేర్లు వేరే ఉన్నాయన్నది తెలిసింది. శకుంతలాబాయి నుండి చంద్రదేవ వరకు. కొందరు చెప్పుకున్నారు. కొందరు ఈ పునర్జన్మనే అంగీకరించారు. మా బృందం అంటే అదొక జగత్తు. ఆ జగత్తులో కొత్తకొత్త పేర్లు పొంది నేను పుట్టానని అనిపించింది. నాటకం హ్యాండు బిల్లులో నా పేరు వేసేటంతగా అభివృద్ధి చెందిన తరువాత కంపెనీ నటనా ప్రతిభకు వన్నె తెచ్చేలా వసంత కుమార్ అయ్యాను. కంపెనీ యజమానికి పురందర అన్నది నచ్చలేదు.

... అటుతరువాత మళ్ళీ పేరు మార్చుకోలేదు. దాన్ని తప్ప దాంతోపాటు వచ్చిన అన్నింటినీ వదలాల్సి వచ్చేది. ఇప్పుడు చేసినట్టే. యశవంతుడై ఇక్కడికి వచ్చినట్టే...

మొదట కంపెనీలో ఉన్నప్పుడు మా క్యాంపు సాంగ్లీ నుంచి కొల్హాపూర్‌కు, తరువాత సతారాకు వెళ్ళేంతలో నాకు నాటకంలోని నాయకురాలు లక్ష్మిబాయితో సహవాసం కాస్త ఎక్కువైంది. ఆమె నాకన్నా చాలా పెద్దది. ఆమె అలవాట్లు, యువకుల పట్ల ఆమెకున్న ప్రత్యేకమైన తపన, ఆమె గురించి వ్యాపించిన కథలు నాకు తెలుసు. అయినా ఆమెతో లీలలు నడిపాను. ఆడదానితో మొదటి సంపర్కంలోని సమస్త ఉత్కంఠను, పిచ్చిపట్టించే పరవశాన్ని ఆమెతో అనుభవించాను. నా పట్ల చాలా అభిమానాన్ని పెంచుకుంది. ఎవరికీ చెప్పని తన అసలు పేరు నాకు చెప్పింది. లేదా అలాగని నేను అనుకున్నాను. అయితే ఆమె ప్రేమికుడిని కాలేకపోయాను. సమానత్వం మా మధ్యన పుట్టనే లేదు. అలా జరగగలిగే, అలా జరిగిన ఆడది నాకు దొరికింది ఒక్కతే. దుర్గావతి.

ఆమె పేరుకు మాత్రమే దుర్గావతి! లోపల చాలా మృదువు. నాసిక్‌లో క్యాంపు వేసినపుడు ఆమె నాకు పరిచయమైంది. ఆమెకూ పెళ్ళయింది. మా బృందం క్యాంపు వేసిన స్థలం ఎదురుగ్గానే ఆమె ఇల్లు. కర్ణాటకకు చెందిన ఆమెకు కన్నడ

వచ్చేది. భర్తకు కేవలం మరాఠీ మాత్రమే వచ్చేది. ఆమె భర్త లేనప్పుడు అవకాశం కల్పించుకుని ఒకరినొకరం చూసుకునేవాళ్ళం. ఆమె సాధారణ దుస్తులు, ఆభరణాలు లేని ఖాళీ చేతులు, సాదా కాటన్ చీర నాకు చాలా ఆకర్షణీయంగా కనిపించింది. ఒక మధ్యాహ్నం ఆమె ఇంటికి వెళ్ళాను. లోపలికి ఆహ్వానించింది. తలుపులు మూసి సహజమన్నట్టు మాట్లాడకుండా నాతో కలిసింది. తరువాత ప్రతి రోజు ఆమె చేసే సైగకోసం ఎదురుచూస్తూ, ఆమె ఇంటికి వెళ్ళాలనే తొందరలో నేను సరిగ్గా నిద్రపోవటమే మానేశాను. రోజంతా పిచ్చివాడిలా ఆమె ఇంటి చుట్టుపక్కల తిరుగుతూ ఎదురుచూసేవాడిని. ఆమె భర్తకు ఒక నిర్దిష్టమైన దినచర్య లేకపోవటం వల్ల ఏదేదో సమయంలో కలిసేవాళ్ళం. ఒక రోజు ఆమె భర్తకు అనుమానం వచ్చి ఆమెని కొట్టి నాకు కనిపించకుండా చేశాడు. అదే సమయానికి మేము తదుపరి క్యాంపుకు బయలుదేరాం.

తదుపరి క్యాంపులో ఉన్నప్పుడు ఆమె పిచ్చి వొదలుకోలేక రెండు రోజులు నాసిక్‌కు వచ్చాను. అప్పటికే ఆమె ఆ ఇంటి నుంచి వెళ్ళిపోయింది. ఆమె భర్త ఎవరికీ చెప్పకుండా ఆమెను అక్కడి నుంచి తీసుకునిపోయాడు. ఇరుగుపొరుగువారికి కూడా అతను ఎక్కడికి పోయాడో తెలియదు. కోపంతో ఆమెను కొట్టి చంపేశాడేమో అని కొన్నిసార్లు అనుమానం కలిగేది. నాటక కంపెనీ ద్వారా నన్ను సంప్రదించడం సాధ్యం కానంత మూర్ఖురాలు కాదామె. మా సంబంధాన్ని అక్కడితో వదులుకోవడం మంచిదని ఆమె నిర్ణయించుకుని ఉండొచ్చనే ఆలోచన వచ్చినపుడు మాత్రం బాధ కలుగుతుంది.

ఆమె ముఖం మీద ఏదో విషాదం నెలవైనట్లు నాకు అనిపించేది. దుఃఖితురాలైన ఆడదాని జీవితంలో ప్రవేశించి, ఆమె దుఃఖాన్ని తాను పోగొట్టానని భావించడాన్ని మగవాళ్ళు ఇష్టపడుతారని ఆమె నన్ను రెచ్చగొట్టేది. కొన్నిసార్లు చాలా తెలివిగా మాట్లాడేది. ఒక్క రోజూ తన భర్త గురించి ఏమీ చెప్పలేదు. నేను ఒకటి రెండు సార్లు విషయం ప్రస్తావించడానికి ప్రయత్నించినా ఆమె దాన్ని తోసిపుచ్చింది. ఆమె ఊరు ఏది, ఆమె తండ్రి పేరేమి, ఆమె భర్త ఎక్కడివాడు ఇలాంటి ప్రశ్నలు కానీ, ఇలాంటి ఏ వివరాల ప్రసక్తికానీ మా మధ్యన రానేలేదు. మేము కలిసినపుడు దొరుకుతున్న ఆ కొద్ది సమయంలో వీటన్నిటి గురించి మాట్లాడి సమయం పాడుచేసుకోవడానికి ఇద్దరికి ఇష్టం లేదు. ఈ వివరాలకు విలువలున్న జగత్తుకు ఆవల ఉన్న వలయంలో మా కలయిక జరుగుతోందని ఇద్దరమూ నమ్మాం. ఇలా జరిగి, ఇలాంటి వివరాల ద్వారా జాడపట్టుకుని వెళ్ళి

ఆమెను కనుక్కోవడటం అసాధ్యమైంది. ఆమెను ఈ ప్రాపంచికానికి జోడించే ఏ వివరాలు నాకు తెలియవు. అందువల్ల ఆమెను ఎక్కడ వెతకాలి?

ఒక కల మధ్యన మెలకువ వచ్చినట్టు చప్పున ఇదంతా తెగిపోయింది. ముక్కలైన కల. మళ్ళీ లోపలికి ప్రవేశించడానికి సాధ్యం కానటువంటి కల. నాసిక్‌లో ఎండ తాపానికి విడిపోయిన ఆమె గుత్తులుగుత్తులుగా ఉన్న ఉంగరాల జుత్తు ఆమె వీపుకు, మెడకూ అంటుకుని ఉండటం పాయలు పాయలుగా విడదీస్తూ, ముద్దు మాటలతో ఆమెను మురిపిస్తూ, ఆమె సౌందర్యానికి కేంద్రం ఏదని వెతుకుతూ, ముక్కును ఆమె వీపుకు రుద్దుతూ నేను పరవశుడయ్యేవాడిని.

ఆమెను మళ్ళీ పొందలేననే సత్యం నాకు అర్థమవ్వసాగింది. నా జవసత్వాలే ఉడిగిపోయినట్టు అనిపించింది. దేవుడిని వెతకటానికి పూనుకున్న సాధువులా కేవలం అదే ధ్యానమైంది. జ్ఞాపకాల్లో మరింత రమ్యంగా, ఆకర్షణీయంగా మారి కనిపిస్తున్న సమస్తమూ నా బాధను మరింత పెంచాయి. ఒక సరైన లౌకిక ప్రశ్న, మరిన్ని వివరాలు తెలిసివుంటే వెతికివుండొచ్చునని పరితపించేవాడిని. రాత్రీపగలూ అదే జపంగా మారింది. మరొకసారి నాసిక్‌కు వెళ్ళాను. అక్కడ మళ్ళీ వాకబు చేశాను. ఊరంతా ఊరకనే తిరిగాను. మేమిద్దరం మాట్లాడుకున్న చివరిమాటలు ఏవనీ, చివరిసారి ఎలా ఎక్కడ ముట్టుకున్నానని వందసార్లు గుర్తుచేసుకున్నాను. చివరిసారిగా ఆమె నా కనుచూపులను దాటిపోయేటప్పుడు ఆమె వీపును చూస్తూ నిలబడ్డాను. ఆ క్షణం తరువాత మళ్ళీ ఆమెను చూడలేనని నాకు తెలియదు. తెలిసివుంటే అది మరోలా ఉండేదేమో. మరణంలో జరిగేలా, అన్ని చప్పున ముగిసిపోయాయి.

అటుతరువాత సంవత్సరంపాటు నాకు దేనిలోనూ మనస్సు నిలవలేదు. కేవలం ఆడవాళ్ళ వెంటబడటానికే నేను ఇల్లు వదిలిపోయానని అనుకోవద్దు. లేదా అది ముగియటం వల్ల నా అన్వేషణకు ముగింపు వచ్చిందని అనుకోకు. ఆమె నా జీవితం నుంచి అంతర్ధానమైపోయిన విధానమే నాకు చాలా పెద్ద కానుకగా ఒదిగి వచ్చింది. చెప్పడానికి చాలా సంగతులు ఉన్నాయి. సమయం వచ్చినపుడు చెబుతాను. నాటక జీవితాన్ని ఎన్నుకోవడం గురించి నాకున్న భ్రమ పటాపంచలైంది. ఏ పని కానీ, అక్కడ నిత్యం గొడవలు ఉండనే ఉంటాయి. అత్యంత ప్రతిభ ఉన్నవాడికి దాన్ని అధిగమించడానికి కావలసినన్ని ప్రేరణలు ఉంటాయి. అయితే సాధారణమైనవాళ్ళకు మాత్రం ఈ నిత్యం నుంచి విడుదల ఉండదు. వేరే ఎవరి అభివృద్ధికో వాళ్ళు శ్రమిస్తుండాలి. నాకూ అలాగే జరిగింది.

ఎందుకో నా ఆకాంక్షలు సఫలం కావటం లేదని అనిపించింది.

బనభండారి నన్ను తీసుకుని రావడానికి వచ్చినపుడు మళ్ళీ యశవంతుడినయ్యే కాలం వచ్చిందని భావించి అతనివెంబడి బయలుదేరి వచ్చాను. నేను అనుకున్నట్టు బనభండారి మరీ వాచాలుడు కాదు. అతని వ్యక్తిత్వంలో ఏదో పెద్దరికం ఉంది. అది సరిగ్గా అనుభవానికి వచ్చింది ఇప్పుడే. మన చుట్టూ మనం చేబట్టిన జీవితాన్ని ధిక్కరించి ఉండగలిగినవారికి మాత్రమే వాటిని అధిగమించిన విషయాలు కనిపిస్తాయి.

దుర్గావతి నన్ను 'పురు' అని పిలిచేది. అప్పుడు నేనింకా వసంతకుమార్‌ను కాలేదు. పురందరగానే ఉన్నాను. ఒక రోజు నా ఊరు, చదివిన పాఠశాల, ధారవాడ కాలేజి రోజుల గురించి ఆమెకు చెప్పాను. ఆమె ఆ వివరాల జాడ పట్టుకుని పురందర అనేవాడిని వెతుకుతూ వచ్చివుంటే నన్ను చేరివుండొచ్చు. ఈ వివరాలలో మన మధ్య ఎంత సామ్యత ఉందో చూడు... ఆమె పిచ్చి తలకెక్కిన రోజుల్లో ఆమె నన్ను వెతుకుతూ ఇక్కడికి వచ్చివుండొచ్చని భావించి అన్నిటినీ వదిలి వెనుతిరుగుదామని అనిపించేది. ఒక వేళ ఆమె వచ్చివుంటే ఆమెకు నువ్వు దొరికివుండేవాడివి...

... సరేలే, నా పురాణమే చెబుతున్నాను. నీ గురించి చెప్పు. నీ విషయం బనభండారి ద్వారా తెలిసింది. పూనాలో అతడిని అడిగాను. తెలిసినంతవరకూ చెప్పాడు. ఇప్పుడు నీ నోటి నుంచి వింటాను. ఈ ఊళ్ళో నువ్వున్నావని తెలియగానే ఆశ్చర్యం వేసింది. ఎలా, ఎందుకు నువ్వు మళ్ళీ ఇక్కడికే వచ్చి చేరావు? ...

* * *

నీలా నాది ఉత్తేజకరమైన కథ కాదు. వదిలెయ్. పురందరగానే జీవితాన్ని గడపవలసిన అనివార్యతను అంగీకరించి హుబ్బళ్ళిలోని ఒక కొట్టులో ఉద్యోగం చేయడం మొదలుపెట్టాను. అటు తరువాతది ఓ రామాయణం. ఇక్కడ కూడా ఇచ్చిన మాట, కుట్ర, ప్రజల నిజాయితీ పరీక్షలు మొదలైనవి జరిగాయి. ఇదిప్పుడు సంసార రామాయణమై కుంటుతూ సాగుతోంది.

... వేరే ఎవరికీ కాదు, నాకు నేను కూడా ఈ అన్నిటినీ చెప్పుకోలేదు. ఇప్పుడు మొదటిసారి అన్నిటినీ చూస్తున్నాను. ఇప్పుడు చెప్పడం మాత్రం గొప్పదని దాని అర్థంకాదు. వదిలేసింది చెబుతూపోతే దానికి మరొక మలుపు స్ఫురించడానికి అవకాశం ఉంది. దీన్నే నేను మరొకసారి చెప్పడం మొదలుపెడితే మరొక విధంగా కనిపించవచ్చు.... అయినా ఉండనీ...

పెళ్ళి వరకూ జరిగింది కుతూహలం కలిగేలా కథగా చెప్పగలను. దానితో పోలిస్తే ముందరిది ముగింపులేని దైనందిన గోడుగా కనిపించవచ్చు. అయితే ఆ కథ అర్థం, కొన్ని సంగతుల మర్మం ఇక్కడ ఇప్పుడు స్ఫురిస్తుంది. ఏదైతే అన్ని సంవత్సరాల క్రితం కేవలం ఆ క్షణపు ప్రతిస్పందనగా కనిపించిందో, అదంతా మరేదో అదృశ్యమైన ప్లాన్‌లోని భాగమన్నట్టు ఇప్పుడు ఈ కాలంలో కనిపిస్తోంది.

... నిన్ను వెతకడానికి వెళ్ళిన సందర్భం నా ముందరి కొన్ని నిర్ణయాలకు కారణమైంది. నువ్వు ఇల్లొదిలి వెళ్ళకుండా ఉంటే నేనూ హుబ్బళ్ళికి వెళ్ళేవాడిని కాను. కొట్టులో నౌకరికి చేరేవాడిని కాను. కుమటా పాఠశాలలో మాస్టారు ఉద్యోగం కోసం మరింత తీవ్రంగా ప్రయత్నించేవాడిని. అంతా మరోలా జరిగివుండొచ్చు...

అంత తొందరగా మన జీవితాలు మారుతాయని నేను అనుకోలేదు. ఎంతో వినోదంగా ఉన్న ధారవాడ ఒక్కసారిగా బంజరుపడ్డట్టు అనిపించింది. వదిలి వచ్చిన రెండు నెలల్లోనే అదంతగా మారింది. అప్పటి వరకూ మన అదుపులో ఉన్నట్టు కనిపిస్తున్న కాలం కేవలం భ్రమగా కనిపించింది. నువ్వు, రాము లేకుండా ఆ ఊరికి, అక్కడ గడిపిన కాలానికి అర్థం లేకుండాపోయింది. మనం వెళుతున్న, తిరుగుతున్న స్థలాలకు పదే పదే వెళ్ళి నిరాశ చెందేవాణ్ణి. నౌకరి కోసం తపించేవాడికి నౌకరి దొరికింది ఒక కొట్టులో...

ఆ రోజుల్లో అవమానాలను లోలోపల దిగమింగుకుని బతకడం నేర్చుకున్నాను. ఒక వైపు నా కాళ్ళమీద నేను నిలబడటం ద్వారా ఆత్మగౌరవం పొందడానికి ఉద్యోగం...ఉద్యోగం...అనే అమ్మ, మరొకవైపు ఇలాంటి దరిద్రమైన ఉద్యోగం. రోజులు అక్షరాలా గానుగలా ఒకే విధంగా గిరగిరా తిరుగుతుండేవి. దాని కక్ష్య నుంచి తప్పించుకుని వెళ్ళే ధైర్యం కానీ, బలం కానీ ఉండనే లేదు. ఎంత ప్రయత్నించినా ఆకస్మికాలే ఘటించిన జీవితం నాది. అంతా ముందుగానే తెలిసిన దారిలో నడుస్తోంది. అలాంటి ఒడిదుడుకులను తట్టుకోవడానికీ ధైర్యం కావాలి. కొట్టులో చేస్తున్నది పనికిమాలిన పనని తెలిసి కూడా వదులుకోవడానికి తయారుకానటువంటి వాడి నుంచి ఏ మార్పు సాధ్యమో చెప్పు.

అయితే ముంబయి వెళ్ళడానికి సిద్ధమైన సమయానికి ఈ బ్యాంకు ఉద్యోగం దొరికింది. దొరికిందంటే వాసుదేవ మామ తన భార్య తమ్ముడికి చెప్పి ఇప్పించాడు. ఆయన పేరు మంజయ్య. ఆయన సామాన్యుడు కాడు. ఆయన భార్య గిరిజాబాయి ఇంకా ఒక చెయ్యి ఎక్కువే. తన అక్క కూతుర్ని అంటే రత్నను నేను పెళ్ళి

చేసుకోవాలని మంజయ్య ఉత్తర్వులిచ్చి, దేవుడి ముందు నుంచున్నప్పుడు మాట తీసుకున్నారు. ఇప్పుడు చెప్పటానికి చాలా సులభంగా కనిపిస్తుంది. అయితే అదంతా జరిగిన ఆ క్షణం, అక్కడున్న అందరి చేయిదాటి జరిగిపోయిందేమోనని కొన్నిసార్లు నాకు అనిపించేది. మళ్ళీ పాశంలా చుట్టుకున్న ఆ మాట...ఎవరిది తప్పు, ఎవరిది ఒప్పు అని వెతకడానికి మాట్లాడటం లేదు నేను...ఇందులో జరిగింది ఎంత ఆకస్మికమో ఎంత ఉద్దేశ్యపూర్వకమో చెప్పడానికి సాధ్యం కానట్టు ఒక్కసారిగా కొంతమంది నా పెళ్ళిలో, నా జీవితంలో ప్రవేశించారు-గోదక్క మొదలు మంజయ్య వరకూ. మాటల్లో కట్టుబడినట్టున్న ఆ దుష్టశక్తిని మరొక తీరులో విడుదల చేశానుకదా- అది తరువాత అందరినీ బాధించసాగింది.

ఒకదాని నుంచి తప్పించుకోబోయి మరొకదానిలో చిక్కుకున్నాను. ఎవరికి వ్యతిరేకంగా నేను తిరుగుబాటు చేస్తున్నానో కూడా తెలియకుండా రత్నను పెళ్ళిచేసుకోకుండా సునందను పెళ్ళి చేసుకున్నాను. ఇచ్చిన మాట తప్పాను. ఒక విధంగా చూస్తే మాట తప్పలేదు. దాని నేపథ్యంలోని అర్థాన్ని తప్పాను. దీని అంతటిలోనూ గోదక్క చేతివాటం ఉండటం ఎంతవరకో తెలియదు. ఆమె ప్రయత్నం ఆమె చేసింది. నిమిత్తురాలు. మహా తెలివైనవాడిలా మాట తప్పి, చట్టపు పట్టు తెలిసినవాడిలా, "నీ చెల్లెలి కూతుర్నే పెళ్ళిచేసుకుని మాట నిలబెట్టుకున్నాను" అని మంజయ్యకు చెప్పి, అతడి మరొక చెల్లెలి కూతురు సునందను పెళ్ళి చేసుకున్నాను. వాసుదేవ మామ మళ్ళీ నా ముఖం చూడనని శపథం చేశాడు...

... నా తల్లి కన్నీళ్ళు పెట్టుకునే పెళ్ళి చూసింది. వచ్చినవారికన్నా రానివారే ఎక్కువమంది ఉంటారు. గోదక్క మాత్రం ఏదో విధంగా అన్నింటిలోనూ ఉత్సాహాన్ని కలిగించడానికి ప్రయత్నించింది. ఎవరెవరు వచ్చారు అనటం మొదలు వాళ్ళు ఎవరి తరఫున అన్నది నిర్ణయించేవరకూ పోయింది.

అందరి మనస్సుల బెలూన్లకు సూది గుచ్చిన తరువాత జరిగిన పెళ్ళికి కాస్త నీరస భావన ఉండింది. అయినా పెళ్ళికొడుకు అంటే ఆ రోజుకైనా అందరి కేంద్రంలో ఉంటాడు కదా! అలాగే అదీ జరిగిందనుకో. నువ్వు ఏమైనా చెప్పు. మొదటినుంచీ ఇతరుల దయాదాక్షిణ్యాలపై బతికే కుర్రవాడని వీళ్ళందరికి లోలోపల ఏదో జాలి. ఏదో ఉదాసీనత ఉంటాయన్నది కేవలం నా మనసులోని అనుమానపు పురుగో నాకు తెలియదు. నా మనస్సు మాత్రం ఇలాంటి సూక్ష్మాలను చాలా గమనిస్తుంది. వీరి కళ్ళల్లోని కరుణే నాకు కొట్టొచ్చినట్టు కనిపించి నాకు కోపం వస్తుంది. ఎక్కడో ఒక కీలు విరిచేస్తే గభాలున అన్నీ కూలిపోయి మళ్ళీ

మొదలుపెట్టవచ్చనే కోరిక కలుగుతుంది. అయితే అలాంటి ప్రమాదపు అంచులో నడిచే ధైర్యం కలిసిరావటం ఎప్పుడో ఏమో...

నేను చేసింది ఆదర్శపు కలను మోసుకున్నవాడి తిరుగుబాటు అని నాకూ అనిపించదు. వ్యక్తిగతమైన అవసరం తప్ప అందులో ఏమీ కనిపించదు. ఇలాంటివన్నీ మొదలయ్యేది మన సొంత జీవితంలోనే కదా? ఇలాంటి ఒడిదుడుకుల ప్రతి అడుగులోనూ నొప్పించవలసిన వాళ్ళుంటారు. ఆ అపరాధ భావన నుంచి విముక్తి ఉండదు. నాకు నిజంగానే సునంద పట్ల అంతటి గాఢమైన ప్రేమకానీ, ఆ ప్రేమ కోసం ఏదైనా చేస్తాననే మూర్ఖమైన ఆలోచనకానీ లేదు. అలాంటిది ఒక రోజు పుడుతుందని అనుకున్నాను. పుట్టాలని ఆశపడ్డాను. వేడుకున్నాను. అలాంటిదొకటి ఉందన్నట్టు ప్రవర్తించాను. అయితే ఆ సమయంలో అది లేదన్నది నాకు తెలుసు. ఇప్పుడు నేను ఎందులోనూ స్థిరంగా నిలబడలేక, దేనిపట్లా మితిమీరిన వ్యామోహం లేనివాడిలా అయ్యాను. జీవితాన్ని పిండివేసే కోరికలుకానీ, ఆదర్శాలుకానీ లేవు. జీవితం ప్రశాంతంగా సాగింది. కామం, క్రోధం, లోభం, మోహం - ఏదైనా ఎలాగైనా తీవ్రంగా జరగాలని ఎన్నోసార్లు కోరుకున్నాను. అందుకే నీ పట్ల అసూయ కలుగుతుంది. అన్నిటినీ వదిలి కొత్తదాన్ని, అది ఏమిటో కూడా తెలియని అనిశ్చితతను నువ్వు వెతుక్కుంటూ బయలుదేరావుకదా...

ఆ రోజు నేను మోహినిని నోరు తెరిచి పిలవలేకపోయాను కదా- అది ఆకస్మికం కాదని ఎన్నోసార్లు నాకు అనిపించింది.

ప్రతిసారి చీలిక దారిలో నిలబడ్డప్పుడు తెలిసిన దాన్నే ఎంచుకున్నాను. మాట తప్పినప్పుడు కూడా మరొక చెల్లెలి కూతుర్ని పెళ్ళిచేసుకున్నాను తప్ప వేరే ఎవరినీ చేసుకునే ధైర్యం ప్రదర్శించలేదు. అది ఎంపిక ప్రశ్ననో, ధైర్యపు ప్రశ్ననో తెలియదు. నాకు సాధ్యమయ్యే తిరుగుబాటు ఇంతే. దాన్ని అలాగని పిలువగలిగితే...

ఒక భద్రమైన ఉద్యోగం సంపాదించటమే జీవిత ధ్యేయంగా కలిగిన నాలాంటివాడు ఇంతకన్నా ఎక్కువగా ఏమి సాధించగలడు? అలాగని నాకు జంజాటలకు తక్కువ లేదు. బదిలీ మీద ఇక్కడికి వచ్చి చేరుకున్నాను చూడు. ఈ ఇంట్లో ఉన్న జనం కలిసివున్నప్పటికీ, ఒక్కొక్కరు ఒక్కొక్క విధంగా ఉన్నారు. ముసలివాళ్ళతో ఉండటం అంటే సులభం కాదు. ఈ వయసులో వాళ్ళందరికి ఏది ముఖ్యమైనదని అనిపిస్తుందో ఎలా చెప్పగలం? రాత్రులంతా వారి నానా శబ్దాలతో, నిద్రలేని హూంకారాలతో, కలవరింతలతో నిండిపోతాయి. పగటిపూట

చేతికి దొరకని దేన్నో వెతుక్కుంటూ బయలుదేరినవారిలా ఉంటారు.

సునంద గురించి తకరారు లేవనెత్తటానికి ఏమీ లేదు. నాది ఉద్వేగం లేని శాంత సముద్రం. గొప్ప కోరికలూ, కాంక్షలూ లేని జీవితం. అంతెందుకు, ఇబ్బంది కలగకుండా ఉంటే చాలు అనటంతోటే నా ఆకాంక్ష ఆగిపోతుంది.ఆమె కూడా అలాంటిదే. దేన్నీ అతిగా చేసేదికాదు. ఉంటే సంతోషం. లేకపోయినా సంతోషమే. దేనిపట్లా ఆపేక్షలుండవు. రోజువారీ భోజనం, టిఫిన్, కామంలోనే సాధారణ జీవితాన్ని గడుపుతున్న నాకు సునంద కాకుండా వేరే ఎవరున్నా తేడా ఉండేది కాదని కొన్నిసార్లు అనిపిస్తుంది. నాది అతి సాధారణమైన బతుకు. మొదటి రాత్రి ఎంత సాధారణంగా గడిచిందో తెలుసా? తమాషా పట్టించటానికి కూడా ఇంట్లో ఎవరూ లేరు–అలాంటి పెళ్ళి ఇల్లు.

అన్నీ చెల్లాచెదురైన చిత్రాల మాదిరి. ఈ ఊళ్ళో కాస్తయినా నాకు ఆత్మీయులంటే రమాకాంతసార్ మాత్రమే. అలవాటువల్ల వారిని సార్ అంటున్నప్పటికీ నాకు స్నేహితుడిలా ఉంటారు...

* * *

రామతీర్థం నుంచి తిరిగి వచ్చేవరకూ తోడుగా గడిపిన సగం రోజు యశవంత చెప్పిన అనేక వివరాలు పురందరలో నిలిచిపోయి పదే పదే గుర్తుకొస్తున్నాయి. యశవంత చెబుతున్నప్పుడు, ఆ శబ్దాలు అతని మనస్సులో ఏర్పరచగలిగే చిత్రాలను చూడాలనే కోరికతో పురందర మనస్సు తపించేది. పురందర అనే పేరు పెట్టుకుని యశవంత గడిచిపోయిన అనుభవాలను గుర్తుచేసుకుంటే ఈ బంధం విచిత్రమనిపించింది. వాక్యాల మధ్య, శబ్దాల మధ్య, దీర్ఘ మౌనాల మధ్య, నిట్టూర్పుల మధ్య అతను చెప్పకుండా వదిలేసినదాన్ని పురందర ఊహించుకునేవాడు:

మొట్టమొదటిసారి, మొదటి నాటకపు మొదటి రోజు తెర ఎత్తి వందలాది జనం ముందు నుంచున్నప్పుడు అతని కంటిముందు ఎవరూ కనిపించలేదు. ఎదురుగా ఎవరూ లేరు. అన్నిటినీ తనకు తానే అభినయించి చూసుకుంటున్నాడని అనిపించింది. ఆ రోజు నాటకం ప్రారంభించే ముందు చేసే పూజ ముగియగానే, యజమాని ముందుకు పిలిచి స్వయంగా ప్రసాదం ఇచ్చాడు. ఇవ్వటానికి మునుపు, మనస్సులో ప్రార్థిస్తున్నట్టు ఒక్క క్షణం కనురెప్పలు మూసి తెరిచి, 'పురందర, నీకు మంచి జరగాలి' అన్నారు. నాటకం తరువాత 'భళే' అన్నారు. 'చిన్న పాత్రయినా' అనే మాట చేర్చటం మరవకుండా, అతని అభినయపు తన్మయతను

సహనటులు అసూయతో పొగిడారు. లక్ష్మీబాయి నాటకం ముగిసిన తరువాత వెతుక్కుంటూపోయి అతడిని అభినందించింది.

మొదటిసారి లక్ష్మీబాయితో సంభోగం జరిపినపుడు వేరే ఎవరో ఇద్దరూ ఇదంతా చేస్తున్నారనిపించి అనుభవపు అలౌకికత మరింత తీవ్రమైంది. ఆ రోజు సంత కోసం ఏర్పాటు చేసిన రాత్రి ప్రత్యేకమైన షో ముగిసేసరికి రాత్రి పావు తక్కువ మూడు అయ్యింది. అందరూ అలసిపోయారు. మేకప్పును తుడుచుకోకుండానే బయలుదేరిన ఆమె, 'నా వెంట రా' అని అతడికి మాట్లాడటానికి అవకాశం ఇవ్వకుండా టాంగాలో ఎక్కించుకుని ఆమె గదికి తీసుకునిపోయింది. దారిలో ఒక్క మాట మాట్లాడలేదు. అతనూ ముఖం కడుక్కోలేదు. పాత్ర కపటత్వాన్ని పెంచటానికి చెంపల మీద నలుపు రంగుతో గీసిన గీతలు అలాగే ఉన్నాయి. టాంగా దిగి పోతున్న ఆమెను అనుసరించాడు. లోపలికి పిలిచి గది తలుపు వేసింది. దీపం వెలిగించింది. మంచం మీద కూర్చోబెట్టి ఎదుట నుంచుని అతని ముఖాన్ని రెండు చేతులతో పట్టుకుని తన గుండెలకు అదుముకుంది. ఆమె ఒంటికి చెమటతో కలిసిన అత్తరు వాసన. నాటకానికి పూసుకున్న రంగు రుచి ఇంకా పెదవుల్లో ఉంది. చెంపలపై ఎండిన రంగు మొరటు స్పర్శ ఉంది.

ఆమె పక్క మృదుత్వం, మంచం పక్కనున్న స్టూలు, దానిపై నున్న నీళ్ళ చెంబుకు చేయి తగిలి వచ్చిన చప్పుడు, నేలపై పరిచిన పల్చటి చాపను తట్టుకుని మండసాగిన మునివేళ్ళు, ఆమె పక్వమైన దేహం అతడిని పట్టుకున్న లాఘవం, నైపుణ్యం కల వేళ్ళు, అతడిని అవసరమైనప్పుడు అవసరమైనంత దూరం జరుపుతూ కావలసినది పొంది సిగ్గుపడిన తీరు– ఇవన్నీ శాశ్వతంగా అతనిలో నిలిచిపోయాయి. ఎదురుగా ఉన్న నిలువుటద్దంలో చప్పున కనపడిన రెండు నగ్నదేహాలు మాత్రం వేరే ఎవరివో అనిపించాయి. రంగు పూసుకున్న రెండు ముఖాలు గురుతు దొరక్కుండా పోయాయి.

'తారా', అనే తన నిజమైన పేరుతో పిలవమని అడిగేది. 'తారా...తారా...' అని గుసగుసగా అన్నంత మాత్రానికే ఉద్రేకపడేది. "నీకు తప్ప వేరే ఎవరికీ ఈ పేరు తెలియదు పురు... కేవలం నీ ఒక్కడికే..." అంటూ అతడిని ఆ పేరుతో పదే పదే పిలవమని ప్రేరేపించేది. "పదేళ్ళ క్రితం నువ్వు దొరికివుంటే నీ వెంట పారిపోయివుండేదాన్ని. ఇప్పుడు పారిపోవడానికి ఈ జగత్తులో చోటే లేదు" అంది. ఈ మాటలు మళ్ళీ అతనికి గుర్తుకొచ్చింది నాసిక్ వీధులలో. మధ్యాహ్నపు

ఎండలో, దుర్గావతిని వెతుకుతూ తిరుగుతున్నప్పుడు...

అతడికన్నా అలసిపోయినట్టు కనిపించే నీడ, భగభగమనే ఎండ, కాలుతున్న దారి అంచులో కనిపించిన మరీచిక, గాలి వీచినపుడు లేచే దుమ్ము పల్చటి తెర, ప్రతి తలుపు వెనుక కూడా, కిటికి వెనుకటి చీకటి లోపల కూడా దుర్గావతి ఉండవచ్చున్న నమ్మకం, కోరిక, అలసట, దాహం–అన్నీ అతడిని మరింత హైరాణా పరిచాయి. తిరిగి తిరిగి కాళ్ళు అలసిపోయాయి. వీటి మధ్యన, ఆమె భర్త ఆమెను బలవంతంగా సంభోగిస్తున్న చిత్రమొకటి ఎందుకో మనస్సులో ఏర్పడి రానురాను ఆమె విధేయురాలై ఒప్పుకున్న చిత్రంగా ఎదను చీల్చుతోంది. "మనమిద్దరమూ వీటన్నిటికి దూరంగా పారిపోదాం" అని ఎన్నిసార్లు ఆమెకు చెప్పలేదు? అయితే ఆ మాటలకు ఆమె ఎప్పుడూ తేల్చివేస్తూ జవాబు ఇచ్చేది. లేదా, "కలలు కనకు పురు, జాగ్రత్తగా ఉండు" అని విషాద భావాలు ముఖంలో కదులుతుండగా చెప్పి, చూపుడు వేలుతో అతడిని గుచ్చేతుండేది.

⌘

అధ్యాయం 3

మధ్యాహ్నం పన్నెండు గంటల సమయంలో ఎండలో గొడుగు పట్టుకుని బ్యాంకుకు వచ్చిన సవణూరు మాస్టారుగారు నేరుగా పురందర దగ్గరికి వెళ్ళారు. ఆయన బ్యాంకులో పెట్టిన డిపాజిట్ అవధి ముగియటం వల్ల దాన్ని రెన్యూవల్ చేయడానికి, తమ కుమారుడు ప్రతి నెల పంపే డబ్బు జమ అయ్యిందో లేదో చూడటానికి వచ్చారు. దాంతోపాటు యాభై రూపాయల చిల్లర - అంటే కొత్త ఒక్క రూపాయి నోట్లు తీసుకుని వెళ్ళటమూ ఆయన ఆ రోజు పనుల్లో ఉంది.

పాఠశాల రోజుల్లో ఆయనకూ, ఆయన నేర్పుతున్న ఇంగ్లీషు వ్యాకరణానికీ భయపడుతుండటం పురందర ఇప్పటికీ మరిచిపోలేదు. ఆయన ఇప్పుడు రిటైర్ అయ్యారన్నదికానీ, తాను ఉద్యోగం చేబట్టి గృహస్థుడయ్యాడన్నదికానీ వారి పట్ల ఉన్న భయాన్ని పోగొట్టలేదు. ఆయన చేత దెబ్బలు తిని, చెవి మెలితిప్పించుకున్న ఎవరికీ ఆయన పట్ల భయం కాకుండా వేరే భావన ఉండటానికి సాధ్యంలేదు.

రిటైర్ అయిన కొత్తలో రోడ్డుమీదనో, పెళ్ళి, వడుగు మొదలైన వేడుకల్లోనో పాత విద్యార్థులు కంటపడితే ఇంగ్లీషు వ్యాకరణానికి సంబంధించిన ఒక ప్రశ్నను అడిగేవారు. ఆయన చెవులు కాస్త మొద్దుబారటం వల్ల, పాఠశాల ఉపాధ్యాయుడిగా పనిచేయటం వల్ల పెద్ద గొంతుకతో మాట్లాడటం అలవాటైంది. ఒకసారి సుబ్రహ్మణ్యం అనే అతన్ని పెళ్ళింట్లో గొంతు పెంచి ప్రశ్నించినపుడు అతను కోపంతో మండిపడుతూ, “ఏ మాస్టారూ, ఇక మీ అరుపులు చాలించండి. అదంతా

స్కూల్లోనే వదిలేశాం. మీ ఇంగ్లీషుకు నిప్పులు పడ...” అని అరిచి అందరి ముందు అవమానించాడు. ఆ రోజు నుంచి ఆయన బహిరంగంగా ప్రశ్నించటం మాని, శిష్యబృందాన్ని వేధించటం మానేశారు. అయినా పురందరలాంటి శిష్యులకు ఆయన భయం పూర్తిగా పోలేదు.

“రామా రామా దేవుడా కాపాడు...” వగైరా వగైరా పలవరిస్తూ సవణూరు మాస్టారు లోపలికి వచ్చి ఒక కుర్చీ మీద కూర్చున్నారు. బ్యాంకులో పనిచేసే అధిక భాగం ఉద్యోగులు ఒకానొక కాలంలో ఆయన శిష్యులే కావటం వల్ల, ఆయన్ను వీలైనంత తొందరగా సాగనంపటానికి చూస్తుండటం వల్ల, ఆయన కూర్చున్న చోటికి వచ్చి పలకరించి, సంతకాలు చేయించాల్సిన పేపర్లు ఉంటే అక్కడికే తెచ్చిచ్చి గబగబా పని ముగించి ఆయన్నుంచి తప్పించుకోవటానికి తపించేవారు. అందువల్ల ఆయన రాగానే ఒక్కసారిగా బ్యాంకులో కార్యక్రమాలు మొదలయ్యేవి.

ఆయన రాగానే పురందర వెంటనే ఆయన దగ్గరికి వెళ్ళి, “సార్, ఏం సార్ వచ్చారు?” అన్నాడు.

పెద్దగొంతుకతో వచ్చిన పని చెప్పారు. విన్నవాళ్ళంతా వెంటనే కార్యనిరతులై ఆయన డిపాజిట్‌కు సంబంధించిన కాయితాలు, ఆయనకు కావలసిన కొత్త రూపాయి నోట్లు తెచ్చిపెట్టారు. ఆయన సంతకం చేసివ్వగానే ఒకరు దాన్ని తీసుకుని పరుగెత్తారు. మధ్యలో దొరికిన ఒక్క ఘడియలో ఆయన పురందరను ఉద్దేశించి, “అంతా క్షేమమే కదా” అన్నారు. ఇది ఆయన అడగబోయే ప్రశ్నలకు నాంది అని తెలిసిన అతను తప్పించుకునే ఉపాయం కోసం ఆలోచిస్తూ, “అవును సార్... అంతా క్షేమమే” అన్నాడు.

“నీకు మామ అవుతాడు కదా ఆ సర్వోత్తమ, అతని తల పాడైపోయింది కదరా...మొన్న మా ఇంటికి వచ్చాడు... ఒక పేపర్ల దొంతర చంకలో పెట్టుకుని వచ్చాడు. అతని వంశవృక్షాన్ని నమోదు చేయిస్తాడట. స్వయంగా పిల్లలు లేనివాడికి ఇదంతా ఎందుకు? తరువాత పాఠశాల ఇన్‌స్పెక్టర్ మీద కేసు వేస్తాడట. అనేక సంవత్సరాల క్రితం జరిగిన విషయాలు గెలికితే అదంతా జరిగే పని కాదని చెప్పినందుకు నాతో గొడవ పడ్డాడు. ఒకానొకప్పుడు కలిసి పనిచేసినవాడనే కారణానికి మౌనం వహించాను. అదికాదయ్యా, ఇంట్లోనే పెట్టుకోవడం వదిలి ఇలాంటి పిచ్చివాడిని వీధుల్లోకి వదిలారు కదా...”

బ్యాంకులో ఉన్నవారందరికి వినిపించేలా ఆయన మాట్లాడుతుండటం వల్ల

పురందరకు అవమానంగా అనిపించింది. ఇదంతా ఇంటివారికి తప్ప ఇతరులకు తెలిసిన విషయాలు కావు. సర్వోత్తమకు ఇలాంటి అలవాట్లు మొదలై చాలా రోజులైనప్పటికీ బయటివారెవరికీ తెలియదు. ఇక అది పిచ్చి అనేటంత తీవ్రంగా పెరగలేదు.

"ఆయన కాస్త మొదటినుంచి అలాగే సార్" అన్నాడు పురందర ఇకనైనా ఆయన మాటలు ఆపాలని కోరుకుంటూ.

"లేదయ్యా, మొదట్లో బాగానే ఉన్నాడు. నేను చూశానుకదా, హళెగన్నడ కావ్యాన్ని ఎంత చక్కగా పాఠం చెప్పేవాడు. ఈ మధ్యన ఇలా ఒక విధంగా మాట్లాడుతున్నాడని ఎవరో నాకు చెప్పారు. నేనైతే నమ్మలేదు. వయస్సు దాటిన తరువాత ఏమి మాట్లాడినా యువకులకు అదోలా కనిపించటం ఈ కాలపు దోషమని నేను నచ్చజెప్పి పంపాను. అయితే మొన్న వచ్చినప్పుడు చూశాను. నమ్మలేనంతగా ఇతడు మారిపోయాడు. పిచ్చి అంటే పిచ్చి కాదు సుమా...అదే భగవంతుడి లీల అంటారు కదా..."

అతడి మౌనాన్ని గమనించకుండా మాస్టారు కొనసాగించారు. పురందర తప్ప మిగిలిన అందరికీ ఈ కొత్త విషయం పట్ల ఆసక్తి కలిగింది.

"వచ్చినవాడు కూర్చునే వ్యవధి కూడా లేనట్టు చేతి సంచి నుంచి ఏవేవో కాయితాలు తీసి చూపిస్తూ, "చూడు, నా కేసు అవుతుందో లేదో...ఆ ఈచలకరంజికి బుద్ధి చెబుతాను...బోడిముండా కొడుకు ఎక్కడ తప్పించుకుని పోతాడో చూస్తాను...ఇచ్చిన మాట తప్పాడు...గబ్బు ముండాకొడుకు" అన్నాడు. కొద్దిసేపటి తరువాత ఇంకొక పేపర్ల దొంతర తీసి వంశవృక్షాన్ని వివరించడానికి ప్రయత్నించాడు. నీ ఇలాఖాలో ఎంతమంది కన్నడ పాఠశాల మాస్టార్లు ఉన్నారో కనుక్కోమని తమాషా చేస్తే భరించలేనట్టు కొట్టడానికి వచ్చాడు. నా కోడలు అక్కడే ఉండటం మంచిదైంది. లేకపోతే ఇద్దరి ముసలి మాస్టార్ల జంగీ కుస్తీ ఎలా ఉండేదో చూడు. అదికాదు...ఈ వయసులో కొట్టడానికి లేవడమంటే పిచ్చికాక ఇంకేమిటి? అదీ చేతనవుతుందా? స్వయంగా నాలుగడుగులు వేస్తే బుస్‌బుస్‌మని పొగబండిలా రొప్పుతాడు. తోస్తే గబుక్కున పడిపోతాడు. నన్ను కొట్టడానికి వచ్చేటంత బలం ముద్దిలో ఉందా ఇతడికి? తనను తాను ఏమని అనుకుంటున్నాడో పిచ్చివాడు. మీరు ఇలా ఇతడిని వీధిలోకి వదలకూడదు..."

"ఒక్కొక్కరికి ఒక్కొక్క పిచ్చి సార్. ఆయన విషయం వదిలేయండి. అది ఈ రోజుది కాదు. అదంతా మాటలతో బాగవ్వటం అసాధ్యం"

“ఎందుకు కాదు? అవుతుంది. ఎవరో ఒకరు చెప్పకపోతే అతనికి ఎలా తెలుస్తుంది? మధ్యాహ్నం ఎండలో వదలకండి. అమావాస్య రోజున కొంచెం జాగ్రత్తగా ఉండండి. పిత్తవికారాలు కలిగించే పులుపు పదార్థాలేవీ పెట్టకండి. ఇక్కడ మన రామతీర్థంలో ఒకసారి స్నానం చేయిస్తే తలకెక్కింది సగం దిగిపోతుంది...”

సర్వోత్తమకు పిచ్చి పట్టింది కచ్చితం అనే ధోరణిలో ఆయన మాటలు సాగడంతో పురందరకు కోపం రాసాగింది.

అంతలో ఆయన డిపాజిట్ పేపర్లు వచ్చాయి. అందువల్ల మాటలు అక్కడితో ఆగాయి. పురందర ఆ అవకాశాన్ని ఉపయోగించుకుని లోపలికి పోయాడు. చేతికి వచ్చిన కాయితాలను రెండుసార్లు చూసి చేతిసంచిలో పెట్టుకున్న తరువాత మాస్టరు పురందర కోసం వెతికితే అతను కనిపించలేదు. ఎండతాపం పెరుగుతూనే ఉండటం గమనించి ఆయన బయలుదేరడానికి లేచారు. వెళ్ళేటప్పుడు పురందర మళ్ళీ కంటపడ్డాడు. గుమ్మంలో నుంచుని ఎప్పట్లాగే “నేను చెప్పింది కాస్త దృష్టిలో ఉంచుకో” అన్నారు.

* * *

వంశవృక్షాన్ని నమోదు చేయాలన్న కోరికల విత్తనం సర్వోత్తమ తలలో ఎలా పడిందో ఎవరికీ తెలియదు. అతను ఎక్కువగా మాట్లాడేవాడు కాకపోవటం వల్ల అతని మనస్సులో ఏమి సాగుతూవుందో అంచనా వేయటానికి సాధ్యమయ్యేది కాదు. అతను ఇంట్లో ఉన్నప్పుడు కూడా లేనట్టుగా అందరూ అనుకునేవారు. దేనికీ ప్రయోజనం లేదు. ఏ వ్యవహార జ్ఞానమూ లేదు. కేవలం భోళాశంకరుడని నిందించటాన్ని అంగీకరించినవాడిలా అతనూ ప్రవర్తించేవాడు. వీటన్నిటివల్ల సంసారానికి అంటుకోకుండా ఉండటానికి అధికారికమైన అనుమతి లభించినట్టయ్యింది.

ఆ రోజు ఎప్పటికన్నా తొందరగా స్నానం ముగించి సర్వోత్తమ వసారాలో గోడకు ఒరిగి కూర్చుని, ఓ దొంతర ఇన్‌ల్యాండ్ లెటర్స్ ఎదురుగా పెట్టుకుని మొదటి ఉత్తరంలోని విషయం గురించి ఆలోచిస్తుండగా గోదావరి అక్కడికి వచ్చింది. కుటుంబంవారి చిరునామాలను రాసుకున్న చీటీల పొత్తం ఎదురుగా ఉంది. ఇంటి పెళ్ళికి ఆహ్వానం పంపించేవాడిలా ఇన్ని ఉత్తరాలు ఎవరెవరికి రాయటానికి ఇతను పూనుకున్నాడో అర్థంకాక ఆమెకు అయోమయంగా అనిపించింది. ఆమె వచ్చి నట్టింటి గుమ్మంలో నిలబడటం కూడా తెలియనంతగా ఆలోచనలో

నిమగ్నమై తొడమీద అట్టను ఒత్తుగా పెట్టుకుని నల్లటి పెన్నుతో, గుండ్రటి అక్షరాలతో మొదటి ఉత్తరాన్ని మొదలుపెట్టాడు.

"ఏం రాయడానికి కూర్చున్నారు? ఇన్ని ఉత్తరాలు ఎవరికి? బావగారు పేటకు వెళ్ళారు. మీరు నాలుగు కాయలు కోసి ఇవ్వకూడదా? కొక్కేపుకర్ర అక్కడ చెట్టుకు ఆనించి పెట్టివుంది"

ఆమె మీద గయ్యిమంటూ లేచాడు, "సందర్భం లేకుండా, ఒక వేళాపాళా లేకుండా నువ్వు గొడవ చేయకు. చాలా గొప్ప విషయానికి నాంది పలుకుతున్నాను. మన కుటుంబ వంశవృక్షాన్ని నమోదు చేయడానికి పూనుకున్నాను. మొదటి ఘడియలోనే ఇబ్బందులు తీసుకునిరాకు. వినాయకుడి పూజకు వెయ్యి విఘ్నాలు అన్నట్టు ... ఆс ..."

ఎన్నడూ ఇలా మాట్లాడని అతని మాటలకు గోదావరికి ఒక్కసారిగా కోపం వచ్చింది. "ఒక్క పుల్ల ఇటు నుంచి అటు పెట్టరు? మీకు వంశవృక్షపు పిచ్చి ఒకటి. చేయండి చేయండి...ఎంత మంది సగం పిచ్చివాళ్ళు ఉన్నారో కనుక్కోండి"

సర్వోత్తమకు ఆమెకొక లెంపకాయ వేయాలనిపించేంత కోపం వచ్చింది. గొణుగుతూ వెళ్ళిన ఆమెను నిర్లక్ష్యం చేసి తన పని కొనసాగించాడు.

ఇదేమిటో ఈ ఘడియలోని పిచ్చి అని ఆ రోజు గోదావరి నిర్లక్ష్యం చేసినా ప్రతిరోజు కూర్చుని అతను ఉత్తరాలు రాయటం మొదలుపెట్టగానే కొంచెం దిగులు వేసింది. ఎక్కడి నుంచి సేకరించాడో మొత్తం ఎనభై అయిదు చిరునామాలకు ఓ వారంలో ప్రశ్నలు రాసి పంపాడు. ఈ పని ముగిసిన తరువాతి విరామాన్ని 'దిగిన మత్తు' అని గోదావరి భావించటం పొరబాటైంది. రాబోయే వారం నుంచే అతని ఉత్తరాలకు ఉత్సాహంతో కూడిన ప్రతిక్రియలు రావటం మొలవ్వగానే దానికొక బాధ్యత అనే కళ వచ్చింది. ఇంటివాళ్ళకు మాత్రం ఇది పనిలేని వడ్రంగి వ్యాపారం అనిపించింది. పోస్ట్‌మ్యాన్ నరహరి ప్రతి రోజూ ఇంటికి రాసాగాడు. హఠాత్తుగా వీధిలోని ఈ చిరునామాకు మొదలైన ఉత్తరాల ప్రవాహపు వార్త అతని ద్వారా ఊళ్ళో వ్యాపించింది.

ఇందువల్ల సర్వోత్తమ దినచర్యలో మార్పు వచ్చింది. ఎంతగా నిర్లక్ష్యం వహించాలన్నా దేవరాయకు దీని గురించి గమనించకుండా ఉండటానికి సాధ్యం కాలేదు. మాటెత్తితే రాసిరాసి కంఠోపాఠమైన ఉత్తరంలోని రాతనే సర్వోత్తమ మళ్ళీ అప్పజెప్పేవాడు. అతని ఉత్తరానికి జవాబు రాసేవారు దానికి మరిన్ని వివరాలు చేర్చేలా ఉత్తేజపరిచి, తమ సలహాలను ధారాళంగా ఇవ్వసాగారు. రిటైర్ అయి

పనిలేకుండా ఉన్నవారైతే ఊరకే జవాబు రాయకుండా ఏదో మరిచిపోయిన సంఘటన, అరుదైన ఏదో సాధన, ఎవరికీ దొరకని ప్రశంస, పొందిన పదవి ఇలా రాయటం మొదలుపెట్టడం వల్ల వాటన్నిటిని ఒకచోట పోగు చేసినట్టయి అదొక దాఖలాల దొంతర అయ్యింది. సమయం దొరికినప్పుడల్లా వాటిని విప్పి చదువుతూ కూర్చోవటం మళ్ళీ నిత్యం చేర్చుకునే కొత్త వివరాల వెలుతురులో అన్నిటినీ మళ్ళీ మొత్తంగా ఒక చిత్రంలా మనస్సులో గుర్తుకు తెచ్చుకోవడం సర్వోత్తముడి దైనందిన కృత్యాల్లో భాగమైంది.

ఒకరోజు ముంబయి నుంచి వచ్చిన ఒక ఉత్తరం అతని ఉత్సాహాన్ని ఎంత పెంచిందంటే దాన్ని అక్కడే కూర్చుని పేపర్ చదువుతున్న దేవరాయకు చెప్పకుండా ఉండలేకపోయాడు.

“ఆఁ చూడు...ఇతను ముంబై నుంచి రాశాడు. చదువుతాను విను...మీరు...ఆఁ... మా వంశవృక్షాన్ని నమోదు పరిచే అపురూపమైన చారిత్రక కార్యానికి పూనుకోవటం తెలిసివచ్చింది. మీ వల్ల నేరుగా ఉత్తరం రాకపోయినప్పటికీ ఏ కారణం వల్లనో పొరబాటు జరిగివుండొచ్చని భావించి ఈ వంశస్థుడైన నా వివరాలను దీంతోపాటు జతపరుస్తున్నాను. మీ కార్యం విజయవంతంగా పూర్తి చేస్తే...దాన్ని మా...మా ప్రెస్సులోనే, మా ఖర్చుతోనే ప్రింట్ చేస్తాం. ఆఁ...ఆ బాధ్యతను నేను వహిస్తాను. ఈ ఉత్తరం పంపిన మూడు రోజుల తరువాత ఆ ఁ ...మీకు చిల్లర ఖర్చులకని యాభై రూపాయలు ఎం.ఓ. ద్వారా పంపుతాను. ఇట్లు మీ విశ్వాసపాత్రుడు...దేవదత్త”

“అతన పేరు ఏమన్నావ్? దేవదత్తనా?”

“అవును”

“అతని చిరునామా భావురావ్ మార్గ్, సాంతాక్రూజ్ అనేమైనా ...”

“అవును...అవును...ఆ ఁ అలాగైతే అతను నీకు తెలుసా?”

“అతని తండ్రి పేరు ఏమి రాశాడు? పురుషోత్తమ అనేనా?”

“అవును...అవును...”

“తల్లి పేరు చంద్రాబాయి కదా?”

“అరే!...అవునుకదా”

“ఛుత్తెరికి...దీని వెనుక ఒక పెద్ద కథే ఉంది. అతను ఎవరనుకున్నావ్? మూడలగిరి పురుషోత్తముడి కొడుకు. అయితే ఉంచుకున్నదాని కొడుకు. ఈ

దేవదత్త పంపించిన సమాచారాన్ని నువ్వు అంగీకరిస్తే వంశవృక్షంలో పురుషోత్తముడి భార్యగా చంద్రాబాయి పేరు వేయవలసి వస్తుంది. అలా చేస్తే అతని చట్టబద్ధమైన భార్య, ప్రియమైన పిల్లలు నీ కాళ్ళుచేతులు విరిచేస్తారు. నేను ముంబయిలో ఉన్నప్పుడు దీని గురించి మన సమాజంలోని జనం మధ్య పెద్ద గొడవ లేచింది. చంద్రాబాయి పిల్లలు ముంబయిలో వ్యాపారం చేసి బాగా అభివృద్ధి చెందారు. శాంతాక్రూజ్‌లోని భావురావ్ మార్గ్‌లో వీరికొక పెద్దబంగ్లా ఉంది. ఉంచుకున్నదాని పిల్లలనే ఈ మచ్చను చెరిపివేయడానికి, సమాజంలో ఏ కార్యానికైనా పిలవకుండానే చందాలు ఇవ్వడానికి ముందుకొస్తారు. అయినా సమాజంలో ఉన్న చాలామంది చంద్రాబాయి చరిత్రను మరిచిపోలేదు. ఎంత చందా ఇచ్చినా, వాళ్ళు చంద్రాబాయి పిల్లలని పురుషోత్తముడి వంశస్థులని, వారసుదారులని అంగీకరించడానికి సిద్ధంగా లేరు. గతాన్ని సరిచేయడానికి దొరికే ఏ అవకాశాన్నీ దేవదత్త వదలడు. ఇప్పుడు నువ్వు చేస్తున్న పని గురించి తెలుసుకుని దాని ద్వారా తన పుట్టుకకు ప్రామాణికత తీసుకుని రావడానికి ప్రయత్నిస్తున్నాడు. అతను ప్రింట్ చేసి వేలాది కాపీలు పంచడానికి కుట్ర పన్నుతున్నాడు.

ఏమి జవాబు ఇవ్వాలో తోచక ఒక్క క్షణం ఆగి, సర్వోత్తమ, "చట్టబద్ధమైన భార్యపేరు, ఆమె పిల్లలను మాత్రం చేర్చుతాను. అతని ఎం.ఓ. తిప్పి పంపిస్తాను" అన్నాడు.

దాని తరువాత చాలాసేపటివరకూ అతను ఏదో చట్టం గురించి తనకు తానే చెప్పుకుని ఏదో గొణుగుతూ కూర్చున్నాడు.

* * *

పురందర మధ్యాహ్నం భోజనం ముగించి వెనుతిరిగిపోయాడు. కావేరి, దేవరాయలతోపాటు సునంద తెర్నమక్కికి వెళ్ళింది. భోజనం ముగిసిన తరువాత గోదావరి ఎండబెట్టి భరణిలో నింపిపెట్టిన కొండ ఉసిరికాయల రెండు ముక్కలను నోట వేసుకుని బయట వసారాలోకి వచ్చింది. అక్కడ చాపమీద తన కాయితాలను చుట్టూ పరుచుకుని సర్వోత్తమ కూర్చునివున్నాడు. ఎదురుగా బెంచీ మీద కూర్చుని అతను చేస్తున్న పనిని ఆమె చూసింది. తల వంచుకుని చేతిలో ఉన్న కాయితాలను కంటికి దగ్గరగా పట్టుకుని, పెదవులను కదిలిస్తూ చదువుతున్నాడు. జుట్టులేని బట్టతల మెరుస్తోంది. చాపిన కాళ్ళ నుంచి ధోవతిపైకి జరిగి వడలిన బహీనమైన తొడ కనిపిస్తోంది. కాయితం పట్టుకున్న చెయ్యి వణుకుతుండటం గమనించింది.

"ఎందుకు లేనిపోని పనులు పెట్టుకున్నారు? ఇవన్నీ ఒంట్లో శక్తి ఉన్నవాళ్ళు చేసే పనులు"

అతని వంశస్థుడొకడు గాంధీజి ఆశ్రమంలో ఉన్నాడట అని ఆ రోజే తెలియటం వల్ల సర్వోత్తమకు తాను గొప్ప గొలుసులోని అదృశ్య లంకె అని అనిపించటం మొదలైంది. అతనికే తెలియకుండా అతని గొప్పదనం అతని కళ్ళల్లోంచి పైకి లేచింది. ఇప్పుడు ఈ మాటల వల్ల అతనికి గోదావరి అజ్ఞానం పట్ల జాలి కలిగింది.

"ఏమనుకున్నావు? ఇక్కడ చూడు, ఆం...ఇతను గాంధీజి ఆశ్రమంలో ఉన్నాడు. గాంధీజి ఆశ్రమంలో అన్నాను..."

అతను తొడుకున్న బనీయను ఛాతీ భాగంలోని చిన్న రంధ్రం నుంచి పండిన వెంట్రుకలు బయటికి వచ్చాయి. మెడచుట్టూ కరిగిపోయిన మాంసంవల్ల ఎముకలు స్పష్టంగా కనిపిస్తున్నాయి. మెడ రెండువైపులా గుంటలు ఉన్నాయి. చూసినకొద్దీ అతని నిస్సహాయత కంటికి స్పష్టంగా కనిపించసాగింది.

"మీకు ఆ రోజే చెప్పాలనుకున్నాను. మన సునంద పేరును చేర్చకుండా ఉండకండి. ఆమె నా కడుపున పుట్టకపోయినా నా కూతురే "

"ఆ ం అదంతా కుదరదు.... అధిక ప్రసంగం చేయడానికి రాకు"

"ఎందుకు కాదు? ఆమెను మీరు కూతురుగా భావించటం లేదా?"

"భావిస్తున్నవన్నీ ఇక్కడ లేవు.ఆం చట్టబద్ధమైనది ఏమిటని,అంతే. ఆం..."

"మీ చట్టానికి నిప్పులుపడ. ఆమెను ఇంత చిన్నపిల్లగా ఉన్నప్పటి నుంచీ పెంచాను. ఇప్పుడు చట్టం గురించి మాట్లాడుతున్నారుకదా... మనదంతా ముందు ముందు ఆమెకే కదా?"

"దత్తత తీసుకున్నామా? ఆం...బడిలో వేసేటప్పుడు తండ్రి పేరు ఏమని రాయించారు? పాఠశాల రిజిష్టర్ అంటే ఊరకే కాదు. ఆం... ఇదంతా నీకు అర్థం కాని విషయాలు... పాఠశాల రికార్డుల్లో చేయి పెట్టడానికి రాదు..."

"ఎందుకు తెలియదు? అన్నీ తెలుసు"

"ఏం తెలుసు ఆం...మన ఆస్తి రాశిపడ్డట్టు...ఆం మనదంతా ఆమెకే అంటున్నావుకదా. చట్టం అంటే ఏమిటో తెలుసా? ఆ ం...పిత్రార్జిత ఆస్తంతా చట్టప్రకారం వంశస్థులకు చెందాలి. స్వయార్జితమైతే వీలునామా రాయాలి. ఆం ... లేకపోతే అదీ పిత్రార్జితంలా పంచబడాలి. మనదంతా ఆమెకే అన్నంత మాత్రాన

అలా జరిగిపోతుందా? మన కొద్దిపాటి పొలాన్ని ఆమెకు ఇవ్వాలన్నా మనం రాసివ్వాలి. ఆఁ...లేకపోతే ఆమెకు ఏమీ దొరకదు"

"అలాంటప్పుడు ఈ ఇల్లు-వాకిలి, దేవరాయ బావగారి ఆస్తి మునుముందు సునందకు అని చెప్పేటప్పుడు మీకు ఇదంతా తెలియదా?"

"తెలిసినంత మాత్రాన ఏం చేయగలం? ఆఁ...చెప్పిన వెంటనే జరిగిపోతుందా? చెప్పిన మాటను నిలబెట్టుకున్నవారు ఈ ఇంట్లో ఎంతమంది ఉన్నారు? పోనీ...ఆ దేవరాయ నోరువిప్పి చెప్పాడా? అతనికి ఇదంతా తెలియదని అనుకుంటున్నావా?ఆఁ..."

గోదావరి ఒంటిమీద చల్లటి నీళ్ళు పడ్డట్టయ్యింది. అరచేతిలో పట్టుకున్న నీళ్ళు దాహం వేసిన ఘడియలోనే చుక్కచుక్కగా జారిపోతున్నట్టు అనిపించింది. నిస్సహాయంగా కోపంతో అంది-

"మీ వంశవృక్షానికి నిప్పులు పడా... మనకు చిల్లిగవ్వ లాభం లేనిది ఎవరికి కావాలి? ఎవరెవరి పిల్లలు సక్రమ సంతానమో తెలుసుకుని చేయగలిగేది ఏముంది? మీలాంటి పిచ్చివాళ్ళే ఇలాంటి పనులు చేస్తారు..."

"నువ్వు...నువ్వు... పో ఇక్కడి నుంచి" అని సర్వోత్తమ కోపంతో కంపిస్తున్న చేతులను విసరసాగాడు. కళ్ళద్దాల వెనుకనున్న అతని కళ్ళు కోపాన్ని భరించలేనంత శక్తిహీనమయ్యాయి.

గోదావరి నట్టింటికి వచ్చి బియ్యం మూటమీద కూర్చుంది. ఆమెకు తనలోని శక్తంతా ఉడిగిపోతున్నట్టు అనిపించింది. లేచి మంచం మీద అడ్డంగా వాలింది. బయట సర్వోత్తమ ఇంకా చట్టబద్ధమైన అని పదే పదే గొణుగుతున్నాడు. తన శక్తి కుంగిపోతోంది. తనకు ఆయాసం కలుగుతోంది. తనకు వయస్సు దాటిందని మొదటిసారి గోదావరి మనస్సుకు అనిపించింది.

* * *

ఒక కాలంలో సర్వోత్తమతోపాటు పాఠశాలలో మాస్టారుగా పనిచేసిన వెంకటేశ దడి దగ్గరి నుంచే 'సర్వోత్తమ' అని పిలుస్తూ, పెద్దపెద్ద అంగలు వేస్తూ వచ్చాడు. ఆ సమయానికి ఇంట్లో ఇంకా ఫలహారం తప్ప ఏ పనులూ కాలేదు. సర్వోత్తమకు వెంటనే అతనెవరో గుర్తుకు రాలేదు. దేవరాయ అతన్ని ఎన్నడూ చూడలేదు. గుర్తుపట్టడానికి తడబడుతూ 'ఆఁ...ఆఁ...' అని సర్వోత్తమ మౌనంగా నుంచున్నప్పుడు "అవునయ్యా, ఇప్పుడు ఈ బికారిని ఎలా గుర్తుపడతావు? నీకూ

ఈ విషయం తెలిసిందో లేదో?" అన్నాడు.

అంతలో గోదావరి నట్టింటి గుమ్మంలోకి వచ్చింది. ఆమె వెంకటేశను గుర్తుపట్టింది. "ఈయన వాళ్ళళి వెంటకేశ కదా... దీవిగెలో మీతోపాటు పాఠశాలలో పనిచేసేవారుకదా... అరే కూర్చోండి... లోపలికి రండి... " అని వసారాలోకి వచ్చింది. చేతిలోని గొడుగు, బట్టల సంచిని పట్టుకునే అతను వచ్చి కుర్చీలో కూర్చున్నాడు.

సర్వోత్తమకు అతనెవరో ఇప్పుడు గుర్తొచ్చాడు. "ఓ అవునుకదూ? ఎలా ఉన్నారు?" అన్నాడు.

"ఇంకా బతికివున్నాను... భిక్షం అడుక్కునే రోజులు దూరంలో లేవు. నాదంతా పోయింది. డబ్బంతా ఒక్కసారే మునిగిపోయింది..." అతని గొంతు ఒక్కసారిగా గద్గదికమైంది. సంచి నుంచి ఏదో బ్యాంకు కాయితాలు బయటికి తీయసాగాడు.

"ఏమైంది?"

"ఏమైందని అడుగుతున్నావా? నీకు విషయం తెలియదా?నా సొంత అల్లుడి మాట విని ఆ సహకార బ్యాంకులో డబ్బంతా పెట్టాను. అతనే పిల్చుకునిపోయి, నా డబ్బంతా అక్కడ పెట్టించాడు. ఒక వారం క్రితం ఆ బ్యాంకు దివాళ తీసింది. అతను ఒక్క ఉత్తరం కూడా రాయలేదు. న్యూస్ పేపర్‌లో వచ్చిన తరువాతే నాకు తెలిసింది. ఇప్పుడు ఏమంటున్నాడో తెలుసా? ఇక్కడికే వచ్చి ఉండు. నీకు డబ్బులు ఎందుకు అంటున్నాడు. ఇప్పుడు నేను కూడు కోసం కూతురు ఇంటికి వెళ్ళి ఉండాలి. సొంతంగా ఒక చిల్లర కాసు లేని వాడికి కూతురు ఇంట్లో ఏమి మర్యాద ఉంటుందో చెప్పు?... నాలుగు రోజుల నుంచి అక్కడికి తిరిగి అతడిని తిట్టి, పోలీసుల దగ్గరికి వెళ్ళి ఫిర్యాదు చేసి నిన్న రాత్రే ఇక్కడికి వచ్చాను. నువ్వు ఇక్కడ ఉన్నావని తెలిసి, చూద్దామని వచ్చాను. మనిద్దరిలో ఎవరు ముందు పోతామో తెలియదు... అందుకే చూసిపోదామని వచ్చాను..."

"చాయ్ తాగుతావా? షర్బత్ తాగుతావా?"

"ఏమీ వద్దు. నాకు సమయం లేదు. వంద చోట్లకు వెళ్ళాలి. ఈ విషయం అన్నిచోట్లా చెప్పాలి. ఆ పనికిమాలిన మనిషి మాటలు విని నాకు ఇలా జరిగిందని ఊరంతా టాంటాం వేయాలి"

"....."

"ముందుగా ఆ పాఠశాలలో సర్వీసు రికార్డు తప్పుగా రాశారు. నీది కూడా ఒకసారి చూసుకో. నువ్వు 'దీవిగె'లో ఉన్నావుకదా... దాన్ని సరిచేయడానికి తల

ప్రాణం తోకకు వచ్చింది. కారవారకు తిరిగి తిరిగి చెప్పులు అరిగిపోయాయి. పనికిమాలిన వెధవలు..."

సంచి నుంచి తీసి చేత్తో పట్టుకున్న పేపర్లను సర్వోత్తమ ముఖం ఎదుట పట్టుకుని చూపించసాగాడు. ఇక్కడ చూడమని మొత్తం రాసిన చోట వేలుపెట్టి చూపించాడు. "ఇంత పెట్టాను. వచ్చే సంవత్సరానికి ఇంతయ్యేది...అంతా పోయింది.." అంటూ చేతిని గాలిలో నిస్సహాయంగా కదిలించాడు. సర్వోత్తమ "ఆఁ ...ఆఁ..." అని తలూపాడు.

"ఆ సర్టిఫికెట్ మీద ఏం రాశారో చూడు... 'ఐ ప్రామిస్ టు పే శ్రీ ... ఏ సమ్ ఆఫ్ ... దాని ఆధారంగా కోర్టులో కేసు వేస్తాను. ప్రామిస్ చేశాడు కదా... తన జేబులోంచి ఇవ్వాలి ఈ బోడి ముండాకొడకు... కేవలం గాలి మాటలు కావు ...రాత మూలకంగా ఉంది. చూడిక్కడ... చూడు... నేను వదలనురా"

వచ్చిన పని అయిపోయిందన్నట్టు లేచి బయలుదేరాడు. అతడిని ఉండమని చెప్పటానికి ఎవరికీ నోరు పెగల్లేదు. గొడుగు, సంచి తీసుకుని, "ఆఁ... వస్తాను" అని చెప్పి తిరిగి కూడా చూడకుండా దడి దాటి వీధిలోకి కాలుపెట్టి నెమ్మదిగా అడుగులు వేస్తూ కనుమరుగయ్యాడు.

అతను వెళ్ళిన తరువాత ఎవరూ అతడి గురించి మాట్లాడలేదు. సర్వోత్తమ స్నానానికి వెళ్ళాడు. తిరిగి వచ్చిన తరువాత లోపలి నుంచి ట్రంకు తెచ్చి అందులోంచి అతడి సర్వీసు రికార్డు తీసి చదవసాగాడు. ఎవరికీ అర్థంకాని అంకెలను కూడుతూ, తీసివేస్తూ ఒక కాయితం నిండా అంకెలను, తారీఖులను రాశాడు.

అతని కార్యకలాపాలు చూస్తున్నప్పటికీ అతన్ని జవాబు అడిగే ధైర్యం కలగక గోదావరి అతడిని ఏ ప్రశ్న అడగలేదు. మధ్యాహ్నం వరకూ అతను లేవకుండా ఉండటం చూసి-

"ఏం చేస్తున్నారు?" అని అడిగింది.

"ఇది కూడా ఆ ఈచలకరంజి కుట్ర" అన్నాడు.

అతని ముఖం మీద పిచ్చికళ ఉన్నట్టు అనిపించి ఆమెకు భయం వేసింది.

* * *

చీకట్లోనే దేవరాయ లేచొచ్చి చూసినపుడు తన చుట్టూ కాయితాలను పరుచుకుని కూర్చున్న సర్వోత్తమ కనిపించాడు. వెలుతురు పరుచుకోవడానికి

ముందే అతను లేచి కూర్చుని ఉన్నాడని అర్థమైంది. అతని కుడిపక్కన నోరు తెరుచుకుని వున్న ట్రంకుపెట్టె, అరుగుమీద చాపమీద కూర్చుని, కళ్ళు చిన్నగా చేసి, కళ్ళద్దాలకున్న గాజు ద్వారా కాయితాలను పరిశీలిస్తున్న అతడిని చూసి దేవరాయకు తమాషాగా అనిపించి, "ఇదేమిటి, రాత్రంతా కూర్చున్నావా? నీది పనిలేని వడ్రంగి కథలా ఉందికదా!" అన్నాడు.

"ఈ ఈచలకరంజిని జైలుకు పంపుతాను. బోడిముండాకొడుకు" అని సర్వోత్తమ తల ఎత్తకుండానే అన్నాడు.

"పిచ్చిపట్టిందా నీకు? ఏ కాలం కథనో. జరిగిపోయి చాలా సంవత్సరాలైంది. నిన్ననే జరిగినట్టు మాట్లాడుతున్నావుకదా! అతను నీ గురించి ఏమో రాశాడు. నీకు ఎప్పుడో దానివల్ల ఇబ్బంది కలిగింది... ఇప్పుడు ఇన్ని సంవత్సరాల తరువాత దాన్ని తలుచుకుని బాధపడితే దానికి అర్థం లేదు. ఎవడో అతను ఈచలకరంజి అని చెబుతూనే ఉన్నావుకదా...ఇంకా అతను బతికివున్నాడో లేదో కూడా తెలియదు. దాన్ని పట్టుకుని రుద్దకు. చాయ్ తాగదాం..."

సర్వోత్తమ తలెత్తి చూశాడు. ముడతలుపడ్డ నుదురు, వాడిన ముఖం, సగం తెరిచిన నోరు, ఒక వైపు నేల మీద ఆనించిన చెయ్యి, మరొక చేతిలో ఉన్న పెద్ద కాయితాల కట్ట. అతని చూపులో ఒక విధమైన ప్రేతకళ ఉన్నట్టు అనిపించి దేవరాయకు కలవరం కలిగింది.

"నేను వదలనయ్యా. అతను కాదు, అతడి అబ్బ వచ్చినా వదలను. అనంతకు కారవారకు మళ్ళీ ట్రిప్పు మీద వెళ్ళినపుడు ఆఫీసుకు వెళ్ళి కాయితాలు, ఆ రికార్డు కాపీ తీసుకుని రమ్మని చెప్పాను. అదొక్కటి నా చేతికి దొరకని. అతడ్ని జైల్లో వేయిస్తాను.

"ఏ అనంత?"

"ఏ అనంత అంటే మన అనంతే"

"మధురి భర్తనా?"

"అవును, అతనే ఇంకెవరు?"

"అతను చనిపోయి చాలా కాలమైందికదా?"

"మరి ఇప్పుడే అతనితో మాట్లాడానుకదా, 'సరే, చేస్తాను... నువ్వు చెప్పిన తరువాత చేయకుండా ఉంటానా' అని అతనే స్వయంగా చెప్పాడుకదా. ఇదేంటి మరి?"

అతనితో మాట్లాడం వృథాప్రయాస అని స్ఫురించినవాడిలా దేవరాయ, "ఉన్నా ఉండొచ్చు, ఇప్పుడు నువ్వు చాయ్ తాగుదువురా" అని చెప్పి స్నానాలగది పొయ్యిలో నిప్పు రాజేయడానికి వెళ్ళాడు.

దేవరాయ ముఖానికి నీళ్ళు చల్లుకుని ముఖం కడుక్కున్నాడు. తువ్వాలుతో ముఖం తుడుచుకుని పొయ్యి దగ్గరికి వెళ్ళాడు. గొంతుకూర్చుని, పుల్లలు, కొబ్బరిమట్టలు పొయ్యిలో దూర్చి అగ్గిపుల్ల గీచి, ఆ రాశి కింద పెట్టాడు. మంట నెమ్మదిగా పెద్దదవుతూ, పుల్లల మధ్య వ్యాపిస్తూ, స్నానాలగదికే మరో రకమైన వెలుతురు ఇస్తూ, పెరగటం చూస్తూ, మంట ఆరిపోకుండా మళ్ళీమళ్ళీ ఎండిన పుల్లలు చేర్చి దాని పక్కన కట్టెలు పెట్టాడు. ఒక కొబ్బరి చిప్పకూడా చేర్చాడు. కట్టెలకు నిప్పు రాజుకుంటున్నట్టే, దాని గోధుమవర్ణపు వెలుతురు, పొగ పల్చనవుతూ పోయినట్టే లేచి పళ్ళు తోముకోవడానికి వెళ్ళాడు.

ఎడమ అరచేతిమీద పళ్ళపొడి వేసుకుని కుడివేలితో పళ్ళు తోముకోవడం ముగించి, పుక్కిలించి, పుక్కిలించి ముఖం కడుక్కున్న తరువాత అతనికి వెంటనే అరుగుమీదికి వెళ్ళాలని అనిపించలేదు. సర్వోత్తమ మాటల వల్ల లోపలిదేమో గెలికినట్టయ్యింది. పొయ్యి నుంచి లేచిన పొగ కప్పువైపు సాగటం చూస్తూ మౌనంగా దాని ఎదుట నుంచున్నాడు.

గోదావరి అరుగు మీద నుంచుని మాట్లాడుతుండటం వినిపించింది.

"మీరు చెబుతున్నది ఏమిటో తెలుసా? నోటికి వచ్చింది మాట్లాడకండి. రాత్రి నిద్ర చెడితే ఇలాగే ఉంటుంది. పైత్యం తలకెక్కుతుంది...లేవండి... చాల్చాలు...ఇంక లేవండి"

ఈ గొడవకు లేచొచ్చిన పురందరకు మొత్తం విషయం అర్థం కావటానికి కొంచెంసేపు పట్టింది. మొదట్లో అతని మాటలు కాస్త భయం పుట్టించేలా ఉన్నప్పటికీ అతను మాట్లాడుతున్న తీరువల్ల, దాని అసందర్భం వల్ల తమాషా సన్నివేశంలా అనిపించింది.

"అలాగే అనంతనే పంపుతాను. మీరిప్పుడు లేచి చాయ్ తాగడానికి రండి..." అని గోదావరి మళ్ళీ అతడిని బతిమిలాడింది. ఆమెకు నవ్వాలో, గంభీరంగా ఉండాలో అర్థం కాలేదు.

"కావాలంటే దేవరాయనే అడుగు. ఇప్పుడు అతనూ ఇక్కడే ఉన్నాడు. ఉన్నా ఉండొచ్చులే అన్నాడు. మీరెందుకు నా వెంటపడ్డారు. నేను చాయ్ తాగను..." అతను ఇంకా చాపమీద కాయితాల మధ్య కూర్చునేవున్నాడు.

పురందర వ్యంగ్యంగా మాట్లాడాడు."సరిపోయింది. ఇదొక్కటి మిగిలివుంది. అంతా మాట్లాడిన తరువాత చాయ్ తాగడానికి రండి. వస్తే అతడినీ పిల్చుకుని రండి. అన్ని విషయాలు సరిగ్గా అడగండి. మిమ్మల్నీ కారవారకు పిల్చుకుని పోతాడేమో అడగండి. ఎలాగూ అతని వెంబడి బస్సులో ఫ్రీగా వెళ్ళొచ్చు..."

"చెప్పానుకదా, ఆ కాయితం ఒకటి దొరకనీ. ఆఁ ఈచలకరంజిని జైలుకు పంపకపోతే నేను నేను కాను"

"పంపండి...పంపండి...ఇక్కడ అతను దొరకకపోతే అనంతమామకు అతన్ని పట్టుకుని రమ్మని చెప్పండి. అతనికి దొరకటం గ్యారెంటీ..." అని చెప్పి పురందర లోపలికి వెళ్ళాడు. అసంబద్ధమైన గొడవ వల్ల తెల్లవారుజాము నిద్రను పాడుచేసిన సర్వోత్తమ మీద అతనికి కోపం వచ్చింది.

దేవరాయకూ ఇప్పుడు మొట్టమొదలు తెల్లవారుజామున సర్వోత్తమతో మాట్లాడినపుడు కలిగిన భయం తగ్గింది. అయినా ఎవరికి తెలుసు? ఇతని చావు దగ్గరపడిందా? లేదా అనంత ఏమైనా అతడి కలలో వచ్చి పలకరించాడా? చాయ్ తాగడానికి వంటింట్లో కూర్చున్నప్పుడు కిటికీ నుంచి కనిపించిన ఉదయపు ఎండ మొదటి కిరణానికి, పక్షుల కువకువలకు మనస్సు కాస్త తేలికపడింది. కొద్దిసేపటి తరవాత వచ్చి కలిసిన సర్వోత్తమ మౌనంగా కూర్చుని చాయ్ తాగాడు.

* * *

వీటన్నిటివల్ల కాస్త విచలితురాలైంది సునంద. ఎంతగా అసహజమనిపించినా ఆమెకు మాత్రం సర్వోత్తమ తన తండ్రితో మాట్లాడానని చెప్పడంతో మనస్సు కలత చెందింది. ఎన్నడూ చూడని తండ్రి జ్ఞాపకాలు తీవ్రంగా వేధించాయి. ఒక్క ఫోటో తప్ప అతనిదంటూ మిగిలిన వస్తువు ఒక పచ్చరంగు హ్యాటు మాత్రమే. దాన్ని అతను వేసవికాలంలో ఉపయోగించేవాడు. దాని ముందు భాగంలో రెండు కత్తులు కత్తెర ఆకారంలో ఉన్న చిత్రముండేది. ఒక ట్రంకులో భద్రంగా పెట్టినదాన్ని తీసి చూడకుండా చాలా కాలమైంది. పెళ్ళికి ముందు రాత్రి ఆమెకు విచిత్రమైన కలవరం కలిగి ఎన్నడూ చూడని తల్లితండ్రులను గుర్తుచేసుకుని శబ్దం బయటికి రాకుండా దుప్పట్లో రోదించింది.

అప్పుడప్పుడు గోదావరి చెబుతున్న తల్లితండ్రుల ప్రేమకథలు రమ్యంగా ఉండేవి. తీవ్రమైన తన ప్రేమను తన మరణం ద్వారా చాటిచెప్పిన తండ్రి పట్ల ఆమెకు అభిమానం కలిగింది. ఏ ఆడదైనా పొందడానికి ఎదురుచూసే ప్రేమ అది. భార్య ఎడబాటును సహించటానికి ఒక నెల రోజులు ప్రయత్నించి, ఆమె

లేని నిస్సారమైన జీవితాన్ని స్వీయమరణం ద్వారా చాటిచెప్పాడుకదా. బిడ్డను వదిలి ప్రాణం తీసుకున్న అతని బాధ్యతారాహిత్యం వల్ల అప్పుడప్పుడు అల్పమైన మాటలను ఆమె విన్నది. అయితే వాటి వల్ల ఆమె మనస్సులో ఏర్పడిన చిత్రమొకటి మాసిపోలేదు.

అనంత రాసిపెట్టి పోయిన ఉత్తరం గురించి ఆమె తీవ్రంగా ఆలోచించింది. ఆ ఉత్తరం ఎటుపోయిందో ఎవరికీ తెలియదు. పంచనామా జరిపినపుడు పోలీసులు స్వాధీనం చేసుకుని ఉండాలి. దానిలోని రాతను ఆమె అనేకసార్లు మనస్సులోనే రూపొందించుకుంది. చిన్నచిన్న అక్షరాలతో అతను రాసివుండగలిగే ఎడబాటువల్ల కలిగిన బాధలు, "నీ మీద ప్రాణం పెట్టుకున్నాను" అనే మాటలను నాటకాలలో విన్నప్పుడు లేదా పుస్తకాలలో చదివినపుడు అవన్నీ అబద్ధాలని అనిపించేవి. ప్రాణం ఇచ్చేటటువంటి ధైర్యం లేకుండా ఊరకే మాట్లాడే పొల్లు మాటలని అనిపించేవి. ఆమె మట్టుకు "ప్రాణం పెట్టినవాడు" అంటే అనంత మాత్రమే. అక్షరాల దాన్ని చేసి చూపించినవాడు. మాట అంటే అలాగే. సొంత ప్రాణం కంటే ఎక్కువే. అలాంటివాళ్ళు మళ్ళీ మళ్ళీ దొరకటం సాధ్యం కాకపోవటం వల్ల ఆమె తన భర్త పట్ల పెళ్ళికి ముందు నుంచే ఏ ఆపేక్షలూ పెట్టుకోలేదు. ఎవరిని పెళ్ళి చేసుకున్నా ఎలాంటి వ్యత్యాసం కలగదన్నట్టు ఉండిపోయింది.

పురందర సర్వోత్తమను కటువుగా పలకరించిన తీరు సునందకు నచ్చలేదు. అయితే సర్వోత్తమను సమర్థిస్తూ మాట్లాడటమంటే తనకూ తల చెడిందని అందరూ భావిస్తారని మౌనంగా ఉండిపోయింది. సర్వోత్తమ ఒక్కడే ఉన్నప్పుడు ఈ విషయం ప్రస్తావించి అనంతతో అతను ఏం మాట్లాడాడో తెలుసుకోవాలనే కోరిక కలిగింది.

⌘

అధ్యాయం 4

పుత్తప్ప చాయ్ కొట్టుకు దగ్గర్లోనే ఓ పాత ఇంటి మేడమీద ఒక గదిని అద్దెకు తీసుకుని నటరాజ 'నాట్య కళా సంఘం' అనే బోర్డు వేలాడదీసి నలుగురు స్నేహితులు కలవటానికి బనభండారి ఒక చోటు కల్పించాడు. నాటకాలు వేసే సమయంలో రిహార్సల్స్ చేయడానికి, లేకపోతే కబుర్లు చెప్పుకోవడానికి ఆ గదిని ఉపయోగించేవాళ్ళు. యశవంత ఊరికి తిరిగొచ్చిన తరువాత నాట్యకళా సంఘానికి హాజరవ్వసాగాడు. పూనా నుంచి వచ్చిన తరువాత వారి సహవాసం మరీ దగ్గరైంది. ఇద్దరే ఉన్నప్పుడు, సొంతంగా నాటక కంపెనీ స్థాపించడం గురించో, సినిమా నిర్మించడం గురించో కలలు కనేవారు. అందులో బనభండారిదే నేతృత్వం.

"సినిమా అంటే ముఖ్యంగా డబ్బులు కావాలి. నాటకానికి అంత డబ్బు అవసరం లేదు. హుబ్బళ్ళిలో పాత సీనరీలు దొరుకుతాయి. ఒక నాలుగు సీనరీలు పెట్టుకుంటే చిన్న కంపెనీ మొదలుపెట్టవచ్చు. నువ్వు నటుడివి. నేను మేనేజరు... ఇక డ్యాన్స్ బాగా చేయగల నటిని వెతకాలి. ఇప్పుడు డాన్సులు లేకపోతే జాతరలో ఎవరూ నాటకం చూడటానికి రానేరారు. ఈసారి మారెమ్మ జాతర సమయంలో వచ్చే నాటక కంపెనీవారిని విచారిద్దాం. ఎవరో ఒకరు దొరకనే దొరుకుతారు" అని బనభండారి ఉత్సాహాన్ని నింపేవాడు.

"నాటకానికైనా డబ్బులు కావాలి కదా. అప్పుడే కంపెనీ మొదలుపెట్టినట్టు

మాట్లాడుతున్నావుకదా...” అని యశవంత అతనికి వాస్తవాన్ని తెలియజేయడానికి ప్రయత్నించేవాడు.

“ఈ ఊళ్ళో మనకు చిల్లిగవ్వంత విలువ లేదు. జనం కేవలం లాభాల గురించి మాట్లాడుతారు. ఇక్కడ ఏమి చేసినా బూడిదలోపోసిన పన్నీరే...”

“అయితే నన్ను ఎందుకు ఇక్కడికి పిల్చుకుని వచ్చావు?”

“నేను చెప్పిందేమిటి? ఒకే ఒకసారి వచ్చి వెళ్ళమని. నువ్వు వచ్చినవాడివి వెళ్ళే మాట ఎత్తకుండా ఇక్కడే జెండా పాతావు...”

“అమ్మ కోసం ఉండాల్సి వచ్చింది. అంతే...నీకు తెలుసుకదా...”

“అలాంటప్పుడు నాపైన నింద వేయకు. ఈ రోజు అమ్మ. రేపు భార్య, అటుతరువాత పిల్లలు. నా విషయంలోనూ అదే జరిగింది. ఒకసారి ఈ సంసార జంజాటంలో పడిన తరువాత కథ ముగిసిపోతుంది. అయినా ప్రజలకు నా పట్ల అసహనం చూడు. ఉన్నది ఉన్నట్టే చెబుతానని నా మీద కోపం. కారణం లేకుండా సంతోషంగా ఉంటానని కోపం. సినిమాలో చేశానని కోపం. వాళ్ళలా కాని పనులు చేస్తూ, కనిపించని విషయాలకు కలవరపడటం లేదని కోపం. నా భార్య నా మీద తగినంతగా కోప్పడ్డం లేదని కోపం...”

కళాసంఘం గదికి రెండు పెద్ద కిటికీలు ఉన్నాయి. వీధి పక్కనున్న చెట్టు కొమ్మలు పెరిగి, ఇటువైపు కిటికీ వైపు కొమ్మలు చాపాయి. లోపల పరిచిన చాపమీద దిండుకు ఆనుకుని కూర్చుంటే చెట్టంతా ఆక్రమించుకున్న ఆకుపచ్చని ఆకులు, వాటి చాటు నుంచి ఆకాశం ముక్కలు ముక్కలుగా కనిపిస్తోంది. కిటికీ ఊచలు తుప్పుపట్టి పాతబడ్డాయి. ఏ కాలంలోనో వాటికి పూసిన ఆకుపచ్చ రంగు వెలిసిపోయింది.

అరువు రాయించకుండానే ముందుగానే డబ్బు చెల్లిస్తే, కళాసంఘం సభ్యులకు పుత్తప్ప ‘ఆంబొడె’ పంపేవాడు. బనభండారి ప్రొద్బలంతో యశవంత చెప్పిపంపితే మాత్రం అడ్వాన్స్ లేకుండా చాయ్, టిఫిన్ పంపేవాడు. యశవంత అక్కడ ఉంటే డబ్బు వసూలు అవుతుందని పుత్తప్పకు తెలుసు. బయట వర్షం కురుస్తున్నప్పుడు మేడమీది ఈ గదిలో కూర్చుని గరం గరం మరమరాలు, చాయ్‌తోపాటు, బభ్రువాహనను చూసిన అర్జునుడు, “నీవింకా పిల్లవాడివి” అనే యక్షగాన నాటకంలోని గానాన్ని వేరు వేరు రీతుల్లో ఆలపించి చర్చించటం, శల్యపర్వంలోని శల్యుడి అయోమయం గరించి ఎంత ప్రస్తుతమో వాదించడం, లేదా పూనాలో చూసిన నటసార్వభౌమ నాటకంలోని చివరి సీను మరో విధంగా చేసివుండొచ్చని,

సంభాషణల సమేతంగా వివరించడం–ఇలా ఇద్దరికీ ఇష్టమైన విషయాలను వాళ్ళు పంచుకోవటం ఇతరులకు అర్థంకావటం కష్టం. అందువల్ల అక్కడ ఏమి జరుగుతుందో, వీళ్ళు కూర్చుని ఏం మాట్లాడుకుంటున్నారోనని అనేక ఊహాగానాలు ఊళ్ళో వ్యాపించసాగాయి.

అప్పుడప్పుడు సాయంత్రం సమయంలో పురందర కూడా వాళ్ళతో చేరసాగాడు. బ్యాంకు ముగిసిన తరువాత చేయడానికి కచ్చితమైన పనేమీ లేని అతనికి ఇది ఉపశమనానికి మార్గమైంది. బ్యాంకు నుంచి నేరుగా అక్కడికి వెళ్ళేటప్పుడు దార్లోనే పుత్తప్ప కొట్లో దూరి మూడు కప్పుల చాయ్ పంపమని చెప్పేవాడు. ఈ కొత్త అలవాటు వల్ల ఇంటికి తిరిగి వచ్చేసరికి రాత్రి ఎనిమిదిన్నర అయ్యేది. ఆ సమయానికి దేవరాయ, సర్వోత్తమల భోజనాలు ముగిసివుండేవి. పురందర ఎక్కువ మాటలు లేకుండానే గబగబా భోజనం ముగించడంతో, ఆ రోజు అంతమయ్యేది.

యశవంత వచ్చిన కొత్తలో అతను ఊళ్ళోనే ఉంటే చాలని కోరుకుంటున్న దేవయ్య ఇప్పుడు చెవిన పడుతున్న విషయాల వల్ల బెదిరారు. బనభండారి తన కొడుకును తిరిగి తీసుకొచ్చినందువల్ల అతని పట్ల కాస్త మృదువుగానే ఉన్నప్పటికీ అతడ్ని పూర్తిగా నమ్మి ముందుకు సాగడం దేవయ్యగారికి సాధ్యం కాలేదు. ఎంతైనా అతనొక వాచాలుడని, ఎందుకూ కొరగాని మనిషని ఆయన మనసులో ఉన్న భావనను తొలగించటం సులభం కాదు.

"దేవయ్యగారు, మీ అబ్బాయి ఎక్కడ? అతను ఊరికి వచ్చిన విషయం విని పలకరిద్దామని వచ్చాను. అతడ్ని కొట్లో కూర్చోబెట్టండి. మీరు ఇంక రిటైర్డ్ కావడానికి ఎలాంటి అడ్డంకి లేదు..." అని అడుగుతూ వచ్చే పరిచయమున్న పాత గిరాకీలకు యశవంత కళాసంఘంలో బనభండారి సహచర్యంలో కాలక్షేపం చేస్తున్నాడని చెప్పడానికి నోరు పెగిలేదికాదు.

"ఇప్పుడు వదలకండి. కొట్లో కూర్చోబెట్టండి. వ్యాపారుల పిల్లలకు కొట్టు అరుగు రుచి తగలకపోతే చాలాకష్టం... నా మాట వింటారా– డబ్బులు ఇవ్వడం మానేయండి. అతను కొట్లో కూర్చుని సంపాదించనీ... అప్పుడు చూడండి బండి ఎలా దారికి వస్తుందో..."

"ఆ బనభండారి వెంట పంపకండి...అతనొక పనికిమాలిన మనిషి. మీ అబ్బాయి వెళ్ళిన చోటైనా ఒక ఉద్యోగం వెతుక్కున్నాడు. ఇక్కడ కేవలం కాలహరణం. ఒంట్లో శక్తి ఉన్న కుర్రవాళ్ళు ఇలా సమయాన్ని పాడు చేసుకోకూడదు..."

"ఈ మధ్యన సాయంకాలం పేకాట మొదలైందనే వార్త. నువ్వొక కంట కనిపెట్టు. ఇంటికి వచ్చినవాడు చేతికి దొరక్కుండా పోతాడేమో..."

శ్రేయోభిలాషులు ఇచ్చిన ఇలాంటి ఉపదేశాలు దేవయ్యగారిని వేధించసాగాయి.

నిట్టూర్చడం తప్ప, దేవయ్య భార్య దగ్గర కూడా దానికి ఉపాయం లేదు. తండ్రి కొట్టుకు వెళ్ళిన తరువాత తల్లి దగ్గర యశవంత నాటక కంపెనీ జీవితానికి సంబంధించిన నానా కథలను చెప్పేవాడు. ఆమెకు అదంతా అర్థం కాకపోయినా అందులో ఏదో ఉందని నమ్మింది. ఇటువైపు భర్త మాటకు ఏమి చెప్పాలో తోచక గందరగోళంలో పడేది. ఇదంతా దేవయ్య అక్క బాయక్క హొసాడ నుంచి వచ్చినపుడు కాస్త ఎక్కువగానే చర్చించబడి అందరి మనస్సులు కలవరానికి గురయ్యాయి.

ఎర్రటి చీర, బోడుతల కలిగిన ఈ బాయక్క మహా గయ్యాళి ముసలిది. ఒక్కడే కొడుకు, వంశం, ఆస్తి పర్యవేక్షణ మొదలైన విషయాలు మాట్లాడి దేవయ్య బుర్ర తిన్నది. యశవంత తిరిగి వచ్చిన తరువాత అతడిని స్వేచ్ఛగా వదిలినందుకు దేవయ్యను, అతడి భార్యను తిట్టింది. ఉదాహరణల సమేతంగా వివరించింది. ఒక్కసారి ఆమె మాటలు మొదలైతే ఆమె నోరు అంత సులభంగా మూతబడేదికాదు.

"పిల్లలు మంచి కర్మలు చేయడానికి పుణ్యం చేసుకుని రావాలి. నీ కొడుకు ఇప్పుడు ఇంటికి వచ్చాడుకదా. పెళ్ళి గురించి ఆలోచిస్తున్నారా లేదా? వాడి మిత్రమండలి గురించి చెడుగా విన్నాను. అయినా నీకు తెలిసినదానికన్నా నాకు ఎక్కువేమి తెలుస్తుంది? ఇలాంటి విషయాల్లో కీడెంచి మేలెంచాలన్నారు. కాబట్టి ఆలోచించి అడుగు ముందుకు పెట్టడంలో నష్టమేమీ లేదు. నీకు నేను చెప్పాలా?..."

మధ్యాహ్నం భోజనానికి ఇంటికి వచ్చిన దేవయ్యను బాయక్క సాయంత్రం వరకూ వేధించింది. సుమారు అయిదు గంటలకు అంగట్లో పనిచేసేవ్యక్తి వచ్చి కిరాణా సామాన్లు వచ్చాయని చెప్పాడు. "యశవంత నువ్వే వెళ్ళి సామాన్లు లోపల వేయించుకో" అని దేవయ్య కొడుకుతో అన్నాడు.

"అలాగే. నువ్వు ఆరుగంటలకు కొట్టుకురా. తరువాత నేను వెళ్ళాలి"

'రోజూ హాజరు వేయించుకోవడానికి ఎక్కడికి వెళతావురా? దానికి బదులుగా కొట్లో కూర్చోకూడదా? మీ నాయన రోజూ కొట్టుకు వెళ్ళి కష్టపడాలి. నువ్వు వయస్సు వచ్చిన పిల్లవాడివి. పనిపాటా లేనివాడిలా అక్కడ ఇక్కడ తిరుగుతూ ఉన్నావు..." అని బాయక్క మాటలతో విసిగిపోయిన యశవంతుడి తల్లి అంది.

ఆ మాటలు యశవంతను రెచ్చగొట్టాయి.

"అలాగే, ఇప్పుడు వెళతానని అన్నాను కదా..." అని అసహనంగా అన్నాడు.

"ఈ రోజుటి మాట కాదు. రోజూ నువ్వు కాస్సేపైనా వచ్చి వెళ్ళొచ్చుకదా... నాకు ఇప్పుడు చేతకావటం లేదు. కష్టపడి విసుగొస్తోంది"

"వస్తానొస్తాను...దానికి సమయం వచ్చినపుడు వస్తాను"

"అఁ ...పెద్దమనిషి వీడు...ఎప్పుడు సమయం వస్తుంది? నేను చచ్చిన తరువాతనా? అప్పటిదాకా నేను కష్టపడి చావాలనా నీ అభిప్రాయం?" అని దేవయ్య సహనం కోల్పోయి అన్నారు.

"అలా అని నేనెప్పుడు చెప్పాను?"

"మరి నీ మాటలకు అర్థమేమిటి?"

"మీరు ఎలా అనుకుంటే అలా. కొట్లో కూర్చోవటానికి నాకు విసుగు. అదేమైన బ్రహ్మ విద్యనా కూర్చుని నేర్చుకోవటానికి? కూడికలు, తీసివేతలు వస్తే చాలు. గల్లాపెట్టె దగ్గర కూర్చుని కబుర్లు చెప్పడం. డబ్బులు లెక్కపెట్టి గల్లాపెట్టెలో వేయడం..."

"కొట్లో కూర్చుని కొంచెమైనా వ్యాపార మర్మం తెలుసుకోవాలని చెప్పాను. అది కాకపోతే సంపాదించే వేరే ఏ విద్య నీకు తెలుసని నువ్వు ఈ వ్యాపారం గురించి ఇలా మాట్లాడుతున్నావు? నీకు తెలిసిన విద్యలంతా డబ్బులు పోగొట్టుకునేవే"

"నాకు తెలియదా? మీకు నా ప్రతిభ తెలియదు. కేవలం సంపాదించడం కాకుండా వేరే ఏ వ్యవహారానికీ అర్థం లేదని మీరు అనుకుంటున్నారు. మీలాంటివారితో వాదించడమే నా తప్పు"

"తెలుసురా, నీ ప్రతిభ తెలుసు. నెలకు పది రూపాయలు పుట్టించని ప్రతిభ... ఆ నీ బికారి గురువు ఉన్నాడుకదా, తన సొంత కొట్టును రోడ్డున పడేసినవాడు. ఇప్పుడు అతని ప్రతిభను నీకు ధారపోస్తుండవచ్చు. రోజూ అక్కడ మేడమీద కూర్చుని అదే నేర్పిస్తూ ఉండొచ్చు"

"ఇన్ని మాటలు ఎందుకు? నా భాగం నాకు ఇచ్చేయండి. ఇల్లొదిలి వెళ్ళిపోతాను. ఇది ఎలాగూ పిత్రార్జితమైన ఆస్తికదా? నాకూ అందులో హక్కుంది"

ఆ మాటలు వినగానే దేవయ్య నోరు మూతబడింది. మాటంటే చాలు చేసినట్టేనని నమ్మిన దేవయ్యకు ఆ మాటలవేడి నిప్పులా తగిలి చురుక్కు

మనిపించాయి. తండ్రి మౌనం చూసి తాను అనకూడని మాట అన్నట్టు యశవంతకూ అనిపించింది.

"ఏం చేస్తావురా భాగం తీసుకుని? రెండు రోజుల్లో అంతా పోగొట్టుకుని, ఆ స్నేహితులతో కలిసి చిప్ప పట్టుకుని పోతావు, అంతే." అని ఇంతసేపు మౌనంగా ఉన్న అతడి తల్లి మధ్యలో కలగజేసుకుని అంది.

"ఏమైనా చేస్తాను, లేకపోతే ఊరికే ఇంట్లో ఉంటానా? భారీ నాటక కంపెనీ నడపగలిగే ప్రతిభ నాలో ఉంది. కావాలంటే సినిమా తీస్తాను. అయినా ఇదంతా మీకు అర్థం కావాలి కదా..."

అదే సమయంలో దడి దగ్గర బనభండారి రావటం కనిపించింది. యశవంతను ఊరికి పిల్చుకుని వచ్చినప్పటి నుంచి అతనితో మునుపట్లా మొరటుగా మాట్లాడక పోయినప్పటికీ అతని పట్ల అభిప్రాయమేమీ మారలేదు.

నోరు తెరిచి పళ్ళికిలిస్తూ లోపలికి వచ్చిన బనభండారికి ఆ సందర్భంలోని గంభీరత తెలియదు.

"ఏమిటి? కుటుంబ సభ్యులంతా ఒక్కచోట కూర్చుని కబుర్లు చెప్పుకుంటున్నారే..." అన్నాడు.

అతని మాటలకు ఎవరూ ప్రతిస్పందించలేదు.

దాంతో అయోమయంలో పడిన అతను "అంతా బాగుంది కదా..." అన్నాడు.

ఎవరూ మాట్లాడలేదు.

అప్పుడు యశవంత "తరువాత నేనే వచ్చి నిన్ను కలుస్తాను" అన్నాడు.

యశవంత తల్లి మధ్యలో కల్పించుకుని, "రోజూ మాట్లాడటానికి మీకు ఏముంటుంది? వీణ్ణి వీడిపాటికి వదిలేయకూడదా?" అని తీవ్రంగా అడిగింది.

"మేము కళారాధకులం. అంతే. రోజూ అవే మాటలు. నాటకం, సంగీతం. రేపు ఇతను ఒక నాటక కంపెనీ పెట్టాడే అనుకోండి లేదా ఒక సినిమా తీశాడనే అనుకోండి. అప్పుడు నాకు ఒక పాత్ర ఇస్తాడని ఇప్పటినుంచే కాకా పడుతున్నాను"

తమాషాగా మాట్లాడిన ఈ మాటల పరిణామం ఏమౌతుందోననే అంచనా అతనికి లేదు. కుమారుడి మాటల వెనుక ఎవరి ప్రోద్బలం ఉందో దేవయ్య ఊహించారు.

"పోరా కొంపలు నాశనం చేసే ముండాకొడకా. ఇంకొక ఘడియ ఇక్కడ ఉన్నావంటే కాళ్ళు విరగ్గొడతాను. నాటక కంపెనీ, సినిమా అంటూ వీడి బుర్రలో

పురుగును వదిలినవాడివి నువ్వు. నీ ఇంటినే ముంచింది చాల్లేదా? ఇప్పుడు ఇక్కడికి వచ్చావా? అన్నిటి మధ్యలో తలదూర్చడానికి...ఇంకొకసారి ఇక్కడి వచ్చావంటే చూడు...దరిద్రుడా"

దేవయ్య మాటలకు బనభండారి కలవరపడ్డాడు. అతను ఈ పరిణామాన్ని ఊహించలేదు. దిక్కులు చూస్తూ యశవంత ముఖం చూశాడు.

"అతను ఇక్కడికి ఎందుకు రాకూడదు? ఈ ఇంట్లో నాకూ హక్కు ఉంది. అతను నా స్నేహితుడు. అతను ఇక్కడికి రావటానికి మీరు పర్మిషన్ ఇవ్వాలా? అతను ఇక్కడికి రాకూడదంటే నేనూ ఇక్కడ ఉండను" అని యశవంత కోపంతో అరవసాగాడు.

దేవయ్య కఠినంగా బనభండారి వైపు చూడగానే అతను కంగారుపడ్డాడు.

"పోనీలే యశవంత. ఎక్కడ కలిస్తే ఏమిటి? కళకు ఇదే చోటని ప్రత్యేకంగా ఉందా? మనం అచ్చమైన కళాకారులం"

ఎవరూ తన మాటలకు ప్రతిస్పందించక పోవటం గమనించి, "ఇప్పుడు నేను వెళుతున్నాను..." అని బయలుదేరాడు. అతని పిచ్చిపనుల వల్ల తన మాటకు ఉన్న విలువకూడా పోతుందని అర్థమై యశవంత అతణ్ణి ఆపలేదు.

తరువాత యశవంత ధుమధుమలాడుతూ కొట్టుకు బయలుదేరాడు. అతను అటు వెళ్ళిన తరువాత, "వాడికి పెళ్ళి చేద్దాం" అన్న భార్య మాటలు దేవయ్యకు సమంజసంగా తోచాయి.

"వాడు గల్లాపెట్టె ముందు కూర్చోవాలి. వాడి ముడ్డికి వేడి తగలాలి. సొంత సంపాదన లేనివాడికి ఎవరు పిల్లను ఇస్తారు?" అని మెల్లగా అన్నాడు.

"అణ్ణప్ప మళ్ళీ చెప్పి పంపాడు. అతనికి ఏదో ఒక స్పష్టమైన జవాబు ఇవ్వాలికదా!"

"ఏమని జవాబు ఇద్దాం. ఇతను ఏం చేస్తాడో ఇతనికే తెలియదు. ఇతను ఊఁ అంటే కదా, ముందరి విషయాలు మాట్లాడటానికి? అంతేకాకుండా ఇతడి కీర్తి తెలిసినవారు ముందుకొస్తారని నాకైతే అనిపించటం లేదు" అని దేవయ్య నిట్టూర్పు విడిచారు.

* * *

ఈ అణ్ణప్ప అత్యంత తెలివైన మనిషి. గడుసువాడు. రసికుడు. కుమటాలో అతనికొక పోకల మండి ఉన్నప్పటికీ ముఖ్యమైన వ్యాపారం అంటే అప్పులిచ్చి

చక్రవడ్డీ పాశం వేసి డబ్బు పెంచటం. అతనిది ఎంత నాజూకు మాటల ప్రతిభ అంటే అతని దగ్గర అప్పు తీసుకుని దివాళ తీసినవారు కూడా అతనితో నిష్ఠూరంగా ఉండేవారుకాదు. గొంతు కోయడానికి అతనికి ఒక్కటంటే ఒక్క వెంట్రుక చాలు. ఇలాంటి అణ్ణప్పకు ఒక్కతే కూతురు. ఆమె పేరు శైలా. చదువుకున్న అమ్మాయి. ముద్దుగా పెరిగింది. జగమొండి. మొండితనం తప్ప వేరే తర్కమే లేకపోవటం వల్ల ఆమె ముందు అణ్ణప్ప నోరు పెగిలేదే కాదు. చెప్పింది తప్ప మిగిలినవన్నీ చేసేది. పాఠశాలలో చదువుతున్నప్పుడే విహారయాత్రకు వెళ్ళినపుడు పేరు పాడుచేసుకుంది. దాంతో ఆమె పెళ్ళివ్యవహారం చిక్కుముడిగా మారింది. చూడటానికి చాలా అందంగా ఉన్న ఈ అమ్మాయి వయసుతోపాటు పెరిగి ఒళ్ళు పట్టింది. రూపవతి కావటం వల్ల ఆమె గురించి వ్యాపించిన కథలు, వరుడికి, అతని ఇంటివారి కంటికి సజీవంగా కనిపించేవి. ఆమె వెనుకపడ్డ గిరీశ అనే కుర్రవాడు ఆకాశరామన్న ఉత్తరాలు రాసి పెళ్ళి ఆపేస్తాడేమోనని అణ్ణప్పకు అనుమానం. అంతేకాకుండా ఆ గిరీశకు తన కూతురే వివరాలు అందిస్తోందని అణ్ణప్పకు అనుమానం. అందువల్ల ఎంత ఆస్తి వున్నా ఒక్కగానొక్క కూతురి పెళ్ళి చేయడానికి సతమతమవుతున్నాడు. అంతా సిద్ధమై, చివరి క్షణాల్లో ఏవో కుంటి సాకుల వల్ల సంబంధాలు చెడిపోయేవి. ఈ ఒక్క విషయంలో అతని మాటల చాతుర్యం ఉపయోగపడలేదు.

ఇప్పుడు యశవంత తిరిగి వచ్చాడనే వార్త చెవిన పడిన తరువాత అతను శైలాకు అత్యంత తగిన వరుడనీ, వీటన్నిటికీ తల పాడుచేసుకునేవాడిలా కనిపించలేదు. నాటకాల జనం అంటే కాస్త ఆధునికులై ఉంటారని అణ్ణప్ప నమ్మకం. అంతేకాకుండా అతనికి కుమటాకు వచ్చే నాటక కంపెనీల అంతర్గత జీవితాలతో కాస్త పరిచయమూ ఉంది. ఒకవేళ కూతురు గురించి కథలు చెవిన పడినప్పటికీ యశవంత వాటన్నిటికీ విలువ ఇవ్వడని అనుకున్నాడు. అయితే అతనికి యశవంత తల్లితండ్రుల భయముంది. ఊరివాళ్ళ చెవుల్లో కూతురి విషయాలు చెవిన పడకుండా ఉండదు. కుర్రవాడు గట్టిగా ఉంటే ఇతరులను నియంత్రించవచ్చని యశవంతను ఆకర్షించే ఉపాయాల గురించి అణ్ణప్ప ఆలోచించసాగాడు. దాంతోపాటు జాతకం, గుణాల కలయిక అంటూ దేవయ్య కుటుంబం దగ్గరికి తన దూతలను తరిమాడు. వాళ్ళు కచ్చితంగా కుదరదని చెప్పకపోవటమే అతనికి శుభసూచకంగా కనిపించింది.

యశవంతను పట్టుకోవడానికి బనభండారికన్నా ఉత్తముడు లేడని అణ్ణప్పకు తెలుసు. ఇదే సమయంలో బనభండారి దేవయ్య చేత తిట్టించుకుని వచ్చాడు. ఆ

సంఘటన తరువాత యశవంత కూడా కాస్త ఆసక్తి పోగొట్టుకున్నట్టు కనిపించటంతో బనభండారికి నిరాశ కలిగింది. నాటక కంపెనీ స్థాపించటంతో అతను మునుపటి ఉత్సాహం చూపటం లేదు. ఎవరి దగ్గర చెప్పుకోవాలో తెలియక గింజుకుంటున్నప్పుడు అణ్ణప్ప ఇంటికి పిలిచి, భోజనం పెట్టించి, తాంబూల పళ్ళెం ముందుకుతోస్తూ నోరువిప్పించాడు. బనభండారి అన్ని విషయాలు చెప్పేశాడు. అసలే నోటిదూల మనిషి, అందులోనూ అన్నం తిన్న ఋణం. ఉన్నదీ లేనిదీ కలిపి చెప్పాడు. అణ్ణప్ప, 'డబ్బు విషయంనాకు వదిలెయ్. యశవంతను తీసుకునిరా. నేను పదివేలు ఇస్తాను. యశవంత తీర్చగలడనే నమ్మకం నాకుంది. అతనికి ఆస్తిలో భాగం లేదని దేవయ్య అనలేదు. చట్టం గురించి నాకన్నా ఎక్కువగా ఎవరికి తెలుసు. మీరు నాటక కంపెనీ ప్రారంభించండి' అని ప్రోత్సహించాడు. కూతురికి పెళ్ళి జరగడం కోసం పదివేలు పోగొట్టుకోవడానికి అతను సంతోషంతో సిద్ధమయ్యాడు.

బనభండారి అక్కడి నుంచి రాగానే కార్యప్రవృత్తుడయ్యాడు. అయితే యశవంతకు అతనిలో ఆసక్తి తగ్గిపోయింది. "మన కళారాధనను అర్థం చేసుకునేవారు ఎవరూ లేరు" అని బనభండారి చెప్పే మాటలు యశవంతకు మునుపట్లా నచ్చకపోవటమే కాకుండా దానివల్ల విసుగు కలిగేది. తాను బనభండారికి సరిగ్గా అర్థం కాలేదని అనిపించేది. అతని రమ్యమైన కల్పనలా నాటకజగత్తు లేదని ఎలా చెప్పాలో అర్థం కాకుండాపోయింది. నాటక కంపెనీ యజమానులు జీతాలు ఇవ్వడానికి సతమతమవ్వడం, అప్పులు పెరుగుతున్నట్టే ముఖం తప్పించి తిరగడాన్ని గుర్తుచేసుకున్నప్పుడు బనభండారి కళాభిమానం ఒట్టిదని అనిపించేది. ఇప్పుడు తామే ఒక నాటక కంపెనీ స్థాపిస్తే ఇంతకాలం దొరకనిది తనకు దొరుకుతుందనటంలో కచ్చితమైన స్పష్టత లేదు. దాన్ని ఒక వ్యాపారంలా నిర్వహించేటట్లయితే, తండ్రి వ్యాపారాన్నే కొనసాగించవచ్చుకదా! ఇదంతా బనభండారి వినటానికి సిద్ధంగా లేడు. "ఎవరి ఆధ్వర్యంలోనో నాటకం వేయడంలో మజా లేదు. మనకు కావలసినట్టు చేయడంలోని సుఖమే సుఖం. నువ్వు కాలు మీద కాలు వేసుకుని కావలసింది చెయ్. అంతా నేను చూసుకుంటాను. నా జీవితంలో నాటక కంపెనీ స్థాపిస్తానని కూడా అనుకోలేదు. ఇప్పుడు కాలం కలిసి వచ్చింది. ఇప్పుడు వద్దనకు" అని బనభండారి ప్రేరేపించాడు. ఒత్తిడిపెట్టాడు. చివరికి యశవంత చేత ఊఁ అనిపించాడు.

శిరసి మారెమ్మ జాతరకు వచ్చిన నాటక కంపెనీ అక్కడి నుంచి క్యాంపు మార్చే సమయానికి పాత సీనరీలను, కొన్ని లైట్లను, అమ్ముతారని తెలిసి

బనభండారి శిరసికి వెళ్ళాడు. తిరిగి వచ్చేటప్పుడు చాలా ఉత్సాహంగా ఉన్నాడు. మొత్తం అయిదు పెద్దపెద్ద సీనరీలు, మూడు తెరలు, ఇంక అనేక చిన్నచితకా సామాన్లు, మంచి లైట్లు అంతా కలిసి అయిదువేల రూపాయలకు మాట్లాడుకుని వచ్చాడు. ఈ క్యాంపు ముగియగానే మొత్తం కంపెనీ మూసేస్తారట. అంతేకాదు. అప్పటికి ఏమైనా సామాన్లు మిగిలితే వాటిని ఉచితంగా తీసుకునిపొమ్మని చెప్పారని బనభండారి అత్యుత్సాహంతో వర్ణించాడు. అటుతరువాత మూడురోజుల్లో వెయ్యి రూపాయలు బయానాగా ఇవ్వాలని, మిగిలిన సొమ్ము సామాన్లు తీసుకునివెళ్ళే ముందు చెల్లించాలని నిర్ణయం జరిగింది. బయానాగా ఇవ్వాల్సిన ఆ వెయ్యి రూపాయలు అణ్ణప్ప దగ్గర తీసుకుని బనభండారి ఇచ్చి వచ్చాడు. వచ్చి కలలు కనసాగాడు. ముందుగా ఊళ్ళోనే ఒక నాటకం ఆడించాలనీ, తరువాత ఆరు నెలల్లో నాటక కంపెనీ ప్రారంభించాలని నిర్ణయం జరిగింది. దానికి కావలసిన పెట్టుబడి గురించి బనభండారికి ఒక్కింత కూడా విచారం ఉన్నట్టు లేదు.

నెల చివరలో యశవంత, బనభండారీలు శిరసికి వెళ్ళారు. మొదట కుమటాకు వెళ్ళి అణ్ణప్ప నుంచి డబ్బు ఇప్పించుకుని శిరసి చేరేటంతలో సాయంత్రమైంది. మరుసటి రోజు ఉదయమే వెళ్ళి సామానులన్నీ బండికెక్కించి వెంటనే తిరుగు ప్రయాణమవ్వాలని లెక్క వేశారు. రాఘవేంద్రస్వామి పేటలోని ఒకరింట్లో బస చేయడానికి బనభండారి ఏర్పాటు చేశాడు. హోటల్లో భోజనం చేసి అక్కడికి వెళ్ళారు. యశవంతను వదిలి బనభండారి తానొక్కడే నాటక కంపెనీ యజమాని సిద్ధనగౌడను కలవటానికి వెళ్ళాడు. బనభండారి వెళ్ళేసరికి సిద్ధనగౌడ పూర్తిగా మత్తులో ఉన్నందువల్ల చాలాసేపటివరకూ అతను బనభండారిని గుర్తుపట్టనే లేదు. చివరికి గుర్తుపట్టి తడబడుతూ మాట్లాడాడు. మరుసటి రోజు కలుస్తానని చెప్పి బనభండారి తిరిగొచ్చాడు.

మరుసటి రోజు ఉదయం వెళ్ళినపుడు సిద్ధనగౌడ ఇంకా లేవలేదు. అతని గురించి తెలిసిన ఎవరూ అంత పొద్దున్నే అతడిని కలవటానికి రారని అక్కడ ఎదురుచూస్తూ కూర్చున్నప్పుడు బనభండారికి అర్థమైంది. దాంతోపాటు సిద్ధనగౌడ ప్రమీలా విలాసాలు, మధుపాన లీలలూ తెలిశాయి. బనభండారిలో ఏదో తెలియని భయం కలగసాగింది. అరగంట తరువాత చెదిరిన జుట్టుతో బయటికి వచ్చిన సిద్ధనగౌడ వాసన కొడుతున్న నోటితో "రండి...రండి...అంతా సిద్ధంగా ఉంది...ఎలా తీసుకుని వెళతారు?" అని అటూఇటూ చూడసాగాడు. బనభండారి "ఎక్కడ పెట్టారు?" అని అడిగాడు.

"శెక్యా, వీరిని పిల్చుకునిపోయి వెనుకవున్న సీనరీలు చూపించరా..." అని సిద్ధనగౌడ అనగానే ధోవతి, నల్లటి టోపి ధరించిన ఒకడు వచ్చి "రండి...రండి..." అంటూ థియేటర్ వెనుక వైపు తీసుకునిపోయాడు. అక్కడ ఒక చోట గుట్టగా పడిన సామాన్లను చూపించాడు. పాతసామానులరాశి సంత బజారులా కనిపిస్తోంది. "ఇవి చూడండి" అని చెప్పి శెక్యా మౌనంగా నుంచున్నాడు. బనభండారి ఉత్సాహమంతా ఒక్కసారిగా దిగిపోయింది. ఎండలో ఆ సీనరీలు మరింతగా మసకబారి కనిపిస్తున్నాయి. అతను మొదట చూసిన సీనరీలకు ఇప్పుడు ఎదురుగ్గా ఉన్నవాటికి ఎలాంటి సంబంధమే లేదు. అక్కడ ముక్కలుగా పడివున్న పగ్గంతోపాటు, విరిగిన పెట్టెలవరకూ అన్నీ ఉన్నాయి. ఆ రోజు నాటకం జరిగేటప్పుడు సిద్ధనగౌడ చూపించిన సీనరీలకు, ఇప్పుడు చూపిస్తున్న ఈ పాత సీనరీలకు పొంతనే లేదని అతనికి కోపం వచ్చింది. నేరుగా సిద్ధనగౌడ దగ్గరికి వచ్చాడు. గౌడ తన గదిలో కూర్చుని ఎడమచేత్తో సిగరెట్టు పట్టుకుని, కప్పు తరువాత కప్పు చాయ్ తాగుతున్నాడు.

"ఇదేమి గౌడ...ఆ రోజు చూపించిన సీనరీ ఒకటి, ఈ రోజు చూపుతున్న సీనరి మరొకటి... ఇవన్నీ పాతబడి, మసకబారిపోయిన సీనరీలు" అని బనభండారి కోపంగా అన్నాడు. సిద్ధనగౌడ నవ్వుతూ ఆ రోజు మీరు చూసింది ఇవే...రాత్రి ధగధగమెరిసే లైట్ల కాంతిలో ముసలిది కూడా 'జకాస్' కనిపిస్తుంది. 'గుళేబకావళి' సీనరీ, 'సూళె సంసార' సీనరీలు ఉన్నాయి కదండి...ఒక వంద రూపాయలు తక్కువ ఇవ్వండి...సామానులన్నీ వెంటనే తీసుకునిపోండి..." అని చాయ్ చప్పరించసాగాడు. ఈ చెత్త వల్ల ఏమీ ప్రయోజనం లేదని గ్రహించిన బనభండారి "గౌడా, మా డబ్బులు మాకు ఇవ్వండి. మీ సీనరీలు మీరే పెట్టుకోండి" అన్నాడు.

"ఇప్పుడు మీరు వద్దంటే నేను తలమీద మోసుకుని పోవాలా? మిగతా సామాన్లన్నీ ట్రక్కులో వేసి పంపుతాను. ఇతర గిరాకీలు వచ్చినా ఇవ్వకుండా మీ కోసమే పెట్టాను. నాది మాటంటే మాటే. ఇప్పుడు మీరు వద్దంటే మీరే నాకు డబ్బు ఇవ్వాలి. ఇవ్వాల్సింది ఇచ్చి తరువాత మాట్లాడండి" అని సిద్ధనగౌడ కొత్తరాగం మొదలుపెట్టాడు. బనభండారి ఈ వాదనకు నివ్వెరపోయినవాడిలా యశవంతను పిల్చుకుని రావటానికి పరుగెత్తాడు.

యశవంతకు ఇదంతా విసుగు కలిగించింది. డబ్బులు పోయాయి. సీనరీలు లేవు. పైగా మరింత డబ్బు ఇవ్వమని ఒత్తిడి పెడుతున్న సిద్ధనగౌడ పొగరు చూసి అతని తల పాడైపోయింది. వాళ్ళిద్దరిని మళ్ళీ సీనరీలు చూపించటానికి పిల్చుకుని

పోయేటప్పుడు శెక్యా, ఒకసారి మాట జరిగిన తరువాత సీనరీల బ్యాక్‌గ్రౌండ్‌లను మళ్ళీ రంగులతో బాగుచేయాల్సి ఉంటుందని వ్యవహారపు గుట్టును చెప్పాడు. బనభండారి పిచ్చివాడిలా ఎవరిని దూషించాలో అర్థంకాక తన దురదృష్టాన్ని తిట్టుకోసాగాడు. యశవంత పోకమండిలో ఉన్న తన తండ్రి దేవయ్యగారి మిత్రుడు సదానంద హెగడెగారిని పిల్చుకుని వచ్చాడు. ఆయన మధ్యవర్తిత్వంలో బయానాగా ఇచ్చిన సొమ్ములో ఎనిమిది వందలు పట్టుకుని సిద్ధనగౌడ రెండు వందలు తిరిగి ఇచ్చాడు. ఆ రెండు వందలు తిరిగి ఇప్పించుకునే సరికి ఇద్దరికి తల ప్రాణాలు తోకకొచ్చాయి. ఇద్దరూ నేరుగా కుమటా బస్సెక్కారు. ముందుగా చేతిలో ఉన్న డబ్బును అణ్ణప్పకు తిరిగి ఇద్దామని యశవంత చెబితే బనభండారి జవాబివ్వలేదు.

ఇద్దరూ పక్కపక్కనే కూర్చుని ఉన్నప్పటికీ మాట్లాడకుండా నిద్రను నటించారు. అనవసరంగా చేజారిపోయిన డబ్బువల్ల, మోసపోయిన భావనవల్ల పుట్టిన వ్యథ ఇద్దరినీ వేధించసాగింది. బనభండారి వ్యవహార శూన్యత వల్ల అతని సహవాసంతో ఉండటం యశవంతకు అసహనం కలిగించసాగింది. తన తప్పు వల్ల ఇదంతా జరిగిందని, అకారణంగా ఎనిమిది వందల రూపాయలు పోగొట్టుకోవలసి వచ్చిందని బనభండారికి లోలోపల ప్రాణాం గిలగిల్లాడింది. ఇకపై యశవంతను మరొక సాహసానికి ప్రేరేపించడం అసాధ్యమని అనిపించసాగింది. రాగిహొసళ్ళిలో చాయ్ తాగుతూ కూర్చున్నప్పుడు బనభండారి మళ్ళీ కళారాధన మాటెత్తాడు. అవే మాటలను పదేపదే వాడుతున్న అతను సరుకు ఖాళీ అయిన కొట్టులా కనిపించి యశవంతకు జాలి కలిగింది.

ఇద్దరూ అణ్ణప్ప ఇంటికి వెళ్ళేసరికి మధ్యాహ్నం. నిద్రపోతున్న అణ్ణప్ప లేచొచ్చి "అయిందా?" అన్నాడు. ఇద్దరూ కుప్లంగా విషయం చెప్ప అతని దగ్గర ఇప్పించుకున్న డబ్బులు తిరిగి ఇచ్చారు. "డబ్బులు కక్కిస్తాను ఆ బోడి వెధవ నుంచి... ఎవడువాడు? మా ఊరికి వచ్చి మా మీదే జోరు చేస్తాడా?... తన్ని లాక్కోవాలి...కేవలం నోటిమాట కాదు...ముందు పోలీస్ కేస్ వేయిస్తాను...తరువాత చూడు వాడి అవస్థ..." అని అణ్ణప్ప ఓదార్చాడు. వసూలు చేసే అనుభవం ఉన్న అణ్ణప్ప మాటల వల్ల యశవంతకు సంతృప్తి కలిగింది. వాళ్ళు చెప్పకపోయినప్పటికీ ఇద్దరూ భోజనం చేయలేదని అణ్ణప్పకు అర్థమైంది. ఇద్దరినీ భోజనానికి ఉండమన్నాడు.

వంటింట్లో అన్నం వడ్డించి అణ్ణప్ప భార్య బయటికి వచ్చి ఇద్దరినీ పలకరించింది. ముఖ్యంగా ఆమెకు యశవంతను చూడాలని వుంది. అక్కడే తిరుగుతున్న శైలాను పిలిచి పట్టణవాసుల తరహాలా ఆమెను యశవంతకు అణ్ణప్ప

పరిచయం చేశాడు. యశవంత నాటక కళాకారుడని చెప్పాడు. ఊరికి వచ్చిన తరువాత అతడిని అలా పిలవటం అదే ప్రథమం. బనభండారి మాత్రం మనస్సులోనే అణ్ణప్పను మెచ్చుకున్నాడు. ఆమెను చూసిన ఒక్క క్షణంలోనే యశవంత ఆమె భారీ జఘనాన్ని గుర్తించాడు. నాటకంలో నటించేవారు పిరుదులకు బట్టలు చుట్టుకోవడం గుర్తొచ్చింది. అదేమీ లేకుండా ఈమె ముందూ వెనుకలూ బాగుండటం గుర్తించాడు. ఉంగరాలు చుట్టుకున్న ముంగురుల శైలాను చూడగానే ఆమె జుత్తు కత్తిరించుకున్నదని అతనికి అర్థమైంది. ఆమెలో ఉన్న గడుసుతనం అతనికి నచ్చింది.

శైలా వడ్డించింది. చేతికి నీళ్ళిచ్చింది. యశవంత కళ్ళల్లో కళ్ళు పెట్టి చూసింది. ఇతను పిచ్చివాడిలా ఆమె వెళ్ళిన వైపే చూపులు సారించటం గమనించిన బనభండారికి తన నాయకత్వం పోయిందని అర్థమైంది.

కడుపు నిండా భోజనం చేసి వారి ఇంటి మేడమీద నిద్రపోయి మునిసంధ్యవేళలో మెలుకువ వచ్చినపుడు యశవంత మనస్సు నిమ్మళమైంది. జీవితపు ఏదో దశలో మనస్సు, దేహం ఒక విధమైన ప్రశాంతతను కోరుతుందికదా అని అనిపించింది.

ఒక రాత్రి కళాసంఘం నుంచి ఇంటివైపు వెళుతున్నప్పుడు, ఎప్పటిలా బనభండారి పాఠశాల ఆవరణ లోపలి నుంచి దగ్గర్లోని కాలుబాట గుండా ఇంటివైపు బయలుదేరాడు. పాఠశాల బిల్డింగ్ మెట్లు దిగి అక్కడున్న అశ్వత్థకట్టను చుట్టుకుని పోవాలి. అతను ఇంటికి వెళ్ళేటప్పుడు చీకటి పడినప్పటికీ చేతిలోని టార్చ్ ధైర్యంతో ఎప్పుడూ ఈ అడ్డదారినే ఎంచుకునేవాడు.

అలాగే అతను మెట్లు దిగి కట్టవైపు వస్తుండగా చప్పున కాలు తట్టుకున్నట్టయి పడబోయాడు. తూలిపడబోతున్నవాడు ఎలాగో తప్పించుకుని సర్దుకుని నిలబడ్డ తరువాత ముందుకు చూస్తే ఎవరో అడ్డంగా నుంచున్నట్టు అనిపించింది. వారి ముఖం వైపు టార్చ్ లైటు వేయబోతే అంతకన్నా తీక్షణమైన టార్చ్‌లైటు కాంతి అతడి కళ్ళను చెదరగొట్టింది. బలిష్ఠమైన చేయొకటి అతన్నుంచి టార్చ్‌లైటును లాక్కుని ఆర్పింది. మరుక్షణం కళ్ళను చీల్చుతూ ఎదుటినుంచి వస్తున్న కాంతి ఆరిపోయింది.

"కళాభిమానివా భోడిముండాకొడకా!" అని ఫట్‌మని దెబ్బ అతడి భుజానికి పడింది. బిగించిన ఆ పిడికిలి దెబ్బ అతని ముఖం మీద పడవలసింది చీకట్లో గురితప్పి భుజానికి పడింది. దాని వేగానికి, శక్తికి బనభండారి వెనక్కు తూలి పడిపోయాడు. అటుతరువాత ఆలోచించటానికి వ్యవధి లేనివాడిలా గబుక్కున లేచి,

వచ్చిన దార్లోనే వెనుతిరిగి పరుగుతీశాడు. ఆ చీకట్లో ఊహతోనే అరుగుకున్న మెట్లు వెతికి, వాటిని ఎక్కి మైదానంలో కాలుపెట్టాడు. అక్కడ కాస్త వెలుతురు ఉందనిపించింది. వెనుతిరిగి చూస్తే ఎవరూ లేరు. కేవలం చీకటి. అయితే భుజం నొప్పి ఇంకా తగ్గకపోవటంతో జరిగిన వాస్తవం గురించి అనుమానం లేదు. వెనుతిరిగి అదే దారిలో వెళ్ళే ధైర్యం చాలకపోవటంతో మైదానం దాటి, ప్రధానమార్గం గుండా ఇంటివైపు బయలుదేరాడు. గత రెండేళ్ళ నుంచి సహచరియైన టార్చ్‌ని ఇలా పోగొట్టుకున్నానని చాలా బాధ కలిగింది. భుజం నొప్పెట్టసాగింది.

తాను కళాభిమానాన్ని వదులుకోవడం వల్ల అణ్ణప్ప, దేవయ్యలతోపాటు ఇంకా ఎవరెవరికి లాభం కలగవచ్చో బనభండారి ఊహించసాగాడు. కొట్టిన వ్యక్తి ఎవరన్నది మాత్రం ఎంత ఊహించినా తెలియకుండా పోయింది.

⌘

అధ్యాయం 5

సునంద వచ్చి పక్కన పడుకున్నప్పుడు పురందర- యశవంత చెప్పిన నాసిక్‌లోని స్త్రీ కథలను మనస్సులోకి తెచ్చుకునేవాడు. ఏ స్త్రీలోనూ లోతుగా వెళ్ళానటం సాధ్యం కాకుండా పోయింది. తనకు ప్రాణస్నేహితులు ఎవరూ లేరనే ఆలోచనలు ఆ రోజు అతడిని చాలా వేధించాయి. రోజువారీ పనులేవీ సార్థకం అనిపించేవికావు. ఏ ఒక్క గొప్ప కారణం కోసమూ శ్రమించక, తన కోసమూ కాకుండా సంసారంలోనూ సరిగ్గా ఇమడకుండా మొత్తానికి నెలవు లేని సంచారిలా, దిక్కులేనివాడిలా రోజులు గడుపుతున్నాడని అనిపించింది. ఇలాంటి స్వనిందలు అతని ఉత్సాహాన్ని పెంచలేదు. వేరే దేనికీ స్పందించడానికి ప్రేరేపించలేదు.

తండ్రీకొడుకుల మధ్య శాంతి ఒప్పందం ఫలితంగా ఇప్పుడు సాయంత్రం పూట యశవంత కొట్టులో కూర్చుంటున్నాడు. బనభండారి కారవారలో నాటకం వేయించడానికి వెళ్ళాడు. అందువల్ల కళా సంఘానికి తాళం పడింది.

పక్కన తిరిగి సునంద వైపు చేయిచాపాడు పురందర. చేయి తగలగానే ముడుచుకుంటూ "ఈ రోజు వద్దు" అంది. ముందుకుసాగే ఉద్దేశ్యం లేకపోయినప్పటికీ పురందరకు ఊరికే ఆమెకు తాకాలనిపించింది. ఆమె మాటకు ఏమీ చెప్పకుండా అతని చేయి ఆమెను చుట్టుకున్నప్పుడు తాను చెప్పింది అతనికి వినిపించలేదేమోనని మళ్ళీ అదే మాట చెప్పింది.

"అర్థమైంది. ఒకసారి చెప్పావుకదా"

అయినా అతను నిమరటం ఆపకపోవటంతో ఆమె కలవరపడింది. అతని స్పర్శలో ఉన్న, ఎన్నడూ చూడని నిష్కామ ప్రేమ ఆమెకు అర్థమయ్యేలా లేదు. "బ్యాడగి మిరపకాయలు అయిపోయాయి. హావేరికి రాసి బిజాపురవాళ్ళు ఎవరైనా వస్తుంటే తెప్పించాలి" అని విషయం మార్చటానికి ప్రయత్నించింది. ఆమె గాభరాను అర్థం చేసుకున్నవాడిలా చేయి తీసి మరో పక్కకు తిరిగి పడుకున్నాడు.

అతను మళ్ళీ సునంద వైపు పొరలినపుడు ఆమె నిద్రపోయినట్టు అనిపించింది. దీర్ఘంగా శ్వాస పీలుస్తోంది. నిజానికి నిద్ర వచ్చిందో, బలవంతంగా తెచ్చుకుందో అర్థం కాలేదు. ఇంకా బయటి నుంచి గురక చప్పుళ్ళు మొదలుకాకపోవటం వల్ల బయట పడుకున్న ముసలివాళ్ళకూ నిద్రపట్టలేదని అనిపించింది. అంతలో హూం హూం అని సర్వోత్తమ దీర్ఘమైన హూంకారాలు చేస్తూ మునుముందు రాబోయే విచిత్రమైన శబ్దాలకు నాంది పలికాడు.

కొద్దిసేపటి తరువాత మట్టికూజా మూత తీసి నీళ్ళు తాగిన చప్పుడు వినిపించింది. తరువాత దాని మూత మీద లోటాను బోర్లించిన చప్పుడు. ఇత్తడి లోటా మట్టికూజాకు తగిలి ఎగిసిన చప్పుడు. ఈ చప్పుళ్ళను వింటూ ఇక్కడ లోపల మాట్లాడిన, దొర్లిన చప్పుడు బయటికి వినిపిస్తుండవచ్చని అనిపించింది. శారీరక సంబంధం తప్ప వాళ్ళెవరికీ తెలియని, కేవలం సునందకు, తనకు మాత్రమే తెలిసినటువంటి రహస్యం ఏదని ఆలోచిస్తున్నా ఏమీ స్ఫురించలేదు.

నిద్రపట్టి ఇంకా అరగంట కూడా గడవలేదు. అతనికి మెలుకువ వచ్చింది. 'హాం...పుస్...పుస్...' అనే శబ్దాలు సర్వోత్తమ వైపు నుంచి రాసాగాయి. కొద్దిసేపటి తరవాత 'హూం' అనే దీర్ఘ హూంకారంలో అది ఆగింది. పదినిముషాల తరువాత దేవరాయ గది తలుపు తెరిచిన చప్పుడైంది. గొలుసులాంటి దాని గడియ కదిలి తలుపులను తాకుతూ చిన్నగా చప్పుడు చేయసాగింది. దేవరాయ బయట పెరట్లోకి మూత్ర విసర్జనకు వెళ్ళిరావటం చప్పుడు వల్లే తెలిసింది. అతను బయట ఎండిన ఆకుల మీద కాలుపెట్టి నడిచిన చప్పుడు, కూర్చుని ఉచ్చ పోసేటప్పుడు 'సర్ర్ర్ర్' మనే చప్పుడు. పడుకున్న చోటికే పురందరకు వినిపించేటంత నిశబ్దం అక్కడ ఉంది. మంచం మీద దొర్లి దుప్పటిని కాళ్ళతోనే జరిపాడు. ఆ దుప్పటి చేసిన చిన్న చప్పుడు కూడా స్పష్టంగా వినిపించింది.

దేవరాయ తిరిగొచ్చి పడుకోవటానికి పోతూ గొణుక్కోవటం వినిపించింది. ఏం చెబుతున్నాడో అర్థం కాలేదు. తరువాత కావేరి గుసగుసగా మాట్లాడటం

అర్థమైంది. అదీ స్పష్టంగా లేదు. పురందర పడుకున్న చోటి నుంచే తిరిగి చూశాడు. సునంద పడుకునివుంది. ఆమెకు గాఢమైన నిద్ర పట్టింది.

కొద్దిసేపటి తరువాత మళ్ళీ సర్వోత్తమ హూంకారాలు ఆరంభమయ్యాయి. దగ్గి దగ్గి కఫాన్ని లోపలి నుంచి బయటికి లాగడం వినిపించింది. అయితే బయటికి ఉమ్మివేయలేదు. అది గొంతులోనే ఉండిపోయినట్టు అనిపించింది. 'భగవంతుడా, శ్రీహరి' అని దేవుడిని పిలిచాడు.

'ఇంత రాత్రిలో, అందరూ పడుకున్నప్పుడు దేవుణ్ని పిలవాలా?' అని దేవరాయ గట్టిగా అనటం వినిపించింది. కిటికీకావల వెన్నెల. చంద్రుడు వచ్చి చాలాసేపయింది. పున్నమికి ఇంకా ఎన్ని రోజులు ఉండొచ్చని పురందర ఊహించసాగాడు.

"ఏయ్ ఏయ్... పట్టుకోండిరా అతడిని...వచ్చాడు చూడు పగటివేషగాడు... హాఁ...పట్టుకో పట్టుకో..." అని హఠాత్తుగా వినిపించిన కేక రభసకు బెదిరి అందరు పక్కలోనే ఎగిరిపడ్డారు. నిద్రపట్టక దొర్లుతుండటం వల్ల ఆ నీరవతను కలచివేసిన ఆ కేక తీవ్రత పురందరను తాకింది. లేచి బయటికి పరుగెడితే అది సర్వోత్తమ కలవరింత. దేవరాయ లేచొచ్చి చూసి మళ్ళీ వెళ్ళి పడుకున్నాడు. పురందర వెనుకే సునంద లేచి వచ్చింది.

గోదావరి కాస్త అవమానపడినదానిలా, "ఏమైంది ఏమైంది... గ్యాస్ కావచ్చు. వద్దన్నా పనసపొడి పకోడీలు తిన్నారు..." అని ఏమేమో గొణిగింది. అతను మూర్ఖుడిలా 'ఆ ఈచలకరంజి...' అనటం మొదలుపెట్టగానే ఆమె ఓర్పు కోల్పోయి అతని దగ్గరికి వెళ్ళి, "నోరు మూసుకుని పడుకోండి" అంది. పిచ్చివాడిలా సర్వోత్తమ ఆమె చెప్పింది అక్షరాలా పాటించాడు.

మెలకువ రావడం వల్ల పురందర నిద్ర పూర్తిగా తేలిపోయింది. మళ్ళీ పడుకోవటానికి ముందు పక్కమీద కూర్చుని సునంద, "నా తండ్రితో మాట్లాడానని మళ్ళీ అంటే, ఏమి మాట్లాడాడో అడగండి. ఊరికే వదిలేయకండి. ఎందుకో నాకు భయం వేస్తోంది" అంది.

"అతని పిచ్చి మాటలకు భయపడటంలో అర్థం లేదు. ఇప్పుడు ఊరకే పడుకో" అని పురందర పక్క మీద వాలాడు.

అదంతా తాను చెప్పిందో కాదో అన్నట్టు కొద్దిక్షణాల్లోనే ఆమె నిద్రపోయి దీర్ఘంగా ఊపిరి తీసుకుంటున్న చప్పుడు వినిపించసాగింది. మళ్ళీ కమ్ముకున్న నిశ్శబ్దంలో పురందరకు చాలాసేపు నిద్రపట్టనే లేదు. రేపటి రోజు ఆదివారం

కావటం వల్ల ఆలస్యంగా లేవచ్చునని అనుకున్నాడు. మనస్సులోనే కాసరకోడులోని ఇల్లు, దాని పెరడు గుర్తొచ్చింది. ఇక్కడ బడికి వెళ్ళేటప్పుడు ఉదయం పూట లేచి కూర్చుని చదవటం, మామిడికాయలు ఏరటానికి వెళ్ళటం, రెండిళ్ళ మధ్య నిప్పుపెట్టి మాయమైన ఆ అమ్మాయి మోహిని- ఇలా మనస్సు ఎన్నడూ వెళ్ళని దారుల్లో సంచరించసాగింది. మళ్ళీ కళ్ళు మూతలు పడుతున్నప్పుడు సమయం ఎంత అయివుంటుందోననే అంచనా కూడా అందలేదు. నిద్రలో విచిత్రమైన భ్రమతో కూడిన స్వప్నాలు.

బయట నుంచి పెద్దగొంతుకతో వినిపించిన మాటలవల్ల, 'అయ్యో దేవుడా' అనే అరుపువల్ల నిద్ర చెదిరిపోయింది. లేచొచ్చి చూస్తే ఈ విషయం తెలియజేయటానికి వచ్చినవాడు వెంకటేశ. అతడి దూరపు బంధువు. ఉదయమే అందరినీ భయపెట్టాడు. అతను తెచ్చిన భయంకరమైన వార్త రత్న భర్త పాండురంగ చావు గురించి.

ఆ వార్త కరాళత నెమ్మదిగా లోలోపల దిగుతున్నట్టే ఇంటివారంతా అతడిని నానా ప్రశ్నలు వేశారు. తానే స్వయంగా అక్కడ ఉండి చూసినవాడిలా, ఈ ప్రాముఖ్యత వల్ల కొత్త ఉత్సాహం వచ్చినవాడిలా, ఈ వార్త తనకొక్కడికే తెలిసిందనే బలం వల్ల అతని మాటలకు ఒక విచిత్రమైన దర్పం వచ్చింది. తెలియకుండా వున్న కొన్ని వివరాలు తర్కంతో ఊహించి, మిగిలినవాటిని తానే చేర్చటానికి అతను ఆవగింజంత కూడా వెనుకాడలేదు. ఈ ప్రమాదానికి కారణంవైపు వేలు చూపించి సంతృప్తి చెందటానికి కోరుకున్న అందరికీ అధిక వివరాలు దొరికాయే తప్ప నమ్మేటంతటి కారణం దొరకలేదు. ఇరవై సంవత్సరాల ఆ కుర్రవాడు ముసలివాళ్ళు మాట్లాడేలా, 'అతని అదృష్టం చూడండి' అనటం ఆ సందర్భంలో హాస్యాస్పదంగా ఉంది. అతని మాటల్లో ఏర్పడిన ఘటనకు ఎలాంటివారినైనా కదిలించే శక్తి ఉంది.

వెనుకటి రోజు మధ్యాహ్నం హోటల్‌కు కావలసిన కిరాణా సామానులు తీసుకుని ట్రక్కు వచ్చింది. హోటల్ పక్కనున్న చిన్న సందు చివరలోనే పాండురంగ ఇల్లు. దానికి ఆనుకునే సామానులను నిలువ ఉంచే చిన్న గోడౌన్. ట్రక్కు రివర్స్‌లో ఆ సందులో వెనక్కు తీసుకునిపోయి, గోడౌన్ తలుపు దగ్గర నిలిపి ట్రక్కు నుంచి సామాన్లు దింపి గోడౌన్‌లో నింపేవారు. ట్రక్కు వచ్చినపుడు పాండురంగ ఇంట్లోనే ఉన్నాడు. రివర్స్‌లో ట్రక్కు రావటానికి డ్రైవర్‌కు అనుకూలం కావాలని వెనుక నిలబడి దారి చెబుతున్నాడు.

ట్రక్కు కాస్త అటూఇటూ వెళ్ళడానికి స్థలం లేని ఆ సందులో డ్రైవర్ కిటికి నుంచి తల బయటపెట్టి తన వైపు నుంచి ట్రక్కు ఎక్కడా తాకకుండా చూస్తున్నాడు. పాండురంగ ట్రక్కుకు మరొక వైపు వెళ్ళి "రానీ.. రానీ..." అని బిగ్గరగా అంటూ, చేయూపుతూ, చేయూపుతూ వెనక్కు వెనక్కు నడుస్తున్నాడు. వెనక్కి నడిచేటప్పుడు నేలమీద ఉన్న రాయికి తగిలి తూలిపడ్డాడు. పైకి లేచేటంతలో రివర్స్‌లో కదులుతున్న ట్రక్కు వెనుక చక్రం అతని మీదికెక్కింది. అతను చేసిన ఆర్తనాదం ఇంటి లోపలున్న రత్నకు వినిపించింది. అయితే అది డ్రైవర్‌కు వినిపించలేదు. అదే సమయంలో అతని ఆర్తనాదాన్ని అణిచేలా దగ్గర్లోనే ఉన్న పిండిమర పెద్దగా చప్పుడు చేస్తూ పనిచేయటం మొదలైంది. మొత్తానికి డ్రైవర్‌కు అతను చేసిన ఆర్తనాదం వినిపించలేదు. వెనుక చక్రం చూపించిన కొద్దిపాటి ప్రతిరోధాన్ని అతను ఏదో రాయి అడ్డుపడిందని భావించి మరింత వేగంగా ఎక్కించేశాడు.

"వాడొక పిచ్చి డ్రైవర్. కిటికీలో తలపెట్టి వెనక్కు చూస్తూ రివర్స్‌లో వెళ్ళాడు. సందు చివర నిలిపి ముందుకు చూస్తే-అక్కడ ఇతను చచ్చాడు" అని వెంకటేశ వార్తలోని ముఖ్యాంశాన్ని ఆవేశంతో చెప్పేటప్పుడు తనకు తెలియకుండానే చప్పట్లు కొట్టాడు.

డ్రైవర్ పారిపోయాడట. అరక్షణంలో వందలాది మంది అక్కడ చేరారట. రత్న స్పృహ తప్పి పడిపోయిందట. అప్పటికప్పుడు కిమానికరగారి కారు తీసుకుని వాసుదేవ, కస్తూరిలను తీసుకుని రావటానికి శిరాలికి మనుషులు వెళ్ళారట.

కావేరి దేవుడి గదిలోకి వెళ్ళి రోదించసాగింది. గోదావరి కూడా ఆమె వెనుకే నట్టింటిలోకి వెళ్ళి బియ్యం మూటమీద కూర్చుని వెక్కసాగింది. దుఃఖపు అలలు పెరుగుతున్నట్టే వెంకటేశకు తాను తెచ్చిన వార్తలోని తీవ్రత అవగాహనకు రాసాగింది. తాను వీరికంతా కావలసిన వ్యక్తి చావు గురించి మాట్లాడుతున్నాడని అర్థమై, తాను కేవలం వార్తగా మాత్రమే తెచ్చింది ఈ సంసారంలో పుట్టిస్తున్న కలవరం, దుఃఖం అర్థమవుతూ పోవటంతో అతని మాటలు నెమ్మదిగా ఆగిపోయాయి.

"నేను వస్తాను' అని అన్నా ఎవరూ ఏమీ అనలేదు. అతను మళ్ళీ మాట్లాడకుండా లేచి చెప్పులు తొడుక్కుని వెనుతిరిగి చూడకుండా కంచె దాటి కనుమరుగయ్యాడు.

ఎదురుగా వచ్చి ఇలా కళ్ళు పొడిచేలా తన ప్రతాపాన్ని చూపించి పోయిన చావు సామీప్యం వల్ల ముసలివాళ్ళంతా కంగారుపడ్డారు. ఏ విధంగా చూసినప్పటికీ

వారికి విషాదం నుంచి దూరంగా ఉండిపోయిన తాము అదృష్టవంతులు అనిపించి, దాని గురించే సిగ్గు వేసింది. ఏమి చేసినా వాసుదేవ, కస్తూరి, రత్నల దుఃఖం పంచుకోవటం అసాధ్యమని తెలిసినా ఈ ఘడియలో వారికి అండగా ఉండాలనిపించి దేవరాయ నట్టింట్లోకి వచ్చి పెద్ద గొంతుకతో "నేను శిరసికి వెళ్ళి వస్తాను" అన్నాడు.

కావేరి ఏడుస్తూ, "వాళ్ళంతా ఈ రోజు శిరాలికి వస్తారని చెప్పాడుకదా. రేపు అక్కడికే వెళితే సరిపోతుంది. నేనూ వస్తాను" అంది. గోదావరి, సర్వోత్తమలు కూడా వారి వెంబడి బయలుదేరడానికి సిద్ధమయ్యారు.

"నాకూ వెళ్ళాలని ఉంది. అయితే వాసుదేవ మామ నన్ను చూస్తే మరింతగా మండిపడతాడు. అమ్మకు కబురు అందిస్తే ఆమె వెళుతుంది" అని పురందర నిజాయితీగా అన్నాడు.

"నువ్వు రావద్దు. ఈ సమయంలో అంతా తప్పుగా కనిపిస్తుంది. నీ అంతట నువ్వే నిప్పు రాజెయ్యకు. ఏమైనా అవసరమైతే తెలియజేస్తాను" అన్నాడు దేవరాయ.

ఈ విషాదం వల్ల అందరూ ఒక్కసారిగా దగ్గరయ్యారు.

⌘

అధ్యాయం 6

రమాకాంత చెప్పి పంపేటటువంటి అత్యవసరమైన పని ఏమైవుండొచ్చో పురందరకు అర్థం కాలేదు. రమాకాంత దేవికెరె దారిలో ఉన్న ధాకప్ప ఇంటి వాటాలో అద్దెకు ఉన్నాడు. పెద్ద ముంగిలిలో ఎత్తయిన చెట్లు ఉన్నాయి- వెనుక ధాకప్ప ఇల్లు.

ముంగిలి దాటి పక్కనున్న వాటా వైపు నడిచాడు. తెరిచిన తలుపుల ముందు పురందర నుంచున్నాడు. లోపల ఒక పడక్కుర్చీలో కూర్చుని చదువుతున్న రమాకాంత తలెత్తి చూసి, పురందరను సంతోషంగా ఆహ్వానించాడు.

లోపల రెండు పడక్కుర్చీలు ఉన్నాయి. ఎర్రటి నేల స్వచ్ఛంగా ఉంది. గదికి ఓ ప్రక్కన నల్లమద్దితో చేసిన చిన్న బెంచీ ఉంది. దాని మీద కొన్ని పుస్తకాలున్నాయి. నట్టింట్లోకి వెళ్ళే తలుపుకు ఒక పక్కన గోడమీద కొన్ని ఫోటోలున్నాయి. మరొక చోట రెండు క్యాలెండర్లు ఉన్నాయి. చేతిలో ఉన్న పుస్తకాన్ని మూయటానికి మునుపు రమాకాంత తెరిచిన పుట చివరను మడిచి గుర్తుపెట్టుకున్నాడు.

"కూర్చో. ఇటువైపు రా. కూర్చునేటప్పుడు ఆ కుర్చీ దిండును కాస్త పైకి లాక్కో. కొన్నిసార్లు కుర్చీ వెనుక పట్టీ వీపుకు తగులుతుంది..."

బయట పచ్చటి చెట్ల సందుల్లోంచి వీచే గాలికి ఆకులు గలగలమని శబ్దం చేస్తున్నాయి.

"సరియైన సమయానికి వచ్చావు. చాయ్ చేయడానికి లేవబోతున్నాను. అంతలో నువ్వే వచ్చావు. లోపలికి రా. మాట్లాడుతూ కూర్చో. అయిదు నిముషాల్లో చాయ్ చేస్తాను..." అని రమాకాంత లేచాడు.

తెల్లటి పైజామా, సగం చేతుల బనీను తొడుక్కున్న రమాకాంతను అనుసరిస్తూ పురందర నట్టింటిని దాటి, వంటింట్లోకి వెళ్ళాడు. ఈ చిన్న స్థలంలో ఏదో ఆత్మీయత ఉంది. వంటింట్లోకి వెళ్ళి రమాకాంత పెరటి తలుపు తెరిచాడు. అక్కడి నుంచి స్నానాలగది తలుపు, బట్టలు ఉతికే బండరాయి కనిపిస్తున్నాయి. దాని పక్కన పాత్రలు కడిగే స్థలం.

స్టౌ వెలిగించి, నీళ్ళు కాగడానికి పెట్టి, చక్కెర డబ్బా, పాలగిన్నె ఎదుట పెట్టుకున్నాడు. 'కూర్చో' అని పురందరతో చెప్పి, కూర్చోవడానికి పీట వేశాడు. ట్రేలో కప్పులను పెట్టేటప్పుడు ఒకదానికొకటి తగిలి పుట్టిన పింగాణి చప్పుడు రమాకాంతకు ఈ పనుల పట్ల ఉన్న ప్రేమకు సంకేతంలా ఉంది.

"భోజనానికి ఏం చేస్తున్నారు?"

"నాదే నలభీమపాకం. ఇన్ని సంవత్సరాలు వంట చేసి చేసి అలవాటై పోయింది. కొన్నిసార్లు పుత్తప్ప హోటల్లో తింటుంటాను. అయితే భోజనానికి ఖానావళికి వెళ్ళటం ఇక్కడికి వచ్చిన మొదటి సంవత్సరంలోనే మానేశాను"

చాయ్‌పొడి డబ్బా తీసి, అదే డబ్బా మూతలో రెండు చంచాల పొడి వేసి, నీళ్ళు మరగడం కోసం ఎదరుచూస్తూ, అది సలసలమని మరుగుతున్నప్పుడు పాత్రలో పొడి వేశాడు. బుస్సుమని చాయ్ పొంగగానే పొయ్యి మీది నుంచి పాత్రను దించి పాలపాత్రను స్టౌ మీద పెట్టాడు. తరువాత మరొక పాత్రలో చాయ్‌పోసి, దానికి పాలు, చక్కెర కలిపి కప్పులో పోశాడు.

"పాలు మా బొమ్మయ్య ఇంటిది. రోజు రోజుకు పల్చనవుతోంది. నీళ్ళు కలుపుతున్నట్టున్నాడు. మాస్టారుగారింటి పాలకైనా తక్కువ నీళ్ళ కలపమంటాను. ఈ మధ్యన పాలిచ్చే పశువులు పల్చటి పాలు ఇస్తున్నాయని అంటున్నాడు...ఎంత పాలు పోసినా చాయ్‌కు రంగే రావటం లేదు..."

తనను పిలిపించిన కారణం తెలుసుకోవటానికి పురందర ఆత్రుతతో ఉన్నప్పటికీ రమాకాంత దాన్ని వాయిదా వేస్తూ మాటలు పొడిగిస్తూ పోవటం అతడికి అర్థమైంది. ఏదో ప్రత్యేకత ఉందనే భావించాడు.

"చాయ్ బాగుంది"

"యాలకుల తొక్క వేయటం మరిచిపోయాను. అది వేసివుంటే చక్కటి

పరిమళం ఉండేది" అని రమాకాంత చాయ్ చప్పరిస్తూ మాటలకు సిద్ధమవ్వసాగాడు.

"నీ పెళ్ళి గురించి నాకు ఏమీ తెలియదు. ఈ మధ్యన బనభండారి కనిపించినపుడు కథంతా చెప్పాడు. అతను అదంతా చెప్పేవరకూ మరొక కోణంలో నేను ఆలోచించనే లేదు...ఇష్టపడినవారిని పెళ్ళి చేసుకోవటానికి మన సమాజం ఎన్ని రకాల అడ్డుపడుతుందో అనటానికి దీన్నే ఉదాహరణగా చూడవచ్చు ...కులం, మతం అంతా తరువాత విషయాలు.. ఒకే కులంలోనూ ప్రేమించటాన్ని మనం భరించం..."

"ఇప్పుడు అదంతా ఎందుకు సార్? అదీ ఇన్ని సంవత్సరాల తరువాత..."

"అది కాదయ్యా, మార్పు గురించి తెలుసుకోవాలనుకునేవాడికి, అలాంటి ఒక మార్పు కావాలనేవాడికి ఇదంతా చాలా ముఖ్యం. ఎందుకంటే దీన్ని అర్థం చేసుకున్నప్పుడే ఇలాంటి ప్రేరణలలోని గుట్టు తెలుస్తుంది. నిన్ను ఒత్తిడి పెట్టి మాట తీసుకోవటం కూడా మార్పుకు లొంగని ఒక వ్యవస్థ కుట్ర. నీవు ప్రేమించిన అమ్మాయి నుంచి దూరం చేసే ఒక కుట్ర..."

"నిజం చెప్పాలంటే పెళ్ళికి ముందు నేను ఆమెతో ఒక్క మాట కూడా మాట్లాడలేదుసార్. మాట్లాడకూడదని కాదు. అందుకు అవకాశమే ఉండలేదు. ఇదంతా బనభండారి తన ఊహలతో అల్లిన కట్టుకథ"

హఠాత్తుగా రమాకాంత ఆలోచనలో పడ్డట్టు ముఖం పెట్టాడు. "చూడు, ఎలా ఒక్కొక్కరు ఒక్కొక్క కోణం నుంచి చూస్తారు. నేను అర్థం చేసుకున్నది వేరేనే..."

"ఒకే ఒకసారి నేను నా ప్రేమను, దాన్ని అలానే పిలవచ్చో లేదో తెలియదు. చెప్పటానికి ప్రయత్నించాను...మీకు గుర్తుందా సార్ యమునక్క ఇంటి సరిహద్దు రాయి ప్రకరణం..."

"గుర్తులేక ఏమి? నా జీవితం ఎక్కడ మలుపు తీసుకున్నదో వెనక్కు తిరిగి చూస్తూపోతే అక్కడికే వెళ్ళి చేరుతాను నేను..."

"అదంతా మొదలైనపుడు పండరి అక్క ఇంటికి ఒక అమ్మాయి వచ్చింది. ఆమె, నేనూ కింద రాలిపడ్డ మామిడికాయలను ఏరడానికి వెళ్ళటంతోటే ఈ కథ అక్కడివరకూ వచ్చింది. అందువల్ల సంభవించిన పరిణామం మాత్రం మరోలా ఉంది..."

ఇంత కాలం తరువాత అదంతా దూరం నుంచి చూడటానికి సాధ్యం

కావటం వల్ల పురందర ఉద్వేగం లేకుండా చెప్పగలిగాడు. మామిడికాయ మీద తాను చెక్కిన 'ఎం' అక్షరం గురించి మొదటిసారి చెప్పాడు. "వ్యక్తపరిచే గడుసుదనం లేనంత మాత్రాన ప్రేమ అబద్ధం కాదుకదా సార్" అన్నాడు.

"లేదయ్యా, ఏదీ వ్యర్థంగా పోదు. ఎక్కడో ఒక చోట చేరుకుని అది పెరుగుతుంది. నువ్వు ఆరంభించింది ఇంకెక్కడో సఫలమైంది చూడు. ఆ మామిడికాయ నుంచి మొదలైనది ఇంకా ముగిసినట్టు కనిపించటం లేదయ్యా. ఎవరికీ తెలియని ఒక విషయాన్ని నీకు చెబుతున్నాను. దీన్ని వింటే నీ పని వ్యర్థం కాలేదని అనిపించవచ్చు"

అటుతరువాత రమాకాంత చెప్పిన కథను పురందర నోరు వెళ్ళబెట్టుకుని విన్నాడు.

* * *

"ఆ సరిహద్దురాయి అధ్యాయం జరిగింది చూడు, ఆ నాటి నుంచి నేను పండరి అక్క ఇంటికి పదే పదే వెళ్ళవలసి వచ్చింది. ఎవరినీ దగ్గరికి రానివ్వని వాళ్ళిద్దరూ నా మీద ఎందుకో నమ్మకం చూపారు. అంతే. అక్కడి నుంచే మొదలైంది. ఇన్ని సంవత్సరాలలో ఏమైందంటే మొదట నాకు యమున పట్ల జాలి, తరువాత ఆకర్షణ, అటుతరువాత ప్రేమ పుట్టింది. నీ దగ్గర సూటిగా చెప్పేస్తాను. నేను ఆమెను పెళ్ళి చేసుకోవాలని నిర్ణయించుకున్నాను..."

"....."

"వితంతు వివాహం కొత్తదికాదు. మన గొప్పగొప్ప నాయకులు, అన్ని రకాల చింతనాపరులూ ఈ విషయం ఎప్పుడో చెప్పారు. కొందరు చేసి చూపించారు కూడా. నేను ఎవరికీ ఎందుకు చెప్పలేదంటే, ఒకసారి విషయం బయటపడితే, ఆ తరువాత దాన్ని ఆపటానికి జరిగే వెయ్యి ప్రయత్నాలను అధిగమించే శ్రమ సార్థకం కాకుండాపోవచ్చు. ఎన్ని రకాలుగా దీన్ని ఆపటానికి నా ఇంట్లోవాళ్ళు, స్వయంగా పండరి అక్క ప్రయత్నంచవచ్చో నాకు తెలుసు...అయితే నేను ఏదో ఒక రోజున ఆమెను పెళ్ళి చేసుకుని ఊరివాళ్ళ నోళ్ళు మూయిస్తాను..."

మౌనంగా నోరు వెళ్ళబెట్టుకుని వింటున్న పురందర ఎదుట ఈ మాటలు అంటున్న రమాకాంత మనస్సులో యమునతో తన ప్రేమ ఫలించిన చిత్రాలు కదులుతున్నాయి. ఇప్పటిదాకా ఎవరికీ అంటే, ఎవరికీ చెప్పని ఈ విషయాలను

పురందర ఎదుట మాట్లాడటం, స్వయంగా ధైర్యం తెచ్చుకోవటానికి అన్నట్టుగా ఉంది. యమునను ప్రేమిస్తున్నానని ఇలా మూడవ మనిషి ముందు నోరు తెరిచి చెప్పటం కూడా అతని గగుర్పాటుకు కారణమైంది. మళ్ళీ ఇప్పుడు రెండేళ్ళ వెనుకటి ఆ పడవ ప్రయాణం గుర్తొచ్చింది. అక్కడినుంచే వారి సంబంధానికి కొత్త మలుపు వచ్చింది. అదంతా పురందరకు ఎలా చెప్పాలో తోచక మాటలు ఆపాడు.

ఎన్నడూ ఇల్లు వదిలి ఎక్కడికీ వెళ్ళని పండరి ముర్డేశ్వరకు సమీపంలో ఉన్న తన వరిమడిని చూసుకుంటున్నవారు మోసం చేస్తున్నారని తెలియటంతో అక్కడికి ఒకసారి వెళ్ళిరావలసిన పరిస్థితి వచ్చింది. రమాకాంతను తోడుగా తీసుకుని, యముననూ వెంటబెట్టుకుని బయలుదేరింది. అక్కడ మాటలు ముగిసి, తిరిగి వచ్చేటప్పుడు చీకటి పడింది. కాసరకోడు నుంచి హొన్నావరకు వెళ్ళే పడవ ఎక్కారు. వరద వచ్చి నదిలో నీళ్ళు బాగా పెరిగాయి. ఎప్పటికన్నా నీటిపోటు ఎక్కువగా ఉంది. యమున పక్కనే రమాకాంత కూర్చునివున్నాడు. అమావాస్యకు దగ్గర్లోని రోజులవి. కటిక చీకటి. నీటి అలల కదలిక చప్పుడు వినిపిస్తూనే ఉంది. తెడ్డు వేసే పడవవాడి మాటలు. నదిలో కొంచెం దూరం ప్రయాణం చేసిన తరువాత పడవ ఒక్కసారిగా ఊగింది. అది ఎంత వేగంగా ఊగిందంటే పడవలో కూర్చున్నవారంతా ఒక్కసారిగా హాహాకారాలు చేశారు. రమాకాంత జబ్బకు యమున జబ్బ తాకింది. భుజానికి భుజం తాకింది. తాకి అలాగే నిలిచింది. మళ్ళీ పడవ ఊగినపుడు కూర్చున్న పలకను ఆధారం కోసం గట్టిగా పట్టుకోవాలని అతను పెట్టిన కుడిచేయి ఆమె చేతి మీద పడింది. ఒకసారి చేయి తాకిన తరువాత ఎవరు ముందుగా ఎవరి చెయ్యి పట్టుకున్నారో, ఎలా ఒకరి వేళ్ళు మరొకరి వేళ్ళను పెనవేసుకున్నాయో అర్థం కాలేదు. ఆమె చాలా దగ్గరగా ఉంది. ఆమె ముంగురులు గాలికి కదిలి అతని ముఖం మీద తారాడినట్లయ్యాయి. ఉప్పునీటి వాసన ఉన్న గాలిని మించి ఆమె ఒంటి వాసన అతడిని చేరింది. పడవ ఊగిసలాట భయం పుట్టించేటంత ఎక్కువగా పెరిగి కొందరు కేకలు పెట్టారు. పడవలో ఉన్నవారంతా ప్రాణభయంతో ఊపిరి బిగపట్టి కూర్చున్నారు. అయితే వీళ్ళిద్దరికి ఎలా పొద్దుపోయిందో అర్థం కాలేదు. హొన్నావర రేవులోని దీపాలు వీరి మీద తమ వెలుతురును చిమ్మేటంత దగ్గరకి వచ్చినపుడు స్పృహలోకి వచ్చారు.

అటుతరువాత ఎన్ని రకాలుగా ప్రయత్నించినా రమాకాంతకు మళ్ళీ అలాంటి ఏకాంతం దొరకలేదు. ఎప్పుడూ పండరి, యమునలు కలిసే ఉండేవారు. వాళ్ళు

ఇంటి నుంచి బయటికి వెళ్ళే అవసరమే ఉండేది కాదు. మాట్లాడటానికి కూర్చున్నప్పుడూ అంతే– ఎప్పుడూ అక్కడ పండరి ఉండేది. అతను ఎంతగా ఆలోచించినా మళ్ళీ అలాంటి అవకాశం ఎలా సృష్టించుకోవాలో స్ఫురించలేదు. ఒకరోజు ముగ్గురు మాట్లాడుతూ కూర్చునివున్నప్పుడు పెరట్లో కొబ్బరిమట్ట రాలిపడిన చప్పుడైంది.

"నేను చూస్తాను" అంటూ పండరి లేచి వెళ్ళింది.

ఆమె వెనుకే లేచి వెళ్ళిన యమున వంటింట్లో నుంచుంది. అక్కడి కిటికీ నుంచి పెరడు కనిపిస్తుంది. పెరట్లోకి వెళుతున్న పండరి వీపు కనిపిస్తోంది. తన వీపు వెనుక వచ్చి నుంచున్న రమాకాంత కదిలిక అర్థమై యమున వెనుతిరిగింది. అలా తిరుగుతూ అతని బాహువుల్లో చిక్కుకుంది. ఇదే జీవితంలోని చివరి క్షణమన్నట్టు ఉత్కంఠతో, పండరి వెనుతిరిగి వచ్చే ఆ ఒక్క ఘడియలో హఠాత్తుగా ఘటించిన ఆ కౌగిలి మళ్ళీ గుర్తుకు రానంత క్షణికమైంది. సమయం ముగిసిపోతుందన్న హడావుడిలో, వంటింటి పల్చటి పొగ వాసనలో జరిగిన ఈ కలయిక రమాకాంతను నిరంతరం వేధించింది. 'కావాలి, కావాలి' అనే తపన నిప్పును రగిలించింది.

మాటలు నిలిపి రమాకాంత కాసేపు మైమరిచినట్టు కూర్చోవటం పురందరకు అర్థమైంది.

"ఇందువల్ల యమునక్కకు మంచే జరిగింది. ఈ విషయంలో ఆమె అభిప్రాయమేమిటి?" అని అడిగాడు.

"ఆమెకు ఏ విధమైన భయమూ లేదయ్యా. అలా అని ఆమె చెబుతుంది. అయితే నాకు నమ్మకం లేదు. ఈ విషయమూ పెరట్లోని కాయకోసం జరిగిన గొడవలాంటిదే చూడు...తిరుగుబాటు అనే మాట నేను అనకపోతే ఏమైంది? దానికి ఇంతకన్నా గొప్ప ఉదాహరణ కావాలా?"

ఈ విప్లవాత్మకమైన సంభాషణ వల్ల, తెలిసిన కొత్త వివరాల వల్ల పురందర మనస్సులో కోలాహలమే చెలరేగింది. రమాకాంత తనపట్ల నమ్మకముంచి చెప్పటానికి కారణం ఏమై వుంటుందో అర్థం కాలేదు. బనభండారి తన గురించి ఇంత స్ఫూరిదాయకమైన కథ అల్లినందుకు అతనికి ఆశ్చర్యం వేసింది.

"చూస్తుండు, ఒక రోజు అందరి గుండెలు పగిలేలా నేను ఆమెను వివాహం చేసుకుంటాను. ఆమె చుట్టూ మొత్తం వ్యవస్థ ఒక కోటను నిర్మించింది. ఆమె అత్తతోపాటు అందరూ దానికి కాపలా కూర్చున్నారు. ఆమె జీవితం లోలోపల

కుళ్ళిపోనీ అన్నదే వారి కోరిక. నేను అన్నిటినీ పక్కకు తోసి ఆమెను విడిపిస్తాను. అవసరమైనప్పుడు నీ సహాయం అడగటానికి వస్తాను. నలుగురి ముందు నుంచుని వీళ్ళు చేస్తున్నది తప్పు కాదని చాటిచెప్పే ధైర్యం ఇవ్వటమే మీరంతా నాకు చేయగలిగే గొప్ప సహాయం..." అని రమాకాంత ఆవేశంతో అన్నాడు.

ఏమీ తోచక ఖాళీ అయిన చాయ్ కప్పును మళ్ళీ పెదవులకు చేర్చి, అందులో మిగిలిన రెండు చుక్కలను పురందర గుటక వేశాడు.

⌘

అధ్యాయం 7

పండరి యాత్రకు వెళ్ళిన విషయం మొత్తం ఊరు మాట్లాడుకుంది. కన్యాకుమారి, రామేశ్వరం, కాశీ, బదరీనాథ్ మొదలైన పదహారు స్థలాలకు రెండు నెలల యాత్ర. మొత్తం పన్నెండు మంది బృందంలో ఆమె కూడా చేరుకుంది. తానూ వస్తానన్న యమునతో, "ఛీ ఇంత తొందరగా యాత్రకు ఎందుకు? నాలా ముసలిదానివైన తరవాత వెళ్ళు. నీకింకా జీవితం చాలా ఉంది" అంది.

ఊళ్ళోని కొన్ని ఇళ్ళ నుంచి వచ్చినట్టు దేవరాయ ఇంటి నుంచి కూడా ఓ కానుక డబ్బాను పండరికి ఇచ్చారు. అది కాశీవిశ్వనాథుడికి అప్పుడప్పుడు వేసిన కానుకలతోపాటు ముడుపులు కట్టిన డబ్బా. చాలా సంవత్సరాల నుంచీ యాత్రకు వెళ్ళేవారు ఎవరూ దొరకక అలాగే ఉండిపోయింది.

మధ్యాహ్నం సునంద కానుకల డబ్బా పట్టుకుని యమున ఇంటికి వెళ్ళింది. ఎప్పటిలా పెరటి తలుపుల గుండా లోపలికి వెళ్ళినపుడు ఇల్లు మధ్యాహ్నపు మౌనంలో ఉంది. నట్టింట్లో పండరి చాప మీద పడుకునివుంది. ఆమె తల దగ్గర ఉన్న చెంబు తళతళమని మెరుస్తోంది. వీధి తలుపు తెరిచివుంది. వీచిన గాలికి సునంద చీర కాళ్ళను కౌగిలించుకుంది. కదలకుండా పడుకునివున్న పండరి నిద్రలో ఉన్నట్టు కనిపించింది.

యమునకూడా పడుకునివుంటే వెనక్కు వెళదామని సునంద పిల్లిలా అడుగులు పెడుతూ ఆమె గదివైపు వెళ్ళింది.

అక్కడ తలుపుకు వీపు చేసి యమున గోడలో అమర్చిన చిన్న అద్దంలో తొంగి చూస్తూ ఒళ్ళు మరిచింది. దగ్గరికి వెళ్ళేవరకూ ఆమెకు సునంద వచ్చినట్టు అర్థం కాలేదు. గదిలో మల్లెల పరిమళం ఉంది. మరింత దగ్గరికి వెళ్ళగానే యమున ముఖం తిప్పింది. నుదుట కుంకుమ ఉంది. నవ్వింది.

"ఎలా కనిపిస్తున్నానో చూసుకుంటున్నాను"

ఆమె ముఖం మీద విషాదముందా అని సునంద వెతికింది. యమున గది తలుపు ఓరగా వేసివుంది. కింద పెట్టిన మల్లెల దండ తీసుకుని తలలో ముడుచుకుని జడను గుండెల మీదికి వేసుకుంది. అరచేయంత ఉన్న ఆ అద్దంలో మళ్ళీ తనను చూసుకోవటానికి ప్రయత్నించింది. ముక్కలు ముక్కలుగా చూపించే ఆ అద్దంలో పూర్తి బింబం కనిపించక అటూ ఇటూ కదులుతూ, పైకి కిందికి ముఖం కదిలించి చూసుకుంది. ఆమె సౌందర్యం పదిరెట్లు పెరిగినట్లు సునందకు అనిపించింది. ఎవరైనా తలుపు తెరుచుకుని రావచ్చని సునంద కలవరపడింది. ఉద్వేగంతో ఆమెకు ఊపిరి కట్టివేసినట్టయ్యింది. యమునను తదేకంగా చూసింది.

క్షణం తరువాత యమున పూలదండను జుత్తు నుంచి నాజూకుగా విడిపించి కిటికీ గట్టు మీద పెట్టింది. దానికి చిక్కుకున్న ఒక వెంట్రుక ఆ మసకచీకటిలోనూ సునంద కంటపడింది. చేత్తో కుంకుమ తుడుచుకుంది. చేతికి ఎంగిలి పూసుకుని గట్టిగా నుదురు రుద్దుకుని కొంగుతో తుడుచుకుంది.

సునంద ఏమీ మాట్లాడలేదు. యమున కూడా.

* * *

మండే ఎండ. రేవులో బస్సు కోసం ఎదురుచూస్తున్నప్పుడైతే పురందరకు మరింత ఉక్కగా అనిపించింది. అటుతరువాత కుందాపుర బస్సు వచ్చి కిటికీ పక్కన చోటు దొరికింది. బస్సు బయలుదేరినపుడు లోపలికి తోసుకొచ్చిన గాలివల్ల లోపల కాస్త వేడి తగ్గింది.

పురందరకు కాస్త నిద్రపట్టి, కళ్ళు తెరిచేసరికి బస్సు ముర్డేశ్వర చేరింది. అక్కడ చాలామంది బస్సు ఎక్కసాగారు. ప్రయాణికుల గుంపు చూసి కండక్టర్ "ముందుకు పోండి...ముందుకు..." అని అందరినీ ముందుముందుకు పంపసాగాడు.

బస్సెక్కి, వెనుక వచ్చేవారికి చోటు కల్పించడానికి గబగబా బస్సు వెనుక భాగానికి వెళుతున్న జనంలో వాసుదేవ కూడా ఉండటం పురందర వెంటనే

గమనించాడు. అతడ్ని వెనుక నుంచి చూసే గుర్తుపట్టాడు. పక్కనుంచి అతని ముఖం కూడా స్పష్టంగా కనిపించింది. ముందుకుపోయి అతను సీటులో కూర్చున్నాడు. అక్కడ అప్పటికే కూర్చున్నవారు అతనికి పరిచయస్థులు. వాళ్ళతో కబుర్లు మొదలుపెట్టాడు.

అతని ప్రవర్తనలోని సహజత్వాన్ని గమనించి అతను తనను చూసివుండడని పురందరకు అర్థమైంది. పక్కనున్నవాడిని పలకరించడానికి తిరిగినపుడు అతని ముఖంలోని ఒక పార్శ్వం పురందరకు కనిపించేది. తలకు తెల్లని టోపి ఉంది. దాన్ని తీసి ఒకసారి తల మీద చేయి కదిలించాడు. మంజయ్య ఇంట్లో జరిగిన సంఘటన తరువాత పురందర వాసుదేవను మళ్ళీ చూడలేదు. ఆ రోజు అతను మాట్లాడిన చివరి మాటలు ఇప్పటికీ చెవిలో గింగురుమంటున్నాయి. "ఈ జన్మలో నీ ముఖం చూడను...ఇది నా మాట. ఎలా నిలుపుకుంటానో చూడు. చూసి నేర్చుకో..."

శిరాలి వరకు సాగిన ప్రయాణం పురందరకు ముళ్ళమీద కూర్చున్నట్టుగా ఉంది. వాసుదేవ శిరాలిలో దిగేటప్పుడు అతని దృష్టి బస్సు వెనుక భాగం సీటులో కూర్చున్న తనమీద పడటం గురించి పురందరకు అనుమానం లేదు. మళ్ళీ ముఖం చూడనని అతడు చేసిన శపథం విఫలమవ్వటానికి తాను కారణం కాకూడదని మాత్రం కచ్చితంగా అనిపించింది.

అంతలో శిరాలి వచ్చేసింది. వాసుదేవ లేచి, పక్కన కూర్చున్న వ్యక్తి నుంచి వీడ్కోలు తీసుకుని తలుపు వైపు రాసాగాడు. అతను ఇటు తిరగ్గానే పురందర రెండు భుజాలు ముడుచుకుని, ముందు సీటు రాడ్‌కు ఆనించి, దాని మధ్యలో తన ముఖం దూర్చి కూర్చున్నాడు. అతను రావడం, దాటిపోవడం అస్పష్టంగా అర్థమైంది. తలుపు వేసి కండక్టర్ బెల్లు కొట్టాడు. బస్సు కొద్దిదూరం వెళ్ళేవరకూ పురందర తలెత్తలేదు.

* * *

పండరి వెళ్ళిన నాలుగు రోజుల్లోనే రమాకాంత ధర్మస్థలకు వెళ్ళి పెళ్ళి చేసుకుందాని యమునను ఒత్తిడి పెట్టసాగాడు. ఆమె నానా రకాలుగా అడ్డు చెప్పింది. "అత్త లేకుండా ఈ పెళ్ళి చేసుకోవడం నాకు ఇష్టంలేదు. నాకు ఏ విధమైన భయం? ఎవరి భయం? పోగొట్టుకోవడానికి ఏం మిగిలివుంది? ఆమె లేకుండా, ఆమెకు చెప్పకుండా ఇలా చేసుకోవడం నాకు ఇష్టం లేదు..."

ఏ విధంగా చెప్పినా అతను వినటానికి తయారుగా లేడు. "పిచ్చిదానా, దీని పరిణామం నీకు తెలియదు. ఇంటివారి అంగీకారం తీసుకుని తిరుగుబాటు చేస్తానని అన్నట్టున్నాయి నీ మాటలు..."

"...."

"నీకు తెలియదు. ఇలాంటిది జరుగుతుందంటే మొత్తం సమాజమే వ్యతిరేకంగా నిలబడుతుంది. తమకు ఇది సంబంధించినది కాదని ఎవరూ భావించనే భావించరు. ఇలాంటి సంఘటనొకటి తమలో ఎవరికీ ఉదాహరణగా కనిపించకూడదని మొత్తం వ్యవస్థనే ప్రయత్నిస్తుంటుంది..." రమాకాంత ఓ దీర్ఘమైన ఉపన్యాసం చేశాడు.

"మీకు అత్తయ్య గురించి ఏమీ తెలియదు. మొత్తం ప్రపంచం ఎదురొచ్చినా ఆమె వినే వ్యక్తి కాదు. నాకు మంచి జరుగుతుందంటే ఆమె ఎవరినైనా ఎదురించగలదు. మీరు మార్పు అని అంటారుకదా. అత్తయ్య అదంతా ఎన్నడో చేసింది. ఆమె కాలంలోనే ఆమె తలజుట్టు తీయలేదు. నన్ను గాజులు, కుంకుమ పెట్టుకోమంది. నేనే వద్దనుకుని కుంకుమ పెట్టుకోలేదు. ఇంతకన్నా ఇంకెలాంటి ధైర్యం కావాలి మీకు? ఆమె నెలన్నరలో వస్తారు. ఇప్పుడే ఇంత తొందర ఎందుకు? ఆమె వచ్చిన తరువాత ఒకవేళ ఆమె వద్దన్నారనుకోండి– అప్పుడు నేను ఆమె మాటను కాదు, మీ మాటే వింటాను సరేనా?..."

అయినా రమాకాంతది ఒకటే పట్టు. "నీకు ఈ వ్యవస్థ కుట్రలు అర్థం కావు. మార్పును ఆపటానికి అది ఏఏ రూపంలో వచ్చి ప్రయత్నిస్తుందో తెలుసా? మనం చేసున్న పని గురించి నీకు అంచనా ఉందా? బాంబు వేస్తున్నాం బాంబు..."

తాము చేబడుతున్న గొప్ప కార్యాన్ని ధ్వంసం చేయడానికి ఎదురుచూస్తున్న అదృశ్య శక్తుల గురించి పెద్ద పెద్ద శబ్దాలలో వివరించి అవన్నీ నిగూఢ కుట్రలా కనిపించేలా చేశాడు. ఆ అవ్యక్త కరాళహస్తాలు ఎక్కడెక్కడి నుంచో వచ్చి ఋషుల తపస్సుకు భంగం కలిగించడానికి ప్రయత్నించే రాక్షస సైన్యాల మాదిరిగా వర్ణించి, మొత్తం ఊరే దీన్ని జరగకుండా చేయడానికి పందెం కట్టినట్టు చూపించి, చివరికి యమున అనుమతి పొందాడు.

* * *

ఇద్దరూ ధర్మస్థళకు వెళ్ళడానికి మొదటి బస్సు పట్టుకున్నారు. అప్పుడప్పుడే ప్రారంభోత్సవం జరిగిన శరావతి వంతెన పైనుంచి బస్సు సాగుతున్నప్పుడు పరస్పరం భుజాలు తాకిస్తూ కూర్చున్నారు. వంతెన మీద బస్సు రయ్యిమని

పరుగెత్తుతోంది. ఇరవైపులా శరావతిని చూసిన యమునకు రెండేళ్ళ క్రితం ఓ రాత్రి చీకట్లో తాము కలిసి పడవలో శరావతిని దాటడం గుర్తొచ్చింది.

"ఈ వంతెన రెండేళ్ళ క్రితం ఉండివుంటే మనం ఆ రోజు పడవలో వెళ్ళేవాళ్ళం కాదు, మన మధ్య ఈ రోజు ఏమీ ఉండేది కాదు..." అని చెప్పి రమాకాంత చేతిలో చెయ్యి వేసింది.

"ఈ రోజు ఇది లేకపోయివుంటే మనం ఇలా కలిసి వెళ్ళేవాళ్ళం కాదు. అక్కడే రేవులో నది దాటడానికి ప్రయత్నిస్తుండగానే మనల్ని పట్టుకుని తిరిగి ఇంటికి పంపేవారు..." అని సగం తమాషాగా చెప్పాడు. అటు తరువాత కాస్త ఆగి, "అలా వెనుక వెనుక వెతకడానికిపోతే దానంతట అదే రాలిపడ్డ మామిడికాయవరకూ వెళ్ళవచ్చేమో" అని ఆమె చేతిని మరింత బిగువుగా పట్టుకున్నాడు.

⌘

అధ్యాయం 8

వసారా గోడకున్న పెద్ద గోడగడియారానికి 'కీ' ఇచ్చే బాధ్యత ఎప్పటికీ దేవరాయదే. పడుకోవటానికి ముునుపు అతను చేసే చివరి పని అది. కుర్చీని గడియారం కిందికి వచ్చేలా జరిపి, దానిపై ఎక్కి నుంచుని, పెండ్యూలం తలుపులో ఉన్న చిన్న 'కీ' తీసి, కుడిచేతిని పైకి చాపి, ఆరు అంకెకు కొంచెం పైనున్న రంధ్రంలో దాన్ని దూర్చి తిప్పేవాడు. కిర్‌కిర్ అని మొదలై తిప్పినట్లల్లా మృదువవుతూ, బిగువవుతూ పోయే క్షీణమైన చప్పుడు ఆ ఇంట్లో పడుకోవటానికి సూచన. దాని తరువాత వీధి తలుపు మూసి, దానికి గడియ వేసే చప్పుడు వినిపించేది.

ఆ రోజు దేవరాయ పురందరకు ఈ పని చెప్పాడు. గతంలో ఈ ఇంట్లో ఉన్నప్పుడు పురందర కుతూహలం కొద్దీ ఒకటి రెండు సార్లు 'కీ' ఇచ్చినప్పటికీ; ఎప్పటికీ అది దేవరాయ చేయాల్సిన పని. "ఎందుకో ఆయాసంగా ఉంది. నువ్వే కాస్త కీ ఇచ్చెయ్" అన్నాడు. పురందర ఎక్కి, 'కీ' తీసేటప్పుడు దాన్ని కింద పడేశాడు. కిందికి దిగి దాన్ని తీసుకుని మళ్ళీ కుర్చీ ఎక్కి చెవి రంధ్రంలో తాళంచెవి పెట్టేటప్పుడు అది మరొకసారి అతని చేతి నుంచి జారిపడింది. అతడినే గమనిస్తున్న దేవరాయ ఎందుకో అకారణంగా కోప్పడ్డాడు. "ఏం చేస్తున్నావురా? ఒక చిన్న పని చెబితే...చేతకాదు...పోనీలే...". అతను చెప్పకపోయినా అతను మనస్సులోనే 'దాసప్ప' అని అన్నది పురందరకు వినిపించింది. చిన్నపిల్లల మీద కోప్పడ్డట్టు

తన మీద పుసుక్కున కోప్పడ్డాడని మనస్సులో నొచ్చుకున్నాడు. అయితే ఏం చెప్పాలో తోచక మౌనం వహించాడు.

అదే రాత్రి దేవరాయ చనిపోయాడు.

రాత్రి పడుకున్న చోటే చివరి ఊపిరి పీల్చాడు.

ఆ రాత్రి అతను లేచి బయటికి పోవటం కావేరికి స్పష్టంగా జ్ఞాపకం ఉంది. వెనుతిరిగి వచ్చి మంచం మీద వాలేటప్పుడు 'గజాననా' అనటమూ ఆమె చెవిలో ఇంకా గింగిరుమంటోంది. బహుశా అదే అతని చివరి మాటని ఆమె అంతరంగానికి స్ఫురించింది. ఆ రాత్రి కింద పడుకునివున్న కావేరి కాలు అతని కాలును తాకటంతో అరనిద్రలో భర్తకు కావేరి చేతులు జోడించింది. ఎప్పటిలా తొందరగా లేచే అతను ఎంతసేపైనా లేవకపోవటంతో వెళ్ళి చూస్తే అప్పటికే ప్రాణాలు పోయివున్నాయి. వెల్లికిలా పడుకుని రెండు చేతులను ఛాతీమీద పెట్టుకుని ప్రాణాలు వొదిలాడు.

క్రితం రాత్రి గడియారానికి 'కీ' ఇవ్వమని పురందరకు చెప్పటం దేవరాయకు రాబోయే చావుకు మునుసూచనలా అనిపించింది. అదే విషయం నోటి నుంచి నోటికి వ్యాపించి కథలా మారింది.

ఇది జరిగిన రెండు రోజుల తరువాత మధ్యాహ్నం భోజనమయ్యాక గుండె నొప్పి అంటూ బాధపడిన కావేరి పదినిముషాల్లోనే పురందరతో, 'నోట నీళ్ళు పోయ్' అని చెబుతుండగా "అపశకునపు మాటలు మాట్లాడకే" అని గోదావరి వెక్కుతూ అంటున్న మాటలు విననిదానిలా ప్రాణాలు వొదిలింది.

ఇలా హఠాత్తుగా ఇద్దరూ మరుగైపోయిన తరువాత ఇంటిని ఆవరించిన సూతకపు గాలి, మృత్యువు స్పర్శతో పుట్టిన భయాలవల్ల సర్వోత్తమ వాగుడు మరింత పెరిగింది. మొదట్లో ఈ వాగుడు రాత్రిళ్ళకు మాత్రమే పరిమితమైనది, ఇప్పుడు వగటిపూటకూ విస్తరించి అనంతతోనో, దేవరాయతోనో, ఈచలకరంజితోనో సంభాషణ జరపసాగాడు. అతని ప్రవర్తన చూస్తే, అతనితో మాట్లాడుతున్నారని భావించినవారి మాటలు అతని చెవిలో వినిపిస్తూ ఉండాలి. ఎందుకంటే అదొక నాటకంలోని సంభాషణలా స్పష్టంగా ఉండేది. అతను జీవితంలో ఎన్నడూ ఉపయోగించని తిట్లు అతని నోటి నుంచి రాసాగాయి.

"తీయరా వెధవముండాకొడకా... నీ సర్వీసు రికార్డు తీయ్...లోపల చూడు. హ్హాహ్హా... చూశావుకదా..."

"...."

"ఏమవుతుందంటే నీ ఉద్యోగం పోతుంది. సస్పెండ్. హ్హాహ్హా.." రాత్రుల్లో అయితే అతని గురకలు, హూంకారాలు నిద్ర చెడగొట్టడమే కాదు, అక్కడ ఒక విధమైన భయాన్ని గుండెలో నాటుతుండేవి. తనను చావు తరుముకుంటూ వస్తుందన్నట్టు, తాను దాని చేతికి దొరకక తప్పించుకుని తిరుగుతున్నట్టు అతని మాటలు ఉండేవి. రాత్రంతా కలవరిస్తూ నిద్రచెడటంతో, అతను పగటిపూట ఎప్పుడంటే అప్పుడు కూర్చున్నచోటే నిదురతో తూగేవాడు. అలా ఒకసారి తూగుతూ మెడ వాలుగా చేసి నిద్రపోయినవాడిని చూసిన సునంద, అతను ఒరిగినచోటే ప్రాణాలు వొదిలాడని భావించింది. ఆమె ఆర్తనాదం విని అందరూ హడావుడిగా వచ్చారు. ఆ కోలాహలానికి సర్వోత్తమకు మెలకువ వచ్చింది. అతను తెల్లబోయి అటూఇటూ చూడసాగాడు.

* * *

పెళ్ళి తరువాత ఎనిమిది రోజులు స్నేహితుడు శ్రీపతి ఇంట్లో గడిపిన రమాకాంత, యమునలు తిరిగి వచ్చారు. దేవరాయ, కావేరిల చావు కబురు వాళ్ళు ఇంటికి చేరేలోపే వారికి చేరింది. బ్యాంకుకు బయలుదేరిన పురందరకు వీధిమలుపులోనే ఇద్దరూ కనిపించారు. సుమంగళి లక్షణాలతో ఉన్న యమునను చూసి అతనికి అంతా అర్థమైంది. పెళ్ళి తరువాత రమాకాంత ధర్మస్థళ నుంచి రాసిన ఉత్తరం రెండు రోజుల క్రితం చేరింది. ఆ రోజే అతని చిన్నాన్న కుమటా నుంచి వచ్చాడు. పండరి ఇంటికి వున్న తాళం చూసి పక్కింటికి వచ్చి పురందరతో మాట్లాడి వెళ్ళాడు.

యుద్ధంలో గెలిచి వచ్చినవాడిలా నడుస్తున్న రమాకాంత, అతడి పక్కనే సిగ్గుతో నడుస్తున్న యమున పురందరను చూసి ఆగారు. ఎప్పుడూ బోసిపోయిన నుదురు, ఖాళీ కొప్పుతో చూసిన యమునను ఇప్పుడు ఇలా చూసినపుడు ఆమెలో దాగివున్న సౌందర్యమంతా గబుక్కున పొంగి వచ్చినట్టు కనిపిస్తోంది.

"పెళ్ళి చేసుకున్నాం" అన్నాడు రమాకాంత.

"అర్థమైంది. మంచిదైంది. నిన్న మీ చిన్నాన్న వచ్చారు. ఆయనకు మీ ఉత్తరం అందిందన్నారు. చెప్పే చేసుకోవచ్చుకదా, దొంగతనంగా చేసుకునే వ్యవహారం కాదని అతను అర్థం చేసుకునివుంటే అలాగే వ్యవహరించేవాడని అన్నారు. అయితే మీరు విచారించాల్సిన పని లేదు. ఆయన మరీ గొడవ చేసే మనిషిలా కనిపించలేదు. మిమ్మల్ని ఇప్పుడే ఇంటికి ఆహ్వానించేవాడిని. అయితే సూతకపు ఇంటికి కొత్త జంట రావటం మంచిదికాదు. మీకు తెలిసివుండదు.

దేవరాయ మామ, కావేరక్కలు చనిపోయారు."

యమున ఈ విషయం విని అక్కడే వెక్కివెక్కి ఏడవసాగింది. రమాకాంత ఆమె చేతి నుంచి సంచి తీసుకున్నాడు. ఆమె కొంగుతో నోరు మూసుకుని ఏడుపు ఆపుకోవటానికి ప్రయత్నిస్తూ, సాధ్యం కాకపోవటంతో మళ్ళీ వెక్కుతూ రోడ్డు పక్కకు జరిగి నుంచుంది. వీటన్నిటి మధ్య పురందర ఇద్దరి చావు వివరాలను చెప్పాడు.

* * *

రమాకాంత అనుకుంటున్నట్టు పెళ్ళి వల్ల ఎలాంటి తుఫానూ లేవలేదు. అయితే మొత్తం ఊరే ఆ వార్త గురించి మాట్లాడింది. కొందరు రమాకాంత ధైర్యానికి లోలోపల అసూయపడ్డారు. అతను వర్ణించినట్టు ఈ కృత్యం వల్ల నిప్పు అంటుకుని తగలబడనందువల్ల, అత్త వచ్చేవరకూ పెళ్ళికి ఎదురుచూసి వుండొచ్చునని యమున లోలోపలే అనుకుంది. ఎలాంటి దెబ్బ వీళ్ళనంతా ఉలిక్కిపడేలా చేయగలదని రమాకాంత ఆలోచించసాగాడు.

మధ్యాహ్నం భోజనానంతరం యమున దేవుడి గదిలో ఉన్న పెట్టె తెరిచి కూర్చుంది. కాస్త నడుం వాల్చుదామని పోయిన రమాకాంత నిద్రపట్టక ఆమెను వెతుక్కుంటూ వచ్చాడు. దేవుడి గదిలోని దీపపు వెలుతురులో మూత తెరిచిన పెట్టె నుంచి, కేసరి రంగు పట్టువస్త్రంలో కట్టిన చిన్న మూటను విప్పుతున్న యమున కనిపించింది. పుణ్యక్షేత్రాలకు బయలుదేరటానికి ముందు పందరి దాన్ని యమునకు ఇచ్చి, "నేను లేనప్పుడు ఇది నీకు అవసరం కావచ్చు" అని చెప్పింది.

"చూడండి, నేను వద్దన్నా వెళ్ళటానికి మునుపు దీన్ని నా చేతికి ఇచ్చి వెళ్ళింది. నేను అలాగే తీసి లోపల పెట్టాను..." అని యమున ఆ మూటను చూపింది.

దీపపు కుందుల వెలుగులో ఆ మూటను విప్పితే తళతళా మెరుస్తున్న బంగారు గాజులు కనిపించాయి. దాంతోపాటు ఒక నల్లపూసల తాళితాడు, గుండ్లమాల, చెవి కమ్మలు, రెండు ఉంగరాలు కనిపించాయి. వాటన్నిటిని చూసిన రమాకాంతకు పందరి చాలా ముందుగానే ఇదంతా ఆలోచించిందని అనిపించింది. తమ మధ్య నడుస్తున్న భావాల జాడ అర్థమై ఈ పెళ్ళికి అనుకూలం చేయాలనే ఆమె యాత్రకు వెళ్ళిందని స్పష్టమైంది. అంటే ఆమె అప్పుడప్పుడు తమను వదిలి తోటకు వెళుతుండటం కూడా ఆకస్మికం కాదని రమాకాంతకు అనిపించింది. ఎంతటి మార్పునైనా సాంసారికతలోకి పీల్చుకోగలిగే ఈ శక్తి గురించి అతనికి ఆశ్చర్యం,

భయం కలిగాయి. ఆలోచిస్తున్న కొద్దీ తాము ఏదో పెద్ద ప్రణాళికలోని పాచిక అనిపించి, సమ్మతి కూడా ఒక అస్త్రంలా కనిపించింది.

యమున పెట్టెలోపలి నుంచి ఒక వజ్రపు ముక్కెరను తీసి అతనికి చూపించింది. మరొక చిన్న పెట్టెలో ముత్యాల చెవిదుద్దులు ఉన్నాయి.

అత్త గుర్తుకు వచ్చి యమునకు ఏడుపు వచ్చేసింది.

* * *

దేవరాయ, కావేరిల పన్నెండవ రోజు కార్యక్రమాలు ముగిసిన తరువాతి ఆదివారం ఉదయమే వచ్చిన దామణ్ణ ఒక చిన్న గుడ్డమూటలోని భరణిలో ఉన్న మూడు బంగారు కాసులను పురందరకు ఇచ్చాడు. అవి కావేరి కాసులపేరులోనివి.

"దేవరాయ నా ద్వారా చాలా బంగారం అమ్మించాడు. ఈ కాసులపేరు ఇచ్చి రెండు సంవత్సరాలైంది. అతను చెప్పినప్పుడల్లా ఒక్కొక్క కాసును అమ్మి డబ్బులు ఇచ్చేవాడిని. నేను ఈ విషయం ఎవరికీ చెప్పకూడదని ప్రమాణం చేయించుకున్నాడు. తన, కావేరిల మరణానంతరం ఏమైనా మిగిలివుంటే దాన్ని నీకు ఇవ్వమని చెప్పాడు. ఇదిగో, ఇవ్వటానికి వచ్చాను. ఇందులో ఇంకా మూడు బంగారు కాసులు మిగిలాయి"

తన చేతిలో ఉన్న చిన్న మూటను అతని ముందు పెట్టాడు. ఎవరూ మాట్లాడలేదు. అప్పటివరకూ కావేరి చేతికి వున్న రెండు గాజులను ఆమె మరణించిన తరువాత తీసిపెట్టడం తప్ప దేని గురించీ ఎవరూ ఆలోచించలేదు. దేవరాయ చనిపోయిన తరువాత కావేరి తీసిపెట్టిన మంగళసూత్రాలు ఇంకా దేవుడిగదిలోనే ఉన్నాయి.

దామణ్ణ వెళ్ళిపోయిన మరుసటి రోజు దేవరాయ గదిలో ఉన్న మూడు ట్రంకులను ఒకదాని తరువాత ఒకటి తెరిచారు. లోపల ఏవేవో పత్రాలు. రెండు జతల కొత్త పంచలు ఉన్నాయి. ఒక కవరులో పదిరూపాల నోట్లు పది ఉన్నాయి. ఇంకెక్కడా కూడా ఒక్క తులం బంగారం కానీ, డబ్బులు కానీ కనిపించలేదు.

"ఎప్పుడైనా వీలు దొరికినపుడు అటక మీదికి ఎక్కి చెక్కపెట్టెను ఒకసారి చూడు" అని గోదావరి పురందరకు చెప్పింది.

"ఇప్పుడే చూస్తాను. అది కూడా అయిపోనీ"

పురందర నిచ్చెన తెచ్చి పైకి ఎక్కాడు. అతను అటక ఎక్కకుండా ఎన్నో సంవత్సరాలు గడిచిపోయాయి. పురందర పైకి వెళ్ళి చూసినపుడు, అక్కడ రెండు

చెక్క పెట్టెలు కనిపించాయి. ఒక దేవదారు చెక్కపెట్టె కూడా ఉంది. వాటికి తాళాలు వేసి ఉన్నాయి. తాళం చెవులు ఎక్కడ వెతకాలో తెలియక ఒక కత్తితో దాని గడియను లాగేశాడు. పాత చెక్కపెట్టె కావటంతో నిశ్శబ్దంగా తాళాలు ఊడివచ్చాయి. కదిలిస్తే చాలు, బుసబుసమని దుమ్ము లేస్తోంది. గాజు గవాక్షం నుంచి లోపలికి పడుతున్న సూర్యకిరణాల వల్ల అది మరింత దట్టమైనట్టు అనిపిస్తోంది. పెట్టె మూత తీసి లోపలి సామానులను ఒక్కటొక్కటిగా బయటికి తీయసాగాడు. ఇత్తడి, రాగిపాత్రలు తప్ప వేరే ఏమీ లేవు. గాజ పెట్టి, ఫ్రేమ్ వేయించిన కొన్ని ఫోటోలు ఉన్నాయి. తీసి చూస్తే అందులో ఉన్నవారు ఎవరో కూడా పురందరకు అర్థంకాలేదు. బహుశా దేవరాయ ఇంటివారైవుండొచ్చని అనుకున్నాడు. గోదావరి లేదా సర్వోత్తమ గుర్తుపడతారని ఒక పక్కన పెట్టుకున్నాడు.

మరొక పెట్టెలో ఏమీ లేవు. "ఇందులో ఏమీ లేదు... కేవలం పాత్రలు.." అన్నాడు.

గోదావరి "సరిగ్గా చూడు..." అంది.

"అన్నీ తీసి చూశాను. ఏమీ లేదు"

దిగడానికి సిద్ధపడుతుండగా పక్కింటి పెరట్లోంచి రమాకాంత గొంతు వినిపించింది. పురందర అటకకు ఉన్న చిన్న కిటికీ నుంచి తొంగి చూశాడు. మామిడికాయలను కోయడానికి ఆయును చెట్టెక్కించి, కింద గోనెపట్టా పట్టుకుని రమాకాంత నిలబడివున్నాడు.

"నెమ్మదిగా వెయ్యరా...ఎటువైపు విసురుతున్నావు..." అని పెద్ద గొంతుకతో చెబుతూ, విసిరిన మామిడికాయలను గోనెపట్టాలో పట్టుకుంటున్నప్పుడు హ్హాహ్హా అని అంటున్నాడు. ఇంటి పెరటిగుమ్మంలో యమున నుంచుని వుంది. అతను రెండు కాయలు పట్టుకోకుండా వదిలేసినప్పుడు చెట్టు మీది నుంచి ఆయు యమున వైపు తల తిప్పి "అమ్మగారు చక్కగా పట్టుకునేవారు" అన్నాడు. "ఊరకే వెయ్యరా" అని సంతోషపు స్వరంతో చెప్పి యమున వైపు చూశాడు. చిరునవ్వుతో నుంచున్న ఆమె ప్రేమపూరితమైన చూపులో లీనమై మరొక కాయను జార్చుకున్నాడు.

⌘

www.ingramcontent.com/pod-product-compliance
Lightning Source LLC
LaVergne TN
LVHW090316051026
849518LV00005B/1806
* 9 7 8 8 1 9 4 7 3 6 3 5 6 *